ഷാവോലിൻ

ഷാവോലിൻ

യുദ്ധമില്ലാതെ എങ്ങനെ ജയിക്കാം

മനഃശ്ശക്തി ഉപയോഗിച്ച് സമാധാനവും വ്യക്തതയും ആന്തരിക ശക്തിയും കൈവരിക്കാം

ബെർണാർഡ് മോസ്റ്റൽ

വിവർത്തനം : രഘുരാജ് പനങ്ങാട്ട്

MANJUL

മഞ്ജുൾ പബ്ലിഷിങ് ഹൗസ്

First published in India by

MANJUL

Manjul Publishing House

Corporate and Editorial Office

• 2nd Floor, Usha Preet Complex, 42 Malviya Nagar, Bhopal 462 003 – India

Sales and Marketing Office

• C-16, Sector 3, Noida, Uttar Pradesh 201301 – India

Website: www.manjulindia.com

Distribution Centres

Ahmedabad, Bengaluru, Bhopal, Kolkata, Chennai,
Hyderabad, Mumbai, New Delhi, Pune

Malayalam translation of *Shaolin: How to Win Without Fighting* by *Bernhard Moestl*

Originally published in German in 2008 as
Shaolin: Du musst nicht kämpfen um zu siegen by Knaur Verlag, an imprint of
Verlagsgruppe Droemer Knaur GmbH & Co. KG, Munich

English edition first published in 2022 by
Amaryllis: An imprint of Manjul Publishing House Pvt Ltd.
English translation by Anya Malhotra

Malayalam edition first published in 2023 by
Manjul Publishing House Pvt Ltd.

ISBN 978-93-5543-285-8

Malayalam translated by Raghuraj Panangattu
Cover design by Misha Oberoi

Printed and bound in India by Parksons Graphics Pvt. Ltd.

ഉള്ളടക്കം

ഭാഗം മൂന്ന്: ജയിക്കാൻ പഠിക്കുക

മുഖവുര

പ്രിയപ്പെട്ട വായനക്കാരേ,

ചൈനയുടെ ഹൃദയഭാഗത്ത്, ഷെങ്സോ തലസ്ഥാന പ്രവിശ്യയിൽ നിന്നും ദൂരെയല്ലാതെയാണ് ഷാവോലിൻ ഗ്രാമം സ്ഥിതി ചെയ്യുന്നത്. ഗ്രാമം ചെറുതാണെങ്കിലും, അതിന്റെ പ്രശസ്തി പല മുൻനിര നഗരങ്ങളെക്കാൾ മികച്ചു നില്ക്കുന്നു.

ആയിരത്തി അഞ്ഞൂറിൽപരം വർഷങ്ങൾക്കു മുൻപ്, ഭാരതത്തിൽ നിന്നുമുള്ള സന്ന്യാസിയായ ബോധിധർമ്മൻ അവിടെ ഒരു ബുദ്ധവിഹാരം സ്ഥാപിച്ചതിൽ പിന്നെ, ആ ക്ഷേത്രത്തെയും അവിടുത്തെ അന്തേവാസികളെയും കുറിച്ച് പല കഥകളും പരക്കുന്നുണ്ട്. അവിടുത്തെ സന്ന്യാസികൾക്ക് അമാനുഷിക ശക്തി ഉണ്ടെന്നും, സായുധമല്ലാത്ത ആയോധന കലകളിൽ അവർ അജയ്യരാണെന്നും പലരും വിശ്വസിക്കുന്നു. ഏകദേശം പതിനഞ്ച് ദശാബ്ദങ്ങളായി, അവർ ഷാവോലിൻ കുങ് ഫു എന്ന കലയുടെ വികസനത്തിനായും പൂർണ്ണതയ്ക്കായും പരിശ്രമിക്കുന്നു.

എന്നിരുന്നാലും, ഷാവോലിൻ പാഠങ്ങളുടെ അടിസ്ഥാനം ആയോധന കലയാണെന്ന് നിങ്ങൾ വിശ്വസിക്കുന്നുവെങ്കിൽ, അത് തെറ്റാണ്. ഷാവോലിനിൽ പ്രാവീണ്യം നേടി ആ ആശ്രമം വിടുന്നവർ, ഈ ധാരണയും കടന്ന് എത്രയോ മുന്നോട്ടു പോയവരാണ്. തങ്ങളുടെ ശരീരവുമായി പൊരുത്തപ്പെടാനും, അതിനെ ബഹുമാനിക്കാനും ഉപയോഗിക്കാനും പഠിച്ചവരാണ്.

സ്വന്തം മനസ്സാണ് ശരീരത്തെ ഊർജ്ജിതപ്പെടുത്തുന്നതും അശക്തമാക്കുന്നതും എന്ന് അവർ മനസ്സിലാക്കുന്നു. മനസ്സു കൊണ്ട് തങ്ങളെയും തങ്ങളുടെ ചുറ്റുപാടുകളെയും നിയന്ത്രിക്കാൻ പഠിച്ച അവരെ അജയ്യരാക്കുന്നത് അവരുടെ മനസ്സാണ്. ചെറിയ അളവി

ലുള്ള ദേഷ്യം പോലും, മറ്റെവിടെയെങ്കിലും ഫലവത്തായി ഉപയോഗിക്കാവുന്ന ഊർജ്ജത്തെ അനാവശ്യമായി ചെലവഴിക്കും.

ഷാവോലിൻ സന്ന്യാസികളുടെ ചിന്താരീതിയുടെ ഒരു ഉൾക്കാഴ്ച നിങ്ങൾക്കു നൽകുക എന്നതാണ് ഈ പുസ്തകത്തിലൂടെ ബെർണാർഡ് മോസ്റ്റൽ ലക്ഷ്യമിടുന്നത്. പതിമൂന്ന് ജീവിത തത്വങ്ങളിലൂടെ, യുദ്ധത്തിലൂടെയല്ലാതെ എങ്ങനെ ജയിക്കാം എന്ന് അദ്ദേഹം വിശദീകരിക്കുന്നു; ഔദ്യോഗിക തലത്തിലും വ്യക്തിഗത തലത്തിലുമുള്ള അനിയന്ത്രിതമായ വേഗതയോടും പിരിമുറുക്കങ്ങളോടും ആവശ്യകതകളോടും പൊരുത്തപ്പെട്ട്, ഊർജ്ജവും ഓജസ്സും നിറഞ്ഞ ജീവിതം എങ്ങനെ കെട്ടിപ്പടുക്കാം.

ഈ തത്വങ്ങൾ വിജയകരമായി പ്രാവർത്തികമാക്കാൻ, നിങ്ങൾ സന്ന്യാസി ആകണമെന്നോ ആശ്രമത്തിൽ ജീവിക്കണമെന്നോ ഇല്ല. നിങ്ങൾക്ക് എപ്പോൾ വേണമെങ്കിലും ഇവ പ്രയോഗിക്കാം; നിങ്ങൾ എവിടെയാണെന്നതോ ഏത് സാഹചര്യത്തിലാണെന്നതോ പ്രസക്തമല്ല. നിങ്ങളെയും നിങ്ങളുടെ കഴിവുകളെയും ചിന്താഗതികളെയും അഭിമുഖീകരിക്കാനും, ആവശ്യമെങ്കിൽ അവയിൽ മാറ്റം വരുത്താനും തയ്യാറാവുക മാത്രമാണ് നിങ്ങൾ ചെയ്യേണ്ടത്.

ചിന്താഗതി മാറ്റുക എന്നത് ഒറ്റരാത്രി കൊണ്ട് സാദ്ധ്യമാകുന്ന ഒന്നല്ല. ഓരോ മാറ്റവും സമയം ആവശ്യപ്പെടുന്നു. സ്വയം അത്ഭുതങ്ങൾ സംഭവിക്കുമെന്ന് പ്രതീക്ഷിക്കരുത്, അതേസമയം പെട്ടെന്ന് പിൻവാങ്ങുകയുമരുത്.

ഷാവോലിൻ സന്ന്യാസികളെ അനുഗമിക്കുന്നതിലൂടെ, സമാധാനത്തിലേക്കും വ്യക്തതയിലേക്കും ആന്തരിക ശക്തിയിലേക്കുമുള്ള പുതിയൊരു പാത കണ്ടെത്തുക.

ജെറാർഡ് കോൺസെൽമാൻ

അദ്ധ്യക്ഷൻ, ഇൻറർനാഷണൽ ഷാവോലിൻ ഇൻസ്റ്റിറ്റ്യൂട്ട്

(റെജിസ്റ്റേർഡ്)

സ്വയം നവീകരിക്കുവാനുള്ള ഉദ്ദേശ്യമുണ്ടെങ്കിൽ, അത് എന്നും ചെയ്യുക.

കൺഫ്യൂഷ്യസ്

ആമുഖം

'ശത്രു വരാതിരിക്കാനുള്ള സാധ്യതയിലല്ല, അവനെ എതിരിടാനുള്ള സന്നദ്ധതയിൽ ആശ്രയിക്കാനാണ് യുദ്ധകാലം നമ്മെ പഠിപ്പിക്കുന്നത്; അവൻ ആക്രമിക്കാതിരിക്കാനുള്ള സാധ്യതകളെ കുറിച്ചല്ല, അവന് ആക്രമിക്കാനാകാത്ത രീതിയിൽ നമ്മുടെ സ്ഥാനം ഉണ്ടാക്കിയെടുക്കുക എന്ന വസ്തുതയിലാണ്.'

സൺ ത്സു, *ദി ആർട്ട് ഓഫ് വാർ*

ഈ പുസ്തകം എങ്ങനെയാണ് സഹായകമാകുന്നത്, ഇതിൽ നിന്നും നിങ്ങൾക്ക് എങ്ങനെ പരമാവധി പ്രയോജനം നേടാം

ആദ്യം തന്നെ, ഏവർക്കും ഊഷ്മളമായ സ്വാഗതം! നിങ്ങളുടെ സാന്നിദ്ധ്യം സന്തോഷം നൽകുന്നു! സ്വയം മാറാനുള്ള നിങ്ങളുടെ തീരുമാനം വളരെ നല്ലതാണ്. നിങ്ങളുടെ കാര്യം എനിക്കറിയില്ല, പക്ഷേ എനിക്ക്, ഷാവോലിൻ എന്നത് സ്വപ്നസാക്ഷാത്കാരമാണ്. ആയിരത്തി അഞ്ഞൂറിൽപരം വർഷങ്ങളായി, ഈ ആശ്രമം നിരായുധമായ പോരാട്ട കലയുമായും അജയ്യതയുടെ ഐതിഹാസികതയുമായും അഭേദ്യമായ ബന്ധം പുലർത്തുന്നു.

ഞാൻ ചെറുപ്പത്തിൽ, ഈ ആയോധന കല അഭ്യസിച്ചെടുക്കാൻ വളരെയധികം ആഗ്രഹിച്ചിരുന്നു. തുടക്കത്തിൽ, ആരെയും ഭയക്കാതിരിക്കാനുള്ള വഴിയായിരുന്നു അത്. പിന്നീട് എന്നെ ആകർഷിച്ചത്, അവിടെയുള്ളവരുടെ അസാമാന്യമായ ജ്ഞാന

മാണ്. പഴയ ഗുരുക്കന്മാരുടെ പല വചനങ്ങളും എന്റെ ജീവിതത്തിലുടനീളം എനിക്ക് കൂട്ടിനുണ്ട്. യോഗികളുമായുള്ള എണ്ണമറ്റ സംഭാഷണങ്ങൾ ഒടുവിൽ എനിക്ക് മനസ്സിലാക്കിത്തന്നു, ഇനി യുദ്ധത്തിന്റെ ആവശ്യമില്ല എന്ന ഘട്ടം വരെ വളരെ നന്നായി പോരാടാൻ പഠിക്കണം. ശേഷം, ഒരുവൻ തന്റെ ഏറ്റവും വലിയ എതിരാളിയെ അഭിമുഖീകരിക്കാനുള്ള സമയമാണിത് : സ്വയം.

മാറ്റങ്ങൾക്ക് സമയം ആവശ്യമുണ്ട്

ഈ പുസ്തകം പതിമൂന്ന് അദ്ധ്യായങ്ങളായി തിരിച്ചിരിക്കുന്നു. ഓരോന്നും സ്വന്തം നിലയിൽ പൂർണ്ണത കൈവരിച്ചതും, വ്യക്തിഗതമായി അവയെ പ്രായോഗികമാക്കാവുന്നതുമാണ്. എന്നിരുന്നാലും, വിഷയങ്ങൾ പ്രമേയപരമായി പുരോഗമിക്കുന്നതിനാൽ, കഴിയുന്നതും ക്രമത്തിൽ തന്നെ പിന്തുടരാൻ ശ്രമിക്കുക. 'ഷാവോലിൻ തത്വങ്ങൾ' വായിക്കാനുള്ളത് മാത്രമല്ല, പ്രാവർത്തികമാക്കാൻ കൂടിയുള്ളതാണ്. ഒറ്റ രാത്രികൊണ്ട് കുങ് ഫു പഠിച്ചെടുക്കാൻ കഴിയുകയില്ല എന്നതുപോലെതന്നെ, ഒരാൾക്ക് കുറച്ച് ദിവസങ്ങൾ കൊണ്ട് മാറാനും സാധിക്കുകയില്ല. അഭ്യാസികൾ തങ്ങളുടെ സാങ്കേതികതയെ ആന്തരികവത്കരിക്കുന്നതുപോലെ, ഈ പതിമൂന്ന് തത്വങ്ങളും വേരൂന്നി സ്വഭാവത്തിൽ അലിഞ്ഞിരിക്കണം. നിങ്ങൾക്കു മനസ്സിലാവാത്തതായി എന്തെങ്കിലുമുണ്ടെങ്കിൽ, അവ ഒഴിവാക്കരുത്; ഒരിക്കൽ കൂടി വായിക്കുക.

ഈ പുസ്തകത്തിൽ നിന്നും പരമാവധി പ്രയോജനമുൾക്കൊള്ളണമെങ്കിൽ, നിങ്ങൾക്ക് ഒരു നോട്ടുപുസ്തകം ആവശ്യമായി വരും. ആകർഷണീയമായ മുഖചിത്രത്തോടു കൂടിയ നല്ലൊരു പുസ്തകം തന്നെ വാങ്ങി, അതിൽ നിങ്ങളുടെ പേര് വലിയ അക്ഷരങ്ങളിൽ എഴുതുക.

ആ നോട്ടുപുസ്തകം നിങ്ങളുടെ മാത്രം സുഹൃത്തായിരിക്കും; അവസാനം നിങ്ങളെ കുറിച്ച് ഒരുപാട് കാര്യങ്ങൾ അറിയുന്ന ഉറ്റ സുഹൃത്ത്. അതിൽ നിങ്ങളുടെ കുറിപ്പുകൾ ഉൾക്കൊള്ളിക്കണം; കുറിപ്പുകൾ മാത്രം. ഈ പുസ്തക വായന മുന്നോട്ടു പോകുമ്പോൾ, ഓരോ അദ്ധ്യായത്തിന്റെയും അവസാനത്തിൽ, നിരവധി പരിശീലനങ്ങളും ചോദ്യങ്ങളും നിങ്ങൾക്കു കാണാൻ കഴിയും. ആ ചോദ്യങ്ങളുടെ ഉത്തരങ്ങൾ നിങ്ങളുടെ നോട്ടുപുസ്തകത്തിൽ രേഖപ്പെടുത്തുക. പലസ്ഥലങ്ങളിൽ അല്ലാതെ, ഞാൻ പറയുന്ന ഭാഗങ്ങളിൽ ഉത്തരങ്ങൾ എഴുതുന്നത് നന്നായിരിക്കും. മുന്നോട്ടുപോകുമ്പോൾ, പലപ്പോഴും ആ ഉത്തരങ്ങൾ നമുക്ക് ആവശ്യ

മുണ്ടാകും. ഉത്തരങ്ങളിൽ സത്യസന്ധത പുലർത്തുക എന്നത് വളരെ പ്രധാനമാണ്. സത്യം മാത്രം എഴുതുക. നിങ്ങളല്ലാതെ മറ്റാരും തന്നെ അത് വായിക്കാൻ പോകുന്നില്ല.

തുർക്കിയുടെ പടത്തലവനായ മുസ്തഫ കെമാൽ അറ്റതുർക്ക് ഒരിക്കൽ പറഞ്ഞു, "ഒരു സാഹചര്യത്തെ നിരീക്ഷിക്കുമ്പോഴും അവയ്ക്കെതിരെ മുൻകരുതലുകൾ വിലയിരുത്തുമ്പോഴും, ഒരിക്കൽ പോലും അതിന്റെ സത്യാവസ്ഥയ്ക്ക് നേരെ കണ്ണടയ്ക്കരുത്; അതെത്ര കയ്പുള്ളതാണെങ്കിലും." കുറച്ചു നാളുകൾക്കു ശേഷം ഈ പുസ്തകത്തിലൂടെ നിങ്ങൾ വീണ്ടും കടന്നുപോകുകയാണെങ്കിൽ, നിങ്ങളുടെ ഉത്തരങ്ങളിൽ വന്ന മാറ്റം മനസ്സിലാക്കാൻ സാധിക്കും. 'ഇതായിരുന്നു നിങ്ങളുടെ ഉത്തരമെങ്കിൽ, നിങ്ങൾ ചെയ്യേണ്ടത് ഇതാണ് അല്ലെങ്കിൽ അതാണ്,' എന്നതുപോലെയുള്ള ആശ്വാസകരമായ ഉത്തരങ്ങൾ അല്ല ഈ പുസ്തകം നിങ്ങൾക്ക് തരുന്നത്. ഞാനും നിങ്ങളുടെ ഉത്തരങ്ങളെ വിലയിരുത്താൻ പോകുന്നില്ല. സ്വന്തം സ്വഭാവത്തെക്കുറിച്ചുള്ള പല ഉൾക്കാഴ്ചകളും നിങ്ങൾക്ക് നേടാൻ കഴിയുമെന്ന് പ്രതീക്ഷിക്കാം, നിയമവ്യവസ്ഥകൾ ഒന്നും തന്നെയില്ലാതെ. നിങ്ങളിൽ നിന്നും തന്നെയാണ് മാറ്റങ്ങൾ ഉണ്ടാകേണ്ടത്.

പോൾ ഗൌഗ്വിൻ പറഞ്ഞതു പോലെ, 'ജീവിതത്തിലെ ഏറ്റവും വലിയ വെല്ലുവിളി എന്നത്', 'ആത്യന്തികമായി, നിങ്ങളിൽ തന്നെയുള്ള പരിമിതികളെ മറികടന്ന് നിങ്ങൾക്കു സങ്കല്പിക്കാൻ കഴിയുന്നതിലുമധികം മുന്നോട്ടു പോകുക എന്നതാണ്.'

നിങ്ങളുടെ ആഴങ്ങളിലുള്ള ആത്മതത്വത്തെയും, ശത്രുക്കളെയും, മിത്രങ്ങളെയും, സാദ്ധ്യതകളെയും, പരിമിതികളെയും, മറ്റനേകം കാര്യങ്ങളെയും കണ്ടെത്തുന്നതിലേക്കുള്ള ഒരു യാത്രയായി ഈ പുസ്തകത്തെ കണക്കാക്കുക. ഈ യാത്രയിൽ നിങ്ങളോടൊപ്പം പങ്കുചേരാൻ സാധിച്ചതിൽ സന്തോഷം. നമുക്ക് പോകാം!

ഭാഗം ഒന്ന്

നില്ക്കാൻ പഠിക്കുക

ഒരു നാൾ പറക്കാൻ പഠിക്കുന്നവൻ, ആദ്യം നില്ക്കാൻ പഠിക്കണം.

ചൈനീസ് പഴഞ്ചൊല്ല്

ഒരിക്കലും, സമയം കിട്ടുന്നതുവരെ കാത്തിരിക്കരുത്.

ചൈനീസ് പഴഞ്ചൊല്ല്

1. വർത്തമാന കാലത്തിന്റെ തത്വം

ഭൂതകാലത്തിൽ സ്വയം നഷ്ടപ്പെടരുത്
ഭാവിക്കു പിന്നാലെ ഓടരുത്
ഭൂതകാലം ഇനിയില്ല
ഭാവി ഇതുവരെ വന്നിട്ടുമില്ല
ഇവിടെ, ഇന്നിൽ ജീവിക്കു.

ശ്രീ ബുദ്ധൻ

ഇവിടെ, ഇന്നിൽ ജീവിക്കാൻ പഠിച്ച്, താത്കാലികത്വത്തെക്കുറിച്ച് ബോധവാന്മാരാകുക.

'വിരമിച്ചതിനു ശേഷം ഞാൻ എല്ലാം തിരിച്ചുകൊണ്ടുവരും. ഇനിയൊരു പന്ത്രണ്ട് വർഷങ്ങൾ കൂടിയേയുള്ളൂ, അതുവരെ മാത്രം പിടിച്ചുനിന്നാൽ മതി.' ഈ വാക്യം നിങ്ങൾക്ക് പരിചിതമായി തോന്നുന്നുണ്ടോ? ഇപ്പോഴത്തെ ജീവിതം തൃപ്തികരമല്ല, പക്ഷേ അധികം വൈകാതെ തന്നെ അത് മെച്ചപ്പെടും എന്ന ആശയം? പ്രവൃത്തി ദിവസങ്ങളിൽ വാരാന്ത്യത്തിനായി കാത്തിരിക്കുകയും, വാരാന്ത്യങ്ങളിൽ അടുത്ത് വരുന്ന പ്രവൃത്തി ദിവസങ്ങളെ കുറിച്ച് വ്യാകുലപ്പെടുകയുമാണോ ചെയ്യുന്നത്? വർഷം മുഴുവനുമുള്ള പ്രവൃത്തിദിനങ്ങളിൽ കാത്തിരിക്കുന്നത് ഒഴിവുദിനങ്ങൾക്കായാണോ, അതോ ജീവിതത്തിൽ നഷ്ടപ്പെടുത്തിയെന്നു നിങ്ങൾ കരുതുന്നതെല്ലാം തിരിച്ചുപിടിക്കാൻ ഉദ്ദേശിക്കുന്ന ഉദ്യോഗവിയോഗത്തിനു ശേഷമുള്ള കാലത്തിനോ?

സത്യസന്ധമായി പറയൂ, ആഗ്രഹിച്ച കാര്യങ്ങൾ ചെയ്യാതെ

മാറ്റിവെക്കുന്ന ശീലം പതിവാണോ? ചിലപ്പോൾ മറ്റുള്ളവർക്കു വേണ്ടി, മറ്റു ചിലപ്പോൾ സാഹചര്യങ്ങൾ ഒത്തുവരാത്തതിനാൽ, അല്ലെങ്കിൽ... ശരിക്കും എന്തിനാണ്? അതുപോലെ മാറ്റിവെച്ച, ഒരിക്കൽ പ്രധാനമെന്ന് തോന്നിയിരുന്ന കാര്യങ്ങൾ പിന്നീട് ചെയ്യാറുണ്ടോ? 'അധികമില്ല.' പറഞ്ഞോളൂ. 'സത്യം പറഞ്ഞാൽ, ഇല്ല.' നിങ്ങൾ എത്രതവണ സ്വയം പറഞ്ഞിട്ടുണ്ട്, 'എന്റെ ഇപ്പോഴത്തെ സാഹചര്യം വളരെ മികച്ചതാണ്; ഞാൻ ചെയ്യുന്ന കാര്യങ്ങൾ വളരെയധികം ഇഷ്ടത്തോടെയാണ് ചെയ്യുന്നത്; എനിക്കു ലഭിച്ച ജീവിതം എത്ര മനോഹരമാണ്. ഇന്നലെ എന്തു സംഭവിച്ചു എന്നതിനു പ്രസക്തിയില്ല. അടുത്ത ദിവസം, അടുത്ത മണിക്കൂർ, അല്ലെങ്കിൽ അടുത്ത നിമിഷം എന്തു സംഭവിക്കും എന്നതും പ്രധാനമല്ല. ഈ നിമിഷത്തിൽ ഞാൻ ജീവിക്കുന്നു, അതെനിക്ക് അനുഭവിക്കാനുള്ള അനുമതിയും എനിക്കുണ്ട് എന്നതാണ് മനോഹരം.' 'അധികമില്ല! സത്യം പറഞ്ഞാൽ, തീരെയില്ല,' എന്നിനി പറയുമോ?

ജീവിതം എന്നത് ഈ നിമിഷമാണ്

ഷാവോലിന്റെ വർത്തമാന തത്വത്തിന്റെ തുടക്കമാണിത്. ഇവിടെ, നിങ്ങളിപ്പോൾ ഉള്ള സ്ഥലത്ത്, ഇപ്പോൾ, ഈ നിമിഷം അത് ആരംഭിക്കുകയാണ്.

ഈ നിമിഷത്തെ സ്വീകരിക്കുക എന്നാണ് ഷാവോലിൻ തത്വം നമ്മളെ പഠിപ്പിക്കുന്നത്. ഈ നിമിഷത്തെ ചുറ്റിപ്പറ്റിയുള്ള എല്ലാ കാര്യങ്ങളെയും, അതിൽ നിന്നുമുള്ള ഫലങ്ങളെയും അംഗീകരിക്കാൻ. മുൻധാരണകൾ ഇല്ലാതെ സ്വീകരിക്കുക, ഭൂതകാലവുമായും ഭാവികാലവുമായും ഒന്നും താരതമ്യം ചെയ്യാതെ. ഷാവോലിൻ തത്വങ്ങൾ പ്രകാരം ജീവിക്കുക എന്നാൽ, ഈ നിമിഷം ജീവിക്കുക എന്നാണ്; ഈ പ്രത്യേക നിമിഷത്തെ ജീവിതത്തിന്റെ മനോഹരവും അമൂല്യവും ക്ഷണികവുമായ ഭാഗമായി ആദരിക്കുക.

യഹൂദമതത്തിലെ വിശുദ്ധഗ്രന്ഥങ്ങളിൽ ഒന്നാണ് *താൽമൂഡ്*, അതിൽ ഇങ്ങനെ രേഖപ്പെടുത്തിയിട്ടുണ്ട്: 'ഒരു മണിക്കൂറാണ് ജീവിച്ചിരിക്കുന്നതെങ്കിൽ പോലും, അത് ജീവിതമാണ്.' അത് തികച്ചും സത്യമാണ്, എന്നിരുന്നാലും, ഷാവോലിൻ വിഹാരത്തിലെ സന്ന്യാസികൾ ഒരു പടി മുന്നോട്ടു ചിന്തിച്ചു. 'ജീവിക്കുന്ന ഓരോ മണിക്കൂർ മാത്രമല്ല, ഓരോ നിമിഷവും ജീവിതമാണ്,' എന്നായി

രുന്ന അവരുടെ പക്ഷം. ഇന്ന്, ഇവിടെ ജീവിക്കുക എന്നാൽ ഈ നിമിഷത്തെ കൈക്കലാക്കുക എന്നാണ്, അതിനെ കൃതജ്ഞതയോടെതന്നെ സ്വീകരിക്കുകയും വിമോചിപ്പിക്കുകയും ചെയ്യുക. ജീവിതത്തിലെ ഓരോ നിമിഷവും, ഫലപ്രദമായി ഉപയോഗിച്ചതായാലും ഗൗനിക്കാതെ അവഗണിച്ചതായാലും, പിന്നീട് തിരിച്ചു വരികയില്ല.

ഇപ്പോൾ, ഇവിടെ ജീവിക്കുക എന്നാൽ, ഈ നിമിഷത്തെ കുറിച്ചും അതിന്റെ ക്ഷണികതയെ കുറിച്ചും ബോധവാന്മാരാകുക എന്നാണ്.

സന്തോഷമോ സങ്കടമോ, സംതൃപ്തിയോ അസംതൃപ്തിയോ, ഉത്സാഹമോ ദേഷ്യമോ, ഈ നിമിഷം നമുക്ക് നൽകുന്നത് എന്തു തന്നെയുമായിക്കൊള്ളട്ടെ, അർഹതപ്പെട്ട ബഹുമാനം ആ നിമിഷത്തിനു നൽകണം എന്നു മനസ്സിലാക്കുക. കാരണം, നമ്മുടെ ജീവിതത്തിന്റെ ഒരു ഭാഗമാണ് ആ നിമിഷം.

ബുദ്ധിമാനും കടുവയും

ആശ്രമത്തിലെ ഓരോ പ്രാരംഭകനുപോലും അറിയുന്ന കഥയാണ് മലയോരത്ത് നടക്കാനിറങ്ങുന്ന ബുദ്ധിമാന്റേത്. പെട്ടെന്ന്, കുറച്ചകലെ നിന്നാണെങ്കിലും, ഒരു മുരൾച്ചയോടെ തന്റെ നേർക്കടുക്കുന്ന കടുവയുടെ ശബ്ദം അയാൾ കേട്ടു. അയാൾ രക്ഷപ്പെടാനായി ആവുന്നത്ര വേഗത്തിൽ ഓടി ഒരു ഗർത്തത്തിന്റെ അരികിലെത്തി. കടുവയാണെങ്കിൽ പാഞ്ഞടുക്കുകയാണ്. വേറെ വഴിയില്ലാതെ അയാൾ ഗർത്തത്തിനരികിലൂടെ തട്ടിയും തടഞ്ഞും നീങ്ങുന്നതിനിടയിൽ കാല് വഴുതി. ഭാഗ്യവശാൽ, അയാൾക്ക് ഒരു വേരിൽ പിടുത്തം കിട്ടി. പക്ഷേ മുകളിൽ കടുവയും താഴെ ഗർത്തവും, രക്ഷപ്പെടാനുള്ള ഒരു വഴിയുമില്ല. ആ നിമിഷം, അയാൾ തന്റെ മുന്നിലുള്ള ഒരു സ്ട്രോബെറി പഴം കണ്ടു. അയാൾ അത് പറിച്ച് വായിലിട്ടിട്ടു പറഞ്ഞു, 'എത്ര രുചികരമാണ് ഈ സ്ട്രോബെറി!'

ഇതാണ് ഈ നിമിഷം ജീവിക്കുക എന്ന് പറയുന്നത്! നമ്മളിൽ പലർക്കും അയാളുടെ ചെയ്തിയിൽ അമ്പരപ്പുണ്ടായേക്കാം. രുചികരമായ സ്ട്രോബെറിയെ കുറിച്ച് ചിന്തിക്കുന്നതല്ലാതെ, ആ സാഹചര്യത്തിൽഅയാൾക്ക്മറ്റൊന്നുംചെയ്യാനുണ്ടായിരുന്നില്ലേ? അടുത്ത കുറച്ചു നിമിഷങ്ങളിൽ തന്റെ വിധി എന്താകുമെന്ന് ചിന്തിക്ക

കയല്ലേ വേണ്ടത്? എന്നാലും, അങ്ങനെയൊക്കെ ചിന്തിക്കണോ അയാൾ? അതെങ്ങനെയാണ് ആ നിമിഷത്തെ മാറ്റിമറിക്കുക? അടുത്ത നിമിഷം തന്നെ, ഒരു കടുവയാൽ കടിച്ചുകീറപ്പെടുമെന്നുള്ളതുകൊണ്ടോ, ഗർത്തത്തിലേക്ക് വീഴുമെന്നുള്ളതുകൊണ്ടോ, അയാൾക്ക് സ്വന്തം ജീവിതത്തിന്റെ അവസാന നിമിഷം ആസ്വദിക്കാൻ പാടില്ലെന്നുണ്ടോ? എന്തുകൊണ്ട് സ്ട്രോബെറിയുടെ രുചി ആസ്വദിച്ചുകൂടാ?

മുൻധാരണകളില്ലാതെ ഈ നിമിഷത്തെ സ്വീകരിക്കണമെങ്കിൽ, നമ്മളതിനെ പഴിക്കാതിരിക്കണം.

ഏതൊരു നിമിഷവും നല്ലതോ ചീത്തയോ അല്ല, വെറും നിമിഷം മാത്രമാണ്. മനുഷ്യന്റെ അവസ്ഥ ആശാവഹമല്ലെങ്കിൽ, ഓരോ നിമിഷവും നമ്മുടെ പ്രതീക്ഷകളുമായി യാതൊരു ബന്ധവുമില്ലാത്ത മറ്റൊന്നിലേക്ക് നയിച്ചേക്കാം. ആ കഥയുടെ അവസാനം നമുക്ക് അറിയാത്തതു കൊണ്ടുതന്നെ അതിന്റെ ബാക്കി നമുക്ക് സങ്കല്പിക്കാവുന്നതാണ്. അയാളിൽ താത്പര്യം നഷ്ടപ്പെട്ട കടുവ അവിടം ഉപേക്ഷിച്ചു പോയി. അതായിക്കൂടെ ഒരു സാദ്ധ്യത? സ്വാഭാവികമായും, കടുവ അയാളെ കൊല്ലുന്നതിനും തുല്യ സാദ്ധ്യതയുണ്ട്, പക്ഷേ അത് മറ്റൊരു അനുമാനം മാത്രമാണ്. ഇനി മറ്റൊരു സാദ്ധ്യതയാണ്, അയാൾ അവിടെ നിന്നും വീണ് താഴെയുള്ള മറ്റൊരു തട്ടിൽ പതിച്ച് രക്ഷപ്പെടുക എന്നത്.

ആ സ്ട്രോബെറിയോ അതിനോടുള്ള അയാളുടെ താത്പര്യമോ ഒരിക്കലും അയാളെ രക്ഷിച്ചുകാണാൻ ഇടയില്ല. ഒന്നും തന്നെ അയാളെ രക്ഷിച്ചിട്ടുണ്ടാവില്ല. പിന്നീടുള്ള നിമിഷങ്ങൾ നമ്മുടെ പ്രതീക്ഷകൾക്ക് ബലമേകിയില്ല. അങ്ങനെ ഉണ്ടായിരുന്നെങ്കിൽ തന്നെ, മറ്റൊരു സാദ്ധ്യതയെന്നവണ്ണം, അത് ഈ നിമിഷത്തെ മികച്ചതോ മോശമോ ആക്കിയിട്ടുണ്ടാകുമോ? രണ്ടുമില്ല : ആ സന്ദർഭം ഉണ്ടായി, അത്രതന്നെ. ആ ബുദ്ധിമാൻ അതുപോലെതന്നെ ആ സന്ദർഭത്തെ സ്വീകരിച്ചിട്ടുണ്ടാവുകയും ചെയ്യുമായിരുന്നു.

<u>പരിശീലനം</u>

ഇന്നിലേക്ക്, ഇവിടേക്ക് ഒരു പര്യടനം

സ്വാഭാവികമായും, വായനയ്ക്കിടയിൽ നിങ്ങളറിയാതെ തന്നെ ഒരുപാട് നിമിഷങ്ങൾ കടന്നുപോയിരിക്കാം. അതിനാൽ, ഈ നിമിഷത്തെ

കുറിച്ച് ബോധവാനാകാനും, അനുഭവിക്കാനും, 'ജീവിക്കാനും' ഉള്ള സമയമാണിനിയും. തയ്യാറല്ലേ? ശരി. താഴെ കൊടുത്തിരിക്കുന്ന ഖണ്ഡിക അവസാനം വരെ വായിച്ച ശേഷം പുസ്തകം മാറ്റിവെച്ച് ആ നിമിഷത്തെ ജീവിച്ചറിയൂ. പിന്നീട് സമയം കിട്ടുമ്പോഴല്ല. ഇപ്പോൾ, ഇവിടെ!

ഈ നിമിഷത്തെ ബോധത്തോടെ അനുഭവിക്കണമെങ്കിൽ, നമ്മൾ അതിനെ നിർവചിക്കണം. നമുക്ക് ഒരു ഞൊടി എന്നത് അളവുകോലായി എടുക്കാം, പക്ഷേ അത് സമയത്തെ ആണ് സൂചിപ്പിക്കുക ജീവിതത്തെ അല്ല.

ഒരു ശ്വാസമെടുക്കൽ ആയാലോ? കുറച്ച സമയമെടുത്ത് നിങ്ങളുടെ ശ്വാസോച്ഛ്വാസം നിരീക്ഷിക്കുക. തുടക്കത്തിൽ അത്ര എളുപ്പമായിരിക്കില്ല, അതിനാൽ നിങ്ങളുടെ കൈ വയറിനു മുകളിൽ വെച്ച് ശ്രമിക്കുക.

- ഇനി ശ്രദ്ധയോടെ ശ്വാസമെടുക്കുക. ഓക്സിജൻ നിറയുമ്പോൾ നിങ്ങളുടെ ശ്വാസകോശത്തിലും മാറിടത്തിലും വയറ്റിലും അടിവയറ്റിലും അനുഭവപ്പെടുന്ന മാറ്റങ്ങൾ ശ്രദ്ധിക്കുക.
- ശ്വാസം അല്പനേരം പിടിച്ചുവെച്ച ശേഷം പതിയെ പുറത്തുവിടുക.
- വയറ്റിനു മുകളിൽ വെച്ച കൈ പൊങ്ങിയതും താഴ്ന്നതും അനുഭവപ്പെട്ടോ? ജീവിതതാളം?
- ഇനി കൈ വയറിനു മുകളിൽ നിന്നും മാറ്റി ശ്രദ്ധ കേന്ദ്രീകരിക്കുക. നിങ്ങളെടുത്ത ശ്വാസം അവിടെത്തന്നെയുണ്ടോ? ജീവിതത്തിന്റെ ഉറവിടം അനുഭവപ്പെടുന്നുണ്ടോ? ഇല്ലെങ്കിൽ, ഒന്നുകൂടെ കൈയുടെ സഹായം തേടുക. ഇപ്പോഴോ?

രണ്ട് ശ്വാസോച്ഛ്വാസങ്ങൾക്കിടയിലെ സമയത്തെ, നമുക്ക് ബോധവാന്മാരായിരിക്കേണ്ട സന്ദർഭങ്ങളായി നിർവചിക്കാം. പിന്നെയും തുടരുക. ശ്വാസോച്ഛ്വാസം അനുഭവിച്ചറിയുക.നിമിഷത്തെ അനുഭവിച്ചറിയുക, അതിന്റെ വരവും പോക്കും. നിങ്ങളുടെ ജീവിതത്തെ ഗ്രഹിക്കാൻ സാധിക്കുന്നുണ്ടോ? ഇപ്പോൾ, ഇവിടെ? ബാക്കി വായിക്കുന്നതിനു മുൻപ്, ഇരുപത് തവണ ഇതുപോലെ സ്വയം ശ്രദ്ധ ചെലുത്തുക.

നിങ്ങൾസ്വബോധത്തോടെജീവിതത്തിന്റെഇരുപത്നിമിഷങ്ങൾ അനുഭവിച്ച കഴിഞ്ഞു. പക്ഷേ ഈ നിമിഷത്തെയും ഇവിടുത്തെയും ശരിക്കും അനുഭവിച്ചോ? കഴിഞ്ഞ നേരങ്ങളിൽ നിങ്ങളുടെ ശ്വാസോച്ഛ്വാസങ്ങളുടെയും അനുഭവിക്കലിന്റെയും കൂടെയായിരുന്നോ നിങ്ങളുടെ ചിന്തകൾ? നിങ്ങളുള്ളിടത്ത് തന്നെയായിരുന്നോ അവയും? അതോ, അത്താഴത്തിനു എന്തു കഴിക്കുമെന്നുള്ളതും കുറേ നാളായി വിളിക്കാതിരുന്ന സുഹൃത്തിനെ വിളിക്കുന്നതും പോലെയുള്ള ചെയ്തു തീർക്കാനാഗ്രഹിക്കുന്ന ചിന്തകളായിരുന്നോ?

ഈ നിമിഷത്തിൽ ജീവിക്കുക എന്നാൽ, അതിൽ പൂർണ്ണ ശ്രദ്ധ അർപ്പിക്കുക എന്നാണ്; ആ നിമിഷത്തിൽ നിന്നും എല്ലാം നേടിയെടുത്ത്, അതുപോലെതന്നെ എല്ലാം സമർപ്പിച്ച്.

ഷാവോലിൻ വിഹാരത്തിലെ ഒരു വിദ്യാർത്ഥി ഒരിക്കൽ തന്റെ ഗുരുവിനോട് ചോദിച്ചു, 'ഓരോ നിമിഷവും ജീവിക്കുക എന്നത് എങ്ങനെയാണ് എന്നും പരിശീലിക്കുന്നത്?'

ഗുരു പറഞ്ഞു, 'എനിക്ക് വിശക്കുമ്പോൾ, ഞാൻ ഭക്ഷിക്കും. വയറു നിറഞ്ഞാൽ, പാത്രം കഴുകിവെക്കും. ഉറക്കം വന്നാൽ, ഉറങ്ങും.'

വിദ്യാർത്ഥി പറഞ്ഞു, 'അതെല്ലാവരും ചെയ്യുന്നുണ്ട്. അതിനർത്ഥം, താങ്കൾ ചെയ്യുന്നതുപോലെയാണോ എല്ലാവരും പരിശീലിക്കുന്നത്?'

ഗുരു വിശദീകരിച്ചു, 'അല്ല, ഒരേ രീതിയിൽ അല്ല.'

വിദ്യാർത്ഥി ചോദിച്ചു, 'എന്തുകൊണ്ട് ഒരുപോലെയല്ല?'

ഗുരു പുഞ്ചിരിച്ചു, 'മറ്റുള്ളവർ കഴിക്കുന്നത് അവരതിന് തയ്യാറായിട്ടല്ല. അവരുടെ മനസ്സുകൾ എണ്ണമറ്റ ചിന്തകളാൽ നിറഞ്ഞിരിക്കും. അതുകൊണ്ടാണ് ഞാൻ പറഞ്ഞത്, ഒരേ രീതിയിൽ അല്ല എന്ന്.'

നിങ്ങളുടെ കാര്യം പറയൂ. നിങ്ങളാ ഇരുപത് നിമിഷങ്ങൾ അനുഭവിച്ചത് മറ്റുള്ളവരെ പോലെയാണോ അതോ ഗുരുവിനെ പോലെയോ? നിങ്ങൾ ആ സമയം അനുഭവിച്ചോ, അതോ പലയിടങ്ങളിലായി അലഞ്ഞുതിരിഞ്ഞ് ആ സമയത്തെ പാഴാക്കിക്കളഞ്ഞോ?

ഷാവോലിൻ തത്വങ്ങൾ പിന്തുടർന്നു ജീവിക്കുന്ന ജീവികളിൽ മികച്ച ഉദാഹരണം പക്ഷികളാണ്. സ്വാഭാവികമായും എല്ലാ ജീവികളും ഈ തത്വങ്ങൾ അടിസ്ഥാനമാക്കിയാണ് ജീവിക്കുന്നതെങ്കിലും, പക്ഷികളെ നിരീക്ഷിക്കുന്നതാവും എളുപ്പം. പക്ഷികൾ ഓരോ നിമിഷവും ആസ്വദിച്ചു ജീവിക്കുന്നവയാണ്. വസന്തം, വേനൽ, ശരത്കാലം, ശിശിരം എന്നിങ്ങനെ ഏതു ഋതു വരുമ്പോഴും പക്ഷികൾ പാടിയാണ് വരവേൽക്കുക. അവ പാടുമ്പോൾ, പാട്ടിൽ മാത്രമാവും അവയുടെ ശ്രദ്ധ. ഭക്ഷിക്കുകയും, ഭക്ഷണമൂട്ടുകയും, ഉറങ്ങുകയും എല്ലാം ഒരുമിച്ചല്ല അവ ചെയ്യുന്നത്, കഴിക്കേണ്ട നേരത്ത് കഴിക്കുകയും ഊട്ടേണ്ട നേരത്ത് ഊട്ടുകയും ഉറങ്ങേണ്ട നേരത്ത് ഉറങ്ങുകയും ചെയ്യും. ഓരോ നിമിഷവും ജീവിക്കും. പക്ഷികൾ പാടുന്നതു കേൾക്കുമ്പോൾ ഒരാൾക്ക് മനസ്സിലാകും,

ഓരോ നിമിഷത്തെയും അമൂല്യമാക്കുന്നത് എന്താണെന്ന് : അതാണ് സവിശേഷത.

ഓരോ നിമിഷവും സവിശേഷമാണ്

ഓരോ പുതിയ നിമിഷവും വരും, പോകും, പിന്നീട് തിരിച്ചു ലഭിക്കുകയില്ല. സമാനമായ സന്ദർഭങ്ങൾ ഉണ്ടായേക്കാം, നല്ലതോ മോശമോ, രസകരമോ സങ്കടകരമോ, പക്ഷേ ഒരിക്കൽ കടന്നു പോയ നിമിഷം പിന്നീടൊരിക്കലും തിരിച്ചു കിട്ടില്ല. ഈ നിമിഷത്തിന്റെ മൂല്യം നമ്മളിൽ പ്രതിഫലിക്കുമ്പോൾ നമ്മൾ അറിഞ്ഞിരിക്കണം, ഓരോ നിമിഷത്തിന്റെയും സവിശേഷതയാണ് അതിന്റെ അസാമാന്യ പ്രത്യേകത എന്ന്. നിങ്ങൾ ഒരേ വാക്ക് ഒരേ രീതിയിൽ പല തവണയായി വായിക്കുകയാണെങ്കിൽ പോലും, ആ വാക്കുകളുടെ പൊരുൾ ഒന്നായിരിക്കില്ല, കാരണം, വായിക്കുന്ന സമയങ്ങൾ വ്യത്യസ്തമാണ്. എത്രതന്നെ ശ്രമിച്ചാലും, നമുക്ക് അനുകരിക്കാനേ സാധിക്കുകയുള്ളൂ, തിരികെ കൊണ്ടുവരാൻ കഴിയുകയില്ല.

അതുകൊണ്ടുതന്നെ, ഒരിക്കലും തിരിച്ചു പിടിക്കാൻ സാധിക്കാത്ത സമയത്തെ പിടിച്ചു നിർത്താനുള്ള മനുഷ്യന്റെ ശ്രമങ്ങളിൽ അദ്ഭുതപ്പെടേണ്ടതില്ല. ഒരു കത്തുന്ന വീട്ടിൽ നിന്നും ഒരാൾ എന്തൊക്കെ സാധനങ്ങൾ രക്ഷിച്ചു കൊണ്ടുവരും എന്നതിനെ കുറിച്ചുള്ള പഠനത്തിൽ, പല വിചിത്രമായ ഉത്തരങ്ങൾ ലഭിച്ചു. രേഖകളും പ്രമാണങ്ങളും കഴിഞ്ഞാൽ, ഏറ്റവും പ്രധാനമായും അഗ്നിയിൽ നിന്നും രക്ഷിച്ചെടുക്കാൻ ആഗ്രഹിക്കുന്നത് അവരുടെ ചിത്രങ്ങളാണ്. അതിനു ശേഷമാണ്, മറ്റു സ്വകാര്യ വസ്തുക്കൾ.

എന്തുകൊണ്ടാണ് ചിത്രങ്ങൾ അത്ര വിലപ്പെട്ടതാകുന്നത്? കാരണം, അത് പകരം വെക്കാനാവാത്തതാണ്. പല വസ്തുക്കളും പിന്നെയും വാങ്ങിക്കാനും, ഛായാചിത്രങ്ങൾ പിന്നെയും വരച്ചെടുക്കാനും സാധിക്കും. പക്ഷേ, തിരിച്ചു കിട്ടാത്ത സന്ദർഭങ്ങളെ പകർത്തിയെടുത്ത ചിത്രങ്ങളെ ഒരിക്കലും പുനഃസൃഷ്ടിക്കാനാവില്ല. ഒരു ഞൊടിയുടെ വ്യത്യാസത്തിൽ പകർത്തിയ രണ്ട് ചിത്രങ്ങൾ പോലും സമാനമായിരിക്കില്ല. ചിത്രങ്ങൾ പോലെ നിമിഷത്തിന്റെ ക്ഷണികതയെ അത്രയും കൃത്യമായി രേഖപ്പെടുത്തുന്ന മറ്റൊന്നില്ല.

പാശ്ചാത്യസമൂഹങ്ങൾ അവരുടെ സന്തോഷകരമായ നിമിഷങ്ങളെ സ്വപ്നങ്ങളിൽ സംരക്ഷിക്കാനാണ് താത്പര്യപ്പെടുന്നത്;

നീട്ടിക്കൊണ്ടുപോകാനല്ല. ആദ്യകാലങ്ങളിൽ, വരച്ചെടുത്ത ചിത്രങ്ങളിലൂടെയാണിത് ചെയ്തിരുന്നത്, പിന്നീടത് ഛായാചിത്രങ്ങളായി. എന്നും ഇങ്ങനെയുള്ള സന്തോഷകരമായ നിമിഷങ്ങളാണ് വരുംതലമുറയ്ക്കായി കാത്തുസൂക്ഷിക്കാൻ തെരഞ്ഞെടുത്തിരുന്നത്. പക്ഷേ ഷാവോലിൻ വർത്തമാന തത്വം നമ്മെ പഠിപ്പിക്കുന്നത്, ഈ നിമിഷത്തിൽ തന്നെ തുടരാൻ കഴിയില്ല എന്നാണ്. അതിൽ ജീവിക്കുക എന്നതാണ് നമ്മുടെ കടമ.

ഫ്രഞ്ച് തത്വചിന്തകനായ ജീൻ-പോൾ സാർത്രെ ഒരിക്കൽ പറഞ്ഞു, 'മനോഹരമായ പല നിമിഷങ്ങളും ഉണ്ടായേക്കാം, പക്ഷേ ഈ നിമിഷം നമ്മുടേതാണ്.'

എന്നിരുന്നാലും, നമ്മൾ സ്ഥിരമായി കേൾക്കുന്നതും വായിക്കുന്നതും ഈ 'അതിസുന്ദരമായ നിമിഷങ്ങളെ' കുറിച്ചാണ്. അവ കഠിനമേറിയതോ കഷ്ടതകൾ നിറഞ്ഞതോ ത്യാഗങ്ങൾ ആവശ്യപ്പെടുന്നതോ ആയിരുന്നിരിക്കാം, പക്ഷേ പ്രത്യക്ഷത്തിൽ അവയെല്ലാം മികച്ചതായിരുന്നു; അവയെല്ലാം വ്യത്യസ്തമായിരുന്നു. 'എല്ലാ ദിനവും സുദിനം' എന്ന് വിശ്വസിക്കുന്ന ഷാവോലിൻ സിദ്ധാന്തത്തിന്, ആ ആശയം അന്യമായിരുന്നു. പാശ്ചാത്യരുടെ കാഴ്ചപ്പാടിൽ നിന്നല്ല ഇത് നോക്കിക്കാണേണ്ടത്. ദിവസം മോശമാകുന്നതിനു കാരണം, നമ്മളതിനെ അത്തരത്തിൽ വിലയിരുത്തുന്നതുകൊണ്ടാണ്. നാം അതിനെ എങ്ങനെ കാണുന്നു എന്നതുകൊണ്ടും അത് മോശമാകുന്നില്ല. എല്ലാ ദിവസവും എന്തെങ്കിലും നല്ലത് കണ്ടെത്താൻ വേണ്ടിയുള്ള ഒരു ഉപദേശം പോലുമല്ല ഈ വാക്യം.

ദിവസമായാലും, മണിക്കൂറായാലും, നിമിഷമായാലും, അതിനെ അങ്ങനെതന്നെ സ്വീകരിച്ചാൽ അത് നല്ലതോ മോശമോ ആവുകയില്ല. അത് സംഭവിക്കുന്നു, അത്ര തന്നെ. 'എല്ലാ ദിനവും, ഒരു ദിനമാണ്'' എന്നതായിരിക്കും ഒരുപക്ഷേ നമ്മൾ പെട്ടെന്ന് മനസ്സിലാക്കുന്ന ഒരു വാക്യം. സന്ദർഭങ്ങളെ വിലയിരുത്തരുതെന്ന് പഠിപ്പിക്കാൻ ശ്രമിക്കുന്ന ഷാവോലിൻ സിദ്ധാന്തത്തിന്റെ കാഴ്ചപ്പാടിൽ, 'നല്ലത്'' 'എന്നാൽ 'മോശം' എന്നതിന്റെ വിപരീത പദമല്ല.

ഓരോ ദിനവും മണിക്കൂറും നിമിഷവും നല്ലതാണ്, കാരണം അത് സംഭവിക്കുന്നു; അതിന് പകരം മറ്റൊന്നില്ല എന്നതും മറ്റൊരു കാരണമാണ്.

നമുക്ക് ഇഷ്ടപ്പെട്ടാലും ഇല്ലെങ്കിലും, ജീവിതം എന്നത് ഇന്ന്, ഇവിടമാണ്. ഏതെങ്കിലുമൊരു സന്ദർഭത്തിൽ മാറ്റം സംഭവിച്ചിരുന്നുവെങ്കിൽ, ഇപ്പോഴുള്ളതായിരിക്കില്ല നമ്മുടെ സാഹചര്യം. നിങ്ങളായാലും, ഞാനായാലും. പക്ഷേ, ഒരു മാറ്റവും സംഭവിച്ചില്ല, അതിനാൽതന്നെ മറ്റു സാദ്ധ്യതകളെ കുറിച്ച് ചിന്തിക്കുന്നത് തീർത്തും അർത്ഥശൂന്യമാണ്—നല്ലതാണെങ്കിലും മോശമാണെങ്കിലും.

ഒരു ദിവസം രാവിലെ എഴുന്നേൽക്കുമ്പോൾ നമ്മൾ അസുഖ ബാധിതനാവുകയോ, ജോലി നഷ്ടപ്പെടുകയോ, ഒറ്റയ്ക്കാവുകയോ, അമിതഭാരം അനുഭവപ്പെടുകയോ ചെയ്താൽ അത് സംഭവിച്ച് കഴിഞ്ഞതാണ്, ജീവിതം മുന്നോട്ട് പോവുകതന്നെ ചെയ്യും. നിങ്ങൾ അതിനെ എങ്ങനെ നോക്കിക്കാണുന്നു എന്നത് ആ നിമിഷത്തെയോ ദിവസത്തെയോ മാറ്റാൻ പോകുന്നില്ല. സൂര്യൻ അതിന്റെ കൃത്യം തുടരും, ജീവിതസന്ദർഭങ്ങൾ വന്നുപോവുകയും ചെയ്യും. ഓരോ തവണയും നിങ്ങൾ ഈ നിമിഷമെന്താ ഇത്ര മോശമെന്ന് ചിന്തിക്കുമ്പോഴേക്കും തന്നെ അത് കടന്നുപോയി രിക്കും. ആ നിമിഷം എന്തു സംഭവിക്കുന്നു എന്നതല്ല പ്രധാനം, നിങ്ങളതിനെ എങ്ങനെ ആക്കിത്തീർക്കുന്നു എന്നതാണ്.

സന്ദർഭങ്ങളെ പിടിച്ചുനിർത്തി ജീവിക്കരുത്

സമയദൈർഘ്യത്തെ പ്രത്യക്ഷമാക്കാൻ ഞാൻ മുൻപ് ശ്രമിച്ച പ്പോൾ, സെക്കൻറ് ഒരു അളവുകോലാക്കുക എന്നതായിരുന്നു എന്റെ ഉദ്ദേശ്യം. ഏതൊരു കാര്യത്തിനുമേലും ആധിപത്യം സ്ഥാപിക്കുക എന്നത് മനുഷ്യന്റെ ഉള്ളിൽ വേരൂന്നിയ ഒരു സ്വഭാവമാണ്; എല്ലാം വൃത്തിയായി ഒതുങ്ങിയിരിക്കുകയും നിയന്ത്ര ണത്തിൽ വരുത്തുകയും ചെയ്യുക എന്നത്. നമ്മൾ സമയത്തെ പിടിച്ചടക്കാനായി അതിനെ നിമിഷങ്ങളായും, മണിക്കൂറുക ളായും, ദിവസങ്ങളായും, മാസങ്ങളായും വിഭജിച്ചു. നമ്മുടെ ജീവിത ത്തിലെ എല്ലാ പ്രധാനപ്പെട്ട കാര്യങ്ങൾക്കും കൃത്യമായ സമയം നൽകിയിട്ടുണ്ട് : ക്രിസ്തുമസ്, അവധിക്കാലം, ഉദ്യോഗവിയോഗം, കുറെ നാളത്തെ കാത്തിരിപ്പായ കമ്പ്യൂട്ടറിന്റെ വരവ്, ജോലിക്കാ യുള്ള ഇൻറർവ്യൂ, ഭാരം കുറയ്ക്കൽ. അതുപോലെത്തന്നെ, സമയം അനുവദിക്കാത്ത കാര്യങ്ങളെല്ലാം തന്നെ അത്ര പ്രാധാന്യമർഹി ക്കാത്തതുമാകുന്നു.

ഒരു കൂടിക്കാഴ്ചയ്ക്കായി പോകുന്ന നേരം, നമ്മൾ വർഷങ്ങളായി സംസാരിക്കണമെന്ന് കാത്തിരുന്ന ഒരാളെ കണ്ടുമുട്ടുന്നുവെന്ന് കരുതുക, അയാളുമായുള്ള സംസാരം മറ്റൊരു സമയത്തിലേക്ക് നമ്മൾ മാറ്റിവയ്ക്കും. പുതുവത്സരത്തിൽ പുകവലി നിർത്തും. കുറച്ചു ദിവസങ്ങൾക്കകം കിട്ടിയേക്കാവുന്ന പുതിയ കമ്പ്യൂട്ടറിന്റെ പുതിയ സോഫ്റ്റ്‌വെയറുമായി പൊരുത്തപ്പെടാൻ നമ്മൾ തയ്യാറെടുക്കും. അവധിക്കാലങ്ങൾ, വീണ്ടും നമ്മൾ ജീവിതം ആസ്വദിക്കാൻ തുടങ്ങും : ഒരാഴ്ച കൂടെ, ഏഴ് പ്രഭാതങ്ങൾ കൂടെ, ഓഫീസിലേക്ക് പോകാൻ അഞ്ച് ദിവസങ്ങൾ കൂടെ. ആ ആഴ്ച കഴിഞ്ഞതുപോലെയാകും നമ്മുടെ ചിന്തകൾ! മറ്റൊരു തരത്തിൽ നോക്കിയാൽ, പ്രവൃത്തി ദിനം അവസാനിക്കാൻ രണ്ട് മണിക്കൂർ മാത്രമേ ബാക്കിയുള്ളൂവെങ്കിലും, ആ ദിവസം കഴിഞ്ഞതായി അനുഭവപ്പെടും. ആകസ്മികതകൾ നിറഞ്ഞ ഒരു ദിവസം. നിങ്ങൾ പിന്നെയും തല കുലുക്കിയോ? അതിലൊന്നും ഒരു തെറ്റുമില്ലെന്നും, മുന്നോട്ടുള്ള കാര്യങ്ങൾക്ക് നമ്മൾ കാത്തിരിക്കണമെന്നുമാണോ നിങ്ങൾ പറയുന്നത്? തീർച്ചയായും പ്രതീക്ഷിക്കണം, തീർച്ചയായും.

പക്ഷേ നിങ്ങളുടെ പ്രധാനപ്പെട്ട നിമിഷങ്ങൾക്കിടയിലെ സമയമോ? അവധികൾക്കിടയിലെ സമയം? കടന്നുപോകാനായി നിങ്ങൾ കൊന്നുകളയുന്ന സമയങ്ങൾ? ഇനിയുള്ള അവധിക്കാലത്തിലേക്ക് ഇനിയും നൂറ്റിയേഴ് പ്രവൃത്തിദിനങ്ങളുണ്ടെന്ന് ചിന്തിച്ചു തീർക്കുന്ന സമയം? മറ്റു ചില കാര്യങ്ങൾക്കായി കാത്തിരിക്കുന്നതിനായി അനാവശ്യമായി ചിലവഴിച്ച അനേകം നിമിഷങ്ങളെ കുറിച്ച് നിങ്ങൾ ഓർത്തിട്ടുണ്ടോ? നിങ്ങൾ പലതും ത്യജിച്ച്, ഒരുപാട് നാൾ കാത്തിരുന്ന അവധിക്കാലം അവസാന നിമിഷത്തിൽ നടക്കാതെ പോയാൽ എന്തു ചെയ്യും? കാത്തിരുന്ന നിമിഷങ്ങളത്രയും നഷ്ടമല്ലേ, വാസ്തവത്തിൽ, ആ നിമിഷങ്ങളോരോന്നും നിങ്ങളുടെ ജീവിതത്തിലെ ഏറ്റവും മനോഹര മുഹൂർത്തങ്ങളായിരുന്നേക്കാം. ഈ നിമിഷത്തെ അവഗണിക്കാനാണ് നമ്മൾ കൂടുതലും പ്രേരിപ്പിക്കപ്പെടുന്നത്, പ്രത്യേകിച്ച്, നമുക്ക് അത്ര ആകർഷണീയമായതോ അത്രയധികം സന്തോഷം തരാത്തതോ ആയ കാര്യങ്ങൾ ചെയ്യേണ്ട നേരങ്ങളെ.

ഇപ്പോൾ, ഇവിടെ ജീവിക്കുക എന്നാൽ, തത്ക്ഷണത്തെ സംഭവങ്ങളെ സ്വീകരിക്കുക എന്നതാണ്; ഓരോ നിമിഷവും കൃത്യസമയത്ത് നമ്മുടെ മുന്നിലേക്ക് വന്നുഭവിക്കുന്ന കാര്യങ്ങളെ അംഗീകരിക്കുക എന്നത്.

ഓരോ നിമിഷവും ജീവിക്കാനാണ് വർത്തമാന തത്വം നമ്മളെ പഠിപ്പിക്കുന്നത്; നമ്മൾ ചെയ്യാനാഗ്രഹിക്കുന്ന കാര്യങ്ങൾ, അത് വേണ്ടുന്ന നേരത്ത് തന്നെ ചെയ്യാൻ. അല്ലെങ്കിൽ പൂർണ്ണ ബോധ്യത്തോടെ തന്നെ ഒഴിവാക്കുക. ഇപ്പോൾ, അല്ലെങ്കിൽ ഒരിക്കലും വേണ്ട.

'പിന്നീട്'' എന്നൊരു സമയമില്ലാത്ത സന്ദർഭങ്ങൾ ഉണ്ടായേക്കാം. ഒരിക്കൽ ഞാൻ എന്റെ സുഹൃത്തിനോട് ഞങ്ങൾക്ക് നല്ല അടുപ്പമുള്ള ഒരു മുൻകാല സഹപ്രവർത്തകനെ വിളിച്ച് സംസാരിക്കാമെന്ന് പറഞ്ഞിരുന്നു. അന്ന് ഏറെ വൈകിയതിനാൽ അടുത്ത ദിവസം വിളിക്കാമെന്ന് കരുതിയിരിക്കുകയായിരുന്ന ഞാൻ, അപ്പോഴാണ് സുഹൃത്ത് പറഞ്ഞത്, 'നമുക്ക് ഇപ്പോൾ വിളിക്കാം, ഇപ്പോൾ തന്നെ.' കുറച്ച് ദിവസങ്ങൾക്കു ശേഷം ഒരു പ്രഭാതത്തിൽ ആ വ്യക്തി ഉറക്കമുണർന്നില്ല. ഇങ്ങനെയുള്ള കഥകളിൽ കേട്ടുപഴകിയ സന്ദർഭമായിരിക്കാമെങ്കിലും, നിർഭാഗ്യവശാൽ അത് സത്യമായിരുന്നു. ചിലപ്പോൾ നാളെ എന്നൊന്നുണ്ടാവില്ല എന്നതിനു തെളിവായിരുന്നു അത്.

ജീവിതത്തെ പല ഭാഗങ്ങളായി വേർതിരിച്ച്, ഓരോന്നിനും സമയം അനുവദിച്ചുകൊടുത്ത് രൂപരേഖ തയ്യാറാക്കുന്നവർ ചിന്തിച്ചേക്കാം, അവർക്കെല്ലാം അറിയുമെന്ന് : ഈ കാലം വരെ പഠിക്കാം, ഇത്ര വർഷം ജോലി ചെയ്യാം, അതിനിടയിൽ അവധികൾ, പിന്നീട് വിരമിക്കാം. അവസാനം, എല്ലാം കഴിഞ്ഞ്, അവർ ആഗ്രഹിച്ച കാര്യങ്ങൾ ചെയ്യാം. അതിരുകളില്ലാത്ത സ്വാതന്ത്ര്യം! അമൂല്യമായ ജീവിതം.

പക്ഷേ ഞാൻ എന്നും അത്ഭുതപ്പെടുന്ന കാര്യമുണ്ട്, ഇവർക്കെങ്ങനെയാണ് സ്വന്തം ജീവിതദൈർഘ്യം അറിയാൻ കഴിയുന്നത്? ഒരിക്കലും സംഭവിക്കാത്ത ചിലതിനായി തങ്ങളുടെ ജീവിതകാലം മുഴുവൻ നഷ്ടപ്പെടുത്തുന്നില്ല എന്ന് എങ്ങനെയാണ് ഇവർ മനസ്സിലാക്കുന്നത്? തങ്ങളിപ്പോൾ കഷ്ടപ്പെടുന്ന സമയത്തിനെല്ലാം പകരമായി പിന്നീട് സമയം ലഭിക്കുമെന്നുള്ള വിശ്വാസം എങ്ങനെയാണ് ഇവരിൽ ഉണ്ടാകുന്നത്? ഓരോ ദിനം പുലരുമ്പോഴും നമ്മൾ വ്യക്തമായി മനസ്സിലാക്കേണ്ട ഒരു കാര്യമുണ്ട് : നല്ലതോ മോശമോ, സന്തോഷമോ സങ്കടമോ, തനിച്ചോ അല്ലയോ, എങ്ങനെയായാലും ഈ നിമിഷം ജീവിക്കുക എന്നതാണ് ജീവിത രഹസ്യം. ജീവിച്ചുതീർക്കാത്ത ഓരോ നിമിഷവും എന്നെന്നേക്കുമായി നഷ്ടപ്പെടുകയാണ്. എന്നായാലും, നമ്മൾ തിരിച്ചു പോകേണ്ട ദിവസം വന്നുചേരും.

വർത്തമാനകാലം അളക്കപ്പെടുന്നത് ദിവസങ്ങളായോ ഇന്നുകളായോ നാളെകളായോ അല്ല, സന്ദർഭങ്ങൾ ആയാണ്.

ഏതു നിമിഷവും നമ്മൾ മരണത്തിലേക്ക് വഴുതിവീണ് ഈ കളിയിൽ നിന്നും പുറത്തായേക്കാം, അത്രതന്നെ, ഒരു കാരണവും കൂടാതെ.അതുകൊണ്ട്,സമയം കിട്ടുമെന്ന പ്രതീക്ഷയിൽ കാത്തിരിക്കാതെ, ഇന്ന്, ഇവിടെ ജീവിക്കൂ.

പരിശീലനം

സമയത്തെ കുറിച്ചുള്ള ചിന്തകൾ

ഈ നിമിഷത്തിൽ ജീവിക്കാൻ നിങ്ങൾക്കു കഴിയുന്നുണ്ടോ, അതോ നിങ്ങളുടെ ആഗ്രഹങ്ങളും ജീവിതവും വ്യത്യസ്ത വഴികളിൽ ആണോ നീങ്ങുന്നത്? താഴെ കൊടുത്തിരിക്കുന്ന ചോദ്യങ്ങളിലൂടെ, നിങ്ങൾ ജീവിതത്തിലെ സമയത്തെ എങ്ങനെയാണ് കൈകാര്യം ചെയ്യുന്നത് എന്നു മനസ്സിലാക്കൂ.

എങ്ങനെയുള്ള ഭാഗങ്ങളായിട്ടാണ് നിങ്ങൾ സ്വന്തം ജീവിതത്തെ വിഭജിച്ചിരിക്കുന്നത്?

....

അതിലേത് ഭാഗത്തിലാണ് നിങ്ങളിപ്പോൾ?

....

അടുത്ത നിമിഷം നിങ്ങളുടെ ജീവിതം അവസാനിക്കുകയാണെന്ന് കരുതുക, അപ്പോഴും ചെയ്തു തീർക്കണമെന്ന് നിങ്ങൾ അതിയായി ആഗ്രഹിക്കുന്ന കാര്യമെന്തായിരിക്കും?

....

എന്തുകൊണ്ടാണ് ഇത്രയും നാൾ അത് ചെയ്യാതിരുന്നത്?

....

നിങ്ങൾ അവസാനമായി ബോധപൂർവ്വം ആസ്വദിച്ച സന്ദർഭം ഏതായിരുന്നു?

....

ഈ നിമിഷം എത്രയും പെട്ടെന്ന് കടന്നുപോകണമെന്ന് നിങ്ങൾ ആഗ്രഹിക്കുന്നുണ്ടോ? ഉണ്ടെങ്കിൽ, എന്തുകൊണ്ട്?

....

ഓരോ നിമിഷവും ഓരോ ശ്വാസോച്ഛ്വാസമായി കണക്കാക്കുക, അങ്ങനെയെങ്കിൽ, എത്ര നിമിഷങ്ങൾ ഈ സമയത്തിനുള്ളിൽ കടന്നുപോയിരിക്കാം?

....

കുട്ടികളെ പോലെ, എല്ലാ കാര്യങ്ങളിലും അത്ഭുതങ്ങൾ കണ്ടെത്തുന്നവനാണ് ജ്ഞാനി.

ടിബറ്റിൽ നിന്നും

2. ശ്രദ്ധാ തത്വം

'ഒരു തേനീച്ച തേൻ സമാഹരിക്കുന്നതിനാൽ പൂക്കളുടെ നിറമോ മണമോ കുറയുന്നില്ല; അതുപോലെത്തന്നെയാണ് ജ്ഞാനികൾ ലോകത്ത് സഞ്ചരിക്കുമ്പോഴും.'

ശ്രീ ബുദ്ധൻ

നിങ്ങളിലേക്കും മറ്റുള്ളവരിലേക്കുമുള്ള ഉൾക്കാഴ്ച ഉണ്ടാകുന്നത് ശ്രദ്ധാകേന്ദ്രത്തിലൂടെയാണെന്ന് പഠിക്കുക.

ഞാനൊരു ഫോട്ടോഗ്രാഫറായതിനാൽതന്നെ, നല്ല പ്രകൃതി ദൃശ്യങ്ങൾ പകർത്തുന്നതെങ്ങനെയാണെന്ന് നിരവധി പേർ എന്നോട് ചോദിക്കാറുണ്ട്. പ്രത്യേക കഴിവോ, വിലകൂടിയ സാമഗ്രികളോ, കുറഞ്ഞ പക്ഷം ഒരുപാട് വർഷത്തെ പരിശീലനമോ, അതുമല്ലെങ്കിൽ ഇവയെല്ലാം തന്നെ വേണമെന്നുള്ള ഉത്തരങ്ങൾ കേൾക്കാനാണ് പലർക്കും ആഗ്രഹം. എന്റെ ഉത്തരം അവരെ ഞെട്ടിപ്പിക്കാറാണ് പതിവ്; ഞാൻ അവരെ പറ്റിക്കുകയാണെന്നവർ കരുതുകയും ചെയ്യും.

നല്ല ഫോട്ടോഗ്രാഫറാകാൻ രണ്ട് കാര്യങ്ങൾ വേണമെന്നാണ് എന്റെ അഭിപ്രായം : ശ്രദ്ധയും വിനയവും. ഒരു നല്ല ചിത്രമെന്നാൽ നിങ്ങൾ കണ്ട അത്ഭുതം ആ ചിത്രം കാണുന്നവരിലേക്ക് പങ്കുവെക്കുക എന്നതാണ്; നിങ്ങളുടെ നിമിഷത്തിലേക്ക് അവരെയും ഭാഗമാകാൻ അനുവദിക്കുക. കാഴ്ചക്കാരനു നിങ്ങളുടെ വിനയം അനുഭവപ്പെടണം, നിങ്ങളുടെ ചിത്രത്തിനു മുന്നിൽ നിങ്ങളോടൊപ്പം വണങ്ങണം. അതുകൊണ്ടാണ് നിങ്ങളും

അങ്ങനെ ചെയ്യേണ്ടത്, അപ്പോൾ കാഴ്ചക്കാരനും നിങ്ങളുടെ ചിത്രം ഇഷ്ടപ്പെടും.

നിങ്ങൾ ഫോട്ടോഗ്രഫിയുടെ ആദ്യ പാഠങ്ങൾ പഠിച്ചുവരുന്ന തുടക്കക്കാരനാകാം, അല്ലെങ്കിൽ ദശാബ്ദങ്ങളുടെ പരിചയസമ്പത്തുള്ളവനാകാം : പക്ഷേ വിഷയത്തിനു മുന്നിൽ എല്ലാരും ഒന്നാണ്. നിങ്ങളെല്ലാം നില്ക്കുന്നത് അതേ പർവ്വതങ്ങൾക്കു മുന്നിലാണ്, അതേ മൈതാനത്തിനു മുന്നിലാണ്, അതേ പൂക്കൾക്കു മുന്നിലാണ്. അതേ വെളിച്ചം തന്നെയാണ് നിങ്ങളെ ലോകം കാണിക്കുന്നതും. എന്നിരുന്നാലും, ചില ഫോട്ടോഗ്രാഫർമാർ തങ്ങളുടെ ക്യാമറക്കണ്ണുകളിലൂടെ നല്ലൊരു ദൃശ്യം ചിത്രമായി ഓർമ്മകളിലേക്ക് പകർത്തുന്നതിനായി കുറച്ച് സമയമെടുക്കും. അത്രയും ചെറിയ കണ്ണുകളിലൂടെ അവർക്ക് എത്രത്തോളം പതിച്ചെടുക്കാൻ കഴിയും?

ശ്രദ്ധ എന്നത് ഏകാഗ്രതയുടെ മറ്റൊരു രൂപമാണ്

വ്യത്യാസമെന്തെന്നാൽ, മറ്റു ഫോട്ടോഗ്രാഫർമാർ ആദ്യം വെറുതെ ഒന്നു നോക്കും, പിന്നീട് വീണ്ടും വീണ്ടും വന്ന് നോക്കും.

അവർക്ക് പ്രഭാതങ്ങളിലെ ഇളവെയിലും സായാഹ്നങ്ങളിലെ വർണ്ണങ്ങളും അറിയാം.

അവർക്ക് ഉച്ചനേരത്തെ കടുത്ത നിഴലുകൾ പരിചിതമാണ്.

അവർക്ക് പ്രകൃതിയും പൂക്കളും മേഘങ്ങളും ആകാശവും പരിചിതമാണ്.

ഏത് കാലമാണ്, ഏതുതരം വെളിച്ചമാണ് യോജിക്കുക എന്ന് അവർക്കറിയാം.

ഛായാചിത്രകാരന്മാർ തങ്ങളുടെ വിഷയത്തെ പരിചിതമാക്കുന്നതുപോലെ, ഫോട്ടോഗ്രാഫർമാർ തങ്ങൾക്കായി ഒരുങ്ങി നിൽക്കുന്ന പ്രകൃതിയെ പരിചയപ്പെട്ടു കഴിഞ്ഞാൽ, അടുത്തത്, ക്യാമറാക്കണ്ണുകളിലൂടെ നോക്കി അവയോട് കൂടുതൽ അടുത്ത് നിരീക്ഷിക്കുന്നതാണ്.

പൂക്കളിലെ എല്ലാ നിറങ്ങളെയും ഉൾക്കൊണ്ട ശേഷം, ഒരു ചിത്രത്തിൽ പകർത്താൻ കഴിയാത്ത പൂക്കളുടെ സുഗന്ധത്തെയും പൂക്കളെ തഴുകുന്ന ഇളംകാറ്റിനെയും ആത്മാവിന്റെ ആഴങ്ങളിലേക്ക് പതിപ്പിച്ചു കഴിഞ്ഞാൽ, പിന്നെ ഫോട്ടോഗ്രാഫർമാർ ചിത്രം 'എടുക്കുന്ന' സമയമാണ് (എടുക്കുക എന്ന പ്രയോഗം വളരെ ഉചിതമായതാണെന്ന് എനിക്ക് തോന്നി). അവരുടെ കഴിവോ,

നല്ല ക്യാമറയോ, പരിശീലനമോ അല്ല നല്ലൊരു ചിത്രം ഉണ്ടാകാൻ കാരണമെന്ന് അവർക്കറിയാം : ആ പ്രകൃതിയും അതിനോടുള്ള അവരുടെ നിർവ്യാജമായ ബഹുമാനവുമാണ്. ഒരിക്കൽ അവർക്കത് ബോധ്യപ്പെട്ടു കഴിഞ്ഞാൽ, ആ ചിത്രം പ്രകൃതിയുടെ സൗന്ദര്യത്തോട് നീതി പുലർത്തുകയും, കാഴ്ചക്കാർക്ക് വശ്യമായി തോന്നുകയും ചെയ്യും.

എന്നാലും, കേൾക്കുമ്പോൾ എളുപ്പമായി തോന്നിയേക്കാമെങ്കിലും, ശ്രദ്ധ എന്നത് ദുഷ്കരമായ തത്വം തന്നെയാണ്. സാവധാനം പഠിച്ചെടുത്ത്, കാലക്രമേണ സ്വായത്തമാക്കേണ്ട ഒരു ആശയമാണത്.

ചൈനീസ് ചൊല്ല് പോലെ, നിങ്ങൾക്ക് മുള വരയ്ക്കണമെങ്കിൽ, ജീവിതകാലം മുഴുവനും മുള വരയ്ക്കണം. എങ്കിൽ ചിലപ്പോൾ, നിങ്ങൾക്ക് മുള വരയ്ക്കാൻ സാധിച്ചേക്കാം.

തീർച്ചയായും, നിങ്ങൾ ഓരോ മരത്തോടും ചെടിയോടും പൂവിനോടും പോയി പറയാം, 'ഞാൻ നിങ്ങളെ ശ്രദ്ധിക്കുന്നുണ്ട്' എന്ന്. ഓരോ മനുഷ്യനോടും കല്ലിനോടും അരുവിയോടും പറയാം, 'ഞാൻ നിങ്ങളെ ശ്രദ്ധിക്കുന്നുണ്ട്' എന്ന്. നിങ്ങളെ അറിയുന്നവർ, ബുദ്ധിമുട്ടേറിയ ഈ തത്വം മനസ്സിലാക്കുകയും അതിൻപ്രകാരം ജീവിക്കുകയും ചെയ്യുന്ന ഒരാളായി നിങ്ങളെ കണ്ട് ആരാധിച്ചേക്കാം.

പക്ഷേ അതിൽ നിന്നും സന്തോഷം കണ്ടെത്തുന്നതിനു പകരം നിങ്ങൾക്ക് അത് വിചിത്രമായി തോന്നിയേക്കാം. കാരണം, നിങ്ങളുടെ ചിന്താഗതി മാറിയിട്ടുണ്ടാകില്ല. ശരിയായ ശ്രദ്ധയുമായി ഒരു ബന്ധവുമില്ലാത്ത വെറും ചെയ്തികൾ മാത്രമാകാം അത്. പെട്ടെന്നൊരു പ്രഭാതത്തിൽ ഒരാൾക്ക് മികച്ച ഒരു പ്രകൃതി ഫോട്ടോഗ്രാഫർ ആവാൻ സാധിക്കുകയില്ല. അതുപോലെതന്നെ, ഒറ്റ ദിവസം കൊണ്ട് അനുഭവിക്കാൻ കഴിയുന്നതല്ല ശ്രദ്ധാ തത്വവും.

<u>പരിശീലനം</u>

ശ്രദ്ധ പഠിച്ചെടുക്കുന്നതെങ്ങനെ

നിങ്ങൾ നിങ്ങളെക്കുറിച്ചുതന്നെ ബോധവാന്മാർ ആകുന്ന, സ്വയം മനസ്സിലാക്കുന്ന, ആ നിമിഷം മുതലാണ് ശ്രദ്ധയിലേക്കുള്ള പാത ആരംഭിക്കുന്നത്; നിങ്ങളുടെ ശരീരത്തെയും അതിന്റെ കഴിവുകളെയും കുറിച്ച് ബോധവാന്മാരാകുമ്പോൾ. നമുക്ക് ഇതൊന്ന് ശ്രമിച്ചു നോക്കാം. പിന്നീടോ സമയം കിട്ടുമ്പോഴോ അല്ല... നിങ്ങൾക്കറിയാം.

- കൈകളിൽ നിന്നും തുടങ്ങാം. ഇപ്പോൾ നിങ്ങൾ ഇരിക്കുകയാണോ കിടക്കുകയാണോ നില്ക്കുകയാണോ എന്നത് പ്രസക്തമല്ല. നിങ്ങൾ ഈ പുസ്തകം കൈയിൽ വെച്ചിരിക്കുകയായിരിക്കും. ചിലപ്പോൾ പുസ്തകം മുന്നിൽ വെച്ച് ഒരു കൈ കൊണ്ടോ രണ്ട് കൈകൾ കൊണ്ടോതലയുംതാങ്ങിഇരിക്കുകയായിരിക്കും.ഇതുപോലെയാണോ എന്നും നിങ്ങൾ വായിക്കാറുള്ളത്?
- ഇപ്പോൾ നിങ്ങളുടെ കൈകളെ അനുഭവിക്കുന്നതിലൂടെ അതിലേക്ക് ശ്രദ്ധ കൊടുത്തു തുടങ്ങാം. വിരൽതുമ്പുകൾ വരെ മുഴുവൻ കൈയിനെയും ബോധപൂർവ്വം അനുഭവിച്ചറിയൂ. എന്തെങ്കിലും മാറ്റം തോന്നുന്നുണ്ടോ? ആ വിരലുകൾ പിടിച്ചിരിക്കുന്ന പുസ്തകം അനുഭവ പ്പെടുന്നുണ്ടോ? സ്വയം ബോധവാന്മാരാകുന്നതായി നിങ്ങൾക്ക് തോന്നുന്നുണ്ടോ? എങ്കിൽ നമുക്ക് മുന്നോട്ടു പോകാം.
- ആ അനുഭവത്തെ കൈകളിൽ നിന്നും പതുക്കെ നെഞ്ചിലേക്ക് സഞ്ചരിക്കാൻ അനുവദിക്കുക. പിന്നെയും വിരലുകളിലേക്ക്, ശേഷം പിന്നെയും നെഞ്ചിലേക്ക്. പതുക്കെ.
- ശ്വാസമെടുക്കുന്നത് അനുഭവിക്കാൻ സാധിക്കുന്നുണ്ടോ? അതിലേക്ക് ശ്രദ്ധ ചെലുത്തുക. മാറിടം വികസിപ്പിച്ച് വാരിയെല്ലുകളാൽ ശ്വസിക്കൂ, അതിൽ വായു നിറയാൻ അനുവദിക്കൂ. ഉദരത്താലും ശ്വസിക്കൂ. മാംസ പേശികൾ ഉള്ളിലേക്ക് വലിച്ച് ബോധപൂർവ്വം അതനുഭവിക്കൂ. വായു നിറയുന്നതിലൂടെ മാറിടവും ഉദരവും വികസിക്കുന്നത് അനുഭവപ്പെടു ന്നുണ്ടോ? അല്പനേരം പിടിച്ചു നിർത്തിയ ശേഷം വായു പുറത്തേക്കു വിടൂ.
- ശ്വാസോച്ഛ്വാസത്തിൽ ശ്രദ്ധിക്കുന്നത്, നിങ്ങളുടെ ശരീരത്തിന്റെ താഴ്ഭാഗത്തെ കൂടുതൽ ഭാരമുള്ളതായും സ്ഥിരതയുള്ളതായും മാറ്റുന്ന തായി മനസ്സിലാകുന്നുണ്ടോ? നിങ്ങൾ ഇരിക്കുകയാണെങ്കിൽ, ഇടുപ്പിൽ നിന്നും പൃഷ്ഠം വരെയുള്ള ആ അനുഭവം ശ്രദ്ധിക്കുക.
- ശരീരം നേരെയാക്കി, ഇരിക്കുന്നതിന്റെ സമ്മർദ്ദം മുഴുവനും പൃഷ്ഠത്തി ലേക്ക് ചെലുത്തുക. ഇരിപ്പിടവുമായുള്ള സമ്പർക്കം അനുഭവപ്പെ ടുന്നുണ്ടോ?
- ഇനി കാല് നിലത്തുന്നുക. ആ അനുഭവത്തെ പതിയെ പാദത്തിലേക്കും കാലിന്റെ ഉള്ളടിഭാഗത്തേക്കും സഞ്ചരിക്കാൻ അനുവദിക്കൂ. ആദ്യ ശ്രമത്തിൽ അതിനു കഴിഞ്ഞില്ലെങ്കിൽ, ഒന്നുകൂടെ ശ്രമിക്കൂ. ഇത്രയും കാലം പഠിക്കാത്തതുകൊണ്ടു മാത്രമാണ് ശ്രദ്ധാ തത്വം ഇത്രയും കഠിനമായി തോന്നുന്നത്. പിന്നെയും കാലുകളൂന്നുക : രണ്ട് കാലുകളും പൂർണ്ണമായും നിലത്ത് ഊന്നിവെക്കുക. അമർത്തി ഊന്നാതെ അയച്ചു വിടുക. കാലടികളും നിലവും തമ്മിലുള്ള ബന്ധം അനുഭവിക്കൂ.
- ഒരേ സമയം കാലുകളെയും പൃഷ്ഠത്തെയും ശ്രദ്ധിക്കാൻ കഴിയുന്നുവെ ങ്കിൽ, നിങ്ങൾ വളരെ വളരെ ദൃഢമായാണ് ഇരിക്കുന്നതെന്ന് നിങ്ങൾക്ക് മനസ്സിലാക്കാൻ കഴിയും. ഈ അവസ്ഥയിൽ നിങ്ങൾ അചഞ്ചലനാണ്. മാത്രമല്ല, പൂർണ്ണശ്രദ്ധയാൽ ആശ്ചര്യകരവും ആഴമുള്ളതുമായ ശാന്തത ഉണ്ടാകുന്നു എന്നു നിങ്ങൾ മനസ്സിലാക്കും.

- ഇനി കാലുകളിലേക്കും ഇടുപ്പിലേക്കും നിങ്ങളുടെ ശ്വാസത്തിലേക്കും കൈകളിലേക്കും നിങ്ങളുടെ ഏകാഗ്രത തിരിച്ച് കൊണ്ടുവരാം; ഒന്നുകൂടെ പുസ്തകം കൈയിലുള്ളത് അനുഭവിക്കൂ.

ഭാരതീയ സന്ന്യാസിയായ ബോധിധർമ്മന്റെ കീഴിൽ ഷാവോലിൻ വിഹാരവും, സായുധമല്ലാത്ത ആയോധനകലയിലെ അവരുടെ പ്രാവീണ്യവും സ്ഥാപിക്കപ്പെട്ടിട്ട് 1500 വർഷങ്ങളായി. ഈ 1500 വർഷങ്ങൾ കൊണ്ട്, അവിടുള്ള സന്ന്യാസിമാർ ശ്രദ്ധാ തത്വത്തെ തങ്ങളുടെ ജീവിത നിയമങ്ങളിൽ ഒന്നായി പിന്തുടരുകയും, അതിന്റെ ഫലമായി എക്കാലത്തെയും മികച്ച യോദ്ധാക്കളായി അവർ ആദരിക്കപ്പെടുകയും ചെയ്തു. വിഹാരത്തിൽ പുതുതായി ചേരുന്ന ശിഷ്യന്മാർ തങ്ങളുടെ ശരീരത്തെ സംരക്ഷിക്കാനും നിലനിർത്താനും മാത്രം പഠിച്ചാൽ പോരാ, അതിന്റെ ആയിരക്കണക്കിനു കഴിവുകളെ കണ്ടെത്താനും പ്രയോഗിക്കാനും പഠിക്കണം. വഴുക്കലുള്ള നിലത്ത് നിൽക്കുമ്പോഴും തങ്ങളുടെ ചുവട് ഉറപ്പിക്കണം, കാലടികളിലെയും കാൽവിരലുകളിലെയും ഓരോ സന്ധികളെയും ബോധപൂർവ്വം നിയന്ത്രിക്കണം. സ്വന്തം കണ്ണുകളെയും, ശ്വാസോച്ഛ്വാസത്തിന്റെ താളത്തെയും നിയന്ത്രിക്കാൻ കഴിയണം. ഓരോ നീക്കങ്ങൾക്കും കാരണമുണ്ടായിരിക്കണം; അത് സസൂക്ഷ്മം പ്രാവർത്തികമാക്കാൻ പഠിക്കുകയും വേണം.

നല്ല യോദ്ധാക്കൾ ഭാഗ്യത്തിനായി ഒന്നും വിട്ടുകൊടുക്കുകയില്ല. അവർ എപ്പോഴും ഏറ്റവും പ്രധാനപ്പെട്ട നിയമം പാലിക്കും, സത്യത്തിൽ അങ്ങനൊരു നിയമമില്ല, ശ്രദ്ധാ തത്വമാണുള്ളത്.

ഞാനൊരു ഉദാഹരണം തരാം. നിങ്ങൾക്ക് ഒരു പ്രകൃതി ഫോട്ടോഗ്രാഫർ ആകണമെങ്കിൽ, എന്നോട് ചില പൊടിക്കൈകൾ ചോദിച്ചേക്കാം. ചക്രവാളത്തെ ഫ്രെയിമിന്റെ നടുവിൽ വെക്കരുതെന്നും, താഴെ ഭാഗത്തു വേണം വെക്കാനെന്നുമൊക്കെ ഞാൻ പറയുകയും ചെയ്യും. ഞാൻ പറഞ്ഞതു പ്രകാരം, നിങ്ങൾ ചക്രവാളത്തെ നടുവിൽ ഉൾക്കൊള്ളിക്കാതെ താഴെയാക്കും. ശ്രദ്ധ എന്ന കാര്യവുമായി ഇതിനെന്തെങ്കിലും ബന്ധമുണ്ടോ? ഇങ്ങനെ ചെയ്യുന്നതിലൂടെ നിങ്ങൾ മികച്ച ചിത്രങ്ങൾ പകർത്തുമോ? സാദ്ധ്യതയില്ല. പക്ഷേ ഞാൻ നിങ്ങളോട്, ഓരോ ചിത്രത്തിലും ചക്രവാളത്തിന്റെ സ്ഥാനം ശ്രദ്ധിക്കൂ എന്നു മാത്രമാണ് പറയുന്നതെങ്കിൽ, കാര്യങ്ങൾ വ്യത്യസ്തമായേനെ. ഫലത്തിൽ ശ്രദ്ധ കൊടുക്കൂ, ചക്രവാളത്തെ മുകളിലും താഴെയും

നടുവിലും ഉൾക്കൊള്ളിച്ച് പരീക്ഷിക്കു. എല്ലാത്തിനുമുപരി അത് നിങ്ങളുടെ ചിത്രമാണ്; എന്റെ നിയമങ്ങൾക്ക് എന്താണ് നേടാനുള്ളത്? ചക്രവാളം നടുവിലാണ് വരേണ്ടതെന്ന് നിങ്ങൾ ആഗ്രഹിച്ചാൽ, അവിടെ തന്നെയാണ് അത് വരേണ്ടതും. പക്ഷേ നിങ്ങൾ അതിനെ കുറിച്ച് ചിന്തിച്ചിട്ടില്ലെങ്കിൽ, അങ്ങനെ തീരുമാനിക്കരുത്. നിങ്ങൾ നിയമങ്ങളെ പാലിക്കുകയാണെങ്കിലും അവഗണിക്കുകയാണെങ്കിലും, ബോധപൂർവ്വം ചെയ്യുക.

സ്വയം ശ്രദ്ധാലുവായിരിക്കുക എന്നാൽ, ലഭ്യമായവയുടെ
വിശാല ശ്രേണിയിൽ നിന്നും ഒന്ന് തിരഞ്ഞെടുക്കുക എന്നാണ്;
നിശ്ചിത സാഹചര്യത്തിനു ഏറ്റവും അനുയോജ്യമായ
കൃത്യതയുള്ള തിരഞ്ഞെടുപ്പ്.

മറ്റു പല സാദ്ധ്യതകളും ഉണ്ടെന്ന് മനസ്സിലാക്കുന്നതും അതിൽ അർത്ഥമാക്കുന്നു. നിങ്ങളിപ്പോൾ സ്വയം ശ്രദ്ധാലുവാകാൻ പരിശീലിച്ചു കഴിഞ്ഞതിനാൽ, ഇനി മുന്നോട്ടു പോകാനുള്ള സമയമാണ്. എല്ലാത്തിനും മേലെ, നിങ്ങൾ മാത്രമല്ല ലോകത്തിലെ ഒരേയൊരു മനുഷ്യൻ. ശ്രേഷ്ഠവും സൂര്യപ്രകാശമുള്ളതുമായ ഒരു വസന്ത ദിനത്തിലെ, അത്രതന്നെ ശ്രേഷ്ഠവും തിളക്കമുള്ളതുമായ സായാഹ്നത്തിലേക്ക് എന്റെ കൂടെ വരൂ.

സൃഷ്ടിയോടുള്ള ശ്രദ്ധ

നമുക്ക് ചുറ്റും വിരിഞ്ഞു നിൽക്കുന്ന ആയിരക്കണക്കിനു തിളങ്ങുന്ന പൂക്കളോടു കൂടിയ പുൽമേട് നിങ്ങൾ കാണുന്നുണ്ടോ? എന്തൊരു തിളക്കവും ശോഭയുമാണവയ്ക്ക്? പൂക്കളുടെ അനന്തമായ പരവതാനി? ഞാനും അത് കണ്ടിട്ടുണ്ട്. വസന്തകാലം, ഊഷ്മളമായ കാലാവസ്ഥ, പൂക്കൾ : ഇവയെല്ലാം എന്നിൽ സന്തോഷം നിറയ്ക്കുന്നു. സാധാരണഗതിയിൽ, ആ വിശാലമായ പുൽമേട്ടും മനോഹരമായ പൂക്കളും മാത്രമായിരിക്കും എന്റെ മനസ്സിൽ, അതിൽ കൂടുതലൊന്നും ഉണ്ടാവില്ല.

പക്ഷേ ഇത്തവണ, ചുറ്റുപാടുകളെക്കുറിച്ചുള്ള തന്റെ ആഴത്തിലുള്ള ജ്ഞാനത്താൽ എന്നെ എന്നും അതിശയിപ്പിക്കാറുള്ള ഒരു മനുഷ്യൻ പറഞ്ഞു, 'തീർച്ചയായും, ആ പൂക്കൾ മനോഹരമായിരിക്കുന്നു. ഈ നിലയിലെത്താൻ അവ എത്രത്തോളം കഷ്ടപ്പെട്ടു എന്ന് മറക്കരുത്. അവ തിളങ്ങുകയും മധുരസുഗന്ധം

പരത്തുകയും വേണം, എന്നാലേ തേനീച്ചകൾ അവയെ തേടി യെത്തുകയുള്ളൂ.' ആ ഉൾക്കാഴ്ച ആശ്ചര്യകരമായിരുന്നു. ലക്ഷക്കണെക്കിനു പൂക്കളുണ്ടെങ്കിൽ, അവയോരോന്നും അതിനായി ശ്രമിക്കുകയാണ്! ഓരോ പൂവും തിളങ്ങാൻ ശ്രമിക്കുകയും മറ്റുള്ള പൂക്കളെക്കാൾ സുഗന്ധം പരത്താൻ ശ്രമിക്കുകയും ചെയ്യുകയാണ്; തേനീച്ചകളാൽ അവഗണിക്കപ്പെടാതിരിക്കാൻ. അവയോരോന്നും എന്നെപ്പോലെ ഒരു ജീവനുള്ള വസ്തുവാണ്. ഓരോ പൂവും കഷ്ടപ്പെടുന്നത് എനിക്കും കൂടെ വേണ്ടിയാണ്. തേനീച്ചകളാൽ മാത്രമല്ല, എന്നാലും അവ ഇഷ്ടപ്പെടണം. ഞാൻ അവയെ നോക്കുമ്പോഴും, ശ്രദ്ധിക്കുമ്പോഴും, അവയാൽ ഞാൻ സന്തോഷിക്കുമ്പോഴും, ആ പൂക്കൾ സന്തോഷിക്കുന്നു.

ആ നിമിഷമാണ് ഞാൻ ശ്രദ്ധയുടെ അർത്ഥം അറിഞ്ഞത്. ഇതെല്ലാം വിഡ്ഢിത്തമാണെന്ന് നിങ്ങൾക്ക് തോന്നിയേക്കാം. ഇക്കാലമത്രയും കൊണ്ട് പരിണമിക്കപ്പെട്ടതിനാലാണ്, പൂക്കൾ സുഗന്ധം നിറഞ്ഞതായിരിക്കുന്നത്. അതാണ് പണ്ടുമുതലേയുള്ള ഓരോ വർഗ്ഗങ്ങളുടെയും നിലനില്പിന്റെ സിദ്ധാന്തം. നിങ്ങൾ പറഞ്ഞത് തീർച്ചയായും ശരിയാണ്. തേനീച്ചകൾ ഇല്ലെങ്കിൽ, പൂക്കൾക്ക് ഒരിക്കലും നിലനില്പുണ്ടാവുകയില്ല.

ശ്രദ്ധ സന്തോഷം സൃഷ്ടിക്കുന്നു

പക്ഷേ അതിൽ നമുക്കെന്താണ് സന്തോഷിക്കാനുള്ളതെന്ന് പറയുന്നുണ്ടോ? നമുക്ക് എല്ലാത്തിനോടും തീർത്തും അലക്ഷ്യമായിത്തന്നെ പ്രതികരിക്കാം, ആ അലക്ഷ്യം ഒരു തരത്തിലുള്ള മാറ്റവും സൃഷ്ടിക്കുകയുമില്ല. സൂര്യൻ എന്നത്തെയും പോലെ ഉദിച്ച് വർണ്ണോജ്ജ്വലമായി തിളങ്ങി നിൽക്കും, പൂമൊട്ടുകൾ വിടരുകയും സുഗന്ധം പരത്തുകയും ചെയ്യും, പക്ഷികൾ പാടും, ജീവിതം എന്നത്തെയും പോലെ മുന്നോട്ടു പോകും. പരിണാമങ്ങൾ ഇച്ഛിച്ചതുപോലെതന്നെ എല്ലാം സംഭവിക്കും. എന്നാലും നമുക്കതെല്ലാം നിരീക്ഷിക്കാനും അതിൽ അത്ഭുതപ്പെടാനും, സന്തോഷിക്കാനും അവസരമുണ്ട്. സന്തോഷിക്കാനും, ആ സന്തോഷത്തിലൂടെ ജീവിതം കൂടുതൽ സംതൃപ്തമാക്കാനും നമുക്ക് അവസരമുണ്ടെങ്കിൽ, എന്തുകൊണ്ട് അത് പ്രയോജനപ്പെടുത്തിക്കൂടാ? എന്തുതന്നെയായാലും, അതിന്റെ കാരണമെന്താണെന്ന് ജീവിതകാലം മുഴുവനും നമ്മൾ കണ്ടെത്താൻ പോകുന്നില്ല.

ഒരാൾക്ക് തന്റെ മുഴുവൻ ഓജസ്സും ഈ തത്വത്തിൽ നിന്നും എങ്ങനെ നേടിയെടുക്കാൻ സാധിക്കുമെന്ന് പ്രാവർത്തികമാക്കി കാണിച്ച വ്യക്തിയാണ് അസ്സീസിയിലെ ഫ്രാൻസിസ്. പ്രായാധിക്യവും അസുഖങ്ങളും വേട്ടയാടിയപ്പോഴും, യേശു ക്രിസ്തുവിന്റെ കൈകാലുകളിലെ മുറിവുകളെന്നപോലെ തന്റേതിലുമുള്ള മുറിവുകൾ എഴുന്നേൽക്കാനോ നടക്കാനോ വിസമ്മതിച്ചപ്പോഴും, അദ്ദേഹം ശ്രദ്ധയെ പറ്റി ഏറ്റവും മികച്ച ഗാനങ്ങളിൽ ഒന്ന് രചിച്ചു. 'കാൻറിക്കിൾ ഓഫ് ദി സൺ' (സൂര്യന്റെ സങ്കീർത്തനം) എന്ന രീതിയിൽ വ്യാഖ്യാനിച്ച് നമ്മൾ അതിനെ മനഃപൂർവ്വം അവഗണിക്കുകയാണ്, പക്ഷേ ഫ്രാൻസിസ് തന്റെ രചനയെ വിളിച്ചിരുന്നത് 'കാൻറിക്കിൾ ഓഫ് ദി ക്രിയേച്ചർസ്' (ജീവജാലങ്ങളുടെ സങ്കീർത്തനം) എന്നാണ്. അദ്ദേഹം ഒന്നിനെയും പരിഗണിക്കാതിരുന്നില്ല : നമുക്കായി പ്രകാശം പരത്തുന്ന സൂര്യൻ, ചന്ദ്രൻ, നക്ഷത്രങ്ങൾ, മൃഗങ്ങൾ, പൂക്കൾ, മനുഷ്യർ, ഇവയെയെല്ലാം സൃഷ്ടിച്ച സ്രഷ്ടാവ്. വിട്ടുമാറാത്ത ശരീരപീഢ നൽകിയ വേദനയുടെ പാരമ്യതയിൽ പോലും അസ്സീസിയിലെ ഫ്രാൻസിസിനു പൂർണ്ണ ശ്രദ്ധയിലൂടെ മികച്ച സന്തോഷം ലഭിച്ചിരുന്നു.

നമുക്ക് മുന്നിൽ പ്രത്യക്ഷപ്പെടുന്നതെല്ലാം, അങ്ങനെതന്നെ നമ്മളതിനെ അംഗീകരിക്കുന്നുണ്ടെങ്കിൽ പോലും, ഒന്നും തന്നെ സ്വയം വ്യക്തത തരുന്നതല്ല എന്നു മനസ്സിലാക്കാനാണ് ഷാവോലിന്റെ ശ്രദ്ധാ തത്വം നമ്മളെ പഠിപ്പിക്കുന്നത്.

വാസ്തവത്തിൽ, ഇത്തരത്തിലുള്ള സന്തോഷം വളരെ ചെറുപ്പത്തിൽ തന്നെ സ്വാഭാവികമായും നിങ്ങളിലേക്കും വന്നിട്ടുണ്ട്. കുട്ടികൾക്ക് മണിക്കൂറുകളോളം പ്രകൃതിയുടെ കൂടെ സഞ്ചരിച്ച്, വെള്ളച്ചാട്ടവും ജമന്തിപ്പൂക്കളും ഉറുമ്പിൻ പുറ്റും നിശബ്ദമായി ആസ്വദിച്ച്, തങ്ങളുടെ പുതിയ കണ്ടെത്തലുകളിൽ ആശ്ചര്യപ്പെടാനും സാധിക്കും. അടുത്ത തവണ കാണുമ്പോഴും അതേ അളവിലുള്ള പുതുമയും മോഹവും തോന്നിപ്പിക്കുന്ന കണ്ടെത്തലുകൾ. പ്രായം കൂടുംതോറും നമ്മൾ വഴിയിലെവിടെയോ അവഗണിച്ചുകളഞ്ഞ, ആത്മസമാധാനത്തിന്റെ പാതയാണത്; പക്ഷേ തീർച്ചയായും വീണ്ടും കണ്ടെത്തുന്നതിന് അർഹമാണത്. ഈ ലോകത്തെ എല്ലാ കാര്യങ്ങൾക്കും സവിശേഷത കല്പിക്കാനാണ് ഷാവോലിൻ തത്വങ്ങൾ നമ്മളെ പഠിപ്പിക്കുന്നത്. ഷാവോലിൻ സന്ന്യാസിമാർ പറയുന്നതുപോലെ, ശ്രദ്ധ ആഴത്തിലുള്ള ഉൾക്കാഴ്ചകളിലേക്കും ബോധോദയത്തിലേക്കും നയിക്കുന്നു എന്ന് നമ്മളെയത് പഠിപ്പിക്കുന്നു.

ഒരിക്കൽ, വിഹാരത്തിൽ കേട്ടുവന്ന കഥയിൽ ഇങ്ങനെ പറയുന്നു, പൂർണ്ണ ശ്രദ്ധ എന്നാൽ എന്താണ് എന്ന് ഒരു യുവ സന്ന്യാസിക്ക് തന്റെ ഗുരുവിൽ നിന്നും അറിയണമെന്നുണ്ടായിരുന്നു.

'ശ്രദ്ധ,' ഗുരു പറഞ്ഞു, 'ശ്രദ്ധയെ അർത്ഥമാക്കുന്നു.'

വിവേചനരഹിതമായിരിക്കുക

ശ്രദ്ധയിൽ ഏകാഗ്രതയും ബഹുമാനവും ഉൾക്കൊള്ളുന്നു : ഈ നിമിഷത്തോടുള്ള ഏകാഗ്രത, ചുറ്റുമുള്ള എല്ലാത്തിനോടും ബഹുമാനം. പക്ഷേ നേരത്തെ നമ്മൾ വർത്തമാന തത്വത്തിൽ കണ്ടതുപോലെ, ഒരു കാര്യം മാത്രം അതിൽ അർത്ഥമാക്കുന്നില്ല : വിലയിരുത്തുന്നത്. വിലയിരുത്തുന്ന പ്രവൃത്തി, മനസ്സിന് മറ സൃഷ്ടിക്കുകയും, ആ മൂർച്ചയേറിയ വാളിന്റെ തിളക്കത്താൽ കാഴ്ചയെ മങ്ങിക്കുകയും ചെയ്യുന്നു. കാര്യങ്ങൾ എങ്ങനെയാണ് എന്നതിനോടല്ല, *അത്* അങ്ങനെതന്നെയായിരിക്കും എന്നതിനോടാണ് നമ്മൾ ബഹുമാനം കാണിക്കേണ്ടത്.

നമ്മൾ ഓരോ മനുഷ്യരോടും കാണിക്കുന്ന ബഹുമാനത്തിന്റെ അളവിലും വ്യത്യാസമുണ്ടാകരുത്. മാത്രമല്ല, നമ്മുടെ കീഴുദ്യോഗസ്ഥരായാലും മേലുദ്യോഗസ്ഥരായാലും, ഒരു തരം വിവേചനബുദ്ധിയും കൂടാതെ വേണം എല്ലാവരെയും ബഹുമാനിക്കാൻ. നമ്മുടെ എതിരാളികളെ ബഹുമാനിക്കുന്നതു പോലെതന്നെ സുഹൃത്തുക്കളെയും ബഹുമാനിക്കണം, മറ്റുള്ളവരെ ബഹുമാനിക്കുന്നതു പോലെതന്നെ സ്വയം ബഹുമാനിക്കുകയും വേണം.

ചൈനയിൽ, അവരുടെ ദൈനംദിന ആചാരങ്ങളിൽ പോലും ശ്രദ്ധ ഉൾപ്പെടുത്തിയിട്ടുണ്ട്. ആദ്യമായി തമ്മിൽ കാണുന്ന രണ്ട് പേരുടെ കൂടിക്കാഴ്ച നോക്കിയാൽ കാണാം, അവർ തങ്ങളുടെ വിസിറ്റിംഗ് കാർഡുകൾ പരസ്പരം കൈമാറുന്നതായിരിക്കും ആദ്യം ചെയ്യുന്നത്. എഴുന്നേറ്റ് നിന്ന്, ശിരസ്സ് കുനിച്ച്, ഇരു കൈയും നീട്ടിയാവും അവരത് സ്വീകരിക്കുന്നത്. തമ്മിൽ തമ്മിൽ അറിയുന്നതിനു മുന്നേ തന്നെ അവർ പരസ്പര ബഹുമാനം പ്രകടിപ്പിക്കും.

ഷാവോലിൻ വിഹാരത്തിലെ യുവ സന്ന്യാസിമാർ തുടർച്ചയായി തങ്ങളുടെ കഴിവുകൾ ഗുരുവിനു മുന്നിൽ തെളിയിച്ചു കൊണ്ടിരിക്കണം. അഭ്യാസങ്ങൾ തുടങ്ങുന്നതിനു മുൻപ്, ഗുരുവിനു മുന്നിൽ അവർ ശിരസ്സ് നന്നായി കുനിച്ച് വണങ്ങും. ഇനിയുള്ള

കാര്യം നിങ്ങളെ അത്ഭുതപ്പെടുത്തിയേക്കാം, പക്ഷേ ഇനി അത്ഭുതപ്പെടരുത് : പ്രായത്താലും പരിജ്ഞാനത്താലും എത്രയോ മുന്നിലുള്ള ഗുരുക്കന്മാരും ശിഷ്യരെ തല കുനിച്ച് വണങ്ങും.

പദവിയിൽ ഉയർന്ന ഒരാൾ തന്നെക്കാൾ താഴെയുള്ള ഒരാളെ വന്ദിച്ചതിൽ എന്താണിത്ര വലിയ കാര്യം എന്ന ചിന്തയിലാണോ നിങ്ങളിപ്പോഴും? ഗുരുക്കളല്ല, പകരം യുവ ശിഷ്യന്മാരാണ് തങ്ങളെക്കാൾ ഉയർന്ന പദവിയിലുള്ള ഗുരുക്കന്മാരെ വണങ്ങേണ്ടത് എന്നാണോ നിങ്ങളുടെ പക്ഷം? എന്നാൽ, വിവേചനരഹിതനായിരിക്കുക എന്ന തത്വം പോലും ബുദ്ധിമുട്ടുള്ളതാണെന്ന് നിങ്ങൾ മനസ്സിലാക്കണം; ഒരു പരിധി വരെ, കാരണം, അത് അത്രമേൽ ആഴത്തിൽ നമ്മളിൽ ഉൾച്ചേർന്നിട്ടുണ്ട്.

നമ്മുടെ ധാരണകളെ വിശ്വസിക്കുക

ചെറുപ്പം മുതൽ തന്നെ, നമ്മൾ തരം തിരിക്കാനും വിഭജിക്കാനും പട്ടിക ചേർക്കാനും വിലയിരുത്താനും പഠിച്ചിട്ടുണ്ട്. ഏത് ചെടികളാണ് ഉപയോഗമുള്ളതെന്നും ഏതാണ് പാഴ്ച്ചെടികളെന്നും നമുക്കറിയാം, ഏതാണ് വളർത്തേണ്ടതെന്നും ഏതാണ് പിഴുതെറിയേണ്ടതെന്നും നമുക്കറിയാം. നല്ല മൃഗങ്ങളും അല്ലാത്തവയും, ശത്രുക്കളും മിത്രങ്ങളും, നല്ലതും ചീത്തയും, കറുപ്പും വെളുപ്പും നമ്മൾ പഠിച്ചിട്ടുണ്ട്. സാദ്ധ്യമായതും അസാദ്ധ്യമായതും, ചെയ്യേണ്ടതും അവഗണിക്കേണ്ടതും നമ്മളെ പഠിപ്പിച്ചിട്ടുണ്ട്. ചെറുതും ദുർബ്ബലരുമായ ശത്രുക്കളും, വലുതും ശക്തരുമായ ശത്രുക്കളും ഉണ്ടെന്നറിയാം.

അമിതമായ വിവേചനങ്ങൾക്കിടയിൽ, പ്രത്യേകിച്ച് അവ നമ്മുടെ ജ്ഞാനത്തിൽ നിന്നും ഏറെ വൈരുദ്ധ്യം പ്രകടിപ്പിക്കുമ്പോൾ, നമ്മുടെ സ്വന്തം നിരീക്ഷണങ്ങളോടും വിലയിരുത്തലുകളോടും ഏകാഗ്രത പുലർത്താൻ പഠിക്കുന്നില്ല. നിങ്ങൾ സ്വാഭാവികമായും, വലുതും ദൃഢവുമായ ശരീരമുള്ളയാളെ കരുത്തനായ എതിരാളിയായും, മൃദുലമായ ശരീരമുള്ള കുഞ്ഞിനെ അശക്തനായും കരുതുന്നു.

> നിങ്ങളുടെ നോട്ടുപുസ്തകമെടുത്ത്, കരുത്തനായ ഒരു എതിരാളിയുടെയും അശക്തനായ ഒരു എതിരാളിയുടെയും അഞ്ച് വീതം സവിശേഷതകൾ എഴുതുക. മടിക്കരുത്, ഒരുപാട് ചിന്തിക്കുകയുമരുത്, വെറുതെ എഴുതിക്കോളൂ. അത് നിങ്ങളുടെ മാത്രം പുസ്തകമാണ്. പക്ഷേ ഇടയ്ക്കിടെ നിങ്ങളുടെ അഭിപ്രായത്തെ വിലയിരുത്തുക.

ഷാവോലിനിലെ പത്ത് വയസ്സ് മാത്രമുള്ള പുതുക്കക്കാരനായ ശിഷ്യന് അഞ്ച് മുതിർന്നയാൾക്കാരെ തോല്പിക്കാൻ കഴിയുമെന്ന റിഞ്ഞാൽ എത്രപേർ ആശ്ചര്യപ്പെടും!

അസാദ്ധ്യമെന്ന് തോന്നുന്ന കാര്യങ്ങൾ പോലും സംഭവിക്കാമെന്ന് ശ്രദ്ധാ തത്വം നമ്മളെ പഠിപ്പിക്കുന്നു. ഓരോ നിമിഷത്തെയും ഓരോ മനുഷ്യനെയും നിഷ്പക്ഷമായും മുൻവിധികളില്ലാതെയും വേണം കാണാൻ എന്ന് അത് നമ്മളെ പഠിപ്പിക്കുന്നു, പലപ്പോഴും നമുക്കങ്ങനെ ചെയ്യുന്നത് ബുദ്ധിമുട്ടായി തോന്നാമെങ്കിലും. ഒരിക്കലും നമ്മുടെ എതിരാളികളെ കുറച്ചു കാണരുത്, നമ്മളെക്കാൾ വലുതാണെന്നും വിചാരിക്കരുത്. ഒരു എതിരാളിയെ കാണുമ്പോൾ, അയാൾ യഥാർത്ഥത്തിൽ ഉള്ളതിനെക്കാൾ ശക്തനാണെന്ന് കരുതുന്നത്, അയാളെ കൂടുതൽ ശക്തനാക്കാൻ കാരണമായേക്കും.

മറ്റുള്ളവരെ കൃത്യമായി അളക്കുക

നിങ്ങൾ പണം നൽകാനുണ്ടെന്ന തെറ്റായ അവകാശ വാദവുമായി ഒരാൾ വരുന്നുവെന്ന് വിചാരിക്കുക. സ്വാഭാവികമായും നിങ്ങൾ പണം കൊടുക്കില്ല. പെട്ടെന്നൊരു ദിവസം നിങ്ങൾക്കൊരു കത്ത് ലഭിക്കുന്നു. നിങ്ങൾ ഉടനടി പണം നൽകണമെന്നും, ഇല്ലെങ്കിൽ നിയമനടപടികൾക്ക് വിധേയനാകേണ്ടി വരുമെന്നും അതിൽ എഴുതിയിരിക്കുന്നു. അഹങ്കാരവും അധികാരവും നിറഞ്ഞ വാക്കുകളടങ്ങിയ ആ കത്തിൽ ഒപ്പിട്ടിരിക്കുന്നത് ഡോ. ജോൺ ക്യൂ. പബ്ലിക് എന്നൊരാളാണ്. എന്റെ ചോദ്യമിതാണ്, ഡോ. പബ്ലിക് പഠിച്ച വിഷയം ഏതായിരുന്നു? 'നിയമം, തീർച്ചയായും, എന്താ നിങ്ങൾ പറഞ്ഞത്? 'അല്ലാതെന്ത്?' നിങ്ങൾ പണം നൽകാനുണ്ടെന്ന് പറയുന്നു, അയാൾ നിങ്ങൾക്കൊരു കത്തെഴുതുന്നു, നിയമനടപടികൾ വെച്ച് ഭീഷണിപ്പെടുത്തുന്നു. നിങ്ങൾ അയാളെ കുറിച്ച് ആവശ്യത്തിലധികം ചിന്തിച്ചു കൂട്ടുകയാണെങ്കിലോ? അയാൾ ഡോക്ടറേറ്റ് നേടിയത് ജീവശാസ്ത്രം, കല, ഭാഷ, ചരിത്രം പോലുള്ള വിഷയങ്ങളിലാണെങ്കിലോ? നിങ്ങൾ അയാൾക്ക് കടപ്പെട്ടിരിക്കുന്നത് സത്യമാകുന്നതിനാലോ, അയാളുടെ പേരിനു മുന്നിൽ ഡോക്ടർ എന്ന പട്ടം ചാർത്തപ്പെട്ടതിനാലോ അയാളൊരു അഭിഭാഷകനാകുന്നില്ല, അല്ലേ?

നിങ്ങൾ മുൻധാരണകൾക്ക് ഇടം നൽകാതെ ശ്രദ്ധാ തത്വം പ്രയോജനപ്പെടുത്തിയിരുന്നുവെങ്കിൽ, തുടക്കത്തിൽ തന്നെ നിങ്ങൾ ഒരു തീരുമാനത്തിലേക്കെത്തപ്പെടുകയില്ലായിരുന്നു. പിന്നീട് നിങ്ങൾ കണ്ടെത്തിയിരിക്കാം, ഡോ. പബ്ലിക് സത്യത്തിൽ വിരമിച്ച സാങ്കേതിക വിദഗ്ദ്ധനാണെന്നും, അയാളുടെ ഡോക്ടറേറ്റ് പട്ടം ഒരു റഷ്യൻ സർവ്വകലാശാലയിൽ നിന്നും പേരിനു മാത്രമായി ലഭിച്ചതാണെന്നും. അപ്പോൾ നിങ്ങൾ അതിനനുസൃതമായി പ്രതികരിക്കുകയും ഉചിതമായ തീരുമാനത്തിലെത്തുകയും ചെയ്തേനെ. പക്ഷേ ആദ്യം പറഞ്ഞ സാഹചര്യമായിരുന്നുവെങ്കിൽ, നിങ്ങൾ പിന്നീട് പ്രശ്നങ്ങൾ ഉണ്ടാകാതിരിക്കാനായി പണം കൊടുത്ത് കാര്യങ്ങൾ അവസാനിപ്പിച്ചേനെ. അതുകൊണ്ട് നിങ്ങളുടെ എതിരാളികളെ വലുതായും കാണരുത്, കുറച്ചും കാണരുത്. ശ്രദ്ധയോടെ അഭിമുഖീകരിക്കുക.

നിങ്ങളുടെ എതിരാളികളെ ബഹുമാനിക്കുക എന്നാൽ, അവരെ സശ്രദ്ധം നിരീക്ഷിക്കുക എന്നാണ്. മുൻധാരണകൾ ഇല്ലാതിരിക്കുക എന്നാൽ, അവരെ വിലയിരുത്താൻ കഴിയുക എന്നാണ്. ശ്രദ്ധയോടെ അഭിമുഖീകരിക്കുക എന്നാൽ, അവരെ തോല്പിക്കാൻ സാധിക്കുക എന്നാണ്.

ശ്രദ്ധാ തത്വം പഠിപ്പിക്കുന്നത് നമ്മുടെ മാത്രം സാമർത്ഥ്യങ്ങളെയും ഒളിഞ്ഞു കിടക്കുന്ന കഴിവുകളെയും കണ്ടെത്താനല്ല, എതിരാളിയുടെയും കൂടെയാണ്. ബഹുമാനം കാത്തുസൂക്ഷിക്കുന്നതിലൂടെ വിസ്മയവും, അതിലൂടെ സന്തോഷവും ലഭിക്കുന്നു എന്നാണ് അത് നമ്മളെ പഠിപ്പിക്കുന്നത്. നമുക്ക് ചുറ്റുമുള്ള എല്ലാത്തിനോടും പൂർണ്ണ ശ്രദ്ധയോടെ ബന്ധപ്പെട്ടിരിക്കുന്നത് നമ്മളെ അജയ്യരാക്കുമെന്ന് നമ്മളെയത് പഠിപ്പിക്കുന്നു.

പരിശീലനം

സർവ്വ ഇന്ദ്രിയങ്ങളെയും ഉപയോഗപ്പെടുത്തുക

താഴെ കൊടുത്തിരിക്കുന്ന ചോദ്യങ്ങൾ, പൂർണ്ണ ശ്രദ്ധ എന്താണെന്ന് നിങ്ങളെ പഠിപ്പിക്കാൻ സഹായിക്കുന്നതാണ്. തുടക്കത്തിൽ ചില ചോദ്യങ്ങൾ ബുദ്ധിമുട്ടായി തോന്നാമെങ്കിലും, എല്ലാത്തിനും ഉത്തരം നൽകാൻ ശ്രമിക്കുക.

ചെറി, അത്തിപ്പഴം, ആപ്പിൾ തുടങ്ങിയ മരങ്ങളിലെ പൂക്കൾക്ക് എന്തുതരം മണമായിരിക്കും?

....

ഒരു ഗ്ലാസ് വെള്ളമെടുക്കുക. അതിന്റെ മണമെന്താണ്? അതിന്റെ രുചിയെന്താണ്?

....

കൂട്ടമായി വെച്ചിരിക്കുന്ന റോസാപ്പൂക്കളിൽ നിന്നും, മണത്തു നോക്കി അവയെ ഓരോന്നായി വേർതിരിച്ചറിയാൻ നിങ്ങൾക്കു സാധിക്കുമോ?

....

ഈ ചോദ്യത്തിനു പെട്ടെന്ന് ഉത്തരം നൽകുക : കൂടുതൽ ബഹുമാനം ആർക്കു നൽകണമെന്നാണ് നിങ്ങളുടെ അഭിപ്രായം?

....

എന്തുകൊണ്ട്?

....

അതുപോലെ തന്നെ, നിങ്ങളുടെ അഭിപ്രായത്തിൽ, ആരാണ് കുറഞ്ഞ അളവിലുള്ള ബഹുമാനം മാത്രം അർഹിക്കുന്നത്?

....

എന്തുകൊണ്ട്?

....

അടുത്ത തവണ നിങ്ങൾ പല മനുഷ്യരെ ഒന്നിച്ച് കാണുമ്പോൾ, അവരുടെ വസ്ത്രധാരണവും, അംഗവിന്യാസങ്ങളും, സ്വഭാവവും, ഭാഷയും വെച്ച് അവരുടെ ജോലി എന്തായിരിക്കുമെന്ന് ഊഹിക്കാൻ ശ്രമിക്കുക. പിന്നീട് അവരോടത് ചോദിച്ച് മനസ്സിലാക്കുക. നിങ്ങൾ ഊഹിച്ചതിൽ എത്രയെണ്ണം ശരിയായിരുന്നു?

....

നിങ്ങൾ ഇപ്പോൾ നിൽക്കുന്നിടത്തു തന്നെ നിൽക്കുക. നിങ്ങളെന്താണ് കാണുന്നത്?

....

അവയിൽ ഏതൊക്കെയാണ് അത്ര പ്രാധാന്യമർഹിക്കാത്തവ?

....

....

നിങ്ങളുടെ തീരുമാനം ഉറച്ചതാണെങ്കിൽ, അത് നടന്നുവെന്ന് വിശ്വസിക്കുക.

കൺഫ്യൂഷ്യസ്

3. മനോദാർഢ്യ തത്വം

സകല നിയമങ്ങളെക്കാളും മുൻഗണന ആവശ്യകതയ്ക്കാണ്.

ചൈനയിൽ നിന്നും

ചെയ്യുന്ന കാര്യങ്ങൾ പൂർണ്ണ മനസ്സോടെ ചെയ്യുക, അല്ലെങ്കിൽ ചെയ്യാതിരിക്കുക.

'നിങ്ങൾ ഉറയിൽ നിന്നും വാളൂരുകയാണെങ്കിൽ, എതിരാളിയെ കൊല്ലാനുള്ള തയ്യാറെടുപ്പുകൾ മനസ്സിൽ ചെയ്തിരിക്കണം. എതിരാളിയുടെ പ്രഹരത്തിൽ നിന്നും ഒഴിഞ്ഞുമാറുമ്പോൾ പോലും, നിങ്ങളുടെ കൈക്ക് പരിക്കേൽക്കുകയോ കൈയിൽ നിന്നും വാൾ വഴുതുകയോ അരുത്. എല്ലായ്പ്പോഴും അയാളെ കൊല്ലണം എന്നുള്ള ഉദ്ദേശ്യത്തിലായിരിക്കണം നിങ്ങൾ കൈയിൽ വാൾ പിടിക്കുമ്പോൾ.'

ചരിത്രത്തിലെ ഏറ്റവും മികച്ച വാളേന്തുന്നവരിൽ ഒരാളായ മിയാമോട്ടോ മുസാഷിയുടെ വാക്കുകളാണിത്. അറുപതിലേറെ എതിരാളികളെ കൊന്ന ഈ സാമുറായ് അജയ്യനായാണ് കരുതപ്പെട്ടിരുന്നത്. വാൾ കൊണ്ടുള്ള അഭ്യാസങ്ങൾ പഠിക്കുവാനായി തന്റെ ബാക്കി ജീവിതം പതിനേഴാം നൂറ്റാണ്ടിലെ ജപ്പാനിൽ ചിലവഴിച്ചു.

നിങ്ങളെക്കൊണ്ട് വാളെടുപ്പിക്കാനോ, യുദ്ധം ചെയ്യാനോ, ആരെയെങ്കിലും കൊല്ലാനോ ഈ പുസ്തകം ഒരിക്കലും പ്രോത്സാഹിപ്പിക്കുന്നില്ല. അങ്ങനെ ചെയ്യുന്നത് സ്വീകാര്യമായതോ കാലത്തിനനുസൃതമായതോ ആയിരിക്കില്ല, മാത്രമല്ല, പ്രശ്നത്തിലേക്ക്

നയിക്കുകയും ചെയ്യും. ഇന്നത്തെ കാലത്തെ വാൾ എന്നു പറയുന്നത് അദൃശ്യമാണ്, നമ്മുടെ തലയ്ക്കകത്താണത്. അതാണ് മനോദാർഢ്യ തത്വം.

പരിശീലനം

തീരുമാനങ്ങൾ എടുക്കുന്നത്

അതിലേക്ക് കടക്കുന്നതിനു മുൻപ്, നിങ്ങളുടെ നോട്ടുപുസ്തകം എടുക്കുക.

- പുതിയൊരു പേജ് തുറന്ന്, നിങ്ങൾ നിശ്ചയമായും ചെയ്യുമെന്ന് തീരുമാനിച്ചിരിക്കുന്ന കുറച്ച് കാര്യങ്ങൾ അതിൽ എഴുതിയിടുക. പുതിയ കാർ വാങ്ങുക, പുതിയ കമ്പ്യൂട്ടർ വാങ്ങുക എന്നതു പോലുള്ള ആഗ്രഹങ്ങളായിരിക്കരുത് നിങ്ങൾ എഴുതുന്നത്; പുകവലി നിർത്തുക, ഹെയർ സ്റ്റൈൽ മാറ്റുക, പുതിയ ജോലി കണ്ടെത്തുക എന്നതു പോലുള്ള പ്രതിജ്ഞകളായിരിക്കണം. അങ്ങനെയുള്ള പത്ത് കാര്യങ്ങൾ എഴുതുക. എഴുതിയോ?
- ശരി. ഇനി ഒന്നുകൂടെ ആ പട്ടിക വായിച്ച്, നിങ്ങൾ ഉറപ്പായും ചെയ്യില്ല എന്നുള്ള കാര്യങ്ങൾ വെട്ടിക്കളയുക. 'അതെ, എന്നെങ്കിലും ഞാനിത് ചെയ്യണം' എന്ന് നിങ്ങൾ കരുതുന്ന കാര്യങ്ങൾ.
- അവസാനം, അടുത്തൊന്നും ചെയ്യാൻ കഴിയില്ലെന്ന കാര്യങ്ങളെ മുഴുവൻ വെട്ടിക്കളയുക; 'എന്റെ കല്യാണത്തിനു ശേഷം, ഞാനിത് ചെയ്യും' എന്നതുപോലെ, പ്രത്യേക സംഭവങ്ങളുമായി ബന്ധപ്പെട്ടവ.
- വെട്ടലും ഒഴിവാക്കലുമെല്ലാം കഴിഞ്ഞ ശേഷം, ബാക്കി മൂന്ന് കാര്യങ്ങൾ മാത്രമേ ഉണ്ടാകാൻ സാദ്ധ്യതയുള്ളൂ. എല്ലാത്തിനും താഴെയായി, നിങ്ങൾ തീർച്ചയായും ചെയ്യുമെന്നുറപ്പുള്ള ആ മൂന്ന് കാര്യങ്ങൾ വീണ്ടുമെഴുതുക.

നിങ്ങളുടെ നോട്ടുപുസ്തകത്തിൽ ബാക്കി കാണുന്ന ആ മൂന്ന് വരികളായിരിക്കും നിങ്ങൾ ചെയ്യാനാഗ്രഹിക്കുന്നതോ അല്ലെങ്കിൽ അത്യാവശ്യമായി ചെയ്യണമെന്ന് നിങ്ങൾ കരുതുന്നതോ ആയ കാര്യങ്ങൾ. പക്ഷേ സത്യത്തിൽ നിങ്ങൾ നിശ്ചയമായും ചെയ്യുമെന്നുള്ള കാര്യങ്ങൾ ഇതിൽ ഉണ്ടാവുകയില്ല. കാരണം അങ്ങനെയുള്ള കാര്യങ്ങൾ നിങ്ങൾ ഇതിനകം ചെയ്തു തീർത്തിട്ടുണ്ടാകും.

അത് നിഷേധിക്കുന്നതിനു മുൻപ്, ഞാൻ പറയുന്നത് കേൾക്കൂ. ഒരു കാര്യം 'ആഗ്രഹിക്കുന്നതും' 'നിശ്ചയമായും ചെയ്യാൻ തീരുമാനിക്കുന്നതും' തമ്മിൽ വളരെ വലിയ അന്തരമുണ്ട്. എല്ലാത്തിനുമുപരി, ചെയ്യാൻ നിശ്ചയിക്കുക എന്നതിന്റെ ഏറ്റവും പ്രധാനപ്പെട്ട ചുവട് എന്നത് ആഗ്രഹിക്കുക എന്നതു തന്നെയാണ്. എന്നാൽ, നിങ്ങളുടെ നോട്ടുപുസ്തകത്തിൽ, 'ചെടി നനയ്ക്കുക', 'നാളെ ജോലിക്ക് പോകുക', 'കിടക്കുന്നതിനു

മുൻപ് റേഡിയോ ഓഫ് ചെയ്യുക' മുതലായ കാര്യങ്ങളൊന്നും ഇല്ലെന്ന് എനിക്കുറപ്പാണ്. എന്തുകൊണ്ട് ഇതൊന്നുമില്ല? കാരണം, ഇവയെല്ലാം തന്നെ നിങ്ങൾ തീർച്ചയായും ചെയ്യുന്നതാണ്. നിങ്ങളുടെ മനോദാർഢ്യം ശക്തമായതിനാൽതന്നെ, ഈ കാര്യങ്ങളെല്ലാം തന്നെ നിങ്ങൾക്ക് നിസ്സാരമാണ്.

പലപ്പോഴും, രാവിലെ ഉറക്കമുണർന്ന ശേഷം ജോലിക്ക് പോകേണ്ട എന്നു തോന്നിയ സമയങ്ങളുണ്ടായിരിക്കാം. കുറച്ചു ദിവസത്തിനകം തന്നെ, അസുഖമാണെന്ന കാരണവും പറഞ്ഞ് അവധിയെടുത്ത് ശരിക്കും ചെയ്യാനാഗ്രഹിച്ച കാര്യങ്ങൾ നിങ്ങൾ ചെയ്യുമായിരിക്കാം. അടുത്തിടെയായി നിങ്ങൾ ഒഴിവാക്കിയ അധികസമയ ജോലികളെ കുറിച്ച് നിങ്ങൾക്ക് കുറ്റബോധമൊന്നും തന്നെ തോന്നുകയില്ല. പക്ഷേ എല്ലാത്തിനുമുപരി, ഇതെല്ലാം ആഗ്രഹമായി തന്നെ നിലനിൽക്കും. നിങ്ങൾ ചെയ്യണമെന്ന് നിശ്ചയിച്ച കാര്യം ജോലിക്ക് പോകുന്നതായിരിക്കും, അതുതന്നെ നിങ്ങൾ ചെയ്യുകയും ചെയ്തു.

അതാണ് 'ആഗ്രഹിക്കുന്നതും' 'നിശ്ചയമായും ചെയ്യാൻ തീരുമാനിക്കുന്നതും' തമ്മിലുള്ള വ്യത്യാസം.

- ഇനി, ഇത്രയും പറഞ്ഞത് ഓർമ്മയിൽ വെച്ച്, ഉറപ്പായും ചെയ്യാൻ നിശ്ചയിച്ച അഞ്ച് കാര്യങ്ങൾ നിങ്ങളുടെ നോട്ടുപുസ്തകത്തിൽ എഴുതുക. തീർച്ചയായും അതിൽ കൂടുതൽ ഉണ്ടാകും, പക്ഷേ അത് വെട്ടിച്ചുരുക്കി അഞ്ചെണ്ണം ആക്കുക. അവയെല്ലാം ദൈനംദിന, സാധാരണ കാര്യങ്ങൾ ആയിരിക്കാം, അത് നിങ്ങളെ ആശ്ചര്യപ്പെടുത്താം. ഉച്ചഭക്ഷണ സമയത്ത് നിങ്ങളുടേത് മാത്രമായി പത്ത് മിനിട്ടു മാറ്റിവെക്കുന്നത് നിങ്ങൾ ശ്രദ്ധിച്ചിരിക്കാം, മറ്റാരെയും ശല്യപ്പെടുത്താൻ അനുവദിക്കാതെ, മൊബൈൽ ഓഫ് ചെയ്തു വെച്ച്, നിങ്ങൾക്കായി സമയം ചെലവഴിക്കുന്നത്. 'ഓഫീസിൽ നിന്നും ഇറങ്ങുന്നതിനു മുൻപ്, എന്റെ മേശ ഞാൻ ഒതുക്കിവെക്കും,' 'ദൈനംദിന വൃത്തിയാക്കലും പാചകവും ചെയ്യും,' 'മാലിന്യങ്ങൾ കൊണ്ടുപോയി കളയും' തുടങ്ങിയ കാര്യങ്ങൾ എഴുതിയിട്ടുണ്ടോ? എന്നും ചെയ്യുമെന്നുറപ്പുള്ള, എന്നും ചെയ്യാറുള്ള കാര്യങ്ങൾ സത്യത്തിൽ ഇവിടെ അത്ര പ്രസക്തമായവയല്ല. അവയെല്ലാം ഒഴിച്ചാൽ പട്ടികയിൽ ബാക്കിയുള്ളതാകും, നിങ്ങൾ തീർച്ചയായും ചെയ്യുമെന്ന് നിശ്ചയിച്ച കാര്യങ്ങൾ.
- ഇനി നിങ്ങളുടെ നോട്ടുപുസ്തകത്തിലെ ആ പത്ത് വരികൾ ഒന്നുകൂടെ വായിച്ച്, താഴെ കൊടുത്തിരിക്കുന്ന ചോദ്യങ്ങളുപയോഗിച്ച് അവയെ വിലയിരുത്തുക : ഈ കാര്യങ്ങൾ ചെയ്യുന്നതിൽ നിന്നും എന്നെ പിന്തിരിപ്പിക്കുന്നത് എത്രത്തോളം കഠിനമാണ്? ഉദാഹരണത്തിന്, തുണികൾ ഇസ്തിരിയിടുന്നതിൽ നിന്നും നിങ്ങളെ പിന്തിരിപ്പിക്കുന്നത് വളരെ ബുദ്ധിമുട്ടുള്ളതാണെങ്കിൽ, ആ വരിക്കു നേരെ രണ്ട് വരകൾ വരയ്ക്കുക. അത് അത്ര ബുദ്ധിമുട്ടുള്ളതല്ല എങ്കിൽ, ഒരു വര വരയ്ക്കുക. അതിലെന്ത് ബുദ്ധിമുട്ട് എന്ന് തോന്നുന്നുവെങ്കിൽ, ഒന്നും വരയ്ക്കണ്ട. ദയവായി സത്യസന്ധത പുലർത്തുക. നിങ്ങളുടെ വിലയിരുത്തലിന്റെ

ഫലത്തിൽ പ്രതിഫലിക്കേണ്ടത് യാഥാർത്ഥ്യങ്ങൾ ആയിരിക്കണം, മറിച്ച് ആഗ്രഹങ്ങൾ ആയിരിക്കരുത്.

- ഇപ്പോൾ നോക്കിയാൽ കാണാം, താഴത്തെ വരികളെ അപേക്ഷിച്ച് മുകളിലത്തെ വരികളിൽ വരകളുടെ എണ്ണം കൂടുതലായിരിക്കും. അതിൽ എഴുതിയതുപോലെ, നിങ്ങൾ ആഗ്രഹങ്ങളെയും ആവശ്യകത കളെയും വേർതിരിച്ചായിരിക്കും മൂല്യപ്പെടുത്തിയിരിക്കുക.
- ഏറ്റവും കൂടുതൽ വരകളുള്ള വരി താഴെ എടുത്തെഴുതുക. അതിനു താഴെയായി, ആ കാര്യത്തിൽ നിന്നും നിങ്ങളെ പിന്തിരിപ്പിക്കാൻ എന്തുകൊണ്ടാണ് അത്രത്തോളം ബുദ്ധിമുട്ട് എന്ന് രേഖപ്പെടുത്തുക. അതുപോലെതന്നെ രണ്ടാമത്തേതിലും മൂന്നാമത്തേതിലും ചെയ്യുക.
- ഇനി അധികം നിശ്ചയമില്ലാത്ത കാര്യങ്ങളിലേക്ക് കടക്കാം. ഇവയിൽ നിന്നും നിങ്ങളെ പിന്തിരിപ്പിക്കാൻ എന്തുകൊണ്ടാണ് അത്ര എളുപ്പം എന്ന് രേഖപ്പെടുത്തുക.
- അവസാനമായി, ആ കാര്യങ്ങൾ ചെയ്യാനുള്ള നിങ്ങളുടെ നിശ്ചയ ദാർഢ്യത്തിലെ വ്യത്യാസങ്ങളെ കുറിച്ച് ഹ്രസ്വമായി വിശദീകരിക്കുക. ഉദാഹരണത്തിന്, 'എന്റെ കടമയായതുകൊണ്ടാണ് ഞാൻ ജോലിക്കു പോകുന്നത്, പക്ഷേ അധികകാലമാകാത്തതിനാൽ ശമ്പളവർദ്ധന വിനായി ഞാൻ ആവശ്യപ്പെടുകയുമില്ല.'

ചില കാര്യങ്ങൾ നിശ്ചയമായി ചെയ്യേണ്ടതാണെന്നും, മറ്റു ചിലത് ആഗ്രഹ ങ്ങളാണെന്നും നിങ്ങളിപ്പോൾ മനസ്സിലാക്കിയിരിക്കും. നിങ്ങളുടെ അവബോ ധവും വിലയിരുത്തലുകളും തമ്മിലുള്ള വ്യത്യാസവും നിങ്ങളുടെ ചെയ്തികളെ സ്വാധീനിക്കും.

രസകരമെന്തെന്നാൽ, നമ്മൾ ലളിതമെന്ന് കരുതുന്ന കാര്യങ്ങ ളിൽ നിന്നും നമ്മളെ പിന്തിരിപ്പിക്കുക അത്ര ബുദ്ധിമുട്ടുള്ളതായി രിക്കില്ല. നേരെമറിച്ച്, നമ്മൾ പലപ്പോഴും ബുദ്ധിമുട്ടുള്ള കാര്യങ്ങ ളിൽ ദൃഢനിശ്ചയം പുലർത്തുകയും എളുപ്പമുള്ളവയിൽ നിന്നും വ്യതിചലിക്കാൻ സ്വയം അനുവദിക്കുകയും ചെയ്യുന്നു.

ഇത് വിവരിക്കുന്നതിനായി, നിങ്ങളുടെ ജോലി തന്നെ ഉദാഹരണമായി എടുക്കാം. നിങ്ങൾ വാരാന്ത്യത്തിന്റെ ദൈർഘ്യം കൂട്ടാനായി ഒരു ദിവസം അവധിയെടുക്കാൻ തീരുമാനിക്കുന്നു. അതിനു മുന്നോടിയായി അധികസമയം പോലും നിങ്ങൾ ജോലി ചെയ്തിരുന്നു. വാരാന്ത്യത്തിനു രണ്ടു ദിവസം മുൻപാണ് മേലുദ്യോഗ സ്ഥൻ പറയുന്നത്, നിങ്ങളുടെ അവധി മാറ്റിവെക്കണമെന്നും സ്ഥാപനത്തിനു നിങ്ങളുടെ സേവനം അത്യാവശ്യമാണെന്നും. ഇതാണ് നിർണ്ണായക നിമിഷം. നിങ്ങൾ ഇപ്പോൾ എടുക്കാൻ പോകുന്ന തീരുമാനത്തിൽ നിന്നും വ്യക്തമാകും, അവധി എടുക്കാ

നുള്ള ചിന്ത വെറും ആഗ്രഹമായിരുന്നോ അതോ ദൃഢനിശ്ചയ മായിരുന്നോ എന്ന്.

ദൃഢനിശ്ചയമില്ലാത്ത ആഗ്രഹമെന്നാൽ, സ്വന്തം കഴുത്തിനു ചുറ്റും ആട്ടുകല്ല് തൂക്കിയിട്ടിരിക്കുന്നത് പോലെയാണ്. മറ്റെവിടെയെങ്കിലും ഉപയോഗപ്പെടുത്താവുന്ന വലിയ അളവിലുള്ള ഊർജ്ജം ഇതും ഏറ്റിനടക്കുന്നതിനായി ചെലവഴിക്കേണ്ടിവരും.

മറുവശത്ത്, ജോലിക്ക് പോകാതെ വീട്ടിലോ മറ്റെവിടെയെങ്കിലുമോ ഇരുന്ന് അവധി ആഘോഷിക്കുന്നത് നിങ്ങൾക്ക് അതിലും എളുപ്പ മായിരിക്കും. ജോലിക്ക് പോകാതിരിക്കുന്നതുകൊണ്ട് നിങ്ങൾക്ക് ഒന്നും തന്നെ നഷ്ടപ്പെടുന്നില്ല.

പക്ഷേ വാസ്തവത്തിൽ, ഈയൊരു സാഹചര്യത്തിൽ, നിങ്ങൾ ഇത്രയും ദിവസം കഷ്ടപ്പെട്ട് തയ്യാറെടുത്ത അവധി എടുക്കുന്നതിൽ നിന്നും പിന്തിരിപ്പിക്കുന്നതിനെക്കാൾ വളരെയ ധികം ബുദ്ധിമുട്ടായിരിക്കും ജോലിക്കു പോകുന്നതിൽ നിന്നും പിന്തിരിപ്പിക്കുന്നത് (നിങ്ങൾക്ക് ചെയ്യാൻ ആഗ്രഹമില്ലാത്തതാ ണതെങ്കിലും). മറ്റൊരു തരത്തിൽ പറഞ്ഞാൽ, അവധി എടുക്കുക എന്നത് നിങ്ങളുടെ ആഗ്രഹമായിരുന്നു, മനോദാർഢ്യമായിരു ന്നില്ല. ഈ സാഹചര്യത്തിനു വിപരീതമായി, എന്നെങ്കിലും നിങ്ങൾ ജോലിക്കു പോകുന്ന നേരത്തുണ്ടായ പെട്ടെന്നുള്ള ഒരു തോന്ന ലിൽ അവധിയെടുത്ത് മറ്റെവിടേക്കെങ്കിലും പോയിട്ടുണ്ടോ?

ഇത് വിവരിക്കാനായി ഞാനൊരു ഉദാഹരണം പറയാം. ആരോഗ്യകരമായ ഭക്ഷണക്രമത്തിലേക്ക് മാറാൻ നിങ്ങൾ ആഗ്ര ഹിക്കുന്നുവെന്ന് കരുതുക. നിങ്ങൾക്കത് ആരംഭിക്കണമെന്ന് ആഗ്രഹമുണ്ട്, പക്ഷേ ദൃഢനിശ്ചയമായിട്ടില്ല. അതിന്റെ ഫലമായി, നിങ്ങൾ പഴയ ഭക്ഷണക്രമം തുടരുക മാത്രമല്ല, ഭക്ഷണത്തിനായി നേരത്തേതിനെക്കാൾ അഞ്ചിരട്ടി കൂടുതൽ സമയം ചെലവഴിക്കു കയും ചെയ്യും. ഓരോ തവണ 'അനാരോഗ്യകരമായ' ഭക്ഷണ സാധനം എടുക്കുമ്പോഴും നിങ്ങൾ മൂന്ന് തവണയെങ്കിലും ആലോ ചിക്കും. 'ഞാനിത് വാങ്ങിക്കാൻ പാടില്ല, പക്ഷേ...' എന്നുള്ള തോന്നലിനൊപ്പം തന്നെ, അതിനെതിരെയുള്ള വാദങ്ങൾ മനസ്സിൽ നിരത്തി സമ്മതിപ്പിക്കുകയും ചെയ്യും. കൂടാതെ, നമ്മളാൽ അപ്രാപ്യമായ ആരോഗ്യകരമായ ഭക്ഷണക്രമം പിന്തുടരുന്ന ആളുകൾക്കു നേരെ അസൂയ നിറഞ്ഞ നോട്ടവും ശബ്ദമില്ലാ ശകാരങ്ങളും കുറ്റപ്പെടുത്തുന്ന ചിന്തകളും പായിക്കും. പിന്നെ

സ്വാഭാവികമായും, നാളെ മുതൽ എല്ലാം മാറ്റിയെടുക്കും എന്നുള്ള ദൃഢപ്രതിജ്ഞയും.

എന്താണ് നിങ്ങൾക്ക് ഇതിൽ നിന്നും ലഭിക്കുന്നത്? നിങ്ങളുടെ ഭക്ഷണക്രമവും മറ്റൊന്നും മാറുന്നില്ല. പക്ഷേ സ്വന്തം മനസ്സിനെ കുഴപ്പിക്കുകയും ഫലപ്രദമായ കാര്യങ്ങളിൽ നിന്നും സ്വയം വ്യതിചലിപ്പിക്കുകയും ചെയ്യു.

ആഗ്രഹം ഒന്നുകൊണ്ടു മാത്രം ആഗ്രഹിക്കുന്നത് നേടിയെടുക്കാനാവില്ല

ചിലസന്ദർഭങ്ങളിൽ,ദൃഢനിശ്ചയമില്ലാത്തആഗ്രഹങ്ങൾനിങ്ങളെ വലിയകുഴികളിൽകൊണ്ട് ചാടിക്കും.ഒറ്റപ്പെട്ടതോസുരക്ഷിതമല്ലാത്തതോ ആയ സ്ഥലങ്ങളിലേക്ക് പോകുന്ന വിനോദസഞ്ചാരികൾ, തങ്ങളുടെ കൈയിൽ തോക്ക് കരുതുന്നത് നല്ലതായിരിക്കും എന്ന് ചിന്തിക്കാറുണ്ട്. അവർ ആക്രമിക്കപ്പെടുകയോ അല്ലെങ്കിൽ ജീവന് ഭീഷണിയുണ്ടാവുകയോ ചെയ്താൽ, അക്രമികളെ പ്രതിരോധിക്കാനുള്ള അവസരമെങ്കിലും ഉണ്ടാകുമെന്നുള്ള ചിന്തയിലാണ് അവർ അങ്ങനെ കരുതുന്നത്.

നിർഭാഗ്യവശാൽ,അതത്രനല്ലമാർഗ്ഗമല്ല.മറ്റുള്ളവരിൽനിന്നും സ്വയംരക്ഷിക്കാൻവേണ്ടത്ആയുധങ്ങൾകൈകാര്യംചെയ്യാനുള്ള കഴിവല്ല, ആവശ്യമെങ്കിൽ എതിരാളിയെ കൊല്ലാൻ പോലും ധൈര്യം തരുന്ന ദൃഢനിശ്ചയമാണ്. ആയുധമെടുത്ത് ഉടൻതന്നെ ആക്രമിക്കാനുള്ള ഒരുക്കം. ഒരു ജീവനെടുക്കുക എന്നതല്ല ഒരിക്കലും നമ്മുടെ ലക്ഷ്യം, ഈ സാഹചര്യത്തിൽ എതിരാളിയുടെ മരണം യാദൃശ്ചികമായി സംഭവിച്ച നഷ്ടം മാത്രമാണ്.

നമ്മൾ തോക്കെടുത്ത് വെറുതെ ഭീഷണിപ്പെടുത്തിയാൽ, ആയുധം കണ്ട് അക്രമി കൂടുതൽ പ്രകോപിതനാകാൻ സാദ്ധ്യതയുണ്ട്. എതിരാളിയുടെ ദൃഢനിശ്ചയത്തെ വെറും ഭീഷണി കൊണ്ട് നേരിട്ടാൽ, വിനോദസഞ്ചാരിക്കു വലിയ അപകടങ്ങൾ സംഭവിച്ചേക്കാം. സ്വയം രക്ഷിക്കണമെന്ന് ആഗ്രഹമുണ്ട്, പക്ഷേ ആയുധം ഉപയോഗിക്കണമെന്ന ദൃഢനിശ്ചയമില്ലാത്തതിനാൽ തന്നെ, അയാൾ കൊല്ലപ്പെട്ടേക്കാം. ഈ സാഹചര്യത്തിൽ തോക്ക് ഒഴിവാക്കുന്നതായിരിക്കും നല്ലത്.

ഒന്നുകിൽ പൂർണ്ണമനസ്സോടെ ചെയ്യുക, അല്ലെങ്കിൽ ചെയ്യാതിരിക്കുക എന്നാണ് ഷാവോലിന്റെ മൂന്നാം തത്വം നമ്മളെ പഠിപ്പിക്കുന്നത്. പൂർണ്ണമനസ്സോടെയും ദൃഢനിശ്ചയത്തോടെയും മാത്രമേ ഏതൊരു പ്രവർത്തിയിലും ഏർപ്പെടാവൂ എന്നാണ് നമ്മളെയത് പഠിപ്പിക്കുന്നത്.

ഷാവോലിൻ വിഹാരത്തിലും, ഇതിനായി പരിശീലനങ്ങളും പരീക്ഷകളും സ്ഥിരമായി നടത്തിവരാറുണ്ട്. ഒരു കുങ് ഫു അഭ്യാസി തന്റെ വെറും കൈയാൽ നിരവധി ഇഷ്ടികകളെ അനായാസം പൊട്ടിക്കുന്നത്, തന്റെ പരിശ്രമത്തിൻമേലുള്ള അർപ്പണബോധത്തിന്റെ ശക്തി കൊണ്ടാണ്. അതേസമയം, അത്രതന്നെ ശാരീരിക ബലമുള്ളൊരാൾ ഒരു ഞൊടി ശങ്കിച്ചുനിന്നാൽ പോലും, ഇഷ്ടികയ്ക്കു പകരം പൊട്ടുന്നത് അയാളുടെ കൈയിലെ എല്ലായിരിക്കും. ആ അഭ്യാസിയുടെ ആഗ്രഹമായിരിക്കരുത് ഇഷ്ടികകൾപൊട്ടിക്കണമെന്നുള്ളത്, ദൃഢനിശ്ചയമായിരിക്കണം.

മറ്റുള്ളവരെ എതിരിടുമ്പോഴും ആത്മസംഘർഷങ്ങളെ നേരിടുമ്പോഴും, ആയുധമാക്കാവുന്ന അത്യധികം ശക്തമായ ഒന്നാണ് മനോദാർഢ്യം എന്ന് നാം മനസ്സിലാക്കിക്കഴിഞ്ഞു. നിങ്ങളുടെ മനോദാർഢ്യത്തെ എങ്ങനെ ശക്തിപ്പെടുത്താം എന്നു ഞാൻ കാണിച്ചുതരാം. ഓരോ മനുഷ്യന്റെയും ഉള്ളിൽ പോരടിച്ചുകൊണ്ടിരിക്കുന്ന രണ്ട് എതിരാളികളിൽ നിന്നും തന്നെ നമുക്ക് തുടങ്ങാം : 'വേണം', 'വേണ്ട'. 'എനിക്ക് വേണമെന്നുണ്ട്, പക്ഷേ...' എന്നതും അതിന്റെ വകഭേദങ്ങളും നമുക്കിവിടെ ഒഴിവാക്കാം, കാരണം അതെല്ലാം 'വേണ്ട' എന്നതിന്റെ പട്ടികയിൽ പെടുന്നതാണ്.

ലക്ഷ്യത്തിലേക്കുള്ള പാത വിരിക്കുന്നത്

എന്തിനെയെങ്കിലും എതിരിടാനായി തയ്യാറെടുക്കുമ്പോൾ, നമ്മൾ ഒരു ലക്ഷ്യത്തെക്കുറിച്ച് ധാരണയുണ്ടാക്കിവെക്കും. അതിലും പ്രധാനമായി, ലക്ഷ്യത്തിലേക്കുള്ള പാതയും. ആ പാത മനസ്സിലാക്കുന്നതും പിന്തുടരുന്നതുമാണ് നമ്മുടെ ജയവും തോൽവിയും നിർണ്ണയിക്കുന്നത്. അതിതീവ്ര ഘട്ടങ്ങളിൽ, നമ്മുടെ ജീവിതവും മരണവും വരെ അത് നിർണ്ണയിക്കുന്നു.

ഒരിക്കൽ, അതിജീവന പരിശീലന സമയത്ത് ഞാനൊരു കാര്യം മനസ്സിലാക്കി. ഒരു മനുഷ്യൻ വികാര തീവ്രതയിൽ

അകപ്പെട്ടിരിക്കുമ്പോഴും, മഞ്ഞിടിച്ചിൽ പോലുള്ള അങ്ങേയറ്റം ദുഷ്കരമായ സാഹചര്യങ്ങളിൽ പെടുമ്പോഴും, സ്വന്തം മനസ്സ് ശാന്തമാക്കാൻ ശ്രമിക്കുന്നതിനായി കുറച്ച് സമയമെടുക്കണം. അങ്ങനെ ചെയ്താൽ മാത്രമേ ആ അവസ്ഥകളിൽ നിന്നും രക്ഷപ്പെടാനുള്ള മാർഗ്ഗം തെളിയുകയും അത് പ്രാവർത്തികമാക്കാൻ സാധിക്കുകയുമുള്ളൂ. ഇതാണ് അതിജീവനത്തിന്റെ മാർഗ്ഗം. ആശയക്കുഴപ്പത്തിലുള്ള സാഹചര്യങ്ങളിൽ ഈ മാർഗ്ഗം യുക്തിഹീനമായോ അസംബന്ധമായോ തോന്നിയേക്കാം. പക്ഷേ, എന്തുതന്നെ വന്നാലും കൈവിടരുത്. തീരുമാനിച്ച പാതയിൽ നിന്നും വ്യതിചലിക്കാതെ യാത്ര തുടരുന്നതാണ് പ്രധാനം.

മുസാഷി പറഞ്ഞിട്ടുണ്ട്, 'ഒരാൾ ഒരു പാത വ്യക്തമായി പഠിച്ച ശേഷവും അതിൽ നിന്നും വ്യതിചലിച്ചുവെങ്കിൽ, ആ വ്യതിചലനം എത്രതന്നെ നിസ്സാരമാണെങ്കിലും, പുതിയ പാത എത്ര തന്നെ നല്ലതാണെങ്കിലും, ആ പാത ശരിയായ ഒന്നാവുകയില്ല. ഒരാൾ തന്റെ ശരിയായ പാത കൃത്യമായി പിന്തുടരാതിരിക്കുകയും, ചെറിയ വ്യതിചലനത്തിനു പോലും സ്വയം അനുവദിക്കുകയാണെങ്കിലും, അയാൾ എത്തിച്ചേരുന്നത് എങ്ങുമെത്താത്ത ആ വഴിയുടെ അന്ത്യത്തിലേക്കായിരിക്കും. അത് മനസ്സിലാക്കണം.'

ആരോഗ്യകരമായ ഭക്ഷണശീലത്തിന്റെ ഉദാഹരണത്തിലേക്ക് തിരിച്ചുവരാം. ആരോഗ്യകരവും സമീകൃതവുമായ ആഹാരക്രമമാണ് നിങ്ങളുടെ ലക്ഷ്യം. പോഷകാംശം കുറഞ്ഞവയെന്ന് നിങ്ങൾ കരുതുന്ന ഭക്ഷണപദാർത്ഥങ്ങൾ വാങ്ങുന്നത് നിർത്തുന്നതാണ് അതിലേക്കുള്ള പാതയിൽ ഉൾക്കൊള്ളിക്കേണ്ട ഒന്ന്. പിന്നെ, നിങ്ങൾ രൂപീകരിക്കുന്ന ആശയവും. അതുകൊണ്ട്, നിങ്ങൾ സാധനങ്ങൾ വാങ്ങുന്ന നേരം, അത്തരത്തിലുള്ള ഭക്ഷണങ്ങൾ വാങ്ങാൻ എത്ര തന്നെ കൊതി തോന്നിയാലും, അവ വാങ്ങുന്നതിനായി എത്രതന്നെ ന്യായീകരണങ്ങൾ മനസ്സിൽ വന്നാലും, ഒരിക്കലും അവ വാങ്ങരുത്.

നിങ്ങളുടെ പദ്ധതി തീർത്തും പരിഹാസ്യവും അസംബന്ധവുമാണെന്ന് തോന്നുമ്പോഴെല്ലാം നിങ്ങൾ തിരികെ വരേണ്ട സ്ഥാനമാണിത്. വികാരങ്ങളാൽ വ്യതിചലിക്കപ്പെടാത്ത സമയത്താണ് നിങ്ങളീ തീരുമാനത്തിലെത്തിയതെന്ന് ഓർക്കുക, അതിനാൽ ത്തന്നെ ഇനിയൊരിക്കലും ആരോഗ്യകരമല്ലാത്ത ഭക്ഷണസാധനങ്ങൾ നിങ്ങൾ വാങ്ങുകയില്ല. 'ഈയൊരു തവണ ചെയ്യുന്നത് കൊണ്ട് കുഴപ്പമൊന്നുമില്ല...,' എന്ന് നിങ്ങൾ ഏതെങ്കിലുമൊരു സാഹചര്യത്തിൽ പ്രലോഭനത്തിൽ വീണ് പറയുകയാണെങ്കിൽ,

കൈ കൊണ്ട് മേശയിൽ ശക്തിയായി അടിച്ച്, 'കടക്ക് പുറത്ത്'' എന്ന് ഉറക്കെ പറയുന്നതായി സങ്കല്പിക്കുക. ഉള്ളിലെ ദുഷ്ചിന്ത കൾ നിങ്ങൾക്ക് സമാധാനം തരുന്നതുവരെ ഇത് തുടരുക. തമാശയായി തോന്നാമെങ്കിലും, അത് സാദ്ധ്യമാണ്!

പാതയിൽ തുടരുന്നത്

ഒരു പദ്ധതി ഉണ്ടാകുന്നതിലും പ്രധാനം, ബോധപൂർവ്വം സ്ഥിരത കൈവെടിയാതിരിക്കുന്നതാണ്. എന്നുവെച്ചാൽ, എന്നും ചെയ്യണ മെന്ന് നിങ്ങൾ തീരുമാനിച്ച കാര്യങ്ങൾ, എന്തൊക്കെ തടസ്സങ്ങൾ ഉണ്ടായാലും ഒരിക്കലും മുടങ്ങാതെ ചെയ്യുക തന്നെ വേണം. ഉദാഹരണത്തിന്, എന്നും പ്രഭാതത്തിൽ ചെയ്യുന്ന അഞ്ച് മിനിട്ട് ദൈർഘ്യമുള്ള വ്യായാമം എന്തെങ്കിലും കാരണത്താൽ ഒരു ദിവസം മുടങ്ങിയാൽ പോലും, പിന്നീടങ്ങോട്ട് എന്നും പുതിയ കാരണങ്ങൾ ഉണ്ടായിക്കൊണ്ടിരിക്കും.

'കടക്ക് പുറത്ത്'' എന്നു പറയുന്നതിലൂടെ ആ ഒഴികഴിവുകളെ മുളയിലേ നുള്ളിക്കളയുക! അതിലൂടെ നിങ്ങളുടെ പദ്ധതി ഒരു ശീലമായി മാറുകയും, കാലക്രമേണ അത് നിങ്ങളുടെ ഒരു ഭാഗമായി മാറുകയും ചെയ്യും. വിദേശത്ത് ചെലവഴിക്കാൻ ആഗ്രഹിക്കുന്ന അവധിക്കാലത്ത് മാറ്റാൻ ഉദ്ദേശിക്കുന്ന ഭക്ഷണക്രമമോ, പുകവലി നിർത്തലോ, എന്നും പുതിയ പത്ത് അന്യഭാഷാ വാക്കുകൾ പഠിക്കുന്ന ശീലമോ ആയിക്കൊള്ളട്ടെ, ലക്ഷ്യത്തിലേക്ക് എത്തി പ്പെടാനുള്ള മാർഗ്ഗം എന്നും ഒന്നുതന്നെയാണ്. സാങ്കല്പിക മേശയിൽ അടിക്കുന്നതിലൂടെ, മനോദാർഢ്യം എന്ന നിങ്ങളുടെ വാൾ തയ്യാറാവുകയാണ്.

ദുർബലമായ മനോദാർഢ്യം എതിരാളിക്ക് അവസരമാകുന്നു

നേരത്തെ പറഞ്ഞതുപോലെ, ദൃഢനിശ്ചയമില്ലാതെ ആഗ്രഹിക്കു ന്നത്, സ്വന്തം കഴുത്തിൽ ആട്ടുകല്ല് തൂക്കി നടക്കുന്നതു പോലെയാണ്. അത് നിങ്ങളുടെ ചലനത്തെ മന്ദഗതിയിലാക്കു കയും, നിങ്ങളെ തോൽപിക്കാൻ എതിരാളിക്ക് നല്ലൊരു അവസര മുണ്ടാക്കിക്കൊടുക്കുകയും ചെയ്യുന്നു.

X എന്ന സ്ഥാപനം നിങ്ങൾക്ക് തീരെ ആവശ്യമില്ലാത്തൊരു വസ്തു വിപണിയിലിറക്കുന്നു. അതിലൂടെ നിങ്ങളുടെ എതിരാളിയായി മാറിയ ആ സ്ഥാപനം എന്താണ് ചെയ്യുക? നിങ്ങൾക്ക് ആ സാധനം വാങ്ങുന്നതിൽ തീരെ താല്പര്യമില്ലെന്നും, പക്ഷേ അത് വാങ്ങാതിരിക്കും എന്നുള്ള തീരുമാനം ഇതുവരെ നിങ്ങൾ *എടുത്തിട്ടില്ല* എന്നും അവർ മനസ്സിലാക്കും. അവർ ആ സാധനത്തിന്റെ ആകർഷണീയതയും പ്രയോജനങ്ങളും നിങ്ങൾക്കു മുന്നിൽ സ്ഥിരമായി പ്രദർശിപ്പിച്ചുകൊണ്ടിരിക്കും. അതിലൂടെ നിങ്ങളെ അവർ ആശയക്കുഴപ്പത്തിലാക്കുകയും ചെയ്യും.

പ്രശ്നമെന്തെന്നാൽ, നിങ്ങളെ പ്രലോഭിപ്പിക്കുക എന്ന ജോലി നിങ്ങൾ തന്നെ ചെയ്യുന്നതിനാൽ, അവർക്ക് അതിനായി കൂടുതൽ പരിശ്രമിക്കേണ്ടതില്ല എന്നതാണ്. 'എനിക്കതിന്റെ ആവശ്യമില്ല,' എന്ന് ചിന്തിച്ചു തുടങ്ങുന്ന നിങ്ങൾ, 'പക്ഷേ അതെന്റെ കൈയിൽ ഉണ്ടായിരുന്നെങ്കിൽ, എനിക്ക് അങ്ങനെ ചെയ്യാനാകും ഇങ്ങനെ ചെയ്യാനാകും, അങ്ങനെയും ഇങ്ങനെയും ചെയ്യാനും എനിക്ക് താല്പര്യമില്ല, പക്ഷേ...' ഇങ്ങനെ ചിന്തിക്കും. അവസാനം, നിങ്ങൾക്ക് ഒരുതരത്തിലും ഉപകരിക്കാത്ത ആ സാധനം, നിങ്ങളുടെ ആശയക്കുഴപ്പം ഇല്ലാതാക്കാൻ വേണ്ടി മാത്രം നിങ്ങൾ വാങ്ങിക്കും.

'ദി ബുക്ക് ഓഫ് ഫൈവ് റിംഗ്സ്' എന്ന പുസ്തകത്തിലെ 'വാട്ടർ സ്ക്രോൾ' എന്ന ഭാഗത്ത് മിയാമോട്ടോ മുസാഷി പറഞ്ഞിട്ടുണ്ട് : 'എതിരാളിയുടെ വാളിനെ അറിയുക പ്രധാനമാണ്, അതുപോലെതന്നെ ആ വാളിന്റെ നിസ്സാരമായ ചലനങ്ങളാൽ വ്യതിചലിക്കാതിരിക്കുന്നതും. നിങ്ങളത് പഠിക്കണം. ആ സാധനം നിങ്ങൾക്ക് വില്ക്കുക എന്ന നിശ്ചയദാർഢ്യമാണ് നിങ്ങളുടെ എതിരാളിയുടെ കൈവശമുള്ള വാൾ. അത് വാങ്ങുകയില്ലെന്ന് നിങ്ങൾ തുടക്കം മുതൽ തന്നെ ഉറപ്പിച്ചിരുന്നുവെങ്കിൽ, ഈയൊരു വിഷയം നിങ്ങൾക്കൊരു പ്രശ്നമേ ആകുമായിരുന്നില്ല. മാത്രമല്ല, നിങ്ങളുടെ സമയമോ പണമോ ഈ വിഷയത്തിൻമേൽ ചെലവഴിക്കേണ്ടി വരില്ലായിരുന്നു. സമയം കൈവശമുള്ള എതിരാളിയെ ഒരിക്കലും കുറച്ചു കാണരുത്; അത് വളരെ പ്രധാനമാണ്.

ഷാവോലിൻ സന്ന്യാസിമാർ പറയും, 'നിശ്ചയദാർഢ്യത്തിന് വർഷങ്ങളുടെ ദൈർഘ്യവുമായി യാതൊരു ബന്ധവുമില്ല.'

എത്ര സമയമെടുത്ത് ഉരുത്തിരിഞ്ഞതാണെങ്കിലും, ഒരിക്കലും മാറ്റമില്ലാതെ തുടരുന്നതാണ് യഥാർത്ഥ തീരുമാനം. 'ഇനിയൊരിക്കലും

ഞാനിത് തൊടുകയില്ല,' എന്നതുപോലെയുള്ള ദേഷ്യത്തിലെടുക്കുന്ന തീരുമാനങ്ങൾക്ക്... മുൻകോപത്തിന്റെ ആയുസ്സുപോലും ഉണ്ടാകില്ല.

കുങ് ഫു എന്ന ആയോധനകല നൂറ്റാണ്ടുകൾക്കിപ്പുറം പൂർണ്ണതയുടെ സമാനതകളില്ലാത്ത തലത്തിലെത്തിയിരിക്കുകയാണ്. പിന്നെന്തുകൊണ്ടാണ്, ഒരേ അളവിൽ പ്രഗത്ഭരായ രണ്ട് എതിരാളികൾ തമ്മിൽ മത്സരിക്കുമ്പോൾ, ഒരാൾ വിജയിക്കുന്നത്? അതിൽ ഒരാളുടെ ശ്രദ്ധ ഒരു നിമിഷത്തേക്ക് വ്യതിചലിക്കുകയും ചുവടു പിഴയ്ക്കുകയും ചെയ്യുമ്പോൾ, അതാണ് ആ മത്സരത്തിന്റെ വിധി നിർണ്ണയിക്കുന്നത്.

ആലസ്യം മനോദാർഢ്യത്തെ ദുർബലമാക്കുന്നു

എതിരാളിയുടെ മനോദാർഢ്യത്തെ ഇല്ലാതാക്കാനുള്ള മറ്റൊരു മാർഗ്ഗമാണ്, അവരുടെ ആലസ്യത്തെ ഉപയോഗപ്പെടുത്തുക എന്നത്. തിളയ്ക്കുന്ന വെള്ളത്തിലേക്ക് എറിയപ്പെട്ട തവള ഉടൻതന്നെ അതിൽനിന്നും പുറത്തു ചാടുന്ന കഥ നിങ്ങൾ കേട്ടിരിക്കും. പക്ഷേ ആ തവളയെ തണുത്ത വെള്ളത്തിലിട്ട്, ആ വെള്ളം പതിയെ ചൂടാക്കിത്തുടങ്ങിയാൽ, മരണം വരെയും അത് പുറത്തു ചാടാൻ ശ്രമിക്കുകയില്ല.

ഈ കഥയും നിങ്ങളുമായി എന്തു ബന്ധമാണുള്ളത്? Y എന്ന സ്ഥാപനം തങ്ങളുടെ സേവനത്തിന് ഈടാക്കുന്ന പണം ഇരട്ടിപ്പിക്കാൻതീരുമാനിക്കുന്നു.പക്ഷേഒറ്റരാത്രികൊണ്ട്ആമാറ്റം വരുത്തിയാൽ, നിശ്ചയദാർഢ്യം തീരെയില്ലാത്തൊരാൾ പോലും പുതിയസ്ഥാപനംതേടിപ്പോകും.അതേസമയം,പതിയെപതിയെ വർദ്ധിപ്പിക്കുന്നത് ഉപഭോക്താക്കളുടെ മനോദാർഢ്യത്തെ കുറയ്ക്കും. 'എല്ലാത്തിന്റെയും വില വർദ്ധിക്കുന്നുണ്ട്, ഇത് വെറും പത്ത് ശതമാനമല്ലേ ഉയർന്നിട്ടുള്ളൂ,' എന്ന് നിങ്ങൾ സ്വയം സമാധാനിപ്പിക്കും. കാലക്രമേണ, ആ സ്ഥാപനം തങ്ങളുടെ ഉദ്ദേശ്യം നടത്തുകയും ചെയ്യും.

> ആ തവളയുമായി നിങ്ങളെ സ്വയം സാമ്യപ്പെടുത്താവുന്ന അഞ്ച് സന്ദർഭങ്ങൾ നിങ്ങളുടെ നോട്ടുപുസ്തകത്തിൽ കുറിച്ചിടുക. കൂടെത്തന്നെ, എന്തുകൊണ്ടാണ് തിളയ്ക്കുന്ന വെള്ളത്തിൽ മരണം വരെ കിടക്കാൻ സ്വയം അനുവദിച്ചതെന്നും, ഏത് ഘട്ടത്തിലാണ് മാറ്റം വരുത്തേണ്ടിയിരുന്നതെന്നും എഴുതുക.

ഇത്രയും നേരം, മനോദാർഢ്യ തത്വത്തെ ഒരു പ്രതിരോധ തന്ത്രമായിട്ടാണ് നമ്മൾ പരിചയപ്പെടുകയും വിജയകരമായി പരീക്ഷിക്കുകയും ചെയ്തിരുന്നത്. പക്ഷേ നമുക്ക് അതിലുപരി ചെയ്യാൻ കഴിയും, കാരണം അതൊരു പ്രവർത്തന തത്വം കൂടിയാണ്.

നിങ്ങൾ ഏതെങ്കിലും രീതിയിൽ നിയമം ലംഘിച്ചുവെന്ന് കരുതുക. തീർച്ചയായും നിങ്ങളതിന് പിഴയടക്കേണ്ടിവരും. ആ തുക എത്ര വലുതാണെങ്കിലും അല്ലെങ്കിലും, നിങ്ങൾ അപ്പോൾ അടയ്ക്കാൻ വിസമ്മതിക്കുന്നതിലൂടെ, അതിന്റെ നോട്ടീസ് വീട്ടിലേക്ക് അയക്കപ്പെടും. ഇങ്ങനെയൊക്കെ സംഭവിക്കുന്നതിനിടയിലും നിങ്ങൾക്കറിയാം, പിഴ അടയ്ക്കാതിരിക്കാൻ ഒരു വഴിയുമില്ല എന്ന്. എന്നിട്ടും നിങ്ങൾ അനാവശ്യമായി പ്രശ്നങ്ങൾ സൃഷ്ടിച്ചിരിക്കുകയാണ്. നോട്ടീസ് വീട്ടിലെത്തി, അതവിടെ കുറച്ചു ദിവസം കിടക്കും. പിന്നീട് വൈകിയതിന്റെ പലിശയും ചേർത്താവും നിങ്ങൾ അടയ്ക്കുന്നത്. ഇതൊക്കെ കാരണം, കുറച്ചു ദിവസത്തെ സ്വൈര്യക്കേടും, ബാങ്കിലേക്കുള്ള യാത്രയും അല്ലാതെ, നിങ്ങൾ മറ്റൊന്നും നേടുകയുമില്ല.

നമുക്ക് മാറ്റാൻ പറ്റാത്ത കാര്യങ്ങളെ അംഗീകരിക്കാനും, അതിനു യോജ്യമായ കാര്യങ്ങൾ ചെയ്യാനുമാണ് ഷാവോലിൻ തത്വങ്ങൾ പഠിപ്പിക്കുന്നത്. ഞാൻ ഏറെ കടപ്പെട്ടിരിക്കുന്ന എന്റെ മുത്തശ്ശിയാണ് എന്നെ പ്രവർത്തന തത്വം പഠിപ്പിച്ചത്. ഞാനെന്റെ ചെറുപ്പത്തിൽ ചെയ്തുകൂട്ടിയ വികൃതികളോടൊന്നും അവർ ഒരിക്കലും പരുഷമായി പ്രതികരിച്ചിട്ടില്ല. 'എന്താണീ കാണിച്ചു വെച്ചിരിക്കുന്നത്?' 'ഇനി എങ്ങനെ നീയത് ശരിയാക്കുമെന്ന് കാണട്ടെ,' എന്നൊക്കെ പറഞ്ഞ് ശകാരിക്കുന്നതിനു പകരം, 'ഇനി നമുക്കെന്താണ് ചെയ്യാൻ കഴിയുക എന്ന് നോക്കാം ട്ടോ,' എന്നു പറഞ്ഞ് അതിനുള്ള പോംവഴി കണ്ടെത്തിത്തരും അവർ. ബാക്കി കാര്യങ്ങളൊക്കെ പിന്നീട്. മറ്റാരെങ്കിലുമായിരുന്നെങ്കിൽ എന്നെ ഉപദേശിച്ചു വെറുപ്പിച്ചേനെ, പക്ഷേ അവർ ഒരിക്കലും അങ്ങനെ ചെയ്തിരുന്നില്ല.

പ്രവർത്തിക്കൂ, പ്രതികരിക്കരുത്

പ്രവർത്തിക്കുന്നവർ വളരെ കുറച്ചും, പ്രതികരിക്കുന്നവർ വളരെയധികവും ഉണ്ടെന്നാണ് പ്രവർത്തന തത്വം പറയുന്നത്. പ്രവർത്തിക്കുന്ന

വരിൽ നിന്നും തുടങ്ങുന്നതാവും നല്ലത്. അവരാണ് കാര്യങ്ങൾ മനസ്സിലാക്കി, ഏത് സന്ദർഭത്തിൽ പ്രവർത്തിക്കണം എന്ന് തീരുമാനിച്ച്, സാഹചര്യങ്ങളെ നേരിടാൻ സ്വയം സജ്ജരായി നില്ക്കുന്നവർ. സമയവും സന്ദർഭവും തീരുമാനിക്കുന്നത് അവരായതിനാൽ, മനസ്സിനെ ശാന്തമാക്കിയ ശേഷം വന്ന്, സാഹചര്യം നിരീക്ഷിച്ച്, നല്ല അവസരം വരുമ്പോൾ കൃത്യമായി പ്രവർത്തിക്കും. എതിരാളികൾക്കു പ്രതിരോധിക്കാൻ മാത്രമേ സാധിക്കുകയുള്ളൂ.

സ്വാഭാവികമായും, ആക്രമിക്കുന്ന ആൾ തനിക്കു ലഭിച്ച ഈ മുൻതൂക്കം നഷ്ടപ്പെടാതിരിക്കാൻ പരമാവധി ശ്രമിക്കും. എതിരാളിയെ കൈകാര്യം ചെയ്യുന്നതിലൂടെ സ്വന്തം ഉദ്ദേശ്യത്തെ അവർ മറച്ചുവെക്കും. പ്രവർത്തിക്കുന്നവരെ ആരാധിക്കാനാണ് മനുഷ്യനെന്നും ശ്രമിച്ചിട്ടുള്ളത്. ഏതൊരു മനുഷ്യനെയും പോലെ ദൗർബല്യങ്ങളും ഭയവും പ്രശ്നങ്ങളും വ്യാകുലതകളും ഉള്ളവർ തന്നെയാണ് അവരും എന്നത് നമ്മൾ വിസ്മരിക്കുന്നു. ‘അവരെന്താണ് ചെയ്യുന്നതെന്ന് അവർക്ക് വ്യക്തമാണ്,’ ‘അവർ എന്താണ് പറയുന്നത് എന്നുകൂടെ കേൾക്കാം,’ എന്നൊക്കെയാണ് മറ്റുള്ളവർ ചിന്തിക്കുന്നത്. ഒരാൾ താൻ ജ്ഞാനിയാണെന്ന രീതിയിൽ നടന്നാൽ, മറ്റുള്ളവർ അയാളെ അംഗീകരിക്കുകയും മറ്റെല്ലാ വിഷയങ്ങളിലുമുള്ള സംശയങ്ങൾക്കു പോലും അയാളെ സമീപിക്കുകയും ചെയ്യുന്നു. അയാൾക്ക് ജ്ഞാനമുണ്ടെന്നുള്ളതു കൊണ്ടല്ല, കാരണം അത് ഇതുവരെ ബോധ്യപ്പെട്ടിട്ടില്ല. പക്ഷേ അവരുടെ ചെയ്തികൾ അയാളെ ജ്ഞാനിയായി ചിത്രീകരിക്കുകയും മറ്റുള്ളവരെ അങ്ങനെതന്നെ വിശ്വസിപ്പിക്കുകയും ചെയ്തു. അവരുടെ സിദ്ധാന്തങ്ങൾക്ക് പ്രതികൂലമായി നിങ്ങൾ എത്രതന്നെ നന്നായി വാദിച്ചാലും, നിങ്ങൾ അവഗണിക്കപ്പെടുക തന്നെ ചെയ്യും. കാരണം, നിങ്ങൾ പ്രതികരിക്കുക മാത്രമാണ് ചെയ്തത്.

പ്രവർത്തിക്കുന്നവർക്ക് ലോകത്തിന്റെയും മറ്റു മനുഷ്യരുടെ ജീവിതങ്ങളുടെയും മുഖച്ഛായ തന്നെ മാറ്റാൻ സാധിക്കുമെന്നാണ് ഷാവോലിന്റെ മനോദാർഢ്യ തത്വം നമ്മളെ പഠിപ്പിക്കുന്നത്.

നിങ്ങൾ പ്രതികരിക്കുന്നിടത്തോളം കാലം, അത്തരത്തിലുള്ള മനുഷ്യർ നിങ്ങൾ എന്തു ചെയ്യണം എന്തു ചെയ്യരുത് എന്ന് ആജ്ഞാപിച്ചു കൊണ്ടേയിരിക്കും. മഹാനായ തത്വചിന്തകൻ ലാവോ ത്സു ഒരിക്കൽ പറഞ്ഞിട്ടുണ്ട്, ആയിരം മൈലുകൾ നീളുന്ന യാത്ര അരംഭിക്കുന്നത് ഒരൊറ്റ ചുവടിൽ നിന്നുമാണ്.

ആ ആദ്യചുവട് കൃത്യമായി വെക്കാനാണ് മനോദാർഢ്യ തത്വം നമ്മളെ ഓർമ്മപ്പെടുത്തുന്നത്.

പരിശീലനം

നിങ്ങളുടെ മനോദാർഢ്യത്തെ പരീക്ഷിക്കുക

അർപ്പണബോധം എന്താണെന്ന് പഠിക്കാൻ സാധിക്കും. നിങ്ങളിപ്പോൾ എവിടെയാണ് നില്ക്കുന്നതെന്ന് താഴെ കൊടുത്തിരിക്കുന്ന ചോദ്യങ്ങൾ കാണിച്ചുതരും. നിങ്ങളിലെ മാറ്റങ്ങൾ മനസ്സിലാക്കുവാനായി ഇടയ്ക്കിടെ ഇതിലേക്ക് തിരിച്ചുവരിക.

മറ്റുള്ളവർ പറയുന്നതുകൊണ്ട് മാത്രം നിങ്ങൾ ചെയ്യുന്ന കാര്യങ്ങൾ ഏതൊക്കെയാണ്?

....

എന്തുകൊണ്ടാണങ്ങനെ (ഓരോ കാര്യത്തിന്റെയും കാരണം)?

....

ചെയ്തു തീർക്കണമെന്ന് നിങ്ങൾ എന്നും കരുതാറുള്ള കാര്യങ്ങളിൽ, ഏതൊക്കെ കാര്യങ്ങളെയാണ് സ്വയം സംസാരിച്ച് ഒഴിവാക്കുക?

....

ആ കാര്യങ്ങൾ ചെയ്യണമെന്ന് ആഗ്രഹിക്കുന്നുണ്ടെങ്കിൽ, പിന്നെന്തു കൊണ്ടാണ് അതിൽ നിന്നും സ്വയം അകന്നുപോകുന്നത്?

....

എതിരിടാനുള്ള സമയവും സ്ഥലവും നിങ്ങളുടെ എതിരാളികളാൽ അവസാനമായി നിശ്ചയിക്കപ്പെട്ടത് എപ്പോഴാണ്?

....

അവർക്കെങ്ങനെയാണ് അതിന് സാധിച്ചത്?

....

എന്തുകൊണ്ടാണ് ആ തന്ത്രം നിങ്ങൾ മനസ്സിലാക്കാതിരുന്നത്?

....

എതിരിടാനുള്ള സമയവും സ്ഥലവും നിങ്ങൾ എപ്പോഴാണ് അവസാനമായി നിശ്ചയിച്ചത്?

....

നിങ്ങൾക്കെങ്ങനെയത് സാധിച്ചു?

....

എതിരാളിയുടെ നിശ്ചയദാർഢ്യം നിങ്ങളുടേതിനെക്കാൾ അധികമായതിനാൽ, അവസാനമായി നിങ്ങൾ തോൽക്കേണ്ടിവന്ന സന്ദർഭമേതാണ്?

....

നിങ്ങളുടെ മനോദാർഢ്യം താരതമ്യേന കൂടുതലായതിനാൽ, നിങ്ങൾ വിജയിച്ച അവസാന സന്ദർഭം ഏതാണ്?

....

കണ്ണുകൾ അടയ്ക്കുക. നിങ്ങൾ കാണുന്നതെല്ലാം നിങ്ങളുടേതാണ്.

ഗുൻറർ ഐച്ച്

4. നിസ്സംഗ തത്വം

എല്ലാ ക്ലേശങ്ങളുടെയും ഉത്ഭവം അത്യാഗ്രഹവും ആഗ്രഹവുമാണ്.

ശ്രീ ബുദ്ധൻ

മനസ്സിലാക്കുക, അത്യാഗ്രഹം നിങ്ങളെ ദുർബലനും ബലത്തിനു വഴങ്ങുന്നവനും ഊഹിക്കാവുന്നവനുമാക്കുന്നു.

പാശ്ചാത്യ രാജ്യങ്ങളിലേതിനെക്കാൾ വിപുലമായ അർത്ഥമാണ് ഏഷ്യൻ രാജ്യങ്ങളിൽ നിസ്സംഗത എന്ന വാക്കിനുള്ളത്. യൂറോപ്പുകാർ അതിനെ സാധാരണ കടന്നുപോകുന്ന ഒന്നായാണ് കാണുന്നത്. എന്തെങ്കിലും ഒന്നിനെ യഥാർത്ഥത്തിൽ സ്വന്തമാക്കാൻ സാദ്ധ്യമായ ആശയത്തിൽ നിന്നും സ്വയം മോചിതരാകാനുള്ള ഒരു മാർഗ്ഗമായാണ്, ഏഷ്യൻ ജീവിതരീതിയിൽ വേർപിരിയൽ കണക്കാക്കപ്പെടുന്നത്. യാതൊന്നും സ്വന്തമാക്കണമെന്ന് യഥാർത്ഥമായി ആഗ്രഹിക്കാത്ത ഒരു ഘട്ടത്തിലെത്തിക്കഴിഞ്ഞാൽ, പിന്നൊരിക്കലും നിങ്ങൾക്ക് ദുഃഖിക്കേണ്ടി വരില്ല.

പെട്ടെന്നൊരു ദിവസം നിങ്ങളുടെ വാതിലിൽ ആരോ മുട്ടുന്നതായി കേൾക്കുകയും, തുറന്നു നോക്കുമ്പോൾ കാഴ്ചയിൽ ഗൗരവമുള്ള ഒരാൾ നിങ്ങൾക്ക് മുന്നിൽ നിൽക്കുകയും ചെയ്യുന്നതായി സങ്കല്പിക്കുക. അയാൾ തന്റെ ഐ.ഡി. കാർഡ് കാണിക്കുകയും കാരണമൊന്നും പറയാതെ തന്നെ നിങ്ങളുടെ വീട്ടിൽ എല്ലാ വസ്തുക്കളും എടുത്തു കൊണ്ടുപോകാൻ വന്നതാണെന്ന് പറയുകയും ചെയ്യുന്നു. ടി.വി., കാർ, ഗോൾഫ് സെറ്റ്, വിലപിടിപ്പുള്ള വസ്തുങ്ങൾ, വാച്ച്, അങ്ങനെയെല്ലാം. താമസിയാതെ,

അവർ എല്ലാം കൊണ്ടുപോകാനൊരുങ്ങുന്നു. ഭയാനകമായ സന്ദർഭം, അല്ലേ? ആ സാഹചര്യം നിങ്ങൾ നേരിടുകയാണെങ്കിൽ, എന്തായിരിക്കും നിങ്ങളുടെ മനസ്സിൽ? അതിൽ നിന്നും എന്തു വില കൊടുത്തും സംരക്ഷിക്കുകയോ മറച്ചു വെക്കുകയോ ചെയ്യുന്ന സാധനം എന്തായിരിക്കും? എങ്ങനെയായിരിക്കും നിങ്ങളുടെ പ്രതികരണം?

നിങ്ങളുടെ നോട്ടുപുസ്തകമെടുത്ത്, ഈ അവസ്ഥയുമായി ബന്ധപ്പെട്ടുണ്ടാകുന്ന നിങ്ങളുടെ അഞ്ച് വികാരങ്ങൾ എഴുതുക. അലക്ഷ്യമോ ദേഷ്യമോ നിസ്സഹായതയോ ആകാം. സത്യസന്ധത പുലർത്തുക. ആ നിമിഷം തോന്നാൻ ഏറ്റവും കൂടുതൽ സാദ്ധ്യതയുള്ള അഞ്ച് വികാരങ്ങൾ കുറിച്ചിടുക. ഇനി, അതിലേതെങ്കിലും വികാരങ്ങൾ നിങ്ങൾ സ്ഥിരമായി ഉണ്ടാകണമെന്ന് ആഗ്രഹിക്കുന്നുണ്ടോ? ഉണ്ടെങ്കിൽ, അതിന്റെ എണ്ണം താഴെ രേഖപ്പെടുത്തുക. അതിനടുത്തായി, അപ്രിയകരമായ വികാരങ്ങളുടെ എണ്ണം രേഖപ്പെടുത്തുക. അനുകൂല വികാരങ്ങളുടെ എണ്ണത്തെക്കാൾ പ്രതികൂല വികാരങ്ങളുടേത് അധികമായിരിക്കുമെന്ന് ഞാൻ ഊഹിക്കുന്നു.

ആവശ്യത്തിനു നേടിയിട്ടില്ല അല്ലെങ്കിൽ ലഭിച്ചിട്ടില്ല എന്ന ഭയത്തിൽ നിന്നും ഉണ്ടായ പ്രതികൂല വികാരങ്ങൾ എത്രയെണ്ണമുണ്ട്? ഒരാൾക്ക് കൈവശപ്പെടുത്താവുന്നതിലുമധികം ആഗ്രഹിച്ചതിനാൽ എത്രത്തോളം ക്ലേശങ്ങളാണുണ്ടായത്? പ്രകോപിപ്പിക്കുമെങ്കിലും ഞാനൊന്ന് പറഞ്ഞോട്ടെ : നിങ്ങളുടെ നോട്ടുപുസ്തകം നോക്കുക. എല്ലാ ക്ലേശങ്ങളുടെയും ഉത്ഭവമെന്ന് ശ്രീ ബുദ്ധൻ വിശേഷിപ്പിച്ചിട്ടുള്ളത് അത്യാഗ്രഹത്തെയാണ്.

അത്യാഗ്രഹം നിങ്ങളെ നിസ്സഹായനാക്കുന്നു

എന്തെങ്കിലുമൊന്ന് കൈവശപ്പെടുത്തുന്നത് അസാധ്യമാകുന്നത് എന്തുകൊണ്ടാണെന്ന് നിങ്ങൾ ചോദിച്ചേക്കാം. ഹ്രസ്വമായൊരു ഉദാഹരണം തരാം. കുറച്ചു നാളുകൾക്കു മുൻപ്, ശക്തമായ മഴയ്ക്കും കാറ്റിനുമൊപ്പം ചുഴലിക്കാറ്റും രൂപപ്പെട്ട് ഒരു വനത്തിലെ വിജനമായ പ്രദേശത്തെ പല ഭാഗങ്ങളും നശിക്കപ്പെട്ടു. മരങ്ങൾ കടപുഴകി വീഴുകയും മിന്നലിനാൽ പ്രഹരിക്കപ്പെടുകയും ചെയ്തു. വാസ്തവത്തിൽ, പ്രകൃതി അവിടെ സംഹാര താണ്ഡവമാടുകയായിരുന്നു. പിറ്റേ ദിവസത്തെ പത്രങ്ങൾ കുറിച്ചത് ഇങ്ങനെയായിരുന്നു, 'ആയിരക്കണക്കിനു മരങ്ങൾ കടപുഴകി വീണു. വനത്തിൽ ലക്ഷക്കണക്കിനു രൂപയുടെ നാശനഷ്ടങ്ങളാണ് ചുഴലിക്കാറ്റ് വരുത്തി

വെച്ചത്.' എനിക്കത് വിചിത്രമായി തോന്നി. ആർക്കാണ് നഷ്ടമുണ്ടായത്? ഉറപ്പായും വനത്തിനല്ല. മരങ്ങൾ ആരുടെയെങ്കിലും ഉടമസ്ഥതയിലായിരിക്കുമെന്നും എനിക്ക് തോന്നുന്നില്ല. ആ മരങ്ങളെ ആരെങ്കിലും കൈവശപ്പെടുത്താൻ ചിന്തിച്ചിരിക്കാമെന്ന് വിശ്വസിക്കാനാണ് ഞാൻ താല്പര്യപ്പെട്ടത്. ഈ ലോകത്ത് കൈവശപ്പെടുത്താൻ പറ്റാത്തതായി പലതുമുണ്ടെന്ന് തിരിച്ചറിയാൻ ആ മനുഷ്യനു കഴിഞ്ഞിരുന്നില്ല. ആത്യന്തികമായി അവർക്കുണ്ടായത് നാശവും നഷ്ടപ്പെട്ടുവെന്ന തോന്നലും മാത്രമാണ്.

അടിസ്ഥാനപരമായി അത്യാഗ്രഹം എന്നത് മനുഷ്യനിൽ വേരിറങ്ങിയ ഒരു വികാരമാണ്. സത്യത്തിൽ, ഭൂമിയിലെ മറ്റെല്ലാ ജീവജാലങ്ങളിൽ നിന്നും നമ്മളെ അത് വേർതിരിച്ചു നിർത്തുന്നു; അത്രയ്ക്കും മനുഷ്യസഹജമാണത്. ഭക്ഷണാവശ്യത്തിനു ശേഷം പിന്നീട് വില്ലാമെന്ന ചിന്തയിൽ, പത്ത് സീബ്രകളെ അധികം കൊന്ന സിംഹത്തെ കുറിച്ച് എപ്പോഴെങ്കിലും കേട്ടിട്ടുണ്ടോ? തീർച്ചയായും ഉണ്ടാവില്ല. മറ്റെല്ലാ മൃഗങ്ങളെയും പോലെതന്നെ സിംഹവും ഈ നിമിഷം ജീവിക്കുന്ന ജീവനാണ്. അതുകൊണ്ടുതന്നെ നിലനില്ക്കാൻ വേണ്ടിയുള്ള ലഭ്യത എപ്പോഴുമുണ്ടാകുമെന്ന് അതിനറിയാം. കൂടുതൽ കൂടുതൽ നേടാനുള്ള സ്വഭാവം മനുഷ്യർക്കു മാത്രമുള്ളതാണ്.

യഥാർത്ഥത്തിൽ, അത്യാഗ്രഹമാണ് നമ്മെ ദുർബലനും ബലത്തിനു വഴങ്ങുന്നവനും ഊഹിക്കാവുന്നവനുമാക്കുന്നത് എന്നാണ് ഷാവോലിന്റെ നാലാമത്തെ തത്വം നമ്മളെ പഠിപ്പിക്കുന്നത്. അത്യാഗ്രഹത്തെ നിലയ്ക്കു നിർത്താൻ കഴിയാത്തവർ, തങ്ങളിൻമേലും തങ്ങളുടെ വികാരങ്ങൾക്കു മേലുമുള്ള അധികാരം മറ്റുള്ളവർക്കു കൈമാറുകയും, ആക്രമിക്കുന്നവർക്കു വഴങ്ങുന്നവരുമാകുന്നു.

സന്ന്യാസിയും പടത്തലവനും

ഷാവോലിൻ വിഹാരത്തിൽ, തന്റെ ഭടന്മാരുമായി കുതിരപ്പുറത്തു സഞ്ചരിക്കുന്ന ഒരു പടത്തലവന്റെ കഥ പ്രചാരത്തിലുണ്ട്. ഒരിക്കൽ അയാൾ സഞ്ചരിക്കുന്ന വഴിയിൽ, അഗാധമായ ധ്യാനത്തിലേർപ്പെട്ടിരിക്കുന്ന സെൻ സന്ന്യാസിയെ കാണാനിടയായി.

പടത്തലവൻ കോപം കൊണ്ട് വിറച്ചു. അയാൾ ഉറക്കെ പറഞ്ഞു, 'ഹേ! നീ തന്നെ! സന്ന്യാസി! വഴിയിൽ നിന്നും മാറൂ!'

സന്ന്യാസി അപ്പോഴും തന്റെ ശാന്തതയും നിശബ്ദതയും തുടർന്നു.

'നിനക്ക് ചെവി കേൾക്കില്ലേ? ഞാൻ പറയുന്നത് കേൾക്കു ന്നില്ലേ? വഴിയിൽ നിന്നും മാറാനാണ് ഞാൻ പറഞ്ഞത്!'

പക്ഷേ അപ്പോഴും സന്ന്യാസി പഴയതു പോലെതന്നെ ഇരുന്നു.

കുതിരപ്പുറത്തിരുന്ന് താഴെ നോക്കി പടത്തലവൻ ഭീഷണിപ്പെടുത്തി, 'നിനക്ക് ഞാൻ ആരാണെന്ന് അറിയില്ലെന്ന് തോന്നുന്നു. നിന്നെ ക്ഷണനേരം കൊണ്ട് കൊന്നുവീഴ്ത്താൻ കെല്പുള്ളവനാണ് ഞാൻ.'

അപ്പോഴാണ് സന്ന്യാസി കണ്ണു തുറന്ന് മുകളിലേക്ക് നോക്കിയത്. എന്നിട്ട് പറഞ്ഞു, 'നിനക്കു മുന്നിൽ ആരാണ് ഇരിക്കുന്നതെന്ന് ചിലപ്പോൾ നിനക്കു മനസ്സിലായിക്കാണില്ല. എപ്പോൾ വേണമെങ്കിലും ക്ഷണനേരം കൊണ്ട് മരിച്ചു വീഴാവുന്ന ഒരു മനുഷ്യനാണ് നിനക്കു മുന്നിൽ ഇരിക്കുന്നത്!'

നിസ്സംഗത നിങ്ങളെ സ്വതന്ത്രനാക്കുന്നു

ഈ കഥയ്ക്ക് നിസ്സംഗതയുമായി എന്തു ബന്ധമാണുള്ളത്? ഒരുപാട് ബന്ധമുണ്ട്. ഒരു വശത്ത്, കാഴ്ചയിൽ ശക്തനും, പദവിക്കും അംഗീകാരത്തിനുമായുള്ള അത്യാഗ്രഹത്താൽ നിറഞ്ഞ പടത്തല വൻ. അദ്ധ്യായത്തിന്റെ തുടക്കത്തിൽ നമ്മൾ ചർച്ച ചെയ്ത ആളെ പോലെയാണിയാൾ; മറ്റുള്ളവരിൽ നിന്നും എല്ലാം, വേണ്ടിവന്നാൽ ജീവൻ വരെ എടുക്കുമെന്ന് ഭീഷണിപ്പെടുത്തി സ്വന്തം ആഗ്രഹ ങ്ങളെല്ലാം അടിച്ചേല്പിക്കാനുള്ള അധികാരമുണ്ടെന്ന് സ്വയം വിശ്വസിക്കുന്ന ഒരാൾ. അയാളെ എതിർക്കുന്നതാകട്ടെ, ധ്യാനനിമ ഗ്നനായ ഒരു സന്ന്യാസി. സത്യത്തിൽ, ആ സന്ന്യാസിയിൽ നിന്നും പടത്തലവന് പിടിച്ചെടുക്കുവാനായി ഒന്നും തന്നെയില്ല. തന്റെ ജീവനോട് പോലും ചേർന്നുനില്ക്കാൻ താല്പര്യപ്പെടാത്ത, അത്രയും നിസ്സംഗനായ ഒരാളായിരുന്നു ആ സന്ന്യാസി. ക്ഷണ നേരം കൊണ്ട് എല്ലാം ത്യജിക്കാൻ തയ്യാറായിരുന്നു അയാൾ. ഇപ്പോൾ പറയൂ, അത്ര ശക്തനാണോ പടത്തലവൻ?

അത്യാഗ്രഹികളുടെ നീക്കങ്ങൾ മുൻകൂട്ടി പ്രവചിക്കാനാകു മെന്ന് ജ്ഞാനികൾ പറയാറുണ്ട്. മറ്റുള്ളവർക്ക് നമ്മുടെ മേൽ ശക്തി ആധിപത്യം സ്ഥാപിക്കാനുള്ള അവസരമാണ് നമ്മുടെ

അത്യാഗ്രഹം. ആ പടത്തലവനു പകരം മനശക്തിയുള്ള സന്ന്യാസിയെ എതിരിട്ടിരുന്നത് എന്നെയോ നിങ്ങളെയോ പോലെ ഒരാളായിരുന്നെങ്കിലോ, എന്തായിരിക്കും സംഭവിച്ചിരിക്കുക?

പ്രതീക്ഷകൾ നിങ്ങളെ പറ്റിക്കപ്പെടാൻ അനുവദിക്കും

ആഗ്രഹങ്ങളും നിസ്സംഗത പോലെ എപ്പോഴും ഭൗതികമാകണമെന്നില്ല. നിങ്ങളെന്നെ അഭിവാദ്യം ചെയ്യുമ്പോൾ ഞാനത് അവഗണിച്ച് തിരിച്ച് നൽകാതിരിക്കുന്നതു പോലെ വളരെ നിസ്സാരമായൊരു കാര്യമാണത്. ഞാൻ നിങ്ങളെ അഭിവാദനം ചെയ്യാതിരിക്കുന്നത് നിങ്ങളെ ദേഷ്യപ്പെടുത്തിയേക്കാം, കാരണം നിങ്ങൾ എന്നിൽ നിന്നും പ്രതികരണം പ്രതീക്ഷിച്ചിരുന്നു. നിങ്ങളുടെ ദേഷ്യത്തിലൂടെ തന്നെ നിങ്ങളെ ഒരു തെറ്റിലേക്ക് നയിക്കാൻ എങ്ങനെയാണ് നിങ്ങളെ പ്രകോപിപ്പിക്കേണ്ടതെന്ന് എനിക്കിപ്പോൾ അറിയാം. അതുപോലെതന്നെ, ആഗ്രഹങ്ങൾ നിങ്ങളെ സമ്മർദ്ദങ്ങൾക്കു വഴങ്ങുന്നവനാക്കുന്നു: നിങ്ങൾ എന്റെ ഇഷ്ടത്തിനു വഴങ്ങിയില്ലെങ്കിൽ, പണമോ വാഹനമോ ജോലിയോ പോലെ നിങ്ങൾക്കു സ്വന്തമായതെന്തെങ്കിലും ഞാൻ എടുക്കും.

തീർച്ചയായും എല്ലാവർക്കും ഒരു വരുമാനമാർഗ്ഗം അത്യാവശ്യമാണ്, പക്ഷേ അതിനായി എത്രത്തോളം കഷ്ടപ്പെടാൻ തയ്യാറാണ് നിങ്ങൾ? ഒരിക്കൽ, ഞാൻ താമസിക്കുന്ന നഗരത്തിൽ ശക്തമായ കാറ്റു വീശി. ആ സമയത്ത് ഒരു ക്രെയിൻ പ്രവർത്തിപ്പിക്കുന്ന ആൾ അവിടെ ജോലി ചെയ്യുന്നുണ്ടായിരുന്നു. ആ കാറ്റ് ചുഴലിക്കാറ്റായി ആഞ്ഞടിക്കാൻ തുടങ്ങിയപ്പോഴും അയാൾ സ്വന്തം ജോലി തുടർന്നു. പെട്ടെന്നു തീർക്കേണ്ട ജോലിയായതിനാൽ തന്റെ മേലുദ്യോഗസ്ഥൻ അയാളെ പോകാനനുവദിച്ചില്ല. സ്വാഭാവികമായും ചുഴലിക്കാറ്റിനു ആ ക്രെയിനിനെക്കാൾ ശക്തിയുണ്ടായിരുന്നു. അതിൽപെട്ട് ക്രെയിൻ മറിഞ്ഞു വീഴുകയും, അയാൾ തത്ക്ഷണം തന്നെ മരിക്കുകയും ചെയ്തു. ഞാൻ പലപ്പോഴും സ്വയം ചോദിക്കാറുണ്ട്, എന്തുകൊണ്ടാണ് അയാൾ സ്വന്തം ജീവനെക്കാൾ പ്രാധാന്യം ജോലിക്കു നൽകിയത് എന്ന്. മറ്റൊരാൾക്ക് എന്തെങ്കിലും നൽകാൻ പ്രാപ്തനായ ഒരാളുടെ പക്കൽ അധികാരം ഉണ്ടായിരിക്കും. അക്കാര്യത്തിൽ മനുഷ്യനെന്നോ മൃഗമെന്നോ വേർതിരിവില്ല.

വൃദ്ധനായ ഒരു തദ്ദേശീയ അമേരിക്കൻ ഒരിക്കൽ എന്നോട് പറഞ്ഞു, 'ഒരു വന്യമൃഗത്തെ മെരുക്കിയെടുക്കണമെങ്കിൽ, അതിനെ

ഒരു കുഴിയിൽ ബന്ധിച്ച് പട്ടിണിക്കിടണം. അത് മരണത്തോ ടടുക്കുമ്പോൾ നിങ്ങളതിനു ഭക്ഷണം നൽകണം. നിങ്ങളാണ് ഭക്ഷണം നൽകുന്നതെന്ന് അത് കാണണം. പിന്നെ ജീവിതകാലം മുഴുവനും അത് നിങ്ങളെ വിട്ടു പിരിയുകയില്ല.' മറ്റുള്ളവരെ എന്തിൽ നിന്നെങ്കിലും അകറ്റിനിർത്താൻ പ്രാപ്തിയുള്ളവനു കൂടുതൽ അധികാരം ലഭിക്കും. പണം സമ്പാദിക്കാനായി മറ്റുള്ളവരിൽ നിന്നും സാധനങ്ങൾ മോഷ്ടിക്കുന്ന കള്ളന്മാരെയും കൊള്ളക്കാരെ യുമല്ല ഞാൻ ഉദ്ദേശിച്ചത്. സത്യത്തിൽ, അധികാരം സ്ഥാപിക്കാ നായി മറ്റുള്ളവരിൽ നിന്നും സാധനങ്ങൾ എടുക്കുന്നവർക്കു ആ സാധനങ്ങളിൽ ഒരു താല്പര്യവും ഉണ്ടാവുകയില്ല; അവരത് ഉപയോഗിക്കുക പോലും ചെയ്യുകയില്ല. സ്വന്തം ലക്ഷ്യം നേടുന്നതി നായി എതിരാളിയുടെ അത്യാഗ്രഹത്തെ ചൂഷണം ചെയ്യുന്നതിലാ യിരിക്കും അവരുടെ താല്പര്യം.

ഒരാളെ എന്തിലെങ്കിലും നിന്ന് അകറ്റിനിർത്താൻ സാധിച്ചില്ലെങ്കിൽ, എത്ര ശക്തനാണെങ്കിലും അയാൾക്ക് എതിരാളിയുടെ മേൽ അധികാരം സ്ഥാപിക്കാനാകില്ല.

സാമുറായ് എന്ന പ്രശസ്ത ജാപ്പനീസ് പോരാളികൾ, മരണത്തെ ഭയന്നിരുന്നില്ല. അവർക്ക് മരണം ജീവിതത്തിന്റെ ഭാഗമായിരുന്നു, ജീവിതത്തെ നിഷേധിക്കുന്ന ഒന്നായിരുന്നില്ല. ജീവിതവും മരണവും കടന്നുപോകുന്നത്, ഓരോ യുദ്ധത്തിന്റെയും അവിഭാജ്യ ഘടകമായിട്ടായിരുന്നു അവർ കണ്ടിരുന്നത്. യുദ്ധത്തിൽ മരണം സംഭവിക്കുന്നത് അവർക്കിടയിലെ ഏറ്റവും ആദരപൂർണ്ണമായ നേട്ടമായിരുന്നു. ധ്യാനത്തിരുന്ന സന്ന്യാസിയെ പോലെ തന്നെ, ഈ യോദ്ധാക്കൾക്കും നഷ്ടപ്പെടാൻ ഒന്നുമുണ്ടായിരുന്നില്ല. സാമുറായ്കളുടെ വീരസാഹസങ്ങൾ ഐതിഹാസികമാണ്, ഇന്നും.

പരിശീലനം

എന്താണ് ഒഴിച്ചുകൂടാനാവാത്തത്?

- ജീവിതത്തിൽ എന്തു സാഹചര്യങ്ങൾ വന്നാലും നിങ്ങൾ ഉപേക്ഷി ക്കാൻ താല്പര്യപ്പെടാത്തതെന്താണെന്ന് നിങ്ങളുടെ നോട്ടുപുസ്തക ത്തിലെഴുതുക. ഒരു പത്ത് കാര്യങ്ങൾ എഴുതുക. ഓരോന്നിനും താഴെ യായി പകുതി പേജ് സ്ഥലം എഴുതാതെ വിടുക.
- ഇനി ഓരോ കാര്യത്തിനും താഴെയായി, നമ്പർ 1 എന്ന് എഴുതി, എന്തുകൊണ്ടാണ് ഒഴിച്ചുകൂടാൻ പറ്റാത്തത് എന്ന് എഴുതുക. അതു

കൊണ്ടുള്ള നിങ്ങളുടെ ആവശ്യമെന്താണ്? നിങ്ങളുടെ സഹ പ്രവർത്തകരുടെ മുന്നിൽ മതിപ്പ് കൂടാനാണ് കാർ വാങ്ങുന്നതെങ്കിൽ, അതും എഴുതുക. എഴുതുന്നത് സത്യമായിരിക്കണം.

- അതിനു താഴെ, നമ്പർ 2 എന്ന് എഴുതി, ആ കാര്യം നേടാനായി നിങ്ങളെന്താണ് പകരം നൽകിയതെന്ന് എഴുതുക. എത്ര പണം ചിലവാക്കി എന്നതിനു പകരം, എത്ര ജോലിസമയം, ജീവിതത്തിന്റെ എത്ര സമയം, പഴയ കാർ ആണെങ്കിൽ അത് എന്നിങ്ങനെയുള്ളവ എഴുതുക.
- ഇനി നമ്പർ 3 എന്ന് എഴുതി, ആ കാര്യം ഇല്ലായിരുന്നെങ്കിൽ എന്തു മാറ്റമായിരിക്കും നിങ്ങളുടെ ജീവിതത്തിൽ ഉണ്ടായിട്ടുണ്ടാവുക എന്നെഴുതുക. അതിനെ നിങ്ങളിൽ നിന്നും അകറ്റിനിർത്തിയാൽ, എന്തു കുറവായിരിക്കും നിങ്ങളിൽ ഉണ്ടാവുക? സഹപ്രവർത്ത കർക്കിടയിൽ മതിപ്പുളവാക്കുന്ന കാറിന്റെ കാര്യമാണെങ്കിൽ, ഇനി അവർക്കിടയിൽ മതിപ്പുണ്ടാക്കാൻ സാധിക്കില്ല എന്നതിനാൽ എന്തു മാറ്റമാണുണ്ടാവുക?
- ആകാർനഷ്ടപ്പെടുമോ,കളവുപോകുമോ,കേടുപാടുകൾസംഭവിക്കുമോ എന്നിങ്ങനെയുള്ള ഭയത്തെക്കാൾ വലുതാണോ അത് കൈവശം വെക്കുമ്പോഴുള്ള ഗുണങ്ങൾ? നമ്പർ 4 എന്നതിനു താഴെ ഇതിനുള്ള ഉത്തരം എഴുതുക.
- ഇനിപട്ടികതിട്ടപ്പെടുത്തുക.ഏറ്റവുംപ്രാധാന്യമുള്ളത്ഒന്ന്എന്ന്തുടങ്ങി പട്ടിക പൂർത്തിയാക്കുക. അതിനു ശേഷം മാത്രം ബാക്കി വായിക്കുക.

ഞാൻ ഈ പരിശീലനം വിശദീകരിക്കുമ്പോൾ, 'വസ്തു', 'സാധനം' എന്നുള്ള പദങ്ങൾ ഉപയോഗിച്ചിട്ടില്ല, നിങ്ങൾ ശ്രദ്ധിച്ചുകാണും. നിങ്ങളിൽ നിന്നും എടുത്തുകൊണ്ടുപോകാൻ പറ്റാത്ത എന്തെങ്കിലും കാര്യങ്ങൾ ആ പട്ടികയി ലുണ്ടായിരുന്നോ? സ്നേഹം, സന്തോഷം എന്നിങ്ങനെയുള്ള വികാരങ്ങൾ? നല്ല സംഭാഷണങ്ങൾ? നിങ്ങൾക്ക് അടുപ്പമുള്ള സുഹൃത്തുക്കൾ, മനുഷ്യർ?

എന്റെ കൈയിൽ നിന്നും ഒരു കള്ളൻ എല്ലാം മോഷ്ടിച്ചു കൊണ്ടു പോയ ഒരു സംഭവം ഞാൻ ഇപ്പോഴും വ്യക്തമായി ഓർക്കുന്നു. ഒരു വിദേശ യാത്രയിലായിരുന്നു ഞാൻ. കണ്ണടച്ചു തുറക്കുന്ന നേരം കൊണ്ട്, വിമാന ടിക്കറ്റും പാസ്പോർട്ടും ഒഴികെ ബാക്കിയെല്ലാം കളവുപോയി. പണം, ബാഗുകൾ, വസ്ത്രങ്ങൾ, എല്ലാം. തുടക്കത്തിൽ, ഒന്നുമില്ലായ്മ എന്നത് വിചിത്രമായൊരു അനുഭവമായിരുന്നു. പെട്ടെന്നൊരു നിമിഷം, എന്താണെന്നോ എവിടെയാണെന്നോ അറിയാത്തൊരവസ്ഥ. എന്നെ കടന്നുപോകുന്നവരുടെയെല്ലാം പക്കൽ വൃത്തിയുള്ള വസ്ത്രങ്ങളുണ്ട്, സ്വന്തമായി വീടുണ്ട്, എന്തും വാങ്ങാനുള്ള പണമുണ്ട്. എല്ലാവരും നിങ്ങളെ ദരിദ്രനായി കാണുന്നുവെന്ന തോന്നൽ.

എന്റെ ഈയൊരു അവസ്ഥയക്ക് മാറ്റമൊന്നുമുണ്ടാകില്ല എന്ന സത്യം മനസ്സിലാക്കിയ നിമിഷം മുതൽ, എന്റെ ജീവിതത്തിലെ ഏറ്റവും സ്വതന്ത്രമായ കുറച്ച് ആഴ്ചകളായിരുന്നു പിന്നീടങ്ങോട്ട്. മോഷ്ടിക്കപ്പെടും എന്ന പേടിയിൽ മറ്റുള്ളവരെ പോലെ ബാഗുകൾ കാലിൽ കെട്ടിയിട്ടു കിടക്കുന്നതിനു പകരം, ഇഷ്ടമുള്ള സ്ഥലത്ത് ഗാഢമായി ഞാൻ ഉറങ്ങി. എന്റെ കഥ കേട്ട ചിലർ അവരാൽ കഴിയും വിധം എന്നെ സഹായിച്ചു. പണം നൽകാൻ കഴിയാത്തവർ ഭക്ഷണമോ നല്ല വസ്തുങ്ങളോ അനുഗ്രഹങ്ങളോ നൽകി. അതുവരെ അനുഭവിക്കാത്ത സ്വാതന്ത്ര്യം ഞാൻ കണ്ടെത്തി. ഒരു മനുഷ്യന്റെ ജീവിതത്തിലെ ആവശ്യങ്ങൾ എത്ര ചെറുതാണെന്ന് അപ്പോഴാണ് എനിക്ക് മനസ്സിലായത്.

ജീവിതത്തെ ശുദ്ധീകരിക്കുക

ഒറ്റയടിക്ക് എല്ലാം നഷ്ടപ്പെടുത്താതെ തന്നെ ജീവിതം ശുദ്ധീകരിക്കുക സാദ്ധ്യമാണ്. വിദ്യാഭ്യാസ പരിഷ്കർത്താവ് മറിയ മോന്റെസ്സോറി പല പ്രസംഗങ്ങളിൽ പറഞ്ഞതുപോലെ, ഒരാൾക്ക് ബാഹ്യക്രമത്തിൽ നിന്നും മാത്രമേ ആന്തരിക ക്രമത്തിലേക്ക് മുന്നേറാൻ സാധിക്കുകയുള്ളൂ.

എടുത്തുകളയണമെന്ന് കുറെക്കാലമായി കരുതുന്ന എത്ര കാര്യങ്ങളാണ് ഇപ്പോഴും നിങ്ങളുടെ വീട്ടിലുള്ളത്? സമ്മാനങ്ങളോ ഓർമ്മകളോ മറ്റെന്തെങ്കിലുമോ ആയതിനാൽ കളയാതെ സൂക്ഷിച്ചവ? നിങ്ങളുടെ അനാവശ്യ കുറ്റബോധമാണ് അതിന് തടസ്സം നില്ക്കുന്നതെങ്കിൽ, ഉടൻ തന്നെ അവയെ എടുത്തുകളയുക. ഇപ്പോൾ തന്നെ. ഇവയെല്ലാം നിങ്ങൾക്കു തന്നവരുടെ വീടുകളിലും ഇതുതന്നെയായിരിക്കും അവസ്ഥ. പിന്നീടാവാം എന്നു കരുതുകയും ഭാവിയിൽ ആവശ്യം വന്നേക്കാം എന്ന ചിന്തയാലും ഒന്നും കളയാതെ സൂക്ഷിക്കുന്ന ആളാണ് നിങ്ങളെങ്കിൽ, വലിയ തീരുമാനങ്ങൾ എടുക്കേണ്ട സമയമായി. നിങ്ങൾ ഇതുവരെയും ഉപയോഗിക്കാതെയും നഷ്ടപ്പെടുത്താതെയും എടുത്തുവെച്ചിരിക്കുന്ന സാധനങ്ങളൊന്നും തന്നെ ഭാവിയിലും ഉപകാരപ്പെടില്ല. അതുകൊണ്ടുതന്നെ അവയെ ഒഴിവാക്കാം.

മനുഷ്യനിൽ ആഴ്ന്നിറങ്ങിയ ഒരു സ്വഭാവമാണ് എന്തും സ്വന്തമാക്കാനുള്ള ആഗ്രഹം, അതുതന്നെയാണ് നിരന്തരമായ യുദ്ധവും. അതു മറികടക്കുന്നവർ വളരെ വിരളമാണ്, വീണ

പോകുന്നവർ അനേകവും. ആ യുദ്ധത്തിൽ അന്തിമവിജയം നേടുന്നവർ തങ്ങളുടെ അത്യാഗ്രഹത്തെ അടക്കിനിർത്താൻ കെല്പുള്ളവരാണ്.

എതിരാളിയുടെ അത്യാഗ്രഹമാണ് നിങ്ങളുടെ ലക്ഷ്യമെങ്കിൽ, നിങ്ങളുടെ പ്രഹരം അയാളുടെ ദുർബലമായ സ്ഥലത്ത് തന്നെയായിരിക്കും.

കഴിവുറ്റതും അധികസമയ ജോലിക്ക് കൂടുതൽ ശമ്പളം ആവശ്യപ്പെടാത്തതുമായ ജോലിക്കാർക്കാവും മേലുദ്യോസ്ഥർ മുൻഗണന കൊടുക്കുക. അയാൾ കാരണമായിരിക്കും കൂടുതൽ ഉപഭോക്താക്കൾ സ്ഥാപനത്തിന്റെ സേവനം തേടുന്നത്, കൂടാതെ കൂടുതൽ ലാഭമുണ്ടാക്കിക്കൊടുക്കുന്നതും അയാൾ തന്നെയായിരിക്കും. അതിനാൽതന്നെ, നിർദ്ദേശത്തിനനുസരിച്ച് ജോലി ചെയ്തില്ലെങ്കിൽ പിരിച്ചു വിടുമെന്ന് മേലുദ്യോഗസ്ഥൻ അയാളെ ഭീഷണിപ്പെടുത്തും. ജോലി പോകുമെന്ന ഭയത്താൽ, അയാൾ മേലുദ്യോഗസ്ഥന്റെ നിബന്ധനകൾക്കെല്ലാം സമ്മതം മൂളും; അതിലൂടെ അയാൾ ആ യുദ്ധത്തിൽ തോല്ക്കുകയാണ്. ജോലിക്കാരന്റെ ദൗർബല്യം മനസ്സിലാക്കുന്ന മേലുദ്യോഗസ്ഥൻ നേരിട്ടല്ലാതെയുള്ള ഭീഷണിയാൽ അയാളെ കൂടുതൽ ലാഭത്തിനായി അധികമായി പണിയെടുപ്പിക്കും. ഒരു പരിധി കടന്നാൽ, അധികസമ്മർദ്ദം ആ ജോലിക്കാരനെ ആ ജോലിയിൽ നിന്നും വിട്ടുപോകാൻ പ്രേരിപ്പിക്കും. തത്ഫലമായി, രണ്ടുപേർക്കും നഷ്ടം മാത്രമാവും സംഭവിക്കുക. ജോലിക്കാരൻ ആരംഭത്തിൽ തന്നെ സാഹചര്യം മനസ്സിലാക്കി സ്വന്തം ആവശ്യകതകൾ മനസ്സിലാക്കിയിരുന്നെങ്കിൽ, ഈ യുദ്ധത്തിന്റെ അവസാനം ഇങ്ങനെയാകുമായിരുന്നില്ല. മേലുദ്യോഗസ്ഥന്റെ അത്യാഗ്രഹത്തെ തിരിച്ചറിയുന്നതിനോടൊപ്പം തന്നെ, സ്വന്തം മൂല്യവും ബോധ്യപ്പെട്ടേനെ. അത്രയും ആവശ്യമുള്ള ഒരു വ്യക്തിയെ എന്തിനാണ് പിരിച്ചു വിടുമെന്ന് പറഞ്ഞ് ഭീഷണിപ്പെടുത്തുന്നത്? അതുപോലെതന്നെ, ജോലിക്കാരൻ സ്വന്തം അത്യാഗ്രഹത്തെ തൃപ്തിപ്പെടുത്താനായി അർഹിക്കുന്നതിലുമപ്പുറം ശമ്പളം ആവശ്യപ്പെടുന്നതും നല്ല കാര്യമാവുകയില്ല. മേലുദ്യോഗസ്ഥനിൽ നിന്നും ചെറിയൊരു ലാഭവിഹിതത്തോടു കൂടി, ഉഭയകക്ഷി സമ്മതത്തോടെയുള്ള ഒരു പരിഹാരം രണ്ടു പേർക്കും ഗുണം ചെയ്തേനെ.

നിങ്ങൾക്ക് തീരെ ഉപകാരപ്പെടാത്തതും എന്നാൽ നിങ്ങൾക്കിഷ്ട പ്പെട്ടതുമായ, വിലകൂടിയ ഒരു വസ്തുവിനെ, അതിന്റെ മേന്മകൾ നിരത്തി വെച്ച് നിങ്ങളെക്കൊണ്ട് വാങ്ങിപ്പിക്കുന്ന ആൾക്കാരുണ്ട്. അവർ നിങ്ങളുടെ അത്യാഗ്രഹത്തെ ചൂഷണം ചെയ്ത്, സ്വന്തം അത്യാഗ്രഹത്തെ തൃപ്തിപ്പെടുത്തുകയാണ്. വില കൊടുത്ത് വാങ്ങിയ ആ സാധനം ഉപകാര പ്രദമായ ഒന്നല്ല എന്നറിയുമ്പോഴാണ് നിങ്ങൾ തോറ്റ കാര്യം മനസ്സിലാ ക്കുക. ഇതുപോലെ തോൽവികൾ സംഭവിച്ച അഞ്ച് സന്ദർഭങ്ങൾ നിങ്ങളുടെ നോട്ടുപുസ്തകത്തിൽ എഴുതുക.

ഒരു ആഗ്രഹം മാത്രമാണ് ബാക്കിയുള്ളതെങ്കിൽ, നിങ്ങൾ എന്തായി രിക്കും ആഗ്രഹിക്കുക എന്ന പ്രശസ്തമായ ചോദ്യം കേട്ടിട്ടുണ്ടോ? അതേ ചോദ്യം ഞാനിപ്പോൾ നിങ്ങളോട് ചോദിക്കുകയാണ്. ഹ്രസ്വമായ വിശദീക രണത്തോടു കൂടി നിങ്ങളുടെ ആഗ്രഹം നോട്ടുപുസ്തകത്തിൽ എഴുതുക.

പലരും സമ്പത്തായിരിക്കും ആഗ്രഹിക്കുക, നിങ്ങളും അതിലൊരാ ളായിരിക്കും. അക്കൗണ്ടിൽ എത്ര പണം ബാക്കിയുണ്ടാകും എന്ന ചിന്തയില്ലാതെ, ഏതു സമയത്തും എന്തും വാങ്ങാനുള്ളത്ര സമ്പത്ത്. 'XY എന്ന വ്യക്തി എന്നെക്കാൾ വലിയ ധനികനാണ്. എനിക്ക് വേണ്ടത് അയാൾക്കുള്ളത്രയും പണമാണ്.' നമുക്ക് മറിച്ചൊന്ന് ചിന്തിച്ചു നോക്കാം. നിങ്ങൾ താരതമ്യേന ധനിക നാണ്, കാരണം മറ്റുള്ളവർ ഒരു വർഷത്തിൽ സമ്പാദിക്കുന്ന തിനെക്കാൾ പണം നിങ്ങൾ ഒരു മാസം കൊണ്ട് സമ്പാദിക്കു ന്നുണ്ട്. അവർക്ക് നിങ്ങളാണ് ആ ധനികനായ XY എന്ന വ്യക്തി. അത് നിങ്ങളെ സന്തോഷിപ്പിക്കുമോ? ഞാനെന്റെ യാത്രകളിൽ, നിലനില്പിനു മാത്രമായുള്ള പണം മാത്രം കൈവശം വെച്ചിരിക്കുന്ന മനുഷ്യരെ കണ്ടുമുട്ടിയിട്ടുണ്ട്. പക്ഷേ അവർ വളരെയധികം സന്തോ ഷത്തോടെയും ഉല്ലാസത്തോടെയുമാണ് ജീവിക്കുന്നത്. അവരത് എനിക്ക് പകരുകയും ചെയ്തിരുന്നു. ഇന്ന്, ഇവിടെ ജീവിക്കാൻ വർത്തമാന തത്വം നിങ്ങളെ പഠിപ്പിച്ചിട്ടുണ്ട്. ആ ചോദ്യം മറ്റൊരു തരത്തിൽ ചോദിക്കാം. ഈയൊരു നിമിഷം നിങ്ങൾക്ക് സന്തോഷം തരുന്നതെന്താണ്? ഇപ്പോൾ നിങ്ങളെ സന്തോഷ വാനാക്കുന്നതെന്താണ്? അതൊരു ഭൗതിക വസ്തുവായിരിക്കില്ല എന്നത് നിങ്ങളെ അത്ഭുതപ്പെടുത്തും.

നോട്ടുപുസ്തകത്തിൽ തലക്കെട്ടായി എഴുതുക, 'പണത്താൽ വാങ്ങാൻ കഴിയാത്ത എന്താണ് എന്റെ പക്കലുള്ളത്?' ഒരിക്കൽകൂടി, പത്ത് കാര്യങ്ങൾ കണ്ടെത്തി എഴുതുക. വാസ്തവത്തിൽ നിങ്ങൾ എത്ര വലിയ ധനികനാണെന്ന് നിങ്ങൾക്കറിയാമോ?

ശ്രദ്ധായോട്ടുള്ള ആസക്തി

ശ്രദ്ധയോട്ടും സ്നേഹത്തോട്ടുമുള്ള അമിതമായ ആസക്തിയും എതിരാളിക്ക് നമുക്കെതിരെ പ്രയോഗിക്കാവുന്ന അപകടകരമായ ആയുധമാണ്. അഞ്ച് മിനിട്ടിലൊരിക്കലെങ്കിലും വിളിച്ചന്വേഷിക്കാൻ ആരുമില്ലെങ്കിൽ, എന്തിനു വേണ്ടിയാണ് ജീവിക്കുന്നത് എന്നുവരെ ചിന്തിച്ചു തുടങ്ങുന്നവരാണ് ഇന്ന് നമ്മളിൽ പലരും. ഇടയ്ക്കിടെയുള്ള ഉറപ്പുവരുത്തലുകളില്ലാതെ നിലനില്ക്കാനാകില്ല പലർക്കും. അവർ തളർന്നുവീഴുന്നതു വരെയും ജോലി ചെയ്യുന്നു, എന്നാൽ പിന്നെയും ബാക്കി കാണും അധിക സമയവും, കൂടുതൽ സമ്മർദ്ദവും, അധിക ജോലിയും! 'അടുത്ത ആഴ്ച മുഴുവനും ജോലിക്ക് നേരത്തേ പോകേണ്ടി വരും, അത്രയുണ്ട് ജോലി!' അധിക ശമ്പളമൊന്നുമില്ലാതെയാണിത് എന്ന് പറയേണ്ടതില്ലല്ലോ, 'എന്റെ മേലുദ്യോഗസ്ഥന് എന്നെ ആവശ്യമുണ്ട്!' ഇങ്ങനെയുള്ള ജോലിക്കാരുണ്ടെങ്കിൽ മേലുദ്യോഗസ്ഥർ തീർച്ചയായും വളരെയധികം സന്തോഷത്തിലായിരിക്കും.

ഇങ്ങനെയുള്ളവരെ തങ്ങൾ ആരാധിക്കുന്നവർ പറ്റിക്കും, അവരാഗ്രഹിക്കുന്ന ശ്രദ്ധ നൽകുന്നുവെന്ന് തോന്നിപ്പിച്ചുകൊണ്ട്. ചൂഷണം ചെയ്യപ്പെടുകയാണെന്ന് മനസ്സിലാക്കാത്ത അവർ കാലക്രമേണ നേട്ടങ്ങളെക്കാൾ ഏറ്റുവാങ്ങുന്നത് നഷ്ടങ്ങളായിരിക്കും.

അംഗീകാരവും നിസ്സംഗതയും ഒന്നല്ല

നിസ്സംഗത പുലർത്തുകയെന്നാൽ ഒന്നിനെ ഉപേക്ഷിച്ചു കടന്നു പോവുകയല്ല എന്നാണ് ഷാവോലിൻ തത്വം നമ്മളെ പഠിപ്പിച്ചിട്ടുള്ളത്. അതൊരു കൈമാറ്റക്കച്ചവടമല്ല, ഒന്ന് നേടാനായി മറ്റൊന്നിനെ ത്യജിക്കുകയല്ല. പ്രധാനമായും, ആഗ്രഹങ്ങളിൽ വരുന്ന മാറ്റമാണത്.

തത്വങ്ങൾക്കനുസരിച്ച് ജീവിക്കുക എന്നാൽ, എങ്ങനെയാണോ കാര്യങ്ങളുള്ളത് അതിനെ അങ്ങനെതന്നെ അംഗീകരിക്കുകയും, ആ സാഹചര്യങ്ങൾ മാറണമെന്നുള്ള ആഗ്രഹം പൂർണ്ണമായും വെടിയുകയും ചെയ്യുന്നതാണ്. എന്നുവെച്ചാൽ, ജയപരാജയങ്ങളെ ഒരുപോലെ എതിരേല്ക്കുന്നതുപോലെ, ജീവിതത്തിലേക്ക് കടന്നുവരുന്നതിനെയും വന്നുപോകുന്നതിനെയും സമചിത്തതയോടെ അംഗീകരിക്കുക.

നമ്മൾ കാര്യങ്ങൾ ചെയ്യേണ്ടത് അത് ചെയ്യാനുള്ള ആഗ്രഹം കാരണമായിരിക്കണം, അല്ലാതെ അതിൽ നിന്നും എന്തെങ്കിലും നേടാമെന്നുള്ള പ്രതീക്ഷയിലാവരുത് എന്നാണ് നിസ്സംഗ തത്വം നമ്മെ പഠിപ്പിക്കുന്നത്.

അതൊരു ആക്രമണ തന്ത്രമല്ല, പ്രതിരോധ തന്ത്രമാണ്. ഈ തന്ത്രത്തിൽ പ്രാവീണ്യം നേടുന്നൊരാളെ തോല്പിക്കുക എന്നത് മിക്ക എതിരാളികൾക്കും അപ്രാപ്യമായ ഒന്നായിരിക്കും. അതുകൊണ്ട്, ഇനി ആരെയെങ്കിലും നിങ്ങൾ അഭിവാദനം ചെയ്യുമ്പോൾ, തിരികെ മറ്റൊന്നും തന്നെ പ്രതീക്ഷിക്കാതിരിക്കുക.

പരിശീലനം

നിങ്ങൾക്ക് ഭാരമാകുന്നവയെ ഒഴിവാക്കുക

താഴെ കൊടുത്തിരിക്കുന്ന ചോദ്യങ്ങളിലൂടെ നിങ്ങൾ എത്ര സമ്പന്നനാണെന്നും, എന്തും സ്വന്തമാക്കാനുള്ള ആഗ്രഹം നിങ്ങളെ എത്ര ദുർബലനാക്കുമെന്നും മനസ്സിലാക്കിത്തരും.

നിങ്ങളുടെ കാഴ്ചപ്പാടിൽ ഒരു സുഹൃത്തെന്നാൽ എന്താണ്?

....

ഒറ്റപ്പെട്ട ഒരു ദ്വീപിലേക്ക് പോകുമ്പോൾ, നിങ്ങൾ കൈയിൽ കരുതുന്ന മൂന്ന് കാര്യങ്ങൾ എന്തൊക്കെയായിരിക്കും?

....

കൂടെ കൂട്ടുന്ന മൂന്ന് പേർ ആരൊക്കെയായിരിക്കും?

....

അവസാനമായി, ഏതൊക്കെ മൂന്ന് കഴിവുകളാകും തിരഞ്ഞെടുക്കുക?

....

പെട്ടെന്നൊരു നിമിഷത്തിൽ, നിങ്ങളുടെ പക്കലുള്ളതെല്ലാം മോഷ്ടിക്കപ്പെട്ടുവെന്ന് കരുതുക, അപ്പോൾ നിങ്ങളുടെ ആദ്യത്തെ ആഗ്രഹമെന്തായിരിക്കും?

....

നിങ്ങൾക്ക് എന്തെങ്കിലും നൽകാൻ കഴിയുമെന്ന കാരണത്താൽ, ആർക്കാണ് നിങ്ങളുടെ മേൽ അധികാരമുണ്ടാവുക?

....

എന്തുകൊണ്ടാണ് ആ വ്യക്തിക്ക് നിങ്ങൾ ആ അധികാരം നൽകിയത്?

....

ഭാഗം രണ്ട്

ശക്തനാകാൻ പഠിക്കുക

എല്ലായ്പ്പോഴും നല്ലവനാകാൻ ശ്രമിക്കുന്ന ഏതൊരുവനും, നല്ലവരല്ലാത്ത വലിയൊരു കൂട്ടത്തിനിടയിൽപെട്ട് തീർച്ചയായും നശിച്ചുപോകും. അതുകൊണ്ട്, അവൻ നല്ലവനല്ലാതിരിക്കുന്നതെങ്ങനെയെന്ന് നിർബന്ധമായും പഠിക്കുകയും, ആ അറിവ് ആവശ്യാനുസരണം ഉപയോഗിക്കുകയും ഉപയോഗിക്കാതിരിക്കുകയും ചെയ്യണം.

നിക്കോളോ മാക്കിയവെല്ലി

പുഞ്ചിരിക്കൂ, മറ്റെല്ലാം മറന്നേക്കൂ.

ചൈനീസ് പഴഞ്ചൊല്ല്

5. ശാന്തതാ തത്വം

ആത്മവിശ്വാസത്തിന്റെ ലളിതമായ രൂപമാണ് ശാന്തത.

മേരി വോൺ എബ്നർ-എഷെൻബാക്ക്

ചെയ്യുന്ന ഏതൊരു കാര്യത്തിലും വശീകരിക്കപ്പെടാതിരിക്കാൻ പഠിക്കുക.

ഷാവോലിൻ വിഹാരത്തിലെ മറ്റൊരു കഥ കേൾക്കാം. പ്രധാനപ്പെട്ട ഒരു കത്ത് ഒരിടത്ത് ഏല്പിക്കുവാനായി ഒരു യുവ സെൻ സന്ന്യാസി നിയോഗിക്കപ്പെട്ടു. വഴിയിൽ ഒരു പാലം കടക്കേണ്ടതുണ്ടായിരുന്നു, പക്ഷേ അതിനടുത്തെത്തിയപ്പോഴാണ്, അനുഭവസ്ഥനായ ഒരു സാമുറായ് തന്റെ വഴി തടഞ്ഞു നില്ക്കുന്നതായി അവൻ കണ്ടത്. ആ പാലം കടക്കുന്ന ആദ്യ നൂറ് പേരുമായി നേർക്കുനേർ യുദ്ധം ചെയ്യുമെന്ന് ആ സാമുറായ് പ്രതിജ്ഞയെടുത്തിരുന്നു. ഇതിനകം തൊണ്ണൂറ്റിയൊമ്പത് പേരെ അയാൾ വധിച്ചു കഴിഞ്ഞിരുന്നു. പ്രധാനപ്പെട്ട കത്ത് ഏല്പിക്കാനുള്ളതിനാൽ തന്നെ ആ വഴി കടത്തിവിടണമെന്ന് ആ സന്ന്യാസി സാമുറായോട് അഭ്യർത്ഥിച്ചു. കത്ത് കൊടുത്ത ശേഷം യുദ്ധം ചെയ്യാനായി തിരികെ വരാമെന്ന് അയാളോട് ഉറപ്പ് നൽകുകയും ചെയ്തു. ആദ്യം മടിച്ചെങ്കിലും, പിന്നീട് സാമറായ് അത് സമ്മതിക്കുകയും, സന്ന്യാസി തന്റെ യാത്ര തുടരുകയും ചെയ്തു.

കത്ത് ഏല്പിച്ച ശേഷം താൻ വൈകാതെ മരിക്കുമെന്നതിനാൽതന്നെ, വിട ചൊല്ലുവാനായി സന്ന്യാസി തന്റെ ഗുരുവിനെ തേടി.

'ശ്രേഷ്ടനായ ഒരു സാമുറായുമായി എനിക്ക് യുദ്ധം ചെയ്യേണ്ടതുണ്ട്, ഞാനാണെങ്കിൽ ഇതുവരെ ഒരു വാൾ കൈകൊണ്ട് പോലും സ്പർശിച്ചിട്ടില്ല. അയാൾ തീർച്ചയായും എന്നെ വധിക്കും.'

ഗുരു പറഞ്ഞു, 'തീർച്ചയായും നീ മരിക്കും, കാരണം നീ ജയിക്കാൻ ഒരു സാദ്ധ്യതയുമില്ല. അതുകൊണ്ട്, മരിക്കാനുള്ള ഏറ്റവും മികച്ച വഴി ഞാൻ നിനക്കു പറഞ്ഞുതരാം : നിന്റെ വാൾ തലയ്ക്കു മുകളിൽ ഉയർത്തിപ്പിടിച്ച്, കണ്ണുകൾ ഇറുക്കെ പൂട്ടി കാത്തിരിക്കുക. തലയ്ക്കു മുകളിൽ ഒരു കുളിര് അനുഭവപ്പെടുന്നുണ്ടെങ്കിൽ, അതാണ് മരണം. ആ നിമിഷം, കൈകൾ താഴ്ത്തുക, കൂടെ നീ സ്വന്തമെന്ന് കരുതുന്ന എല്ലാംതന്നെ ഉപേക്ഷിക്കുക. അത്രയേയുള്ളൂ.'

സമമല്ലാത്ത യുദ്ധം

സന്ന്യാസി തന്റെ ഗുരുവിനെ വന്ദിച്ച ശേഷം തന്നെ കാത്തിരിക്കുന്ന സാമുറായുടെ അടുത്തേക്ക് പോയി. രണ്ടുപേരും യുദ്ധത്തിനായി തയ്യാറായി.

ഗുരു പറഞ്ഞതുപോലെതന്നെ ആ സന്ന്യാസി അനുസരിച്ചു. വാളേന്തിയ കൈകൾ തലയ്ക്കു മുകളിൽ ഉയർത്തിപ്പിടിച്ച്, കണ്ണുകളടച്ച് കാത്തിരുന്നു, തീർത്തും നിശ്ചലനായി. സാമുറായ് ഒരേസമയം ആശ്ചര്യത്തിലും ആശയക്കുഴപ്പത്തിലുമായി. കാരണം, തന്റെ എതിരാളിയിൽ ഒരു തുള്ളി ഭയം പോലും കാണാൻ കഴിഞ്ഞില്ല. അയാളുടെ സംശയം വർദ്ധിച്ചു, ശ്രദ്ധയോടെ സന്ന്യാസിയുടെ അടുത്തേക്ക് നടന്നു. സന്ന്യാസിയാണെങ്കിൽ, തന്റെ തലയ്ക്കു മുകളിൽ മാത്രം ശ്രദ്ധ കേന്ദ്രീകരിച്ച് ശാന്തത കൈവിടാതെ നില്ക്കുകയാണ്.

സാമുറായ് മനസ്സിൽ പറഞ്ഞു, 'ഇയാൾ തീർച്ചയായും അതിശക്തനാണ്. തിരികെ വന്ന് എനിക്കെതിരെ യുദ്ധം ചെയ്യാനുള്ള ധൈര്യമുണ്ടായി ഇയാൾക്ക്.' അപ്പോഴും സന്ന്യാസി നിശ്ചലനായിരുന്നു. അതിയായ ആശയക്കുഴപ്പത്തിനൊടുവിൽ അയാൾ ഉറപ്പിച്ചു, 'ഇയാൾ അതിശ്രേഷ്ടനായ യോദ്ധാവാണെന്നുള്ളതിൽ ഒരു സംശയവുമില്ല. തുടക്കത്തിൽ തന്നെ ഒരു യുദ്ധമുറ തിരഞ്ഞെടുക്കുകയും, കണ്ണുകളടച്ച് അതിൽതന്നെ ഉറച്ചുനില്ക്കുകയും ചെയ്യുന്നു!' ആ സമയത്തിനുള്ളിൽ സാമുറായുടെ കാര്യം തന്നെ സന്ന്യാസി മറന്നിരുന്നു. സകല ലൌകികതകളും വെടിഞ്ഞ്, നിസ്സംഗനായി

നില്ക്കുന്നതിൽ അഭിമാനം പൂണ്ട് മരണത്തെ എതിരേൽക്കുന്നതിലും, തന്റെ ഗുരുവിന്റെ ഉപദേശം പിന്തുടരുന്നതിലും മാത്രമായിരുന്നു അവന്റെ ശ്രദ്ധ മുഴുവനും. ഒരു ചെറിയ അനക്കം സംഭവിച്ചാൽ പോലും സ്വന്തം ശരീരം രണ്ട് കഷണങ്ങളായി തുണ്ടിക്കപ്പെട്ടു മെന്ന് ബോധ്യപ്പെട്ട സാമുറായ്, അപേക്ഷാ സ്വരത്തിൽ സംസാരിച്ചുതുടങ്ങി, 'ഞാൻ യാചിക്കുകയാണ്. എന്നോട് ദയയു ണ്ടാകണം, എന്നെ കൊല്ലരുത്. വാൾ കൊണ്ടുള്ള അഭ്യാസത്തിൽ എന്നെക്കാൾ മികച്ചവരില്ലെന്ന് കരുതിയിരുന്നു ഞാൻ. പക്ഷേ ശരിയായ യോദ്ധാവിനെ ഞാനിപ്പോൾ കണ്ടു. എന്നെ അങ്ങയുടെ ശിഷ്യനായി സ്വീകരിച്ച് അഭ്യാസമുറകൾ പഠിപ്പിക്കാൻ മനസ്സുണ്ടാകണം.'

ശാന്തത ഒരു ആയുധമാണ്

നിങ്ങൾ ചിന്തിക്കുന്നുണ്ടാകാം, ഒന്നും ചെയ്യാതെ തന്റെ മരണ ത്തിനായി കാത്തുനിന്ന ഒരു സന്ന്യാസി എങ്ങനെയാണ് അഭ്യാസ മുറകൾ പഠിപ്പിക്കുന്നൊരു ഗുരുവാകാം എന്ന്. കഴിഞ്ഞ നാല് അദ്ധ്യായങ്ങളിലായി പ്രവർത്തിക്കാനായി നിങ്ങളെ പ്രചോദി പ്പിച്ച ഞാൻ, എന്തുകൊണ്ടാണ് ഇപ്പോൾ ഇങ്ങനെയൊരു കഥ പറയുന്നതെന്നും നിങ്ങൾ ആശ്ചര്യപ്പെട്ടേക്കാം.

നമ്മൾ ഒരിക്കലും ചെയ്യാൻ പാടില്ലാത്തൊരു കാര്യമല്ലേ ഇവിടെ ആ സന്ന്യാസി ചെയ്തത്; നിശ്ചലനായി കാത്തിരിക്കു ന്നത്? സ്വന്തം ജീവൻ രക്ഷിക്കുന്നതിനായെങ്കിലും, ദൃഢനിശ്ചയ ത്തോടെ സാമുറായെ ആക്രമിക്കുകയല്ലേ അയാൾ ചെയ്യേണ്ടിയിരു ന്നത്? അല്ല, ഈ സാഹചര്യത്തിൽ അങ്ങനെ ചെയ്യുന്നത് തീർച്ചയായും അയാളെ മരണത്തിലേക്ക് നയിക്കും.

ഒന്നുകൂടെ കഥയിലേക്ക് കടക്കാം. ഒരിക്കൽ പോലും വാൾ തൊട്ടിട്ടില്ലാത്ത ഒരു സെൻ സന്ന്യാസി, ശ്രേഷ്ഠനായ ഒരു യോദ്ധാവിനെ നേരിടുന്നു. എന്തു തന്നെ സംഭവിച്ചാലും, സാധാരണ ഒരു യുദ്ധത്തിൽ അവന് ജയിക്കാനാകില്ല. ഗുരു അവനോട് ശാന്തനായിരിക്കാൻ ഉപദേശിക്കുന്നു. 'പേടിക്കരുത്, ഒന്നും ചെയ്യുകയുമരുത്.' ആ ഉപദേശം അവൻ അക്ഷരംപ്രതി അനുസരിക്കുന്നു. ആ ശാന്തതയാണ്, ആ നിശ്ചലാവസ്ഥയാണ്, സാമുറായെ തെറ്റായ തീരുമാനത്തിലേക്ക് നയിക്കുകയും സന്ന്യാസിയുടെ ജീവൻ രക്ഷിക്കുകയും ചെയ്തത്. സന്ന്യാസി

ഒന്നും ചെയ്യാതെയാണ് ജയിച്ചത് എന്നു ചിന്തിക്കുന്നത് തെറ്റാണ്.

നിശ്ചയദാർഢ്യത്തോടെ പ്രയോഗിക്കുകയാണെങ്കിൽ, ബോധപൂർവ്വം ഒന്നും ചെയ്യാതിരിക്കുന്നതും ഫലപ്രദമായ ഒരു പ്രതിരോധമാണെന്ന് ഷാവോലിന്റെ ശാന്തതാ തത്വം നമ്മെ പഠിപ്പിക്കുന്നു.

ആത്മനിയന്ത്രണ കല

പലരും തങ്ങളുടെ ജീവിതവഴിയിലെവിടെയോ നഷ്ടപ്പെടുത്തുന്ന ഒരു കഴിവാണ് യഥാർത്ഥ ശാന്തത. ദേഷ്യമോ സ്വഭാവദൂഷ്യമോ അമിത സമ്മർദ്ദമോ മൂലം, നമ്മളിൽ പലരും, സാഹചര്യങ്ങൾ പൂർണ്ണമായി മനസ്സിലാകുന്നതിനു മുൻപേ പ്രതികരിക്കാൻ തുടങ്ങും. ശാന്തത നിലനിർത്താൻ കഴിയാത്തതിനാൽ, നമ്മളെ മറ്റുള്ളവർക്ക് എളുപ്പത്തിൽ വിലയിരുത്താൻ കഴിയും. ഏഷ്യൻ ആയോധനകലകൾ അഭ്യസിക്കുന്നവർ സ്വന്തം എതിരാളിയുടെ ശക്തി ഉപയോഗിച്ചു തന്നെ അവരെ എതിരിടുന്നതായി നിങ്ങൾ കേട്ടിരിക്കാം.

നിങ്ങളുടെ ശാന്തത വളരെ ശക്തമായ ഒരു ആയുധമാണ്, പ്രത്യേകിച്ച് പ്രകോപിതരും ക്ഷുഭിതരുമായ എതിരാളികൾക്കു നേരെ. 'എതിരാളിയുടെ മനസ്സ് വായിക്കാൻ കഴിയുന്നില്ലെങ്കിൽ, ഒരു ചുവടു വെക്കുന്നതായി നടിക്കുക. അതിനെതിരെ പ്രതികരിക്കുന്ന എതിരാളിയുടെ നീക്കത്തിൽ നിന്നും അയാളുടെ മനസ്സിനെ ഗ്രഹിച്ചെടുക്കാൻ നിങ്ങൾക്ക് സാധിക്കും,' മുസാഷി പറഞ്ഞ വാക്കുകളാണിവ.

ചുവടു വെക്കുന്നതായി നടിക്കുക എന്നാൽ ആക്രമിക്കുക എന്നല്ല, എതിരാളിയുടെ നേർക്ക് ചടുലമായൊരു കപടചലനം. മറ്റൊരു തരത്തിൽ പറഞ്ഞാൽ, ഒരുതരം പറ്റിക്കൽ. എതിരാളി സാഹചര്യത്തിനൊത്ത് പ്രതികരിക്കുകയും ശാന്തത കൈവിടാതിരിക്കുകയുമാണെങ്കിൽ, മുൻധാരണകളില്ലാതെയാകും അയാൾ വന്നിരിക്കുക, അതുകൊണ്ടുതന്നെ അയാളുടെ മനസ്സിൽ നിന്നും നമുക്ക് ഗ്രഹിച്ചെടുക്കാൻ ഒന്നും തന്നെയുണ്ടാവുകയില്ല. എതിരാളിക്കുനേരെയുള്ള പെട്ടെന്നുള്ള ചലനം യഥാർത്ഥത്തിൽ ആക്രമണമാകണമെന്നില്ല, അതിനാൽ ഒരു പ്രതികരണം ഉണ്ടാകണമെന്നു

മില്ല. അപ്പോഴും അവർക്ക് നിശ്ചലനായി തുടരാനും, അവരുടെ ഉദ്ദേശ്യം നിങ്ങൾ മനസ്സിലാക്കിയിട്ടില്ലെന്ന് നിരീക്ഷിക്കുവാനും സാധിക്കും. ഈയൊരു അറിവിന്റെ പിൻബലത്തിൽ, അവർക്ക് അടുത്ത ചുവടുകൾ വെക്കാൻ കഴിയും. എങ്കിലും, യഥാർത്ഥ ജീവിതത്തിൽ, സാഹചര്യം ഇങ്ങനെയായിരിക്കില്ല. നിങ്ങളുടെ എതിരാളിയുടെ പക്കൽ വ്യക്തമായ ഒരു തന്ത്രമുണ്ടാവുകയും, അത് പ്രാവർത്തികമാക്കാനായി ഒരു കാരണമോ സൂചനയോ കാത്തിരിക്കുകയുമാവും അവർ. സാഹചര്യത്തിൽ പെട്ടെന്നൊരു മാറ്റം സംഭവിച്ചാൽ, അതിനനുസൃതമായി അവരുടെ പ്രവർത്തികളിൽ മാറ്റം വരുത്താൻ അവർക്ക് സാധിക്കുകയില്ല. കാരണം, അവർ രൂപീകരിച്ച തന്ത്രം പ്രാവർത്തികമാക്കുന്നതിലായിരിക്കും അവർ ശ്രദ്ധ കേന്ദ്രീകരിച്ചിരിക്കുന്നത്.

എതിരാളികളെ തങ്ങളുടെ പ്രതിരോധം ഉപേക്ഷിക്കുവാനായി പ്രലോഭിപ്പിക്കുക

തെറ്റിദ്ധരിപ്പിക്കുന്ന ചുവടുകൾ, 'കപട ചലനങ്ങൾ' എന്നാണ് ഞാനതിനെ വിളിക്കാൻ താല്പര്യപ്പെടുന്നത്. ഷാവോലിൻ കുങ് ഫുവിൽ വളരെ പ്രശസ്തമായൊരു നീക്കമാണിത്; ആക്രമിക്കുന്നതായി ഭാവിക്കുക എന്നു മാത്രമല്ല അവിടെ അർത്ഥമാക്കുന്നത്. എതിരാളിയെ തങ്ങളുടെ പ്രതിരോധകവചത്തിൽ നിന്നും പുറത്തു കൊണ്ടുവന്ന്, അവരെ പിഴവുകളിലേക്ക് നയിക്കുകയാണ് ഇതിന്റെ ഉദ്ദേശം.

ആക്രമിക്കുന്ന ആൾ തന്റെ വലതു കൈ ഉപയോഗിച്ച് എതിരാളിയുടെ നെഞ്ചിൽ ഇടിക്കാൻ പോകുന്നുവെന്ന് കരുതുക. ആദ്യം തന്നെ ആ ചുവടിലേക്കാണയാൾ കടക്കുന്നതെങ്കിൽ, എതിരാളിക്ക് അയാളുടെ നീക്കം പെട്ടെന്ന് മനസ്സിലാവുകയും ആ പ്രഹരത്തിൽ നിന്നും ഒഴിഞ്ഞു മാറുകയും ചെയ്യും. അതുകൊണ്ട്, ആക്രമിക്കുന്നയാൾ എതിരാളിയുടെ സമനില തെറ്റിക്കണം.

ഇടതു കൈ കൊണ്ട് എതിരാളിയുടെ തലയിൽ ചെറുതായൊന്നു ഇടിക്കുന്നതിലൂടെ, അയാൾ ക്ഷുഭിതനാവുകയും ഉയർന്നു വരുന്ന അടുത്ത പ്രഹരം തടയാൻ ശ്രമിക്കുന്നതിനായി പ്രതികരിക്കുകയും ചെയ്യുന്നു. അങ്ങനെ ചെയ്യുമ്പോൾ അവരുടെ നെഞ്ച് ആക്രമിക്കുന്നയാൾക്കുമുന്നിൽതുറന്നുകാട്ടപ്പെടുന്നു.കൃത്യംഅവിടേക്കായിരിക്കും അതിശക്തമായ അടുത്ത പ്രഹരം പതിക്കാൻ

പോകുന്നത്.സ്വാഭാവികമായും,ഈ തന്ത്രം ബോക്സിംഗിൽ മാത്രമല്ല ഉപയോഗിക്കപ്പെടുന്നത്.

പ്രതിരോധിക്കേണ്ട സമയത്ത്, വൈകാരികതയ്ക്കടിമപ്പെട്ട് പ്രവർത്തിക്കുന്ന (പ്രതികരിക്കുന്ന) ഏതൊരാളും നേരിടാൻ പോകുന്നത് തോൽവിയായിരിക്കും.

വികാരങ്ങളാൽ പ്രേരിതമായ പ്രതിരോധതന്ത്രങ്ങൾ എതിരാളിയുടെ ശരിയായ ഉദ്ദേശ്യങ്ങളെ മനസ്സിലാക്കാനുള്ള കഴിവിനെ ദുർബലമാക്കും.

മികച്ച യോദ്ധാക്കൾ പറ്റുമ്പോഴെല്ലാം 'കപട ചലനങ്ങൾ' തന്ത്രപരമായി പ്രയോഗിക്കും. ആ ചലനങ്ങൾ, എതിരാളികളെ സ്വന്തം പ്രതിരോധത്തെ വികാരപരമായി കാണാനും, അതിലൂടെ അവരുടെ ക്ഷമ നശിപ്പിക്കാനും നിർബന്ധിതരാക്കുന്നു.

ഇങ്ങനെ ചിന്തിക്കുക, കഴിഞ്ഞ ദിവസം വൈകുന്നേരം നിങ്ങൾ എവിടെയാണെന്നറിയാൻ ഞാൻ ആഗ്രഹിക്കുന്നു, പക്ഷേ നിങ്ങൾക്കത് പറയാൻ താല്പര്യവുമില്ല. ഞാൻ നേരിട്ട് ചോദിച്ചയുടൻതന്നെ നിങ്ങളാ ചോദ്യത്തെ ഒഴിവാക്കുന്നു, അതുകൊണ്ട് നിങ്ങൾക്കെതിരെ ആരോപിക്കാനായി ഞാൻ എന്തെങ്കിലും കണ്ടെത്തും. ഉദാഹരണത്തിന്, ഒരു സ്ഥലത്തുവെച്ച് നിങ്ങൾ ഒരു കാറിൽ പോയി ഇടിച്ചു എന്നു ഞാൻ പറയും. വളരെ ശാന്തനായി ഞാൻ പറയും, 'എന്നെ സംബന്ധിക്കുന്ന വിഷയമല്ല, പക്ഷേ ഇന്നലെ നിങ്ങളുടെ കാർ മറ്റൊരു കാറിൽ പോയിടിച്ചതായി കണ്ടെന്ന് ചിലരെന്നോട് പറഞ്ഞു.'

അത് നിങ്ങളല്ലെന്ന് നിങ്ങൾ തീർത്തു പറയും, മാത്രമല്ല, തുടർന്നുള്ള സംഭാഷണങ്ങൾ നിങ്ങളെ ചൊടിപ്പിക്കുകയും ചെയ്യും.

'മറ്റാരായിരിക്കാനാണ് സാദ്ധ്യത? നിങ്ങൾ തീർച്ചയായും നല്ലൊരു ഡ്രൈവറല്ല.'

'ഞാനല്ല അത്.'

'നിങ്ങൾ തന്നെയാണത്. അല്ലെങ്കിൽ അവരെന്നോട് ഇങ്ങനെ പറയുമോ?'

ഇത് അവസാനം കൊണ്ടെത്തിക്കുന്നത് നിങ്ങളുടെ തുറന്നു പറച്ചിലിലായിരിക്കും. അത് ഉറപ്പായും നിങ്ങളല്ലെന്നും, കാരണം, ഇന്നലെ വൈകുന്നേരം മുഴുവനും X എന്നൊരാളോടൊപ്പമായിരുന്നു നിങ്ങളെന്നും, ആ വ്യക്തിയുടെ വീട് അടുത്തായതിനാൽ കാർ എടുക്കേണ്ട ആവശ്യമുണ്ടായിരുന്നില്ലെന്നും നിങ്ങൾ വെളിപ്പെ

ടുത്തും. 'ഓഹോ, അപ്പോൾ നിങ്ങൾ X-ന്റെ കൂടെയായിരുന്നല്ലേ?' അത്തവണ ഞാൻ ജയിക്കും. കാറിന്റെ കാര്യം അപ്രസക്ത മാവുകയും ചെയ്യും.

തന്ത്രങ്ങളെല്ലാം മനസ്സിലാക്കുന്നതിനു മുൻപേ തന്നെ എതി രാളിയുടെ സമനില തെറ്റിക്കുകയും തെറ്റായ തീരുമാനങ്ങളിലേക്ക് നയിക്കുകയും ചെയ്യുകയാണ് ഓരോ കപടനീക്കത്തിന്റെയും അടിസ്ഥാനം. നിങ്ങളിനി സത്യത്തിൽ ഏതെങ്കിലും കാറിൽ ഇടിച്ചിട്ടുണ്ടായിരുന്നെങ്കിൽ പോലും, എനിക്കത് വിഷയമേ അല്ലായിരുന്നു. നിങ്ങൾ ശാന്തനായി, എന്റെ കപട നീക്കങ്ങളോട് പ്രതികരിക്കാതിരുന്നുവെങ്കിൽ, ഇങ്ങനെ പറഞ്ഞേനെ, 'എങ്കിൽ അയാൾ പോയൊരു പരാതി കൊടുക്കട്ടെ, ഞാനല്ല അതെന്ന് എനിക്കറിയാം.' മാത്രമല്ല, എനിക്ക് നിങ്ങളിൽ നിന്നും ഒരു വിവരവും കിട്ടില്ലായിരുന്നു.

ഒരു ബസ് ഡ്രൈവർ, താൻ ഒരിക്കൽ ചെങ്കുത്തായൊരു റോഡിലൂടെ മുകളിലേക്ക് പോകുമ്പോൾ ബസ് നിർത്തേണ്ടിവന്ന സാഹചര്യത്തെ കുറിച്ച് എന്നോട് പറഞ്ഞു. വീണ്ടും വാഹനം സ്റ്റാർട്ട് ചെയ്ത് മുന്നോട്ടെടുക്കാൻ നേരം, ടയർ വഴുതി ബസ് കുറച്ച് പുറകിലേക്കു നീങ്ങി. അന്നേരം ചില്ല് നൊറുങ്ങുന്ന ശബ്ദം അയാൾ കേട്ടു. കണ്ണാടിയിലൂടെ പിന്നിലേക്ക് നോക്കിയപ്പോൾ, ഒരു മെർസിഡീസ് കാർ, പൊട്ടിയ ഇൻഡിക്കേറ്ററും തകർന്ന ബമ്പറുമായി നില്ക്കുന്നു. ബസ്സിൽ നിന്നും പുറത്തിറങ്ങി, കാര്യങ്ങൾ എങ്ങനെ പറഞ്ഞു മനസ്സിലാക്കുമെന്ന ചിന്തയിൽ അയാൾ കാറിനടുത്തേക്കു പോയി. ബസ് ഡ്രൈവർ ക്ഷമ ചോദിക്കാൻ തുടങ്ങവെ കാറിലെ ആൾ പറഞ്ഞു, 'എന്നോട് ക്ഷമിക്കണം. കാർ എടുക്കാൻ ശ്രമിക്കുന്നതിനിടെ ക്ലച്ചിൽ നിന്നും കാൽ വഴുതിയതിനാൽ, നിങ്ങളുടെ ബസ്സിലേക്ക് എന്റെ കാർ ഇടിച്ചു...'

യുദ്ധത്തിനു മുൻപേ തോൽവി സമ്മതിക്കുക

അമിതമായ സത്യസന്ധത ക്ഷമയില്ലായ്മയെയാണ് കാണിക്കു ന്നത്, അത് മനുഷ്യരെ പലപ്പോഴും വലിയ പ്രശ്നങ്ങളിൽ കൊണ്ടെ ത്തിക്കാറുമുണ്ട്. നിങ്ങൾ ഒരു ട്രെയിനിൽ യാത്ര ചെയ്യുകയാ ണെന്നും, ടിക്കറ്റ് എക്സാമിനർ നിങ്ങളുടെ സീറ്റിനടുത്തേക്ക് വരികയാണെന്നും കരുതുക. വാസ്തവത്തിൽ അയാൾ കുറച്ചു തിരക്കിലായിരുന്നതിനാലും, ട്രെയിൻ ലാസ്റ്റ് സ്റ്റോപ്പിനരികിൽ

എത്തിയതിനാലും ടിക്കറ്റ് പരിശോധിക്കാൻ അയാൾ താല്പര്യം കാണിച്ചിരുന്നുമില്ല. എന്നിരുന്നാലും, അയാളെ കണ്ട തിടുക്കത്തിൽ നിങ്ങൾ കീശയിലും മറ്റുമായി നിങ്ങളുടെ ടിക്കറ്റിനായി പരതാൻ തുടങ്ങി. പെട്ടെന്നാണ് നിങ്ങളോർത്തത്, ടിക്കറ്റ് വീട്ടിൽ മറന്നുവെച്ചുവെന്ന്. പക്ഷേ നിങ്ങൾ ടിക്കറ്റ് തിരയുന്നത് ശ്രദ്ധിച്ച ടിക്കറ്റ് എക്സാമിനർ അടുത്തു വന്ന് ടിക്കറ്റ് കാണിക്കാൻ പറയുകയും അതിൽ വീഴ്ച വരുത്തിയതിനാൽ വലിയൊരു തുക പിഴയായി ഈടാക്കുകയും ചെയ്തു. നിങ്ങൾ ഒന്നും ചെയ്യാതിരുന്നെങ്കിൽ, അയാൾ മിണ്ടാതെ പോയേനെ. നിങ്ങൾക്ക് ഇത്ര വലിയ വില കൊടുത്ത് പാഠം പഠിക്കേണ്ടി വന്നിട്ടുണ്ടാവുകയുമില്ല; കാരണം, നിങ്ങൾ പറ്റിച്ച് യാത്ര ചെയ്യുകയായിരുന്നില്ല.

എതിരാളിയുടെ ഭയത്തെ ആയുധമാക്കുക

വളരെ മികച്ച യോദ്ധാക്കൾക്ക് എതിരാളിയുടെ ക്ഷമയില്ലായ്മയെ ഇതിലും കൂടുതൽ ചൂഷണം ചെയ്യാൻ സാധിക്കും. അവർക്ക് അധികമൊന്നും ചെയ്യേണ്ടിവരില്ല. അവർ എതിരാളിയുടെ ഭയത്തെ പരമാവധി ഉപയോഗപ്പെടുത്തുക മാത്രമാണ് ചെയ്യുക. ഭയം തീർച്ചയായും പ്രധാനപ്പെട്ട ഒന്നാണ്. പക്ഷേ, പലപ്പോഴും അതുതന്നെയാണ് നിങ്ങളുടെ ഏറ്റവും വലിയ ശത്രുവും.

നമ്മൾ ട്രെയിനിലെ കഥയിലേക്ക് തിരിച്ചുവരാം. ഇത്തവണ, ടിക്കറ്റ് വീട്ടിൽ മറന്നുവെച്ച കാര്യം നിങ്ങൾക്കറിയാമെന്നു കരുതുക. നിങ്ങൾക്കത് അറിയില്ലായിരുന്നുവെങ്കിൽ, ടിക്കറ്റ് എക്സാമിനർ നിങ്ങളെ കടന്നുപോകുന്നത് നിങ്ങൾ ക്ഷമയോടെ നിരീക്ഷിക്കുകയും, ശാന്തനായിരിക്കുന്ന നിങ്ങളോട് അയാൾ ഒന്നും മിണ്ടാതെ കടന്നുപോവുകയും ചെയ്തേനെ. പക്ഷേ ഇപ്പോൾ, കള്ളത്തരം ചെയ്തതുപോലുള്ള നിങ്ങളുടെ നോട്ടവും, എന്തോ മറച്ചുവെക്കുന്നതുപോലുള്ള ഭാവവും അയാളുടെ ശ്രദ്ധയിൽപെടും. പിന്നീട് സ്വാഭാവികമായും സംഭവിക്കാൻ പോകുന്നത്, 'നിങ്ങളുടെ ടിക്കറ്റ് ഒന്ന് പരിശോധിച്ചോട്ടെ...?' എന്ന ചോദ്യമായിരിക്കും.

ഭയത്തിന്റെ കാര്യത്തിൽ, മൃഗങ്ങളും മനുഷ്യരും തമ്മിൽ വലിയ വ്യത്യാസമൊന്നുമില്ല; നമുക്കത് പെട്ടെന്ന് മണത്തറിയാൻ കഴിയും. ഒരു ചെറുമനുഷ്യൻ തന്റെ ഭയം പുറത്തു കാണിക്കാത്തിടത്തോളം കാലം, അത്രയും വലിയ ആന അയാളുടെ ചൊൽപടിക്കു നിന്നു കൊടുക്കും. പക്ഷേ അതേ മനുഷ്യൻ ഒരു ചെറിയ നായയുടെ

മുന്നിൽ പേടിച്ചാൽ, ആ മൃഗം പെട്ടെന്ന് അക്രമാസക്തവും ബഹള ക്കാരനും അപകടകരവുമാകും. ഇതു തന്നെയാണ്, ചെറിയ തെറ്റുകൾക്കുപോലും മേലുദ്യോഗസ്ഥനോടു പരാതികൊടുക്കുമെന്ന് ഭീഷണിപ്പെടുത്തുന്നവരിലും നമുക്ക് കാണാൻ കഴിയുന്നത്. അവർ കേൾക്കാനാഗ്രഹിക്കുന്നത് ഇതാണ് : ഭയത്തോടെയുള്ള 'ദയവായി അരുത്!' എതിരാളിയുടെ മേൽ അധികാരം നേടിയെടു ത്തുവെന്ന് അവർ അതിലൂടെ മനസ്സിലാക്കും. പിന്നീട് ആ അധി കാരസ്ഥാനം നിലനിർത്താനായി അവർ അത് തുടർന്നു കൊണ്ടേയിരിക്കും.

പകരം, അവരുടെ ഭീഷണിക്കുള്ള മറുപടി ഇങ്ങനെയായി രുന്നെങ്കിലോ : 'അത് നല്ലൊരു കാര്യമാണ്! ചിലർക്ക് മറ്റുള്ളവരെ ഭീഷണിപ്പെടുത്താനല്ലാതെ മറ്റൊന്നിനും സാധിക്കില്ലെന്ന് ഇന്നലെ മേലുദ്യോഗസ്ഥനുമായുള്ള സംഭാഷണത്തിനിടയിൽ പറഞ്ഞതേയുള്ളൂ. അദ്ദേഹത്തിന്റെ ഇമെയിൽ അഡ്രസ്സ് കൈയി ലുണ്ടല്ലോ, അല്ലേ?' നിങ്ങളുടെ മേലുദ്യോഗസ്ഥൻ അത്രയും അടുപ്പ മുള്ളയാളാണോ എന്നത് പ്രസക്തമല്ല. ആ മെയിൽ ഒരിക്കലും പോവുകയില്ല.

എതിരാളിയുടെ ഭയത്തെ നിയന്ത്രിക്കാൻ നിങ്ങൾക്ക് കഴിഞ്ഞുവെങ്കിൽ, അന്നേരം തന്നെ യുദ്ധത്തിൽ നിങ്ങൾ പാതി ജയിച്ചുവെന്നാണർത്ഥം.

ശത്രുവിന്റെ ആയുധത്തെ അറിയുന്നത് വളരെ പ്രധാനമാണ്... ഓർമ്മയുണ്ടോ? അതിന്റെ ചലനങ്ങളാൽ മനസ്സ് വ്യതിചലിക്ക പ്പെടുന്നവരെ, അല്ലെങ്കിൽ അതിലും മോശമായി, അതിനോട് പ്രതികരിക്കുന്നവരെ, എളുപ്പത്തിൽ സ്വാധീനിക്കാനും, തത്ഫല മായി പരാജയപ്പെടുത്താനും സാധിക്കും.

<u>പരിശീലനം</u>

നിങ്ങളെ എത്ര എളുപ്പത്തിൽ സ്വാധീനിക്കാൻ സാധിക്കും?

നിങ്ങളിൽ നിന്നും പ്രതീക്ഷിക്കുന്നതായി നിങ്ങൾ വിശ്വസിക്കുന്ന കാര്യങ്ങൾ ചെയ്യുന്നതിൽപോലും നിങ്ങളെ എങ്ങനെ സ്വാധീനിക്കാമെന്ന് ഞാനിപ്പോൾ വിശദീകരിക്കാം. താഴെ കൊടുത്തിരിക്കുന്ന കൃത്യത്തിൽ പൂർണ്ണമായി ശ്രദ്ധ ചെലുത്തുക. അത് പൂർത്തിയാക്കിയതിനു ശേഷം മാത്രം വായന തുടരുക. ഈ കളി നേരത്തേ അറിയാമെങ്കിലും, കണക്കിൽ താല്പര്യമില്ലാത്തയാളാണ് നിങ്ങളെങ്കിലും, ദയവായി ഇത്

പൂർത്തിയാക്കുക. ഉത്തരം താഴെ കൊടുത്തിട്ടുണ്ട്, അതിലേക്കിപ്പോൾ നോട്ടം പായിക്കരുത്. തയ്യാറല്ലേ? ശരി.

ബസ് യാത്ര : ഒരു ബസ്സിൽ ഏഴ് പേരുണ്ട്. ആദ്യ സ്റ്റോപ്പിൽ, ബസ്സിൽ നിന്നും നാല് പേർ ഇറങ്ങുകയും, മൂന്ന് പുതിയ ആൾക്കാർ കേറുകയും ചെയ്തു. അടുത്ത സ്റ്റോപ്പിൽ, ആരും ഇറങ്ങിയില്ല, രണ്ടു പേർ കയറി. അടുത്തതിൽ, മൂന്ന് പേർ ഇറങ്ങുകയും എട്ട് പേർ കയറുകയും ചെയ്തു. ശ്രദ്ധിക്കുന്നുണ്ടല്ലോ, അല്ലേ? അടുത്ത സ്റ്റോപ്പിൽ ഇറങ്ങിയവർ നാല് പേരും. കയറിയവർ ഒമ്പത് പേരുമാണ്. ഒരു സ്റ്റോപ്പിനു ശേഷം രണ്ട് പേർ ഇറങ്ങുകയും, അഞ്ച് പേർ കയറുകയും ചെയ്തു. അവസാന സ്റ്റോപ്പെത്തിയപ്പോൾ, ബസ്സിൽ ബാക്കിയുണ്ടായിരുന്നവരെല്ലാം ഇറങ്ങി.

എത്ര തവണ ബസ് നിർത്തിയെന്ന് പറയാമോ? സാദ്ധ്യതയില്ല. ബസ്സിൽ ബാക്കി എത്ര പേരുണ്ടാകുമെന്ന ചോദ്യമാണ് നിങ്ങൾ പ്രതീക്ഷിച്ചത്, അല്ലേ? പക്ഷേ എന്റെ ചോദ്യം എന്തിനെക്കുറിച്ചുമാകാം. ഉദാഹരണത്തിന്, ഇന്നലെ ഉച്ചയ്ക്ക് നിങ്ങൾ എന്താണ് കഴിച്ചതെന്നോ നിങ്ങളുടെ ഇഷ്ടനിറം എന്തെന്നോ. എങ്ങനെയായാലും, ഞാനെന്റെ ഉദ്ദേശ്യം നിറവേറ്റുമായിരുന്നു.

യാത്രക്കാരുടെ എണ്ണമെടുക്കാനുള്ള നിർദ്ദേശമെന്നോണം ഞാൻ ഒന്നും തന്നെ തന്നിരുന്നില്ല, എന്നിട്ടും നിങ്ങൾ എണ്ണിത്തുടങ്ങി. അതിലൂടെ ഞാൻ നിങ്ങളുടെ ശ്രദ്ധ തിരിച്ചു. നിങ്ങൾ ക്ഷമയോടെ ശ്രദ്ധിച്ചിരുന്നെങ്കിൽ, ഏതൊരു പ്രതികരണമെടുക്കുന്നതിനും മുന്നേ മുഴുവൻ ചോദ്യവും വ്യക്തമായി മനസ്സിലാക്കിയേനെ.

- ഉത്തരം നൽകുക : എന്തുകൊണ്ടാണ് നിങ്ങൾ എണ്ണിത്തുടങ്ങിയത്? എണ്ണിയില്ലായിരുന്നെങ്കിൽ എന്തു സംഭവിക്കുമായിരുന്നു? എന്തായിരുന്നു നിങ്ങളുടെ മനസ്സിൽ?
- ഇതുപോലെ നിങ്ങൾ പ്രതികരിച്ച മൂന്ന് സന്ദർഭങ്ങൾ എഴുതുക, ഇങ്ങനെ സംഭവിക്കാമായിരുന്ന മൂന്ന് സന്ദർഭങ്ങളും.

ക്ഷമയില്ലാത്തവരുടെ നീക്കങ്ങൾ പ്രവചിക്കാൻ എളുപ്പമാണ്. മറ്റൊരാൾക്ക് തീർച്ചയായും അയാളുടെ ശ്രദ്ധ തെറ്റിച്ച് മറ്റു കാര്യങ്ങളിലേക്ക് വ്യതിചലിപ്പിക്കാൻ കഴിയും, മാത്രമല്ല, അയാളെ പ്രകോപിപ്പിക്കാനുമാകും. ഇതാ ഒരു ഉദാഹരണം : താഴെ കൊടുത്തിരിക്കുന്ന ചോദ്യങ്ങൾ വായിച്ച്, മനസ്സിൽ ആദ്യം തെളിഞ്ഞുവരുന്ന ഉത്തരങ്ങൾ നൽകുക. എന്നതിനു ശേഷം മാത്രം അടുത്ത ചോദ്യത്തിലേക്ക് പോവുക. നിങ്ങളുടെ ഉത്തരങ്ങൾ വ്യക്തമായും സ്പഷ്ടമായും പറയുക. നിങ്ങൾക്ക് താല്പര്യമില്ലെങ്കിലും, നിങ്ങളുടെ വായിൽ നിന്നും 'നീല' എന്ന വാക്ക് പുറത്തുകൊണ്ടുവരാൻ ശ്രമിക്കാൻ പോവുകയാണ് ഞാൻ. തുടങ്ങാം :

- പുല്ലിന്റെ നിറമെന്താണ്?
- സൂര്യന്റെ നിറമെന്താണ്?
- നിങ്ങളുടെ ചർമ്മത്തിന്റെ നിറമെന്താണ്?

- പനിനീർ പൂവിന്റെ നിറമെന്താണ്?
- ജമന്തിപ്പൂവിന്റെ നിറമെന്താണ്?
- മണ്ണിന്റെ നിറമെന്താണ്?

'ബ്രൌൺ' എന്ന ഉത്തരം പറഞ്ഞിരുന്നോ നിങ്ങൾ? അതാണ് ഞാൻ പ്രതീക്ഷിച്ചതും. നിങ്ങളെക്കൊണ്ട് 'ബ്രൌൺ' എന്ന വാക്ക് പറയിപ്പിക്കുമെന്നായിരുന്നു ഞാൻ പറഞ്ഞിരുന്നത്.

'ബ്രൌൺ' അല്ലല്ലോ, 'നീല' എന്ന വാക്ക് പറയാതിരിക്കാനല്ലേ ശ്രമിച്ചത് എന്ന് ചിന്തിച്ചോ? അപ്പോൾ, 'നീല' എന്ന വാക്ക് നിങ്ങളുടെ ചിന്തയിൽ കൊണ്ടുവരാനെങ്കിലും എനിക്ക് കഴിഞ്ഞു. ഞാനിപ്പോൾ നിങ്ങളുടെ മുന്നിൽ ഉണ്ടായിരുന്നുവെങ്കിൽ, നിങ്ങളത് പറഞ്ഞേനെ.

എതിരാളികളെ പ്രകോപിപ്പിക്കുന്നതിലൂടെ അവരെയും അവരുടെ ഉദ്ദേശ്യങ്ങളെയും പുറത്തുകൊണ്ടുവരാൻ സാധിക്കും. അവരുടെ ആത്മസംയമനം ഭേദിച്ചുനോക്കൂ. അവർ ചെയ്യാൻ ആഗ്രഹിക്കാത്ത കാര്യങ്ങൾ പോലും ചെയ്യും.

ഷാവോലിനിൽ പറയുന്നതുപോലെ, മികച്ച യോദ്ധാവിനുള്ളിൽ കോപം ഉണ്ടാവുകയില്ല. ഉണ്ടാകാനും പാടില്ല. എല്ലാത്തിലുമുപരി, നിങ്ങൾ പിന്നീട് പശ്ചാത്തപിച്ചേക്കാവുന്ന കാര്യങ്ങൾ പറയാനും ചെയ്യാനും നിങ്ങളെ പ്രേരിപ്പിക്കുന്ന ഏറ്റവും മികച്ച മാർഗ്ഗമേതാണ്? നിങ്ങളുടെ മേലുദ്യോഗസ്ഥനോടോ പങ്കാളിയോടോ അല്ലെങ്കിൽ മറ്റാരെങ്കിലുമോടോ മനസ്സിൽ നിന്നും മായാതെ കിടക്കുന്ന വേദനിപ്പിക്കുന്ന കാര്യങ്ങൾ പറയുകയും, അവർക്ക് മനസ്സമാധാനം നൽകാൻ താല്പര്യപ്പെടാത്തതുമായ സമയമെപ്പോഴാണ്? കുറഞ്ഞ സമയം കൊണ്ട് നിങ്ങളുടെ ജീവിതത്തിലെ നല്ല അവസരങ്ങളിൽ പലതിനെയും നശിപ്പിക്കുന്ന സന്ദർഭമേതാണ്? ശാന്തനായ എതിരാളിക്ക് നിങ്ങളുടെ കരുത്ത് തന്നെ നിങ്ങൾക്കെതിരെ പ്രയോഗിക്കാനുള്ള സാഹചര്യമൊരുക്കിക്കൊടുത്ത് അവർക്ക് മികച്ച തുടക്കം നൽകുന്നതെപ്പോഴാണ്? നിങ്ങൾ തീർത്തും കോപിഷ്ടനായിരിക്കുമ്പോൾ. ക്രോധം നിങ്ങളുടെ കണ്ണുകളടയ്ക്കുമ്പോൾ, ആ ചൊല്ലിൽ തന്നെയുണ്ട്. ചിലപ്പോൾ കോപം നിങ്ങളുടെ അർപ്പണബോധത്തെ ശക്തിപ്പെടുത്തും. പക്ഷേ ക്രോധമില്ലാതെ യുദ്ധം ചെയ്യുന്നതാവും നല്ലത്.

കോപാകുലനായ ഒരാളിൽ ശക്തിയുണ്ടാകും. പക്ഷേ ആ സാഹചര്യത്തിൻമേലോ, അയാളുടെ പ്രവർത്തികളുടെ പരിണിതഫലങ്ങൾക്കുമേലോ ഒരു നിയന്ത്രണവും അയാൾക്കുണ്ടാകില്ല.

ദേഷ്യത്തിൽ നിങ്ങൾ എന്തെങ്കിലുമെടുത്ത് ചുവരിലേക്ക് വലിച്ചെറിഞ്ഞാൽ, അത് ഉടഞ്ഞുപോകും. പിന്നീട് നിങ്ങൾക്ക് എത്ര വലിയ കുറ്റബോധമുണ്ടായാലും അത് തിരികെ കിട്ടുകയില്ല. വാ വിട്ട വാക്കുകൾ തിരിച്ചെടുക്കാനുമാകില്ല. മാത്രമല്ല, കോപം നമ്മുടെ ഊർജ്ജം ഊറ്റിയെടുത്ത് നമുക്കെതിരെ തന്നെ പ്രവർത്തിക്കും.

താഴെ പറഞ്ഞിട്ടുള്ള സാഹചര്യം നിങ്ങൾക്ക് പരിചിതമായിരിക്കാം. വീതി കുറഞ്ഞ വഴിയിലൂടെ കാറോടിക്കുന്ന സമയത്ത്, പെട്ടെന്നൊരു കാർ നിങ്ങളുടെ അടുത്തുകൂടെ വെട്ടിച്ച് കടന്നുപോകുന്നു. അപകടം സംഭവിക്കുമായിരുന്നു, പക്ഷേ ഭാഗ്യവശാൽ, ഒന്നും തന്നെ സംഭവിച്ചില്ല. ഉടൻതന്നെ നിങ്ങൾ ആ വിഡ്ഢിയായ ഡ്രൈവറെ ശപിക്കുകയാണ് ചെയ്യേണ്ടത്, ശ്രദ്ധ തെറ്റി ഓടയിലേക്ക് വീഴേണ്ടതായിരുന്നു നിങ്ങൾ. ശാന്തനായ ശേഷം, കൂടെ യാത്ര ചെയ്യുന്നയാളോട് വെട്ടിച്ച പോയ ആ കാറിന്റെ നമ്പർ കുറിച്ചെടുത്തോ എന്നു നിങ്ങൾ ചോദിക്കും, കാരണം, ശപിക്കുന്ന തിരക്കിൽ നിങ്ങളത് മറന്നു.

സ്വാഭാവികമായും, അവരും ചെയ്തിരിക്കില്ല. ഉടൻതന്നെ, നിങ്ങൾ പിന്നെയും ദേഷ്യപ്പെടും. പക്ഷേ ഇപ്പോൾ ആ ദേഷ്യം നിരപരാധിയായ സഹയാത്രികനോടായിരിക്കും. കുറച്ച സമയത്തിനു ശേഷം, നിങ്ങൾ ചെയ്ത തെറ്റ് മനസ്സിലാക്കുകയും അതിന് അയാളോട് ക്ഷമ ചോദിക്കുകയും ചെയ്യും. പക്ഷേ നമ്പർ കുറിച്ചെടുക്കാതിരുന്ന അയാളെ കുറ്റപ്പെടുത്തുന്നതിലൂടെ നിങ്ങളുടെ തെറ്റിനെ ന്യായീകരിക്കുകയും നിങ്ങൾ ചെയ്യും. ദാ പിന്നേം, ദേഷ്യം തിരിച്ച വന്നിരിക്കുന്നു.

നിങ്ങളുടെ ദേഷ്യം നിങ്ങളെത്തന്നെയാണ് ദ്രോഹിക്കുക

എന്താണ് നിങ്ങൾ നേടിയത്? നിങ്ങൾ ശപിച്ചുകൊണ്ടിരിക്കുന്ന ആ വിഡ്ഢി ഇപ്പോൾ തന്റെ കൂട്ടുകാരുമൊത്ത് എവിടെയോ ബിയർ കുടിച്ചുകൊണ്ടിരിക്കുകയായിരിക്കാം. നിങ്ങളുടെ ദേഷ്യത്തെ കുറിച്ച് ബോധവാനല്ലാത്തതിനാൽ അയാൾ സുഖമായിരിക്കുന്നുണ്ടാകും. നിങ്ങളുടെ സഹയാത്രികനാകട്ടെ, നിങ്ങളുടെ മുൻകോപത്തിൽ സഹതപിച്ച്, കാറിന്റെ ജനാലയിലൂടെ പ്രകൃതിയെ ആസ്വദിക്കുന്നു.

നിങ്ങളോ? ദേഷ്യമെന്നത് പ്രകടിപ്പിക്കുന്നയാൾക്കെതിരെ

മാത്രമാണ് പ്രവർത്തിക്കുക എന്ന് നിങ്ങൾ മനസ്സിലാക്കിക്കാണും. ഈ ഉദാഹരണത്തിൽ, അത് നിങ്ങൾക്കെതിരെയാണ്. കാരണം, നിങ്ങൾ മാത്രമാണിപ്പോൾ ദേഷ്യക്കാരൻ. ഇപ്പോൾ നിങ്ങൾ പറഞ്ഞേക്കാം, 'ഞാൻ അപ്പോൾ ഒന്നും പറയാതിരുന്നെങ്കിൽ, ആ മണ്ടൻ പിന്നെയും അതുപോലെ വാഹനമോടിച്ച് കൂടുതൽ കുഴപ്പങ്ങൾ ഉണ്ടാക്കുമായിരുന്നു!'

പക്ഷേ, ആ വാഹനത്തിന്റെ നമ്പർ നോക്കാൻ പോലും തടസ്സം നിന്ന ശപിക്കലിൽ നിന്നും എന്താണ് നിങ്ങൾ നേടിയത്? നിങ്ങൾ സ്വയം ദേഷ്യം പിടിച്ചിരിക്കുന്നതോ??

ഇതേ പോലെതന്നെയാണ് ദിവസത്തെ അവസാന ബസ്സ് നിങ്ങളെത്തുമ്പോഴേക്കും മുന്നിലൂടെ കടന്നുപോകുന്നതും. നിങ്ങളപ്പോൾ ആ ബസ് ഡ്രൈവറെയും, ബസ് കമ്പനിയെയും, ആ നഗരത്തെയും, ജീവിതത്തെയും വരെ ശപിച്ചുപോകും. നിങ്ങൾക്കു ചുറ്റുമുള്ളവർ സഹതാപം നിറഞ്ഞ പുഞ്ചിരി മാത്രമാകും നിങ്ങൾക്കു നൽകുക. ആ ബസ് ഡ്രൈവറോ കമ്പനി മുതലാളിയോ, മറ്റാരും തന്നെ അറിയാൻ പോകുന്നില്ല. പക്ഷേ ജീവിതത്തിലെ ഒരുപാട് നിമിഷങ്ങൾ നിങ്ങൾക്ക് നഷ്ടപ്പെട്ടേക്കാം.

ഷാവോലിനിൽ പറയാറുണ്ട്, 'ദേഷ്യത്തിലിരിക്കുമ്പോൾ ഒന്നും പറയുകയോ ചെയ്യുകയോ അരുത്. പതിയെ ശ്വാസമെടുത്ത് പുറത്തുവിട്ട്, മനസ്സ് ശാന്തവും പ്രസന്നവും ആകുന്നതുവരെ കാത്തിരിക്കുക.'

നമ്മളുടെ വികാരങ്ങൾക്കും അനുഭവങ്ങൾക്കും കാരണക്കാർ നമ്മൾ തന്നെയാണെന്ന് ഒരിക്കൽ ഒരു ജ്ഞാനി എന്നോട് പറഞ്ഞിട്ടുണ്ട്. അത് നിങ്ങൾക്കും ബാധകമാണ്. ചില സന്ദർഭങ്ങളിൽ കോപം ന്യായയുക്തമാണെങ്കിലും, എന്തിനോടാണ് ശരിക്കും നിങ്ങൾക്ക് ദേഷ്യമെന്ന് എപ്പോഴും അറിഞ്ഞിരിക്കണം. ദേഷ്യം ഇല്ലാതാക്കാനോ, സാഹചര്യങ്ങളിൽ മാറ്റം വരുത്താനോ ആയി ഒന്നുറക്കെ നിലവിളിക്കണമെന്ന് തോന്നുന്നുണ്ടോ? നിരന്തരമായ മാറ്റങ്ങൾക്കാണെങ്കിൽ ആ ബുദ്ധി ഫലപ്രദമായ ഒന്നല്ല. രോഷാകുലനായ ഒരു യോദ്ധാവ് നശിപ്പിക്കുക മാത്രമാണ് ചെയ്യുക.

എതിരാളിയുടെ ദേഷ്യത്തെയും ഭയത്തെയും നമുക്കനുകൂലമായി പ്രവർത്തിപ്പിക്കാനാണ് ശാന്തതാ തത്വം നമ്മെ പഠിപ്പിക്കുന്നത്. എത്ര വിരസമായ സാഹചര്യമാണെങ്കിലും, ക്ഷമ കൈവെടിയാതിരിക്കാനും സ്വാധീനിക്കപ്പെടാതിരിക്കാനുമാണ് നമ്മെ അത്

പഠിപ്പിക്കുന്നത്. അടുത്ത തവണ നിങ്ങളെ ആരെങ്കിലും വെല്ലുവിളിക്കുകയാണെങ്കിൽ, അത് നിങ്ങളെ പ്രകോപിപ്പിക്കുന്നുവെങ്കിൽ, പുഞ്ചിരിക്കുക. എന്നിട്ട് അക്കാര്യം വിട്ടുകളയുക.

<u>പരിശീലനം</u>

ശാന്തത പഠിക്കാൻ കഴിയുന്ന ഒന്നാണ്

ശാന്തത പഠിക്കാൻ സാധിക്കും. എന്നിരുന്നാലും, ദേഷ്യം നിങ്ങളുടെ തലയ്ക്കകത്ത് മാത്രമാണുള്ളത്. എങ്ങനെയാണ് അത് സാദ്ധ്യമെന്ന് ഞാൻ കാണിക്കാം.

- ഇനി എപ്പോഴെങ്കിലും ദേഷ്യം മൂത്ത് സമനില തെറ്റുകയാണെങ്കിൽ, ഭയം നിങ്ങളെ ഉടനടി പ്രതികരിക്കാൻ പ്രേരിപ്പിക്കുകയാണെങ്കിൽ, നിങ്ങളുടെ ശ്വാസോച്ഛ്വാസത്തിൽ ശ്രദ്ധിക്കുക. പത്ത് ഞൊടികൾ സ്വയം സമ്മാനിക്കുക. ആ സമയത്ത് നിങ്ങൾക്കൊന്നും നഷ്ടപ്പെടാൻ പോകുന്നില്ല. പതിയെ ശ്വാസം ഉള്ളിലേക്കെടുത്ത് പുറത്തു വിടുക.
- അതിനിടയിൽ പെട്ടെന്ന് പ്രതികരിക്കണമെന്ന വ്യഗ്രത ഉണ്ടായേക്കാം, പക്ഷേ സ്വയം നിയന്ത്രിക്കുക. സാങ്കല്പിക മേശയിൽ ആഞ്ഞിടിക്കുക, 'നിർത്തു' എന്ന് ചിന്തിക്കുക, എന്നിട്ട് ക്ഷമയോടെ ശ്വാസോച്ഛ്വാസം തുടരുക.
- ഇനി സ്വന്തം ശരീരത്തെ ബോധപൂർവ്വം തൊട്ടറിയാൻ ആരംഭിക്കുക (പേജ് 39 നോക്കുക). ശാന്തത തിരിച്ച് പിടിക്കുന്നതിലൂടെ എങ്ങനെയാണ് ദേഷ്യം ഇല്ലാതാകുന്നതെന്ന് അനുഭവപ്പെടുന്നുണ്ടോ?

'തീർച്ചയായും, നിങ്ങൾ പറയുന്നത് ശരിയാണ്, പക്ഷേ...' പിന്നെയും നമ്മൾ പഴയ അവസ്ഥയിലേക്ക് വന്നിരിക്കുകയാണ്. ഒരിക്കൽ കൂടി, വികാരങ്ങൾക്കു മുന്നിൽ ബുദ്ധിശക്തി തോറ്റിരിക്കുന്നു. ദേഷ്യം നിയന്ത്രിക്കാൻ ബുദ്ധിമുട്ടുന്ന, മുൻകോപിയായ ഒരാളാണ് നിങ്ങളെങ്കിൽ, നിങ്ങളുടെ പ്രതിരോധ തന്ത്രം ഒന്നുകൂടെ മെച്ചപ്പെടുത്തേണ്ടതുണ്ട്.

- ഏതെങ്കിലും ഒരു വാക്ക് മനസ്സിൽ വിചാരിക്കുക. നിങ്ങളുടെ മനസ്സിലേക്ക് ഇടയ്ക്കിടെ വരുന്നൊരു വാക്കായിരിക്കണമത്. ഉദാഹരണത്തിന്, 'കൈ'.
- ഇനി മുതൽ, ഇതാണ് നിങ്ങളുടെ 'നിയന്ത്രണ പദം'. എന്നുവെച്ചാൽ, സ്വന്തം വികാരങ്ങളുടെയും പ്രവർത്തികളുടെയും നിയന്ത്രണം കൈവിട്ടു പോകുന്ന സന്ദർഭങ്ങളിൽ, ഈ വാക്ക് കേൾക്കുന്നതോ അതിനെ കുറിച്ച് ചിന്തിക്കുന്നതോ ഉടനടി നിങ്ങളുടെ സംസാരം നിർത്തണം. 'അതെ, പക്ഷേ...,' 'പക്ഷേ ഞാനിപ്പോഴും ചിന്തിക്കുന്നത്...' എന്നിങ്ങനെയുള്ള വാദങ്ങൾ ഒഴിവാക്കണം. അപ്പോൾ തന്നെ സംസാരം നിർത്തി സ്വയം പറയുക, 'എന്റെ അഭിപ്രായം അതല്ലെങ്കിൽപോലും എനിക്കത് പ്രശ്നമല്ല. ഞാൻ സംസാരം നിർത്തുകയാണ്.'

- പ്രതികരിക്കാനുള്ള വ്യഗ്രത ഇല്ലാതാകുന്നതുവരെ ശ്വാസോച്ഛ്വാസത്തിൽ ശ്രദ്ധിക്കുക.

പരിശീലനത്തിലൂടെ, ആരും ശ്രദ്ധിക്കാതെ തന്നെ ഈ തന്ത്രം പ്രാവർത്തികമാക്കാൻ നിങ്ങൾക്ക് സാധിക്കും.

<u>പരിശീലനം</u>

ശാന്തതയിൽ നിന്നും കരുത്താർജ്ജിക്കുക

നിങ്ങൾക്കെതിരെ എതിരാളികൾ ഉപയോഗിക്കാവുന്ന ആയുധങ്ങളെ കുറിച്ച് നിങ്ങൾ ബോധവാനാണോ? പ്രതിരോധിക്കാനായി എന്തൊക്കെ ആയുധങ്ങൾ നിങ്ങളുടെ പക്കലുണ്ടെന്ന് നിങ്ങൾക്കറിയാമോ?

എന്താണ് നിങ്ങളുടെ 'നിയന്ത്രണ പദം'?

....

നിങ്ങളെ ശരിക്കും ദേഷ്യം പിടിപ്പിക്കുന്ന അഞ്ച് കാര്യങ്ങൾ എഴുതുക.

....

ആത്മനിയന്ത്രണം നഷ്ടപ്പെട്ട സമീപകാലത്തെ സാഹചര്യം ഏതായിരുന്നു?

....

ആ പ്രവർത്തികളുടെ പരിണിതഫലങ്ങൾ എന്തൊക്കെയായിരുന്നു?

....

അമിതമായ വികാരത്താൽ പ്രതികൂലമായ അവസ്ഥയിലേക്കു നീങ്ങിയ അവസാന സംഭവം എന്തായിരുന്നു?

....

നിങ്ങളുടെ എടുത്തുചാടിയുള്ള പ്രതികരണത്താൽ സാഹചര്യങ്ങൾ മാറിമറഞ്ഞ അവസാന സംഭവം എന്തായിരുന്നു?

....

നിങ്ങളുടെ ഭയം നിങ്ങളെ അനാവശ്യമായ അസന്തുഷ്ട സാഹചര്യത്തിലേക്ക് കൊണ്ടെത്തിച്ചിട്ടുണ്ടോ?

....

നിങ്ങൾ ധൃതിയിലാണെങ്കിൽ, പതുക്കെ നടക്കുക.

ചൈനീസ് പഴഞ്ചൊല്ല്

6. സാവധാന തത്വം

ഉന്നത്തിനപ്പുറത്തേക്ക് എത്തിക്കുന്നതും, ഉന്നത്തിലേക്ക് എത്താതിരിക്കുന്നതിനു തുല്യമാണ്.

കൺഫ്യൂഷ്യസ്

സാവധാനം കൊണ്ട് തിടുക്കത്തെ കീഴടക്കാൻ പഠിക്കുക

എന്റെ മുതുമുത്തശ്ശൻ 1896-ലെ തന്റെ ആദ്യ സ്കൂൾ ദിനത്തെ കുറിച്ച് വിവരിക്കുമ്പോൾ, തങ്ങളുടെ വണ്ടി വലിച്ചിരുന്ന ഇണക്കമുള്ള ഒരു ചാരനിറക്കുതിരയെ ഓർത്തെടുത്തു. വായിക്കുന്നവരുടെ മനസ്സിൽ മനോഹരമായൊരു ദൃശ്യം തെളിയും : പ്രസന്നവദനനായ ആ കുട്ടി, താനിതുവരെ കാണാത്ത ആ വലിയ നഗരത്തിലേക്ക് അച്ഛന്റെ കൂടെ പതിയെ കടന്നുവരുന്നു. വലിയ നഗരവാതിൽ കടന്ന്, ഗ്രാമത്തോട് സാദൃശമുള്ള ആ നഗരത്തിലൂടെ രണ്ടര മണിക്കൂർ യാത്ര ചെയ്ത് സ്കൂളിൽ എത്തിച്ചേർന്നു.

ഇക്കാലത്താണെങ്കിൽ, ആ ദൂരം പത്ത് മിനിട്ട് കൊണ്ട് പുതിയ കാറിൽ അവർക്ക് സഞ്ചരിച്ചുതീർക്കാമായിരുന്നു. തങ്ങളുടെ ജീവിതത്തിന്റെ വലിയ ഭാഗവും കഴിഞ്ഞ നൂറ്റാണ്ടിൽ ജീവിച്ചു തീർത്ത പഴയ തലമുറയെ, വേഗതയിൽ വന്ന അവിശ്വസനീയമായ മാറ്റമാണ് ഏറ്റവും കൂടുതൽ അതിശയപ്പെടുത്തിയിട്ടുണ്ടാവുക. കുതിരവണ്ടിയും മെല്ലെപ്പോക്കുമെല്ലാം പെട്ടെന്ന് ഭൂതകാലമായിപ്പോയവയാണ്.

രണ്ടാം നൂറ്റാണ്ടിന്റെ തുടക്കത്തിൽ, റോമാക്കാർ യുദ്ധങ്ങളിൽ കുതിരവണ്ടികൾ ഉപയോഗിച്ചിരുന്നു. വണ്ടികളിൽ കെട്ടുന്ന

കുതിരകളുടെ എണ്ണം വർദ്ധിച്ചപ്പോൾ, വണ്ടിയുടെ വിസ്താരം കൂടിയെങ്കിലും വേഗതയിൽ മാറ്റമുണ്ടായില്ല. ഏറ്റവും ശക്തമായ രഥം പോലും കുതിരയുടെ വേഗം കണ്ടെത്തിയില്ല.

അന്നത്തെ വേഗത തന്നെയായിരുന്നു കഴിഞ്ഞ 1800 വർഷങ്ങളായി കുതിരവണ്ടിയുടെ പരമാവധി വേഗത. കാരണം, അതിന്റെ വേഗത വർദ്ധിപ്പിക്കാനായില്ല. വേഗതയെന്നാൽ ലാഭം കൊയ്യുന്ന കാര്യമെന്ന് മനസ്സിലാക്കിയതിനു ശേഷമാണ് ത്വരിത ഗതിയിലുള്ള മാറ്റങ്ങൾ വന്നുതുടങ്ങിയത്. മെല്ലെപ്പോക്ക് രഥ ങ്ങൾക്കുപകരം, കാറുകളും തീവണ്ടികളും വിമാനങ്ങളും സൂപ്പർസോ ണിക്ക് വിമാനങ്ങളും വന്നു. വേഗത മാത്രമായിരുന്നു എല്ലാം : യാത്ര ആരംഭിക്കുന്നതിനു മുൻപേ എത്തുന്ന വേഗത! 1965-ൽ, ഗോർഡൻ മൂർ പ്രവചിച്ച പ്രശസ്തമായൊരു കമ്പ്യൂട്ടർ എഞ്ചിനി യറിംഗ് നിയമമുണ്ട് : ഓരോ പതിനെട്ട് മാസം കൂടുംതോറും, മൈക്രോപ്രൊസെസ്സറിന്റെ വേഗത (കാര്യക്ഷമത) വർദ്ധിക്കും. മറ്റൊരു തരത്തിൽ പറഞ്ഞാൽ, ഓരോ ഒന്നര വർഷം കഴിയു മ്പോഴും, കഴിഞ്ഞ തലമുറയിലെ കമ്പ്യൂട്ടറിനെക്കാൾ ഇരട്ടി വേഗത യിലായിരിക്കും പുതിയ കമ്പ്യൂട്ടർ പ്രവർത്തിക്കുക. അടുത്ത പതിനഞ്ച് വർഷത്തിൽ, ഇപ്പോഴുള്ള കമ്പ്യൂട്ടറിന്റെ ആയിരം മടങ്ങ് വേഗതയുണ്ടാകും അന്നത്തെ കമ്പ്യൂട്ടറിന്.

വേഗതയാർന്ന ജീവിതം

വേഗത എന്നത് ഇക്കാലത്ത് ഒരു മന്ത്രമാണ്. വേഗം വായിക്കുക, വേഗം പഠിക്കുക, വേഗം കഴിക്കുക... അവധിയാഘോഷിക്കാൻ പെട്ടെന്ന് പോകുക, അതിലും വേഗം വീട്ടിലേക്ക് തിരിച്ചു വരിക. അടിസ്ഥാനപരമായി, നമ്മുടെ ജീവിതം വളരെ വേഗത്തിലാണ് കുതിച്ചുകൊണ്ടിരിക്കുന്നത്.

പക്ഷേ, എന്നിട്ടെന്താണ്? ആശയവിനിമയ മേഖല കൈവരിച്ച വേഗത കണക്കിലെടുത്തു നോക്കുക. പണ്ടൊക്കെ, ഒരു കത്ത് കൈയിൽ കിട്ടാൻ ചുരുങ്ങിയത് രണ്ട് ദിവസം വേണം, മറുപടി ലഭിക്കാനായി രണ്ട് ദിവസം കൂടെ. അതിലും വേഗതയായിരുന്നു ഫാക്സുകൾ. ഒരു കത്തെഴുതി, അതിന്റെ പകർപ്പെടുത്ത്, ഫാക്സ് മെഷീനിൽ വെച്ച്, നമ്പർ അമർത്തി. തീരെ വേഗതയില്ലല്ലേ? ശരി, അതിനുള്ള ഉത്തരമായിരുന്നു ഇമെയിൽ. ഇപ്പോൾ നിങ്ങൾ 'റിപ്ലൈ' ബട്ടണിൽ അമർത്തിയയുടൻ

സന്ദേശം സ്വീകർത്താവിന്റെ പക്കലെത്തുന്നു. കമ്പ്യൂട്ടറുകൾ നമ്മുടെ ജീവിതം സാധൂകരിക്കുകയും, ജോലികൾ വേഗത്തിലും ഫലപ്രദവുമാക്കി. പണ്ടത്തെ അതേ ജോലി പകുതി സമയം കൊണ്ട് ഒരാൾക്ക് ചെയ്തുതീർക്കാൻ ആകുന്നു, അല്ലെങ്കിൽ ആ സമയം കൊണ്ട് ഇരട്ടി സമ്പാദിക്കുന്നു. വേഗതയിൽ വന്ന മുന്നേറ്റം നല്ല കാര്യങ്ങളാൽ പ്രകടമാണ്. എങ്കിൽ ചോദ്യമിതാണ് : പകുതി സമയം കൊണ്ട് ജോലികൾ തീർക്കാൻ സാധിക്കുന്നതിന്റെ ഫലമായി, കൂടുതൽ സമയം വിനോദത്തിനായി നിങ്ങൾക്ക് ലഭിക്കുന്നുണ്ടോ? അല്ലെങ്കിൽ, മറ്റൊരു രീതിയിൽ ചോദിക്കാം :

വേഗത വർദ്ധിച്ചതിനാൽ എന്തു നേട്ടമാണ് നിങ്ങൾക്കുണ്ടായത്? അതുപോലെതന്നെ എന്താണ് നഷ്ടപ്പെട്ടത്?

നിങ്ങളുടെ നോട്ടുപുസ്തകത്തിലെ ഒരു പേജ് മൂന്ന് ഭാഗങ്ങളായി തിരിക്കുക.

ആദ്യത്തെ ഭാഗത്ത്, വേഗതയിലുണ്ടായ പൊതുവായുള്ള മുന്നേറ്റത്തിൽ നിങ്ങൾക്കുണ്ടായ വ്യക്തിപരമായ നേട്ടങ്ങൾ കുറിച്ചിടുക.

രണ്ടാമത്തേതിൽ, പ്രതികൂലകരമായതെന്ന് നിങ്ങൾക്ക് തോന്നിയ കാര്യങ്ങൾ എഴുതുക. തല്ക്കാലം മൂന്നാമത്തെ ഭാഗം ഒഴിച്ചിടുക. സുഹൃത്തുക്കളുമായോ ബന്ധുക്കളുമായോ സംസാരിക്കാനോ, സ്വന്തം കാര്യങ്ങൾ ചെയ്തുതീർക്കാനോ കൂടുതൽ സമയം കണ്ടെത്തുക, സാമ്പത്തിക ഭദ്രത ഉറപ്പാക്കുക എന്നപോലെയുള്ള കാര്യവത്തായവ കണ്ടെത്താൻ ശ്രമിക്കുക. ഉദാഹരണത്തിന്, മികച്ച വേഗത കൈവരിച്ച ഇന്നത്തെ ലോകത്ത് നിങ്ങളുടെ അവധിക്കാലം ആഘോഷിക്കാനുള്ള സ്ഥലത്തേക്കുള്ള യാത്ര വേഗത്തിലാക്കാൻ കഴിയുമെന്ന് ചിന്തിക്കുന്നുവെങ്കിൽ, ആ ഒരു കാര്യം വ്യക്തിപരമായ എന്തു നേട്ടമാണ് നിങ്ങൾക്കുണ്ടാക്കിത്തരിക എന്നതുകൂടി ആ ചിന്തയ്ക്കൊപ്പം പരിഗണിക്കുക. ആ സ്ഥലത്തേക്കുള്ള യാത്രയും ആസ്വദിക്കാൻ പറ്റുന്ന ഒന്നല്ലേ?

ഇനി മൂന്നാമത്തെ ഭാഗം. പ്രതികൂലമായി രേഖപ്പെടുത്തിയ ഓരോ കാര്യത്തിനു നേരെയും,ആരൊക്കെയാണ്വേഗതയിൽനിന്നും നേട്ടമുണ്ടാക്കിയതെന്ന് നിങ്ങൾ കരുതുന്നവരുടെ പേരെഴുതുക. രണ്ടാം ഭാഗത്തിലെ ഒരു കാര്യം ഇതാണെങ്കിൽ : 'ഉപഭോക്താക്കൾ അവർ ഓർഡർ ചെയ്ത വസ്തുക്കൾ അതേ ദിവസം തന്നെ ലഭിക്കണമെന്ന് പ്രതീക്ഷിക്കുന്നതിനാൽ, എന്റെ ജോലി അധികസമയത്തേക്ക് നീളുന്നു', അതിനു നേരെയായി മൂന്നാമത്തെ ഭാഗത്ത്, ഉപഭോക്താക്കളുടെ ആ നിലപാടിൽ നിന്നും കൂടുതൽ ലാഭമുണ്ടാക്കുന്ന സ്ഥാപനത്തിന്റെ പേരെഴുതുക. സ്ഥാപനത്തിന്റെ ഉടമസ്ഥരാണ് ലാഭം കൊയ്യുന്നവർ.

'ജീവിതം എന്നാൽ, അതിന്റെ വേഗത വർദ്ധിപ്പിക്കുന്നതു മാത്രമല്ല,' ഗാന്ധിജി ഒരിക്കൽ പറഞ്ഞു. വേഗത ഭരിക്കുന്ന ഈ സമൂഹത്തിൽ, സാവധാനം എന്നാൽ അപ്രിയമായ

ഒന്നാണ്. നിശ്ചലതയ്ക്കും അലസതയ്ക്കും ഒരേ അർത്ഥമാണ്. ഒരു പ്രവർത്തിയിൽ നിന്നും മറ്റൊന്നിലേക്ക് തിടുക്കംകൂട്ടാത്ത ഒരാൾ ഒന്നും ചെയ്യുന്നില്ല എന്നാണ്. യാത്ര ചെയ്യുന്ന സമയത്തെ പാഴാക്കാതെ ഉപയോഗപ്രദമാക്കാൻ മൊബൈൽ ഫോണുകൾ സഹായിക്കുന്നു, അത് ഓഫ് ചെയ്തുവെച്ചാലുള്ള അവസ്ഥയാണ് പണ്ടത്തേത്. 'വളരെ പെട്ടെന്ന്' ചെയ്യുക എന്നത് ഇക്കാലത്ത് ഒരു തരംഗമായി മാറിയിട്ടുണ്ട്.

ജീവിതം ഓട്ടപ്പാച്ചിൽ ആണെങ്കിൽ, നിശ്ചലതയെന്നാൽ മരണമാണോ? ഒന്നും ചെയ്യാതെ ശാന്തരായിരിക്കുന്നതിനാൽ മരിച്ചവരുടെ എണ്ണത്തെക്കാൾ ഒരുപാട് മരണങ്ങൾ അമിത വേഗത്തിൽ വാഹനമോടിക്കുന്നതിലൂടെയും മാനസിക സമ്മർദ്ദ ത്താലുണ്ടാകുന്ന ഹൃദയസ്തംഭനത്തിലൂടെയും അശ്രദ്ധമായ ചുവടുക ളിലൂടെയും ഉണ്ടായിട്ടുണ്ട്.

തിടുക്കം കൂട്ടാൻ സ്വയം അനുവദിക്കാതിരിക്കുക!

ശ്രേഷ്ഠനായ ഒരു യോദ്ധാവിന്റെ കാര്യത്തിൽ, വേഗത അപകട കരമാണ്. 'നാളെ വരെ മാത്രം' എന്നൊരു പരസ്യം കണ്ടാൽ, അധികം ചിന്തിക്കാതെ തന്നെ നമ്മളാ കാര്യം വാങ്ങും. അതേ സമയം, ആ വിലക്കിഴിവ് 'നിരന്തരം' ആണെങ്കിൽ, നമ്മൾ ക്ഷമ യോടെ വീണ്ടും ചിന്തിക്കും. അപ്പോൾ നിങ്ങൾ മനസ്സിലാക്കും, ആ വസ്തു നിങ്ങൾക്ക് ആവശ്യമുള്ളതല്ല എന്ന്. നിങ്ങളുടെ സാവധാനം ഒരിക്കലും എതിരാളിക്ക് അനുകൂലമായിരിക്കില്ല. ഒരിക്കൽ കൂടി, ഐ.ടി. മേഖല രസകരമായ ഒരു പഠനഫലം പുറത്തുവിട്ടു. 'ഈ അവസരം നഷ്ടപ്പെടുത്തരുത് : സൂപ്പർഫാസ്റ്റ് കമ്പ്യൂട്ടർ അടുത്ത മൂന്ന് ദിവസത്തേക്ക് മാത്രമായി അസാധാരണമായ വിലക്കുറ വിൽ, ആദ്യമായി അസുലഭ വിലയിൽ! (ഓഫർ തീയതി അവസാ നിക്കുമ്പോൾ, പഴയ വിലയിലായിരിക്കും ലഭിക്കുക.)' ഈ ഉദാഹരണത്തിന്റെ പ്രത്യേകതയെന്താണ്? ഇതിൽ, പിന്നീട് കുറ്റബോധമുണ്ടാക്കാവുന്ന ഒരു തീരുമാനത്തിലേക്ക് നിങ്ങളെ എത്തിക്കാൻ എതിരാളി വ്യക്തമായി ശ്രമിക്കുകയാണ്. നിങ്ങൾ അതിൽ നിന്നും പിന്നോട്ട് ചുവടുവെക്കുകയാണെങ്കിൽ നിങ്ങൾക്ക് മനസ്സിലാകും, ഇതൊന്ന് മാത്രമല്ല നിങ്ങളുടെ അവസരമെന്ന്. നേരത്തെ പറഞ്ഞതുപോലെതന്നെ, കമ്പ്യൂട്ടറുകളുടെ പ്രവർത്തന ക്ഷമതയും ഉപയോഗവും ദിവസേന ഉയർന്നുവരികയാണ്; വിലയാ

ണെങ്കിൽ താഴോട്ടും. പിന്നെങ്ങനെയാണ് കുറച്ചു ദിവസത്തിനു ശേഷം കാലഹരണപ്പെട്ടേക്കാവുന്ന ഒരു കമ്പ്യൂട്ടറിന്റെ വില ഓഫർ കാലാവധി അവസാനിക്കുമ്പോൾ വർദ്ധിക്കുന്നത്?

ഒരു ഭക്ഷണശാലയിലെത്തി കോട്ട് അഴിച്ചുവെക്കുമ്പോഴേക്കും അവിടുത്തെ ജീവനക്കാരൻ നിങ്ങളിൽ നിന്നും കുടിക്കാൻ പോകുന്ന പാനീയത്തിന്റെ ഓർഡർ എടുക്കാൻ വരികയാണ്. മുകളിൽ പറഞ്ഞ അതേ ഉദ്ദേശ്യം തന്നെയാണിവിടെയും. പാനീയങ്ങളുടെ പട്ടിക നോക്കാതെ തന്നെ ഓർഡർ ചെയ്യുമ്പോൾ, അതിലെ വിലകൂടിയ ഒന്നാവും നിങ്ങൾ തിരഞ്ഞെടുക്കാൻ സാദ്ധ്യത.

തിടുക്കം തെറ്റുകളിലേക്ക് നയിക്കും

എന്തൊക്കെയായാലും, വേഗത എന്ന ആശയം നമ്മുടെ ചിന്തകളിൽ അത്രത്തോളം വേരിറങ്ങിയ ഒന്നാണ്, അതിനാൽത്തന്നെ എതിരാളിയുടെ ശരിയായ ഉദ്ദേശ്യം മനസ്സിലാക്കുക എന്നത് പലർക്കും ബുദ്ധിമുട്ടേറിയ ഉദ്യമമാണ്. 'ഇതിൽ പെട്ടെന്ന് ഒന്ന് ഒപ്പിട്ടു തരാമോ' എന്നൊരാളോട് ചോദിക്കുകയാണെങ്കിൽ, അതിനർത്ഥം അയാൾ കെണിയിലകപ്പെടാൻ പോകുന്നു എന്നാണ്. അതുപോലെതന്നെ വാഹനമോടിക്കുമ്പോഴും, വേഗത കൂടുന്നതിനനുസരിച്ച് നിയന്ത്രണം നഷ്ടപ്പെടാനും പിഴവുകൾ വരുത്താനുമുള്ള സാദ്ധ്യതകൾ വർദ്ധിക്കുകയാണ്. കേൾക്കുമ്പോൾ അപ്രിയമായി തോന്നിയേക്കാം, പക്ഷേ വാഹന നിർമ്മാണ മേഖലയിൽ, വേഗത എന്നും നിർമ്മാതാക്കൾക്ക് അനുകൂലമാണ്. തകരുന്ന ഓരോ വാഹനവും പുതിയൊരെണ്ണം വില്ക്കാനുള്ള അവസരമാണ്.

> നിങ്ങളെ ധൃതിപെടുത്തുന്നതിലൂടെ എതിരാളിക്ക് അനുകൂലമാകുന്ന അഞ്ച് ഉദാഹരണങ്ങൾ കണ്ടെത്തുക. നിങ്ങളുടെ നോട്ടുപുസ്തകത്തിൽ അവ എഴുതുക.

അനാവശ്യ വിലയ്ക്കു വാങ്ങലുകൾ, തെറ്റായ തീരുമാനങ്ങൾ, മണ്ടത്തരങ്ങൾ : തിടുക്കം തെറ്റുകളിലേക്ക് നയിക്കുമെന്നും, ധൃതി സാഹചര്യങ്ങളെ പൂർണ്ണമായും മനസ്സിലാക്കുന്നതിൽ നിന്നും നമ്മളെ തടയുമെന്നും ഷാവോലിൻ തത്വം നമ്മെ പഠിപ്പിക്കുന്നു. നമ്മളെ ധൃതിപ്പെടുത്താൻ സാധിക്കുന്നവർ നമുക്ക് മേൽ നിയന്ത്രണത്തിലാണെന്നും ആ തത്വം നമ്മെ പഠിപ്പിക്കുന്നു.

ഒരാളെ ധൃതിപ്പെടുത്തുക എന്നാൽ, അയാളെ തെറ്റുകൾ വരുത്താൻ പ്രേരിപ്പിക്കുക എന്നാണ്.

ഇത്രയും വർഷങ്ങൾക്കിടയിൽ, എതിരാളികളുടെ ശ്രദ്ധയിൽപെടാതെ ബുദ്ധിപൂർവ്വം കൊണ്ടുനടക്കാവുന്ന ആയുധങ്ങൾ രൂപീകരിച്ചിട്ടുണ്ട് ഷാവോലിൻ സന്ന്യാസികൾ. തിരക്കു കൂട്ടുന്നതുപോലെ തന്നെ. എന്റെ കൂടെ ഒരു തുണിക്കടയിലേക്ക് വരൂ. പലതരം തുണിത്തരങ്ങൾ കാണിച്ചുതരാൻ നിങ്ങൾ ആവശ്യപ്പെടുകയും, അതിൽ ചിലത് നിങ്ങൾ ധരിച്ചു നോക്കുകയും ചെയ്യുന്നു. പക്ഷേ അതിലേതും തന്നെ നിങ്ങളുടെ മനസ്സിന് പിടിക്കുന്നില്ല. നിങ്ങളെ ഏതെങ്കിലും ഒരു വസ്ത്രം വാങ്ങിപ്പിക്കാൻ ഇനിയെന്താണ് അവിടുത്തെ ജീവനക്കാരന് ചെയ്യാൻ സാധിക്കുക? വസ്ത്രം തിരഞ്ഞെടുക്കാനുള്ള സമയം കുറച്ചേയുള്ളൂ എന്ന് അയാൾ നിങ്ങളെ അറിയിക്കും. അതിനുള്ള ഒരു വഴിയാണ്, വസ്ത്രം തിരഞ്ഞെടുത്തുകൊണ്ടിരിക്കുന്ന മറ്റു ഉപഭോക്താക്കളോട് 'ഒരു മിനിട്ട്, ഇപ്പോൾ വരാം!' എന്ന് ഇടയ്ക്കിടെ പറയുന്നത്.

പലരും അങ്ങനെയുള്ള സമയങ്ങളിൽ തിടുക്കം കൂട്ടും. എന്നിട്ട് ആലോചിക്കും, 'ജീവനക്കാരുടെ ഒരുപാട് സമയം ഞാൻ കാരണം നഷ്ടമാകുന്നുണ്ട്, ഏതെങ്കിലുമൊന്ന് എടുത്തേക്കാം. അല്ലെങ്കിലും ഇതത്ര മോശം വസ്ത്രമൊന്നുമല്ല.'

ഇവിടെ ശ്രദ്ധിക്കാതെ പോകുന്ന കാര്യമിതാണ് : ജീവനക്കാരുടെ ഒരു ദിവസത്തിന്റെ ഒരു നിശ്ചിത സമയം കടയിൽ ചിലവഴിക്കാനാണ് അവർക്ക് ശമ്പളം കൊടുക്കുന്നത് (പിന്നെ നിങ്ങൾ അവസാനം ജീവനക്കാരനോട് തോൽവി സമ്മതിച്ചതും). അവരെ അവിടെ ജോലിക്ക് നിർത്തിയിരിക്കുന്നത്, രാവിലെ ഒമ്പത് മണി മുതൽ വൈകുന്നേരം ആറ് മണി വരെ അവിടെയുണ്ടാകാനാണ്. അതുകൊണ്ട്, അവർ ജോലി ചെയ്താലും ഇല്ലെങ്കിലും, ആ ഒമ്പത് മണിക്കൂർ അവരവിടെ ചിലവഴിക്കണം. ഒരു ജീവനക്കാരൻ തന്റെ രണ്ട് മണിക്കൂർ കൊണ്ട് അന്നത്തെ ദിവസം വന്ന പന്ത്രണ്ട് ഉപഭോക്താക്കളെയും സഹായിച്ചു കഴിഞ്ഞാലും, ബാക്കിയുള്ള ഏഴ് മണിക്കൂർ ആ കടയിൽ നിന്നേ മതിയാകൂ. അവരുടെ ഒഴിവു സമയത്തിന് ഒരു മാറ്റവും ഉണ്ടാകില്ല. അതിനാൽത്തന്നെ, പെട്ടെന്ന് തുണി തിരഞ്ഞെടുക്കാൻ നിങ്ങളെ ധൃതിപ്പെടുത്തിയതുകൊണ്ട് അയാൾക്ക് ജോലിസമയം കുറയാനൊന്നും പോകുന്നില്ല. പക്ഷേ അവർ ചെയ്യാൻ ശ്രമിക്കുന്നത്, നിങ്ങൾ വാങ്ങണമെന്ന് ഒരിക്കലും ആഗ്രഹിക്കാത്ത സാധനങ്ങളെ വാങ്ങാൻ പ്രേരിപ്പിക്കുന്നതാണ്.

സാവധാനം എന്നത് പ്രകൃതി തത്വമാണ്

വർഷങ്ങൾക്കിപ്പുറം, മനുഷ്യന് വഴിയിലെവിടെയോ നഷ്ടപ്പെട്ടു പോയ പല സുപ്രധാന കഴിവുകളിലൊന്നാണ് ക്ഷമാശീലം. രാവിലെ നടത്താൻ കൊണ്ടുപോകുന്ന നായകളെ ശ്രദ്ധിച്ചിട്ടുണ്ടെങ്കിൽ മനസ്സിലാകും, സാവധാനം പ്രകൃതി തത്വമാണെന്ന്. പിടിച്ചുവലിക്കാനും ഉന്തിത്തള്ളാനും അവസാനം എടുത്തുകൊണ്ടുപോകാനും കൂടെ മനുഷ്യരില്ലായിരുന്നെങ്കിൽ, ആ മൃഗത്തിന് വേണ്ടുവോളം സമയം ലഭിച്ചേനെ. അവ എന്തുകൊണ്ട് വേഗത്തിൽ സഞ്ചരിക്കുന്നില്ല? അവ മനുഷ്യന്റെ വേഗത്തിനൊപ്പം സഞ്ചരിക്കുകയും, ചുറ്റുമുള്ളതൊന്നും ശ്രദ്ധിക്കാതെ മുന്നോട്ടു കുതിക്കുകയും ചെയ്യുന്നതുമൂലം, അവയ്ക്കെന്താണ് നേടാനുള്ളത്? പരിണാമം എന്നാൽ മണിക്കൂറിൽ ഒരിക്കൽ വരുന്ന മാറ്റമല്ല. നല്ല കാര്യങ്ങൾ സമയമെടുക്കും,അതിനായി പ്രകൃതി നിശ്ചയിക്കുന്നത് സഹസ്രാബ്ദമാണ്, അല്ലെങ്കിൽ ലക്ഷക്കണക്കിനു വർഷങ്ങൾ.

ഒരു കല്ലിന്റെ പ്രതലം അത്രയും മിനുസമായിക്കാണാൻ
ആഗ്രഹിക്കുന്നുണ്ടോ? അതിനെ ഒരു നീരൊഴുക്കിൽ വെക്കുക,
എന്നിട്ട് അമ്പത് വർഷങ്ങൾക്കു ശേഷം വന്നുനോക്കുക.
ആഗ്രഹിച്ചത് സംഭവിച്ചിട്ടുണ്ടാകും.

'നിങ്ങൾക്ക് തിടുക്കം കൂട്ടണമെങ്കിൽ, പതിയെ തിടുക്കം കൂട്ടുക,' ചൈനീസ് പഴഞ്ചൊല്ലാണിത്. കേൾക്കുമ്പോൾ വൈരുദ്ധ്യം തോന്നിയേക്കാം, പക്ഷേ അല്ല. കാരണം, മെല്ലെ നടക്കുന്നതിലൂടെ വേഗമെത്താൻ കഴിയും.

<u>പരിശീലനം</u>

സാവധാനമാണ് വേഗത

ഞാൻ ഒരിക്കൽ കൂടി ഒരു ഉദാഹരണം തരാം. സമയം അളക്കാനായി നിങ്ങളുടെ പക്കൽ ഒരു വാച്ച് ഉണ്ടെന്ന് എനിക്കറിയാം. നോട്ടുപുസ്തകവും എടുക്കുക.

- അടുത്ത പാരഗ്രാഫിൽ അർത്ഥമില്ലാത്ത പത്ത് വാക്കുകൾ നിങ്ങൾക്ക് കാണാൻ കഴിയും. അവയെ കഴിയുന്നത്രയും വേഗം അക്ഷരമാലാക്രമത്തിൽ എഴുതുകയാണ് നിങ്ങൾ ചെയ്യേണ്ടത്. വാച്ച് അടുത്തുവെച്ച് ജോലി തുടങ്ങുക.

- കഴിഞ്ഞതിനു ശേഷം, എഴുതിയത് ശരിയാണോ എന്ന് പരിശോധിക്കുക, എന്നതിനു ശേഷം മാത്രം സമയം നോക്കുക. ഇരുപത് സെക്കന്റിൽ എഴുതിത്തീർക്കേണ്ടതേയുള്ളൂ നിങ്ങൾക്ക്.
- പരിശീലനത്തിനു ശേഷം മാത്രം ബാക്കി വായിക്കുക.
- ഇതാണ് വാക്കുകൾ : avariec, avric, aivrce, avarice, aavirec, avrice, airvec, avirace, aavrice, averic.

കഴിഞ്ഞോ? തീർച്ചയായും ഇരുപത് സെക്കന്റിലധികം നിങ്ങൾ ഉപയോഗിച്ചിട്ടുണ്ടാകും. ആ സമയം കൊണ്ട് തീർക്കുക എന്നത് അസാദ്ധ്യമാണ്. നിങ്ങളെ ധൃതിപ്പെടുത്തുക എന്നതായിരുന്നു എന്റെ ലക്ഷ്യം. നിങ്ങൾ പെട്ടെന്ന് തുടങ്ങിയിട്ടുണ്ടാകും, പക്ഷേ ചില തിരുത്തലുകൾ കാരണമാകും സമയം കൂടുതലെടുക്കേണ്ടി വന്നത്.

ഇതേ പരിശീലനം ഒന്നുകൂടെ ശ്രമിക്കാം. പക്ഷേ ഇത്തവണ വേഗം തീർക്കാനല്ല നോക്കേണ്ടത്, തിരുത്തലുകളുടെ എണ്ണം ആവുന്നത്ര കുറയ്ക്കാൻ ശ്രമിക്കുക.

- സമയം തുടങ്ങുമ്പോൾ, ഈ ഉദ്യമം ചെയ്യുന്നതിനായി ഒരു വഴി ആദ്യം ചിന്തിക്കുക, എന്നിട്ട് അത് പിന്തുടരുക. മറക്കരുത് : വേഗതയല്ല, കൃത്യതയാണ് പ്രധാനം.
- നിങ്ങൾക്കുള്ള വാക്കുകൾ ഇതാ : bflido, bolfiold, bolflid, blodfli, blodlif, bolfid, bofioldo, bofdli, bfloido, bofoilda.
- ഇത്തവണ എത്ര സമയമെടുത്തു? അതിലും പ്രധാനം, കുറവ് തെറ്റുകളല്ലേ വരുത്തിയുള്ളൂ?

നിങ്ങളുടെ മനസ്സിന്റെ നിയന്ത്രണം നഷ്ടപ്പെടുന്ന ഏതെങ്കിലുമൊരു സാഹചര്യമുണ്ടാവുകയാണെങ്കിൽ, സാവധാന തത്വത്തെ ഓർക്കുക. തിടുക്കം കൂട്ടുന്നതിനടയിൽ താഴിനകത്തേക്ക് ചാവി കയറ്റാനോ ടൈ കെട്ടാനോ ബുദ്ധിമുട്ടിയ സാഹചര്യങ്ങൾ നിങ്ങൾക്കുണ്ടായിരുന്നിരിക്കാം. അങ്ങനെയുള്ള സന്ദർഭങ്ങളിൽ, സ്വയം ശാന്തത കൊണ്ടുവരിക. അത്ഭുതങ്ങൾ സൃഷ്ടിക്കപ്പെടുന്നത് നിങ്ങൾക്ക് കാണാൻ കഴിയും.

വേഗത ഒരു തന്ത്രമാകാം

ചോദ്യം ചോദിക്കുന്നതിനു മുന്നേ ഉത്തരം പറയരുതെന്നാണ് ശാന്തതാ തത്വം നമ്മെ പഠിപ്പിച്ചിരിക്കുന്നത്. അതിനും ഒരു പടി മുന്നിലാണ് സാവധാന തത്വം. ഒരു ഉത്തരത്തിന്റെ ആരംഭം മാത്രമേ നമുക്കറിയുകയുള്ളൂവെങ്കിൽ, ആ ഉത്തരം

സാവധാനം പറഞ്ഞുതുടങ്ങുക. അങ്ങനെ ചെയ്യുന്നത്, ചോദ്യം ചോദിച്ചയാൾക്ക് അത് അവസാനം വരെ കേൾക്കാനുള്ള താല്പര്യം നഷ്ടപ്പെടും.

വർഷങ്ങൾക്ക് മുൻപ്, കണക്ക് വിഷയത്തിലെ വാച്യാ പരീക്ഷയിലും ഞാൻ ഇതേ പ്രശ്നമാണ് നേരിട്ടത്. എങ്ങനെയാണ് ഉത്തരം പറഞ്ഞുതുടങ്ങേണ്ടതെന്ന് എനിക്കറിയാമായിരുന്നു, പക്ഷേ മുഴുവനാക്കാൻ സാധിക്കുന്നില്ലായിരുന്നു. എന്റെ കണക്ക് മാഷിന് അക്കാര്യമറിയാം.

കണക്കു ചോദ്യങ്ങളുടെ ഉത്തരങ്ങൾ വേഗം കണ്ടെത്തി പരീക്ഷകരുടെ പ്രശംസ പിടിച്ചുപറ്റണമെന്നായിരുന്നു എന്റെ ആഗ്രഹം. ചോദ്യം കേട്ടതും വേഗം ഉത്തരം പറഞ്ഞുതുടങ്ങാം എന്നതായിരുന്നു എന്റെ തന്ത്രം, അപ്പോൾ എനിക്ക് ഉത്തരം അറിയാമെന്ന് അവർ കരുതുകയും, അടുത്ത ചോദ്യത്തിലേക്ക് കടക്കുകയും ചെയ്യുമെന്ന് ഞാൻ ഊഹിച്ചു. ആ തന്ത്രം പ്രാവർത്തികമാക്കാൻ ഞാൻ പരമാവധി ശ്രമിച്ചു. എന്റെ വേഗത കുറയ്ക്കാനായി മാഷ് സാവധാനം പറഞ്ഞു, 'മിടുക്കൻ, ഇനി ഇത് കണ്ടുപിടിക്കൂ...'

ആദ്യത്തെ ശ്രമം ഫലം കണ്ടെന്നു തോന്നിയപ്പോൾ, ഞാനെന്റെ വേഗത വീണ്ടും കൂട്ടി. എന്റെ കഴിവുകേട് വെളിപ്പെട്ടതുകാരണം, സ്വാഭാവികമായും ഞാൻ തോറ്റു. അപ്പോഴാണ് എന്റെ കണക്ക്മാഷ് എനിക്കൊരു ജീവിതപാഠം മനസ്സിലാക്കിത്തന്നത്. അദ്ദേഹത്തിന്റെ വാക്കുകൾ ഇന്നും എന്റെ ചെവിയിൽ മുഴങ്ങുന്നുണ്ട് : 'നീയൊരു മണ്ടനാണ്. പരീക്ഷകരുടെ സമിതിക്കു മുന്നിൽ പഠനമികവ് തെളിയിക്കാനായി ഓരോ വിദ്യാർത്ഥിക്കും നിശ്ചിതസമയം അനുവദിച്ചിട്ടുണ്ട്. അതിനു ശേഷമേ പരീക്ഷ അവസാനിക്കുകയുള്ളൂ. നിനക്ക് ഉത്തരം മുഴുവനാക്കാൻ സാധിക്കില്ലെന്ന് എനിക്കറിയാമായിരുന്നു, അതുകൊണ്ടാണ് ഞാനെപ്പോഴും ഇങ്ങനെ ചെയ്യാൻ നിന്നോട് പറയുന്നത്. നീ ഉത്തരം സാവധാനം പറഞ്ഞുതുടങ്ങിയിരുന്നെങ്കിൽ, സമയം തീർന്നിട്ടുണ്ടാകും. അപ്പോൾ ഞാൻ പറഞ്ഞേനെ, "നിനക്കെന്തായാലും ബാക്കി ഉത്തരം അറിയാമല്ലോ, അല്ലേ?" പക്ഷേ നിന്റെ വേഗത കാരണം നിനക്ക് ഉത്തരം മുഴുവനാക്കാൻ കഴിയില്ലെന്ന് എല്ലാവരും മനസ്സിലാക്കി.'

> വേഗതയെക്കാൾ സാവധാനമാണ് മികച്ചതെന്ന് തെളിയിക്കുന്ന മൂന്ന് സന്ദർഭങ്ങൾ കണ്ടെത്താൻ ശ്രമിക്കുക. എന്നിട്ട് നിങ്ങളുടെ നോട്ടുപുസ്തകത്തിൽ എഴുതുക.

വേഗതയുടെ മറ്റൊരു സ്വഭാവമാണ്, ഒരു പരിധി കഴിഞ്ഞാൽ പിന്നെ നിയന്ത്രണം അതിന്റെ കൈയിലായിരിക്കും. കൂടുതൽ കൂടുതൽ കാര്യങ്ങൾ, കൂടുതൽ കൂടുതൽ വേഗത്തിൽ ചെയ്യാൻ ശ്രമിക്കുമ്പോൾ, ഒരു പരിധി കഴിഞ്ഞാൽ ക്ഷീണം നമ്മുടെ വേഗത കുറയ്ക്കും. ഇതിലും വേഗത്തിലുള്ള പ്രവർത്തന രീതി അവലംബിക്കുന്നതിലൂടെ മാത്രമേ ഇത് പരിഹരിക്കാനാകൂ. അതിനുശേഷം കഴിഞ്ഞതിലും വളരെയധികം വേഗതയിലായിരിക്കും നമ്മൾ പ്രവർത്തിക്കുന്നത്. അത് കൂടുതൽ പിഴവുകളിലേക്ക് നയിക്കുകയും, മൊത്തത്തിൽ കാര്യക്ഷമതയിൽ വീഴ്ച വരുത്തുകയും ചെയ്യും. അങ്ങനെയൊരു സാഹചര്യത്തിലുള്ള ഒരാളോട് കുറച്ച് നേരം ഒഴിവെടുക്കാൻ പറയുകയാണെങ്കിൽ, ആശ്ചര്യമായിരിക്കും അയാളുടെ പ്രതികരണം. ഇത്രയും ജോലികൾ ചെയ്തുതീർക്കാനുള്ളപ്പോൾ, എങ്ങനെയാണ് ഒരാൾക്ക് വിശ്രമിക്കാൻ തോന്നുക? സമയപരിധി അവസാനിക്കാറായി! വാസ്തവത്തിൽ, വിശ്രമിക്കാൻ സമയമില്ലാത്ത സാഹചര്യമാണ് വിശ്രമം അനിവാര്യമായ സമയം.

സ്കൗട്ടിലുള്ള ആൺകുട്ടികളും പെൺകുട്ടികളും, ലക്ഷ്യസ്ഥാനത്തേക്ക് പരമാവധി വേഗത്തിൽ എത്താനായി 'സ്കൗട്ട് മുന്നേറ്റം' എന്ന് അവർ പേരിട്ടിരിക്കുന്ന ഒരു തന്ത്രം പ്രയോജനപ്പെടുത്താറുണ്ട്. തളരുന്നതുവരെ പറ്റുന്നത്ര വേഗത്തിൽ നടക്കുക എന്നതല്ല ആ ആശയം. പകരം, ഇടയ്ക്കിടെ വേഗത കുറയ്ക്കുകയാണ്. ഉദാഹരണത്തിന്, ആദ്യം 200 അടി ദൂരം ഓടുക, പിന്നീട് അതേ ദൂരം നടക്കുക, പിന്നെയും ഓടുക, അങ്ങനെയങ്ങനെ. വേണമെങ്കിൽ, മണിക്കൂറുകളോളം ഇത് നിർത്താതെ തുടരാൻ സാധിക്കും. മന്ദതയെ മടിയായും, നിശ്ചലതയെ അലസതയായും കാണാതിരുന്നാൽ, സാവധാനത്താൽ പ്രാപ്തമാകുന്ന വേഗത നിങ്ങളെ ആശ്ചര്യപ്പെടുത്തുന്നത് കാണാൻ കഴിയും.

'വലിയ പരിശ്രമത്തിനൊടുവിൽ ഒന്നും നേടാതിരിക്കുന്നതിനെക്കാൾ നല്ലത്, ഒന്നും ചെയ്യാതിരിക്കുന്നതാണ്,'
ലാവോ ത്സുവിന്റെ വാക്കുകൾ.

ഒരാൾക്ക് മറ്റൊരാളെ ധൃതിപ്പെടുത്തുന്നതിലൂടെ പിഴവുകളിലേക്ക് നയിക്കാൻ സാധിക്കുമെന്ന് നമ്മൾ നേരത്തെ പഠിച്ചു. എന്നിട്ടും, പലരും ഇപ്പോഴും വിശ്വസിക്കുന്നത്, എല്ലാ കാര്യത്തിലും മറ്റുള്ളവരെക്കാൾ മുന്നേ എത്രയും വേഗം പ്രാവീണ്യം നേടണമെന്നാണ്.

പിയാനോ വായിക്കുമ്പോഴും, ജാലവിദ്യ പഠിക്കുമ്പോഴും, ആയോധനകല പരിശീലിക്കുമ്പോഴും, മനുഷ്യർ കരുതുന്നത്, വേഗത പിഴവുകളെ മറയ്ക്കും എന്നാണ്. പരിശീലനത്തിലൂടെ അവർ പ്രധാനമായും ലക്ഷ്യമിടുന്നത് അക്കാര്യത്തിൽ പ്രാവീണ്യം നേടാനല്ല, മറിച്ച് എത്രയും വേഗം പഠിക്കുക എന്നതാണ്. ഓരോ വിരലുകളുടെ സ്ഥാനത്തിനു പോലും പ്രസക്തിയുള്ള ഷാവോലിൻ കുങ്ഫുപോലുള്ള അഭ്യാസമുറകളുടെ കാര്യത്തിൽ, ഈ മനസ്ഥിതി അപായകരമാണ്. പല പ്രധാനപ്പെട്ട വിശദാംശങ്ങളും ശ്രദ്ധിക്കാതെ പോകാൻ സാദ്ധ്യതയുണ്ട്. ഷാവോലിൻ വിഹാരത്തിലെ പുതിയ ശിഷ്യൻമാരോട് പറയാറുണ്ട്, ഒരു കാര്യം നിങ്ങൾക്ക് വേഗത്തിൽ ചെയ്യാൻ കഴിയുമെന്നത്, അക്കാര്യം പതിയെ ചെയ്യാനും കഴിയുമെന്ന് അർത്ഥമാക്കുന്നില്ല. ഒരു കാര്യം വേഗത്തിൽ ചെയ്യാൻ സാധിക്കണമെങ്കിൽ, ആ കാര്യം സാവധാനം ചെയ്യാൻ പഠിച്ചുതുടങ്ങണം. വേഗത കുറയ്ക്കാൻ നിങ്ങൾ സ്വയം നിർബന്ധിക്കണം. വേഗത കാലക്രമേണ കൈവരിക്കാൻ സാധിക്കും. സാവധാനം പരിശീലിക്കുന്ന എല്ലാ കാര്യങ്ങളും, കാലക്രമേണ, വേഗത്തിൽ ചെയ്യാനും തീർച്ചയായും നിങ്ങൾക്ക് സാധിക്കും. വേഗതയുടെ അധികാരത്തിൽ ജീവിക്കുന്ന വയസ്സിൽ, 'ക്ഷമയുള്ള ജീവിതം' ഒരു വ്യാമോഹമാണ്.

സ്വന്തം ഗതിവേഗം വീണ്ടും കണ്ടെത്തുക

ഒരു യോദ്ധാവിന്റെ വാളുപയോഗിച്ചുള്ള ആക്രമണച്ചുവടുകൾ അഞ്ചിരട്ടി വേഗത്തിൽ കാണാൻ നമ്മൾ ഇഷ്ടപ്പെടുകയില്ല; ഓരോ ചുവടും ശ്രദ്ധിച്ചു കാണണം. നിശ്ചലതയും സാവധാനവും വളരെ ശക്തമായ ആയുധങ്ങളാണെന്നാണ് ഷാവോലിൻ തത്വം നമ്മെ പഠിപ്പിക്കുന്നത്. അസ്വസ്ഥനായൊരാൾ സ്വയം ന്യായീകരിക്കുന്നതിനേക്കാൾ, ക്ഷമയോടെ പതിയെ സംസാരിക്കുന്നൊരാളുടെ വാക്കുകൾ വിശ്വസിക്കാനാവും നമ്മൾ താല്പര്യപ്പെടുക; ആരാണവിടെ സത്യം പറയുന്നതെന്നത് അവിടെ പ്രസക്തമല്ല.

എന്നാലും, സാവധാനം എന്നതിനെ ഇന്ന് പലരും നേടിയെടുക്കാനാകാത്ത ആഡംബരമായിട്ടാണ് കരുതുന്നത്. ഞാൻ പലപ്പോഴും കേൾക്കാറുണ്ട്, 'എനിക്ക് നിന്റെ ക്ഷമാശീലം ഉണ്ടായിരുന്നെങ്കിൽ.' 'ഞാൻ സന്തോഷത്തോടെ നിനക്കത് നൽകും,' പക്ഷേ എന്നിട്ട് ചിന്തിക്കും, 'പക്ഷേ നീയത് ആത്മാർത്ഥമായി

ആഗ്രഹിക്കുന്നില്ല.' ഓർക്കുന്നുണ്ടോ, ആരാണോ നിങ്ങളുടെ വേഗത നിയന്ത്രിക്കുന്നത്, അവരാണ് നിങ്ങളുടെ ജീവിതവും നിയന്ത്രിക്കുന്നത്. ആ നിയന്ത്രണം വൈകാതെ തന്നെ നിങ്ങളുടെ കൈയിൽ തന്നെയെത്തും എന്ന് ഞാൻ പ്രതീക്ഷിക്കുന്നു.

<u>പരിശീലനം</u>

നിങ്ങളുടെ വേഗത കുറയ്ക്കുക

വേഗത കുറയ്ക്കുന്നതിനു മുൻപ്, ഒരാൾ തന്റെ ശരിയായ വേഗത മനസ്സിലാക്കണം. താഴെ കൊടുത്തിരിക്കുന്ന ചോദ്യങ്ങൾ നിങ്ങളെ അതിന് സഹായിക്കും.

നിങ്ങളെ ശരിക്കും ധൃതിപ്പെടുത്തുന്നതെന്താണ്?

....

ഓരോ ദിവസവും എത്ര സമയമാണ് ഭക്ഷണം കഴിക്കാനായി നിങ്ങളെടുക്കുന്നത്? കൂടെത്തന്നെ, കഴിക്കുന്നതിനായി എത്ര സമയം വേണമെന്നാണ് നിങ്ങൾ ആഗ്രഹിക്കുന്നത്?

....

'സാവധാനം സഞ്ചരിച്ചിരുന്നു'വെങ്കിൽ, നിങ്ങൾ വേഗത്തിൽ എത്താവുന്ന സ്ഥലമേതാണ്?

....

വേഗതയില്ലായിരുന്നെങ്കിൽ ശ്രദ്ധിക്കപ്പെടില്ലായിരുന്ന നിങ്ങളുടെ പിഴവുകൾ, വേഗത കാരണം വെളിപ്പെട്ടത് എവിടെയാണ്?

....

എല്ലാ കാര്യങ്ങളുടെയും വേഗത നൂറ് വർഷം മുൻപത്തേതിനു തുല്യമാകാൻ പോകുന്നുവെങ്കിൽ, നിങ്ങൾക്ക് അതുകൊണ്ടുള്ള നഷ്ടങ്ങൾ എന്തൊക്കെയായിരിക്കും? നേട്ടങ്ങൾ എന്തൊക്കെയായിരിക്കും?

....

നിങ്ങളുടെ ജീവിതത്തിൽ വളരെ വേഗത്തിൽ സംഭവിക്കുന്നതെന്താണ്?

....

വേഗത കുറയ്ക്കാനായി എന്താണ് നിങ്ങൾക്ക് ചെയ്യാൻ കഴിയുക?

....

ഒരു ബുദ്ധിമാൻ സ്വന്തം തെറ്റുകളിൽ നിന്നും പാഠമുൾക്കൊള്ളും; ഒരു ജ്ഞാനി മറ്റുള്ളവരുടെ തെറ്റുകളിൽ നിന്നും പാഠമുൾക്കൊള്ളും.

കൺഫ്യൂഷ്യസ്

7. അനുകരണ തത്വം

ചെറിയവർ വലിയവരെ നന്നായി മനസ്സിലാക്കണം,
വലിയവർ ചെറിയവരെ മനസ്സിലാക്കണം.

മിയാമോട്ടോ മുസാഷി

ആളുകളെ അനുകരിക്കുന്നതിലൂടെ നിങ്ങൾക്ക് അവരെ നന്നായി അളക്കാൻ കഴിയുമെന്ന് മനസ്സിലാക്കുക.

1500 വർഷങ്ങൾക്കു മുൻപ്, ബോധിധർമ്മനും ശിഷ്യന്മാരും ഹാവോ-ഷാൻ മലനിരകളിൽ ഷാവോലിൻ വിഹാരം സ്ഥാപിക്കുമ്പോൾ, പ്രധാനമായും നേരിട്ടിരുന്നത് രണ്ട് വെല്ലുവിളികളായിരുന്നു.

ഒന്ന്, കള്ളന്മാരുടെയും കൊള്ളക്കാരുടെയും സാന്നിദ്ധ്യത്താൽ വിഹാരത്തിനു ചുറ്റുമുള്ള സ്ഥലം സുരക്ഷിതമായിരുന്നില്ല. അത് പരിഹരിക്കാവുന്ന പ്രശ്നമായിരുന്നു, പക്ഷേ രണ്ടാമത്തേതായിരുന്നു കൂടുതൽ ഭയപ്പെടുത്തിയിരുന്നത്. കാടുകളിൽ അലഞ്ഞു നടന്നിരുന്ന വന്യമൃഗങ്ങൾ കാരണം, അവയുടെ ആക്രമണം അപ്രതീക്ഷിതമായിരിക്കും. ആ വെല്ലുവിളി എങ്ങനെയാണ് മറികടക്കുക? നല്ലൊരു യോദ്ധാവിന് മനുഷ്യർക്കെതിരെ പ്രതിരോധം തീർക്കാനാകും. പക്ഷേ മൃഗങ്ങൾക്കെതിരെ അത് സാദ്ധ്യമാകുമോ?

വിഹാരത്തിലെ ആദ്യ അന്തേവാസികൾ ലളിതവും അതിസമർത്ഥവുമായ ഒരു പോംവഴി കണ്ടെത്തി. മറ്റുള്ള മൃഗങ്ങളിൽ നിന്നും സ്വരക്ഷയ്ക്കായി ഒരു മൃഗം പ്രയോഗിക്കുന്ന അതേ പ്രതിരോധ തന്ത്രം എന്തുകൊണ്ട് പ്രയോഗിച്ചുകൂടാ? എന്തുകൊണ്ട്

മൃഗങ്ങളെ സൂക്ഷ്മമായി നിരീക്ഷിച്ച്, അവയുടെ തന്ത്രമുപയോഗിച്ച് അവയെത്തന്നെ പരാജയപ്പെടുത്തിക്കൂടാ? സന്ന്യാസികൾ ആ വന്യമൃഗങ്ങളെ നിരീക്ഷിക്കാൻ ആരംഭിക്കുകയും, അവയുടെ സ്വഭാവങ്ങൾ അനുകരിച്ചു പഠിക്കുകയും ചെയ്തു. അവസാനം, അവരെക്കാൾ മികച്ച എതിരാളികളെ തോല്പിക്കാനുള്ള പ്രാപ്തി നേടുകയും ചെയ്തു.

സത്യം പറഞ്ഞാൽ, അധികം കഴിവുകളൊന്നും ലഭിച്ചിട്ടില്ലെങ്കിലും, മനുഷ്യർ തങ്ങളെ സ്വയം കരുതുന്നത് 'സൃഷ്ടികളിൽ രാജാവ്' എന്ന സ്ഥാനത്താണ്. അവർക്ക് വിശേഷിച്ച് ആകാരവലിപ്പമോ ശക്തിയോ ഇല്ല, കരുത്തുറ്റവരോ അതിവേഗതയുള്ളവരോ അല്ല. മനുഷ്യനെ മറ്റുള്ള മൃഗങ്ങളിൽ നിന്നും വേറിട്ടുനിർത്തുന്നത്, അവർക്ക് മറ്റുള്ളവയെ ആവശ്യാനുസരണം അനുകരിക്കാനുള്ള കഴിവാണ്. ആ കഴിവ് അവരെ ഇത്രയും കാലം അതിജീവിക്കാൻ സഹായിച്ചു.

മൃഗങ്ങളുടെ കരുത്ത് മനസ്സിലാക്കാനും, അതിനെ മനുഷ്യന്റെ ബുദ്ധിയുമായി കൂട്ടിയിണക്കാനുമുള്ള കഴിവ്, പല സാഹചര്യങ്ങളിലും മുൻതൂക്കം നേടാനുള്ള അവസരമുണ്ടാക്കിയിട്ടുണ്ട്.

സന്ന്യാസിയും തൊഴുകൈയ്യൻ പ്രാണിയും

ഷാവോലിൻ വിഹാരത്തിൽ, പതിനേഴ് കുങ് ഫു ശൈലികളിൽ പ്രാവീണ്യം നേടിയ വാങ് ലാങ് എന്ന സന്ന്യാസി പ്രഗത്ഭനായ ഒരു യോദ്ധാവായിട്ടായിരുന്നു അറിയപ്പെട്ടിരുന്നത്. പക്ഷേ ഇത്ര കഠിനമായി പരിശീലിച്ചിട്ടും, അവിടെയുള്ള മറ്റ് സന്ന്യാസികളെ തോല്പിക്കാൻ അദ്ദേഹത്തിനായിരുന്നില്ല. മനസ്സുടഞ്ഞ അദ്ദേഹം, അടുത്തുള്ള ഒരു കാട്ടിലേക്ക് പിൻവാങ്ങി. ഒരു ദിവസം, നടക്കുന്നതിനിടയിൽ, ഒരു തൊഴുകൈയ്യൻ പ്രാണിയും സിക്കാഡ പ്രാണിയും തമ്മിൽ തല്ലുകൂടുന്നത് കണ്ടു. അതിൽ, തന്നെക്കാൾ എത്രയോ ഇരട്ടി വലിപ്പമുള്ള സിക്കാഡയെ തൊഴുകൈയ്യൻ പ്രാണി തോല്പിച്ചു.

വാങ് ലാങ് അതിശയിച്ചു. അദ്ദേഹം വിജയിയെ പിടിച്ച്, അതിനെ നിരീക്ഷിക്കാൻ തുടങ്ങി. ആഴ്ചകളോളം അതിന്റെ ചുവടുകൾ പഠിക്കുകയും, തികച്ചും പുതിയ ഒരു യുദ്ധതന്ത്രം വികസിപ്പിച്ചെടുക്കുകയും ചെയ്തു. തൊഴുകൈയ്യൻ പ്രാണി തന്റെ മുൻകൈകളാണ് പ്രധാനമായും ഉപയോഗിച്ചിരുന്നത്, അതിനാൽ വാങ് ലാങും അതേ ആശയം തന്റെ യുദ്ധതന്ത്രത്തിലും ഉൾപ്പെടുത്തി.

പിന്നീട് അദ്ദേഹം കുരങ്ങുകളിൽ നിന്നും കാല്പപയോഗിച്ചുള്ള അടവുകൾ സ്വീകരിച്ചു. അവസാനം, തനിക്കറിയാവുന്ന മറ്റു ആയോധനകലാ ശൈലികളിൽ നിന്നും മികച്ച അടവുകളും കൂട്ടിച്ചേർത്തു.

ആവശ്യത്തിനു സമയമെടുത്ത് പുതിയ ശൈലി മെച്ചപ്പെടുത്തുകയും, ശ്രദ്ധാപൂർവ്വം അതിന്റെ മൂർച്ച കൂട്ടുകയും ചെയ്തതിനു ശേഷം മാത്രമാണ് അദ്ദേഹം വിഹാരത്തിലേക്ക് മടങ്ങിയത്. അന്നേരം അദ്ദേഹത്തിന് വിഹാരത്തിലെ പല സന്ന്യാസിമാരെയും സൗഹൃദ മത്സരത്തിൽ പരാജയപ്പെടുത്താൻ കഴിഞ്ഞു. വാങ് ലാങിന്റെ പുതിയ ശൈലി മഠാധിപതിയുടെ ശ്രദ്ധ പിടിച്ചുപറ്റുകയും, അദ്ദേഹമത് ഷാവോലിൻ ശേഖരത്തിലേക്ക് ഉൾപ്പെടുത്തുകയും ചെയ്തു. ശിഷ്യർ തങ്ങളുടെ ഗുരുക്കന്മാരിൽ നിന്നും ആ പുതിയ ശൈലി പഠിച്ചെടുത്തു. പിന്നീടുള്ള തലമുറയ്ക്ക് അവരത് പകർന്നു കൊടുത്തു.

400 വർഷങ്ങളോളമായി, ഷാവോലിൻ കുങ് ഫു ശൈലികളിൽ ഏറ്റവും പ്രധാനപ്പെട്ടവയിൽ ഒന്നാണ് 'തൊഴുകൈയ്യൻ പ്രാണി' (Praying Mantis) ശൈലി.

അനുകരണത്തിലൂടെ പഠിക്കുക

അനുകരണ സ്വഭാവത്താൽ പ്രചോദിപ്പിക്കപ്പെട്ടത് അഭ്യാസമുറകൾ മാത്രമല്ല. ഭൂമിയിൽ ജീവനുണ്ടായ കാലം മുതൽതന്നെ അനുകരണ തത്വവുമുണ്ട്. സമൂഹത്തിൽ അനുകരണത്തെ അത്ര നല്ല രീതിയിൽ ആയിരിക്കില്ല വ്യാഖ്യാനിച്ചിട്ടുണ്ടാവുക. എങ്കിലും, അതില്ലെങ്കിൽ പ്രകൃതിയുമുണ്ടാകില്ല.

ഏതൊരു ജീവിയുടെ കുഞ്ഞിനും എങ്ങനെയാണ് വേട്ടയാടേണ്ടതെന്ന് അറിയുകയോ സ്വയം പഠിപ്പിക്കാൻ കഴിയുകയോ ഇല്ല. നൂറ്റാണ്ടുകൾ പഴക്കമുള്ള തന്ത്രങ്ങൾ സ്വന്തം അമ്മയിൽ നിന്നും അനുകരിച്ചു പഠിക്കുകയാണത് ചെയ്യുക. നീന്തുന്നതും മരം കയറുന്നതും ആക്രമിക്കുന്നതും... ഒരു മൃഗവും നേരത്തെ കണ്ടുപിടിച്ച ഈ കാര്യങ്ങൾ വീണ്ടും കണ്ടുപിടിക്കുകയില്ല. നിലനില്ക്കാൻ സഹായിക്കുന്ന എന്തിനെയും സ്വായത്തമാക്കുകയാണവ ചെയ്യുന്നത്. ഒരു കാര്യത്തെ രണ്ടാം തവണ കണ്ടുപിടിക്കുന്നതിലും നല്ലത്, അതിനെ മെച്ചപ്പെടുത്തുന്നതാണ്.

ഷാവോലിൻ സന്ന്യാസികളും ഈ ആശയത്തെയാണ് കൂട്ടുപിടിക്കുന്നത്. മികച്ച യുദ്ധതന്ത്രങ്ങൾ നേരത്തെ തന്നെ നിലനില്ക്ക

മ്പോൾ, എന്തിനാണ് സ്വന്തമായൊന്ന് കണ്ടുപിടിക്കുന്നത്? നിരീക്ഷിക്കാനും മാറ്റങ്ങൾ ഉൾക്കൊള്ളാനും ഊർജ്ജത്തെ ഉപയോഗിക്കുന്നതാണ് ശ്രേഷ്ഠം.

ഗ്രീക്ക് തത്വശാസ്ത്രജ്ഞനായ അരിസ്റ്റോട്ടിലിന്റെ നിരീക്ഷണത്തിൽ, പ്രകൃതിയുടെ പ്രവർത്തനത്തെ ആശ്രയിച്ചിരിക്കുന്ന എല്ലാം തന്നെ സ്വാഭാവികമായും മികച്ചത് തന്നെയായിരിക്കും.

മനുഷ്യ ശബ്ദം തന്നെയാണ് എല്ലാ വാദ്യോപകരണങ്ങളുടെയും പ്രമാണമായി കരുതപ്പെടുന്നത്. ലോകത്തെ ഏതൊരു സാങ്കേതിക വിദ്യക്കും പകർത്താൻ കഴിയുന്നതിനെക്കാൾ കൂടുതൽ നിറങ്ങൾ നമുക്ക് കണ്ണുകൾ കൊണ്ട് കാണാൻ സാധിക്കും. തലച്ചോറിന്റെ പ്രവർത്തനവുമായി താരതമ്യം ചെയ്താൽ, ഏത് സൂപ്പർ കമ്പ്യൂട്ടറിന്റെ കഴിവും ചെറുത് തന്നെയാണ്. ഒരു മനുഷ്യനും, എത്ര വലിയ ബുദ്ധിമാനാണെങ്കിലും, ഒന്നിന്റെയും കൂടുതൽ മെച്ചപ്പെട്ട രൂപം നിർമ്മിക്കാനാകില്ല.

അതിനാൽതന്നെ, മനുഷ്യൻ കണ്ടുപിടിച്ച എല്ലാം തന്നെ മോശമായ അനുകരണങ്ങൾ മാത്രമാണ്. ചക്രം, പറക്കൽ, കൃത്രിമബുദ്ധി: അങ്ങനെ എന്തുതന്നെയും എടുത്തുനോക്കൂ, അവയുടെയെല്ലാം എത്രയോ മികച്ച പതിപ്പ് പ്രകൃതിയിൽ കാണാൻ കഴിയും; അതിൽ നിന്നുമാണ് മനുഷ്യൻ അനുകരിച്ചിരിക്കുന്നത്. അത് ശരിക്കും തെറ്റൊന്നുമല്ല, അല്ലേ? ഒരു മോശം കണ്ടുപിടുത്തത്തേക്കാൾ മികച്ചതാണ് ഒരു നല്ല അനുകരണം എന്നാണ് പണ്ടുള്ളവർ പറഞ്ഞിട്ടുള്ളത്.

എന്നാലും, യഥാർത്ഥത്തിൽ നിരസിക്കപ്പെടുന്നതും അതുതന്നെയാണ്. മുൻപേതന്നെ നിലനില്ക്കുന്നവയെ വീണ്ടും കണ്ടുപിടിക്കുന്നതിനായി മനുഷ്യൻ ആയിരക്കണക്കിനു മണിക്കൂറുകളാണ് ചിലവഴിക്കുന്നത്. വെറും പ്രശസ്തിക്കായി, 'ഞാനിത് സ്വയം കണ്ടുപിടിച്ചതാണ്!' എന്ന് പറഞ്ഞുനടക്കുന്നതിനായി.

ഞാൻ പലപ്പോഴും എന്നോടു തന്നെ ചോദിക്കാറുണ്ട്, ഷാവോലിനിലെ സന്ന്യാസികളും ഇതുപോലെ ചിന്തിച്ചിരുന്നെങ്കിൽ, ഷാവോലിൻ കുങ് ഫു അഭ്യാസമുറകൾക്കും മറ്റ് ആയോധന ശൈലികൾക്കും എന്തു സംഭവിക്കുമായിരുന്നു? അറിയുന്ന ശൈലികളിൽ മാറ്റങ്ങൾ വരുത്തി മെച്ചപ്പെടുത്തുന്നതിനു പകരം, ഓരോരുത്തരും സ്വന്തമായൊരു ശൈലി വികസിപ്പിച്ചെടുക്കാൻ ആരംഭിച്ചിരുന്നെങ്കിൽ എന്താകുമായിരുന്നു? ഒരാളുടെ ആശയത്തിന്റെ

തുടക്കം മാത്രമായിരിക്കണം മറ്റൊരാൾ നേരത്തെ കണ്ടെത്തിയ ആശയം എന്നാണിവിടെ പറയാതെ പറയുന്നത്. മറ്റൊരാൾ കണ്ടുപിടിച്ച കാര്യങ്ങളിൽ സംതൃപ്തനാവുക എന്നത് അത്ര നല്ലൊരു കാര്യമല്ല, പക്ഷേ ഇവിടെ അതല്ല അർത്ഥമാക്കുന്നത്.

നിങ്ങളുടെ നോട്ടുപുസ്തകം എടുക്കുക. അനുകരണത്തിലൂടെ വേഗം ഫലം കാണാവുന്നതാണെങ്കിലും, സ്വന്തമായി കണ്ടുപിടിക്കണമെന്ന് നിങ്ങളാഗ്രഹിച്ച അഞ്ച് കാര്യങ്ങൾ എഴുതുക. വഴി ചോദിച്ച് പോയാൽ പെട്ടെന്നെത്താവുന്ന സ്ഥലം സ്വന്തമായി കണ്ടെത്തുന്നതുപോലെ. അല്ലെങ്കിൽ, ഒരു ഉപകരണം ഉപയോഗിക്കാനുള്ള എളുപ്പവഴി മറ്റൊരാളോട് ചോദിക്കാൻ കൂട്ടാക്കാതിരിക്കുക. കാര്യങ്ങളെ എളുപ്പമാക്കുമായിരുന്ന അനുകരണത്തെ ഒഴിവാക്കാനുണ്ടായ കാരണവും എഴുതുക.

ഒരു കുഞ്ഞ് എങ്ങനെയാണ് പഠിക്കുന്നതെന്ന് ചിന്തിച്ചിട്ടുണ്ടോ? തന്നെ പരിചരിക്കുന്നവരുടെ പെരുമാറ്റങ്ങൾ അനുകരിക്കുന്നതിലൂടെ. ഒരു പ്രത്യേക ഉദ്ദേശ്യം നിറവേറ്റാനായി, കുട്ടികൾ മറ്റുള്ളവരിൽ നിന്നും പെരുമാറ്റരീതികൾ കടമെടുക്കും. ശ്രദ്ധ പിടിച്ചുപറ്റാനോ, ലാളന ലഭിക്കാനോ, ഭക്ഷണത്തിനായോ ആയി, അതേപോലുള്ള സാഹചര്യങ്ങളിൽ മുതിർന്നവർ ഉപയോഗിക്കാറുള്ള വാക്കുകൾ കേട്ട്, അതുമായി വളരെ സാമ്യമുള്ള അനുകരണങ്ങൾ അവർ പ്രകടിപ്പിക്കും.

അനുകരണവും ആദർശമാതൃകയും

അനുകരണം എന്നത് മോശമാണെന്നും, സ്വന്തമായൊരു ഭാഷ കണ്ടുപിടിക്കാമെന്നും ഒരു കുഞ്ഞ് ചിന്തിച്ചാൽ, ആശയവിനിമയം എന്ന ആശയം തന്നെ നമ്മൾ മറന്നുപോകും. പക്ഷേ ഭാഷ മാത്രമല്ല ഒരു കുഞ്ഞ് അനുകരിക്കുന്നത്. മൃഗങ്ങളുടെ കുഞ്ഞുങ്ങൾ തങ്ങളുടെ മാതാപിതാക്കളിൽ നിന്നും വേട്ടയാടാൻ പഠിക്കുന്നതുപോലെതന്നെ, മനുഷ്യരും തങ്ങൾ ആരാധിക്കുന്നവരെ മാതൃകയാക്കാറുണ്ട്. പ്രമുഖനായ ഒരു ബിസിനസ്സുകാരൻ സ്യൂട്ടും ടൈയും ധരിച്ചാൽ, വിജയികളുടെ പ്രതിച്ഛായയുണ്ടാക്കാൻ, നമ്മളും ആ ഒരു വേഷം അനുകരിക്കും. ഒരു ആശയമെന്ന നിലയിൽ, ഫാഷനും, അതിനാലുള്ള സമ്പാദ്യവും തീർച്ചയായും അനുകരണത്തെ അടിസ്ഥാനമാക്കിയുള്ളതാണ്. ആരെങ്കിലും ഒരാൾ ഒരു പുതിയ വസ്ത്രധാരണ രീതി കൊണ്ടുവരുന്നു, അതിൽ നമ്മൾ ആധുനികതയെ കൂട്ടിയെഴുതുന്നു. ഒരാൾ യാഥാസ്ഥിതികനല്ലെന്ന് തെളിയിക്കു

ന്നതിനും തന്റെ വ്യക്തിത്വം വെളിപ്പെടുത്തുന്നതിനുമായി തല മുണ്ഡനം ചെയ്യുന്നു. അതുകണ്ട്, ബാക്കിയുള്ളവരും സ്വന്തം വ്യക്തിത്വം തെളിയിക്കുന്നതിനായി അത് അനുകരിക്കുന്നു. ആഭിജാത്യമുള്ളതായിട്ടല്ല അത് കരുതപ്പെടുന്നതെങ്കിലും, അനുകരണത്തിന്റെ ആവശ്യകത നമ്മളിൽ വേരിറങ്ങി നില്ക്കുന്നു.

ശക്തമായ വില്പന തന്ത്രം

ആധുനികമായ വില്പനയുടെയും പരസ്യത്തിന്റെയും വിശിഷ്ടമായ ആയുധങ്ങളിലൊന്ന് അടിസ്ഥാനമാക്കിയിട്ടുള്ളത് ഈ അറിവിലാണ്. മൂടിവെക്കപ്പെട്ട ഒന്നായതിനാൽതന്നെയാണ് അതിത്രത്തോളം ഫലപ്രദമായതും. പ്രസിദ്ധനായ X എന്ന വ്യക്തി തന്റെ പണമിടപാടുകൾ നടത്തുന്നത് 'A' എന്ന ബാങ്കിലൂടെയാണെന്നും, 'B' എന്ന മൊബൈൽ കണക്ഷനാണ് ഉപയോഗിക്കുന്നതെന്നും, 'C' എന്ന കാർ ആണ് ഓടിക്കുന്നതെന്നും ടിവിയിലൂടെ നാം മനസ്സിലാക്കുന്നു. മറ്റൊരു പ്രശസ്തനായ 'Y' എന്ന വ്യക്തിയും ഇതേ കാര്യങ്ങളും സേവനങ്ങളുമാണ് ഉപയോഗിക്കുന്നത്. പക്ഷേ, X, Y ഈ കാര്യങ്ങളും സേവനങ്ങളും ഉപയോഗിക്കുന്നതുകൊണ്ടാണ് നേട്ടങ്ങൾ ഉണ്ടാക്കിയതെന്ന് ആരും പറയുന്നില്ല. 'A' എന്ന ബാങ്ക് മോശമായ സേവനങ്ങളാണ് തരുന്നതെന്ന് 'X' ചിന്തിക്കുന്നുണ്ടോ എന്ന് ആർക്കറിയാം?

എന്തായാലും, മറച്ചുവെച്ചിരുന്ന ആയുധം ഇപ്പോൾ വെളിപ്പെട്ടു. ആർക്കാണ് നേട്ടങ്ങളിൽ താല്പര്യമില്ലാത്തത്? ഇരയുടെ മനസ്സ് തുടിച്ചുതുടങ്ങും : ഈ രണ്ട് പ്രശസ്ത വ്യക്തികൾക്കും, ഈ സേവനങ്ങളെ പിന്തുണയ്ക്കാൻ തീർച്ചയായും കാരണമുണ്ടാകും. അവരുടെ വിജയങ്ങൾക്കു പിന്നിൽ അവയുണ്ടാകും. അവ മാത്രമായിരിക്കില്ല അവരുടെ വിജയത്തിന്റെ കാരണം, എങ്കിൽപോലും അവയുമായി ബന്ധപ്പെട്ടു കിടക്കുന്നുണ്ടാകും. സത്യത്തിൽ, 'D' എന്ന സുഹൃത്തും 'A' എന്ന ബാങ്കിന്റെ ഉപഭോക്താവാണ്, അവനതിൽ സംതൃപ്തനുമാണ്.

ആത്യന്തികമായി, അനുകരണത്തിന്റെ അടിസ്ഥാനം ശ്രുപാർശയാണ്. 'O' എന്ന വ്യക്തി ഒരു സേവനം ഉപയോഗിക്കുകയും അതിൽ സംതൃപ്തനുമായാൽ, ഞാൻ ഉറപ്പായും അതൊന്നു ശ്രമിച്ചു നോക്കണം. P-യും, Q-വും 'Z' എന്ന വസ്തുവിൽ സംതൃപ്തരായാൽ, ഞാൻ അതും ഉപയോഗിച്ചു നോക്കും.

അഭിപ്രായ നേതാക്കൾ

അർത്ഥശൂന്യമായ പരസ്യങ്ങളാൽ, മറ്റു പലരാലും അനുകരിക്കപ്പെടുന്നവരെയാണ് അഭിപ്രായ നേതാക്കൾ എന്നു വിളിക്കുന്നത്. അത്തരം ആൾക്കാരെ പങ്കാളികളാക്കുന്നത് എത്രത്തോളം പ്രാധാന്യമർഹിക്കുന്നതാണെന്ന് പരസ്യ മേഖല മനസ്സിലാക്കിക്കഴിഞ്ഞു; പത്രപ്രവർത്തകരാകട്ടെ, അദ്ധ്യാപകരാകട്ടെ, എഴുത്തുകാരാകട്ടെ, ഡോക്ടർമാരാകട്ടെ, അങ്ങനെയാരുമാകട്ടെ. ചില സമയങ്ങളിൽ അഭിപ്രായ നേതാക്കൾ പിഴവുകൾ വരുത്തട്ടെ, ചിലപ്പോൾ അവരുടെ ഉപദേശങ്ങളിൽ ആത്മാർത്ഥതയില്ലാതിരിക്കട്ടെ, എന്നാലും ആ അസത്യങ്ങൾ ഉള്ളിൽ കൊണ്ടുനടക്കണമെന്ന് നാം കരുതും. നിലനില്പിനായി മുതിർന്നവരെ അനുകരിക്കണമെന്ന് നമ്മൾ ചെറുപ്പത്തിൽ പഠിച്ചതുപോലെ. പിന്നീടുള്ള ജീവിതത്തിൽ, മറ്റുള്ളവരെ അനുകരിക്കാതെ ജീവിക്കുന്നത് വളരെ ബുദ്ധിമുട്ടാണെന്ന് പലരും മനസ്സിലാക്കും.

> നിങ്ങളെ സ്വാധീനിച്ചവരെയും, നിങ്ങളെ അഭിപ്രായ നേതാവായി കാണുന്നവരെയും നോട്ടുപുസ്തകത്തിൽ രേഖപ്പെടുത്തുക. രണ്ട് തലക്കെട്ടുകൾക്ക് താഴെയായി മൂന്ന് വീതം ആളുകളെയോ സ്ഥാപനങ്ങളെയോ എഴുതുക. അതോടൊപ്പം, ആരാണ് ആരെയാണ് അനുകരിക്കുന്നുവെന്നും, അതിന്റെ കാരണവും കൂട്ടിച്ചേർക്കുക.

അനുകരണ തത്വം കൃത്യമായി പ്രാവർത്തികമാക്കുകയാണെങ്കിൽ, അതിന്റെ മുഴുവൻ ശക്തിയെയും നിങ്ങൾക്ക് പ്രയോജനപ്പെടുത്താനാകും. ചിലർക്ക്, മറ്റുള്ളവർ വരുത്തിയ പിഴവുകളിൽ നിന്നും പാഠം പഠിക്കാനാകും. മറ്റു ചിലർക്ക്, എതിരാളിയുടെ മനസ്സിനകത്തേക്ക് കടക്കാൻ സാധിക്കും; അവരുടെ ചിന്തകളെയും ചെയ്തികളെയും കുറിച്ചുള്ള ഉൾക്കാഴ്ച ലഭിക്കും.

മറ്റുള്ളവരെ അനുകരിക്കുന്ന ഒരാൾക്ക്, അവർ വരുത്തിയ പിഴവുകൾ ഒഴിവാക്കാൻ സാധിക്കും. ആദ്യ ദിനം മുതൽതന്നെ, കുരങ്ങുകളുടെ ആക്രമണ തന്ത്രം അത്ര മികച്ചതായിരുന്നില്ല, അതിനാൽതന്നെ ഇത്രയും കാലംകൊണ്ട് ഒരുപാട് കുരങ്ങുകളുടെ ജീവൻ പൊലിഞ്ഞിട്ടുണ്ടാകാം. തൊഴുകൈയൻ പ്രാണിയുടെ ശൈലിയിൽ പോലും മെച്ചപ്പെടുത്തേണ്ടതായിട്ടുള്ള കാര്യങ്ങൾ ഉണ്ടാവാം. അതിന്റെ പിൻകാലുകൾ വിദഗ്ധമായി ഉപയോഗപ്പെടുത്തുന്നതിലൂടെ കൂടുതൽ യുദ്ധങ്ങളിൽ അതിന് വിജയിക്കാൻ കഴിഞ്ഞേക്കാം. യഥാർത്ഥത്തിൽ, മരണകാരണം പോലുമായേ

ക്കാവുന്ന, യുദ്ധങ്ങളിൽ സംഭവിക്കുന്ന ഇത്തരം പിഴവുകൾ, നിരീക്ഷണത്തിലൂടെ കണ്ടെത്താനും അനുകരണത്തിലൂടെ ഒഴിവാക്കാനും സാധിക്കും. എന്തായാലും, ഒരു തൊഴുകൈയൻ പ്രാണിയും കുരങ്ങിന്റെ പിൻകാലുപയോഗിച്ചുള്ള തന്ത്രം അനുകരിക്കാൻ ശ്രമിക്കുകയില്ല, സ്വന്തമായി എല്ലാം മെച്ചപ്പെടുത്തുകയേ അവർക്ക് വഴിയുള്ളൂ. അതുകൊണ്ട്, മനുഷ്യരാണ് ഇക്കാര്യത്തിൽ മുൻപന്തിയിൽ. ഞാൻ പറഞ്ഞുവരുന്നതെന്തെന്നാൽ, അനുകരിക്കപ്പെടുന്നത് ചില നേരങ്ങളിൽ നീരസമുണ്ടാക്കുമെങ്കിലും, അതിന് അതിന്റേതായ അനുകൂല വശങ്ങളുമുണ്ട്.

ജ്ഞാനം ആർജ്ജിക്കുന്നതിനായി മൂന്ന് മാർഗ്ഗങ്ങളുണ്ടെന്നാണ് കൺഫ്യൂഷ്യസ് പറഞ്ഞിട്ടുള്ളത്: ഒന്ന്, പ്രതിഫലനം, ഏറ്റവും ഉത്തമമായത്; രണ്ട്, അനുകരണം, ഏറ്റവും എളുപ്പമായത്; മൂന്ന്, അനുഭവം, ഏറ്റവും കയ്പുള്ളത്.

ഈ പുസ്തകത്തിനു സാമ്യമുള്ളതായൊരു പുസ്തകം നിങ്ങൾ എഴുതുവാൻ തീരുമാനിക്കുന്നുവെങ്കിൽ, എനിക്ക് നിങ്ങളെ തടയാനാകില്ല. ഞാനെന്തിനു തടയാൻ ശ്രമിക്കണം? ഇതിൽ നിന്നും അനന്യമായതാണ് നിങ്ങളുടേതെന്ന് ഒരിക്കലും ഉറപ്പു വരുത്താൻ നിങ്ങൾക്കാകില്ല, അതുകൊണ്ടുതന്നെ, ചിലപ്പോൾ അതിൽ നിന്നും എനിക്ക് എന്തെങ്കിലും പഠിക്കാൻ സാധിച്ചേക്കാം. ഉദാഹരണത്തിന്, നിങ്ങൾ നൽകിയിട്ടുള്ള ഉദാഹരണങ്ങൾ എന്റേതിനേക്കാൾ മികച്ചതാവാം, അത് എന്റെ പുസ്തകത്തിന്റെ അടുത്ത പതിപ്പിൽ എനിക്ക് പ്രയോജനപ്പെട്ടേക്കാം. അതിന്റെ ഫലമായി, അനുകരിക്കപ്പെടുന്നതിലൂടെ, വ്യത്യസ്തമായ ഒരു ഗുണം എനിക്ക് ലഭിക്കുന്നു.

അനുകരിക്കപ്പെടുന്നതിലൂടെ തങ്ങളിൽ നിന്നും എന്തെങ്കിലും എടുത്തുകൊണ്ടുപോകപ്പെടുമെന്നതാണ് പലരുടെയും വലിയൊരു ഭയം. ഉദാഹരണത്തിന്, എന്റെ ആശയം എടുത്ത്, ഇതുമായി വളരെ സാമ്യമുള്ള ഒരു പുസ്തകമെഴുതാൻ നിങ്ങൾ ശ്രമിച്ചേക്കാം. ദയവായി ചെയ്യുക. ഈ പുസ്തകത്തിന്റെ ഉള്ളടക്കം മുഴുവനും നിങ്ങൾക്കറിയാമെങ്കിൽ കൂടിയും, എന്റെ പുസ്തകവും നിങ്ങളുടേതും ഒരിക്കലും ഒന്നാവുകയില്ല. എനിക്ക് പേടിക്കേണ്ട ഒരു കാര്യവുമില്ല, പക്ഷേ തീർച്ചയായും അത് 'ഇതുപോലെ ഒന്ന് നേരത്തെ ഉണ്ട്' എന്ന വാദം കാരണവുമല്ല. അതിനിവിടെ പ്രസക്തിയില്ല. ശരിക്കും അതുപോലെയാണ് കാര്യങ്ങൾ നടക്കുന്നതെങ്കിൽ, ഒരേയൊരു തരം സ്യൂട്ടും ഷർട്ടും ട്രൌസറും നിർമ്മിക്കുന്ന ഒരേയൊരു വസ്ത്ര

വ്യാപാര സ്ഥാപനം മാത്രമേ ഉണ്ടാവുകയുള്ളൂ. ഒരേയൊരു തരം കമ്പ്യൂട്ടറും, മ്യൂസിക്ക് സിസ്റ്റവും, അടുക്കള സാമഗ്രികളും മാത്രമേ ഉണ്ടാവുകയുള്ളൂ.

ഒരുപാട് വർഷങ്ങളായി ജപ്പാൻകാർ പിന്തുടർന്ന ആശയമാണ് "അനുകരിച്ച് മെച്ചപ്പെടുത്തുക' എന്നത്. അത് ശരിയാണെന്ന് തെളിയിക്കുന്നതായിരുന്നു സോണി, യമഹ, കാനൻ പോലെയുള്ള സ്ഥാപനങ്ങളുടെ ഉയർച്ചയും. എന്നിരിക്കിലും, എന്റെ പുസ്തകം അനുകരിക്കപ്പെടുമെന്ന ഭയം എനിക്കില്ല. സഹപ്രവർത്തകനായ ഒരു ഫോട്ടോഗ്രാഫർ സുഹൃത്ത്, താൻ വെളിച്ചത്തെ പ്രയോജനപ്പെടുത്തുന്നതിന്റെ പൊടിക്കൈകൾ ഞാനുമായി പങ്കുവെക്കുന്നതിനിടയിൽ ഒരിക്കലെന്നോട് പറഞ്ഞത് ഞാനോർക്കുന്നു, 'ലൈറ്റുകൾ എവിടെയാണ് കൃത്യമായി വെക്കേണ്ടതെന്ന് ഞാൻ പറഞ്ഞുതന്നാലും, നിങ്ങളുടെ ക്യാമറ ക്രമീകരിച്ചുതന്നാലും, ഞാൻ പകർത്തിയതുപോലൊരു ചിത്രം പകർത്താനാവില്ല.' പക്ഷേ, ക്രമേണ താൻ ചെയ്യുന്ന പ്രവൃത്തി മെച്ചപ്പെടുത്താനായി പുതിയ ആശയങ്ങൾ കണ്ടെത്താൻ കഴിഞ്ഞേക്കാം.

അനുകരണം അർഹിക്കുന്നതിനെ കുറിച്ച് ചിന്തിക്കുക

എന്നിരുന്നാലും, അനാവശ്യ അനുകരണങ്ങൾ എതിരാളികൾക്ക് നമുക്കെതിരെയുള്ള ആയുധമായി മാറുക മാത്രമല്ല, അവ വിപരീത ഫലങ്ങളുണ്ടാക്കുകയും ചെയ്യും. ഞാൻ നേരത്തെ പറഞ്ഞുപോലെ, അനുകരണത്തെ ആസ്പദമാക്കിയുള്ളതാണ് പഠനം എന്ന ആശയം. എങ്കിലും, അനുകരിക്കേണ്ട കാര്യങ്ങളെ കുറിച്ച് ചിന്തിക്കേണ്ടത് അത്യാവശ്യമാണ്. കാര്യങ്ങൾ ആരായാതെയുള്ള പ്രവർത്തി എന്ന അധികാരം, നമ്മളിൽ പലരും സ്വീകരിക്കാൻ ശീലിച്ചിരിക്കുന്നു. പക്ഷേ ഒന്നാലോചിക്കുമ്പോൾ, മുൻതലമുറകൾ കൈമാറിയ കാര്യങ്ങൾ മാത്രമാണ് നമ്മൾ പിന്തുടരുന്നുണ്ടായിരുന്നതെങ്കിൽ, ഒരിക്കലും പുരോഗതി എന്നൊന്ന് സംഭവിക്കില്ലായിരുന്നു. ജർമ്മൻ ആക്ഷേപഹാസ്യ കലാകാരൻ സംക്ഷിപ്തമായി പറഞ്ഞിട്ടുണ്ട്, 'സമർത്ഥനായ ഒരാൾ നിങ്ങളോട്, "പ്രിയ സുഹൃത്തേ, ഞാനിങ്ങനെ ഇരുപതു വർഷങ്ങളായി നിങ്ങൾക്കു വേണ്ടി ചെയ്തുകൊണ്ടിരിക്കുന്നു!" എന്ന് പറയുകയാണെങ്കിൽ നിങ്ങളതിൽ വീഴരുത്. ഒരാൾക്ക് ഇരുപത് വർഷങ്ങൾ തെറ്റായ കാര്യങ്ങളും ചെയ്യാൻ കഴിയും.' ചിന്തിക്കാതെയുള്ള അനുകരണം

മാറ്റത്തിനുള്ള അവസരങ്ങളെ തടസ്സപ്പെടുത്തുന്നു. രാജ്യത്തെ ഇന്നത്തെ രാഷ്ട്രീയത്തിന്റെ അവസ്ഥ എല്ലാവരെയും മടുപ്പിക്കു ന്നതാണ്, എന്നിരുന്നാലും, തങ്ങളുടെ മാതാപിതാക്കളും അവരുടെ മുൻതലമുറയും 'P' എന്ന രാഷ്ട്രീയ പാർട്ടിക്കനുകൂലമായി വോട്ട് ചെയ്തു എന്നതിനാൽ അവരും മറിച്ചൊന്ന് ചിന്തിക്കാതെ അതു തന്നെ തുടരുന്നു.

നിങ്ങളും ഇതുപോലെ മറിച്ചൊന്നും ചോദിക്കാതെ വെറും ശീലത്തിന്റെ കാരണം അനുകരിക്കാറുണ്ടോ? അങ്ങനെയുള്ള അഞ്ച് കാര്യങ്ങൾ നോട്ടുപുസ്തകത്തിൽ കുറിച്ചിടുക.

നേരെമറിച്ച്, ഒരു കാര്യത്തെയോ വ്യക്തിയെയോ കൃത്യമായി അനുകരിക്കുന്നത്, എതിരാളിയെ തെറ്റായ തീരുമാനങ്ങളിലേക്ക് നയിക്കും. വേഷപ്രച്ഛന്നമെന്ന കാര്യത്തിലൂടെ പ്രകൃതി ഈ ആശയത്തെ കുറ്റമറ്റതായി കാണിച്ചിട്ടുണ്ട്. പക്ഷേ വേദിയിൽ എല്ലാത്തിലും തട്ടിവീഴുന്ന കോമാളിയുടെ മണ്ടത്തരങ്ങൾ നമ്മൾ സന്തോഷത്തോടെ വിശ്വസിക്കാറുണ്ട്. ഈ അറിവിന്റെ പിൻബല ത്തിൽ ഷാവോലിൻ സന്ന്യാസികൾ എതിരാളികളെ കബളിപ്പി ക്കാനുള്ള മാർഗ്ഗം വികസിപ്പിച്ചെടുത്തിട്ടുണ്ട്. മദ്യപിച്ചതായി നടിച്ച്, മുഴുക്കുടിയനായ ഒരാളുടെ ചേഷ്ടകൾ അതേപടി അനുക രിച്ച്, പ്രതിരോധശക്തിയില്ലാത്ത ഒരാളെയാണ് എതിരിടുന്ന തെന്ന് ശത്രുവിനെക്കൊണ്ട് വിശ്വസിപ്പിക്കും. പണ്ടുകാലത്ത്, ഇത് വലിയൊരു പിഴവാണെന്ന് പലപ്പോഴും തെളിയിക്കപ്പെട്ടിട്ടുണ്ട്.

ഷാവോലിൻ തത്വം പഠിപ്പിച്ചത് പ്രകാരം, മികച്ച ഒരു അനുകരണം രണ്ട് ആവശ്യങ്ങൾ നിറവേറ്റണം : ഒരു മൂല്യ നിർണ്ണയവും കൂടാതെയായിരിക്കണം അത് നടപ്പിലാക്കേണ്ടത്; അത് സമഗ്രമായിരിക്കണം. താഴെ പറയുന്ന ഉദാഹരണം ഇത് വിശദീകരിക്കും. പ്രതിനായകന്റെ കഥാപാത്രമവതരിപ്പിക്കുന്ന ഒരു അഭിനേതാവിന്റെ സർവസ്വവും ആ *കഥാപാത്രമായി മാറണം*. അവരുടെ നടത്തത്തിലും, സംസാരത്തിലും, ഭക്ഷണത്തിലും, ചിന്ത കളിലും തിന്മയുണ്ടാകണം. അവരുടെ യഥാർത്ഥ ജീവിതത്തിൽ ഇതിനെല്ലാം എതിരാണെങ്കിലും, അത്തരം ധർമ്മബോധമെല്ലാം വസ്ത്രം മാറുമ്പോൾ അഴിച്ചുവെക്കണം. കഥാപാത്രത്തിൽ അത്രയും ദുഷ്ടത നിറഞ്ഞിരിക്കണം, അല്ലെങ്കിൽ അവർ വില്ലനെ അവതരിപ്പി ക്കുകയായിരിക്കില്ല ചെയ്യുന്നത്, മറിച്ച്, മറ്റൊരാൾ അവതരിപ്പിക്കു ന്നതിലൂടെ കടന്നുപോകുന്നതു പോലെയേ ആവുകയുള്ളൂ.

ഷാവോലിനിൽ പഠിപ്പിക്കുന്നുണ്ട്, 'ഒരാൾ കുരങ്ങിനെ അനുകരിക്കുന്നുവെങ്കിൽ, അയാൾ ഹൃദയം കൊണ്ടും, മനസ്സ കൊണ്ടും, ശരീരം കൊണ്ടും കുരങ്ങാകണം.' സെൻ ധ്യാന പരിശീലനത്തിൽ, മറ്റുള്ളവരായി മാറുന്ന ഈ അനുകരണകലയിലൂടെ, ജ്ഞാനോദയത്തിന്റെ പാത വിരിക്കുന്ന ശൂന്യമായ മനസ്സ് നേടിയെടുക്കാനും അനുവദിക്കപ്പെടുന്നു. സ്വയം ഒരു വ്യാളിയാണെന്ന് മനസ്സിൽ ഉറപ്പിക്കുന്നതോടെ, മനസ്സിലെ ആഗ്രഹങ്ങളും വിഷമങ്ങളും ഇല്ലാതാകുന്നു. സന്ന്യാസിമാർ പറയുന്നതുപോലെ, സത്യമായ അനുകരണം മനസ്സിനെ സ്വതന്ത്രമാക്കി പ്രസക്തമായവയിലേക്ക് നയിക്കുന്നു.

ഷാവോലിൻ തത്വം നമ്മെ പഠിപ്പിക്കുന്നതുപോലെ, അനുകരണമെന്നാൽ, മറ്റുള്ളവരുടെ സ്വത്വത്തെക്കുറിച്ചുള്ള ആഴത്തിലുള്ളൊരു ഉൾക്കാഴ്ചയുണ്ടാക്കാനുള്ള മാർഗ്ഗമാണ്. അത് അവരുടെ ചിന്തകളെയും വികാരങ്ങളെയും വെളിപ്പെടുത്തുന്നു; നമ്മുടെ പെരുമാറ്റത്തോടുള്ള അവരുടെ പ്രതികരണങ്ങളെയും പ്രതിഫലനങ്ങളെയും മുൻകൂട്ടി മനസ്സിലാക്കാൻ നമ്മളെ അനുവദിക്കുന്നു.

ബുക്ക് ഓഫ് ഫൈവ് റിംഗ്സ് എന്ന പുസ്തകത്തിൽ മുസാഷി എഴുതുന്നു, 'എതിരാളിയായി മാറുക എന്നാൽ, എതിരാളിയുടെ സ്ഥാനത്ത് നിങ്ങളെ കാണുകയും, അയാളുടെ വീക്ഷണകോണിൽ നിന്നും ചിന്തിക്കുകയും ചെയ്യുന്നതാണ്. എതിരാളിയുടെ ബലത്തെകുറിച്ച് അനാവശ്യ ഭയമുണ്ടാകാനുള്ള പ്രവണത സാധാരണയാണ്. ഉദാഹരണത്തിന്, ഒരു മോഷ്ടാവ് ഒരു വീടിനകത്ത് അകപ്പെട്ടു. അയാൾ മനസ്സിൽ, ലോകം മുഴുവനും തനിക്കെതിരായിരിക്കും എന്നാണ് ചിന്തിക്കുന്നുണ്ടാവുക. അകപ്പെടുന്നയാൾ കൊറ്റിയും, അകത്തു കടക്കുന്നയാൾ പരുന്തുമാണ്. ഒറ്റയ്ക്കൊറ്റയ്ക്കുള്ള യുദ്ധത്തിലും, നിങ്ങൾ എതിരാളിയുടെ സ്ഥാനത്ത് നിന്ന് ചിന്തിക്കണം.' എതിരാളി യുദ്ധതന്ത്രങ്ങളിൽ മികച്ചവനാണെന്നും, നിങ്ങളെക്കാൾ കഴിവുറ്റവനാണെന്നും നിങ്ങൾ വിശ്വസിക്കുന്നുവെങ്കിൽ, അയാൾ പ്രശംസനീയനാണെന്ന് കരുതുന്നുവെങ്കിൽ, നിങ്ങൾ തീർച്ചയായും തോല്ക്കും.

ആൾക്കൂട്ടത്തിൽ ഏറ്റവും മോശമായ അനുകരണം കാഴ്ചവെക്കുന്നവരാണ് മനുഷ്യർ. ഇത് മനസ്സിലാക്കാനായി, അവസരം ലഭിക്കുമ്പോൾ ഒരു ചെറിയ പരീക്ഷണം നടത്തി നോക്കുക. അടുത്ത തവണ നിങ്ങൾ ബസ് സ്റ്റാൻഡിലോ, മെട്രോ അല്ലെങ്കിൽ റെയിൽവേ സ്റ്റേഷനിലോ

ഉള്ളപ്പോൾ, ഒരു കൂട്ടം ആളുകൾ നിങ്ങളെ പിന്തുടരുന്നതിനായി പതിയെ നടക്കുക. കുറച്ചുദൂരം അവരെ നയിക്കുക. ശേഷം പെട്ടെന്ന്, വാച്ചിൽ നോക്കുന്നതായി ഭാവിച്ചിട്ട് ഓടാൻ തുടങ്ങുക. നിങ്ങളെ അനുഗമിച്ച ആ മനുഷ്യരും പെട്ടെന്നു തന്നെ വേഗത കൂട്ടി നിങ്ങളുടെ പിന്നാലെ ഓടുന്നതുകാണാൻ കഴിയും...

ഒരിക്കൽ ബന്ദിയാക്കപ്പെട്ടവരെ രക്ഷിക്കുന്ന പരിശീലനത്തിനിടയിൽ, സ്പെഷ്യൽ പോലീസ് യൂണിറ്റിലെ ഒരു അധികാരിയോട് ഞാൻ ചോദിച്ചു, 'എങ്ങനെയാണ് നിങ്ങൾ പരിശീലനത്തിനുള്ള സാഹചര്യങ്ങൾ സൃഷ്ടിച്ചെടുക്കുന്നത്?' അദ്ദേഹം പറഞ്ഞു, 'ഞങ്ങൾ കുറ്റവാളിയുടെ സ്ഥാനത്ത് നിന്ന് ചിന്തിക്കും, അവരെന്തായിരിക്കും ഓരോ സാഹചര്യത്തിലും ചെയ്തിട്ടുണ്ടാവുക എന്ന് ഊഹിക്കും.'

മറ്റൊരു തരത്തിൽ പറഞ്ഞാൽ, നിങ്ങൾ ഒരാളുമായി അടുക്കാനുള്ള പദ്ധതി മെനയുകയാണെങ്കിൽ, ആദ്യം അയാളുടെ ഭാഗത്തു നിന്നും സ്വയം ചിത്രീകരിക്കണം. എനിക്ക് ആവശ്യമില്ലാത്തൊരു വസ്തു എന്നെക്കൊണ്ട് വാങ്ങിപ്പിക്കാൻ നിങ്ങൾ ശ്രമിക്കുകയാണെന്ന് കരുതുക. നിങ്ങൾ അശക്തനായ ഒരു എതിരാളിയാണെങ്കിൽ, ആ വസ്തുവിന്റെ പ്രയോജനങ്ങൾ അതിശ്രേഷ്ഠമാണെന്ന് പുകഴ്ത്തുകയും, ഞാനതിൽ ക്ഷോഭിച്ച് നമ്മൾക്കിടയിലെ സംവാദം നിർത്തുന്നതിൽ നിങ്ങൾ നിരാശനാവുകയും ചെയ്യും. ഇതെല്ലാം മുൻകൂട്ടി പ്രവചിക്കാവുന്നതാണെങ്കിലും, നിങ്ങൾ സ്വന്തം സമയം വെറുതെ പാഴാക്കുകയും, ഭാവിയിൽ ഒരു ഉപഭോക്താവായേക്കാവുന്ന ഒരാളെ എന്നെന്നേക്കുമായി നഷ്ടപ്പെടുത്തുകയും ചെയ്യു. എന്റെ ഭാഗത്തു നിന്നും ചിന്തിക്കൂ : ആ വസ്തു വേണ്ടെന്ന് നിങ്ങൾ മൂന്ന് പ്രാവശ്യം പറഞ്ഞ ശേഷവും, ഞാനത് ഗൗനിക്കാതെ ഞാനെന്റെ വാദം തുടർന്നുകൊണ്ടേയിരുന്നാൽ, നിങ്ങളെങ്ങനെ പ്രതികരിക്കും? അത്രയേയുള്ളൂ.

എതിരാളിയുടെ വാദങ്ങൾ മുൻകൂട്ടി കാണുക

ഷാവോലിൻ തത്വങ്ങൾക്കനുസൃതമായി പോരാടുന്ന ഒരു ശക്തനായ എതിരാളി എന്ന നിലയിൽ, നേരത്തെ തന്നെ നിങ്ങൾ എന്റെ ഭാഗത്ത് നിന്നും ചിന്തിക്കുമായിരുന്നു. ആ വസ്തു നിങ്ങൾക്കു വാങ്ങണമെന്നില്ലായെങ്കിൽ, ആ വസ്തുവിനെതിരായ വാദങ്ങൾ നിങ്ങൾ മുൻകൂട്ടി മനസ്സിൽ കണ്ടുവെക്കുമായിരുന്നു. നിങ്ങൾ എന്റെ

സ്ഥാനത്തായിരുന്നുവെങ്കിൽ, നിങ്ങളെ എങ്ങനെ സമ്മതിപ്പിക്കാമെന്നും നിങ്ങൾക്കറിയും.

ഇത്തരത്തിൽ തയ്യാറെടുക്കുന്നതിലൂടെ, എന്റെ പ്രതികരണം നിങ്ങളെ അത്ഭുതപ്പെടുത്തുകയില്ല; എന്റെ വാദങ്ങൾക്കുള്ള പ്രതിവാദങ്ങൾ നേരത്തെ തന്നെ മനസ്സിൽ കരുതിവെക്കും നിങ്ങൾ. എങ്കിലും നിങ്ങൾക്കെന്നെ ഒന്നും വാങ്ങിപ്പിക്കാൻ സാധിക്കില്ലായിരിക്കും, പക്ഷേ എന്റെ ആവശ്യകതകളെ കുറിച്ച് കൂടുതൽ മനസ്സിലാക്കിയിരിക്കും. മാത്രമല്ല, ഭാവിയിൽ ഒരു ഉപഭോക്താവിനെ എന്നിലൂടെ നിങ്ങൾക്ക് ലഭിക്കാം.

നിങ്ങൾ ഒരാളുമായി തർക്കത്തിലേർപ്പെടുന്നതു പോലെയാണിത്. ദേഷ്യപ്പെടുന്ന സമയത്ത്, എതിരാളിയെ വാക്കുകളാൽ വേദനിപ്പിക്കാറുണ്ട് നമ്മൾ. അത് തെറി തന്നെയാവണമെന്ന് നിർബന്ധമില്ല; ചിലർ അങ്ങനെയുള്ള വാക്കുകൾ ഉപയോഗിക്കാറില്ല. അങ്ങനെയുള്ള സന്ദർഭങ്ങളിൽ, എതിരാളികൾ ഉപയോഗിക്കുന്ന വാക്കുകൾ ശ്രദ്ധയോടെ നിരീക്ഷിക്കുക. നീണ്ടൊരു വാഗ്വാദത്തിനിടയിൽ എതിരാളി നിങ്ങളെ 'നീചൻ' എന്നു വിളിക്കുന്നുവെങ്കിൽ, ആ വാക്കായിരിക്കും അവരെ വേദനിപ്പിക്കാൻ നിങ്ങൾക്കുപയോഗിക്കാൻ കഴിയുന്നത്. ചിലപ്പോൾ അടക്കാനാവാത്ത ദേഷ്യത്തിൽ, ആ വാക്കിനെതിരായി അതിലും മോശമായ വാക്കുകൾ ഉപയോഗിക്കാൻ നിങ്ങൾക്ക് തോന്നിയേക്കാം. പക്ഷേ ചെയ്യരുത്. വെറുതെ നിങ്ങളുടെ ഊർജ്ജം നഷ്ടപ്പെടുകയേ ഉള്ളൂ, കാരണം, അത്തരം വാക്കുകളൊന്നും അവരെ ബാധിക്കുകയില്ല. നിങ്ങളുടെ എതിരാളിയുടെ കാഴ്ചപ്പാടിൽ, ഏറ്റവും മോശമായ വ്യക്തിയെന്നാൽ 'നീചൻ' ആണ്. കൃത്യമായി പറഞ്ഞാൽ, എതിരാളി സ്വയം ആകാൻ ആഗ്രഹിക്കാത്തതും അതു തന്നെയാണ്.

സഹാനുഭൂതിയെ കൂട്ടുപിടിക്കുക

അനുകരണത്തിലൂടെ എതിരാളിയുടെ പ്രതികരണങ്ങളെ പ്രവചിക്കാൻ മാത്രമല്ല, അവരുടെ മേൽ തന്ത്രപരമായി സ്വാധീനം ചെലുത്താനും കഴിയും. 'ഒരേ രീതിയിൽ ചിന്തിക്കുക' എന്നും ഇതിനെ വിളിക്കാറുണ്ട്. തങ്ങളെ മനസ്സിലാക്കണമെന്ന് മനുഷ്യർ ആഗ്രഹിക്കാറുണ്ട്. ഒരു ചർച്ചയ്ക്കിടയിൽ, ഒരാളുടെ ആദ്യത്തെ വാദത്തെ തന്നെ നിങ്ങൾ പ്രതികൂലമായാണ് നേരിടുന്നതെങ്കിൽ, നിങ്ങൾ ഒരു ശത്രുവിനെ ഉണ്ടാക്കിക്കഴിഞ്ഞിരിക്കുന്നു. പിന്നീട് നിങ്ങൾ മുന്നോട്ടു വെക്കുന്ന എല്ലാത്തിനെയും അയാൾ എതിർക്കും.

എന്നിരുന്നാലും, നിങ്ങൾ അയാളുടെ വാദങ്ങളെ അഞ്ച് തവണ അനുകൂലിച്ച ശേഷം, ആറാം തവണ പ്രതികൂലിച്ചാൽ അയാൾ നിങ്ങളെ കഴിവുള്ളവനായി കാണും; നിങ്ങളുടെ ആശയങ്ങൾക്ക് സ്വീകാര്യത നൽകും.

അനുകരണം എന്നത് വളരെ ശക്തമായൊരു തന്ത്രമാണെന്ന് ഷാവോലിൻ തത്വം നമ്മെ പഠിപ്പിക്കുന്നു. അത് നമ്മുടെ എതിരാളികളെ മനസ്സിലാക്കാനും, അവരുടെ പെരുമാറ്റങ്ങളെ അംഗീകരിക്കാനും, നമ്മൾ ആഗ്രഹിച്ച വഴിയെ അവരെ കൊണ്ടുവരാനും സഹായിക്കുന്നു.

<u>പരിശീലനം</u>

ഓന്ത് തന്ത്രം

അനുകരണം എങ്ങനെയാണ് നിങ്ങൾക്ക് വ്യക്തിപരമായി ഗുണം ചെയ്യുക എന്നറിയാമോ? ചുവടെ കൊടുത്തിരിക്കുന്ന ചോദ്യങ്ങളിലൂടെ നിങ്ങൾക്കത് മനസ്സിലാക്കാൻ സാധിക്കും.

ഏത് മൃഗവുമായാണ് നിങ്ങൾക്ക് ഏറ്റവും കൂടുതൽ സാമ്യമുള്ളത്?

....

ഒരു പൂച്ചയുടെ ആക്രമണരീതി വിശദീകരിക്കുക.

....

നിങ്ങൾക്കായി മറ്റുള്ളവർ ചെയ്ത തെറ്റുകൾ എന്തൊക്കെയാണ്?

....

ഇതിൽ ഏതാണ് നിങ്ങൾക്ക് ആത്യന്തികമായി ഒഴിവാക്കാൻ സാധിച്ചത്?

....

ദേഷ്യം വരുമ്പോൾ ഏതൊക്കെ വാക്കുകളാണ് നിങ്ങളുപയോഗിക്കുക?

....

ആ വാക്കുകൾ നിങ്ങൾക്കെതിരെ പ്രയോഗിക്കുമ്പോൾ നിങ്ങൾക്കെന്താണ് തോന്നുക?

....

മറ്റുള്ളവരിൽ നിന്നും നിങ്ങൾ പഠിച്ചെടുത്ത സ്വഭാവങ്ങൾ അല്ലെങ്കിൽ പെരുമാറ്റ രീതികൾ ഏതൊക്കെയാണ്?

....

എന്തുകൊണ്ട്?

....

കടന്നുപോകുന്ന അവസരത്തെ പിടിച്ചെടുക്കുന്നവർക്ക്, മധുരമായ സ്വപ്നങ്ങളുടെ ആവശ്യമില്ല.

ചൈനീസ് പഴഞ്ചൊല്ല്

8. അവസര തത്വം

അവസരങ്ങൾ പിടിച്ചെടുക്കുന്നതിലൂടെ, എളിയവനും ദരിദ്രനുമായ ഒരാൾക്ക്, ശ്രേഷ്ഠനും ധനികനും മേൽ പുരോഗമിക്കാൻ കഴിയും; ചെറുതും ദുർബലനുമായ ഒരുവന്, വലുതും ശക്തനുമായവനെ മറികടക്കാൻ സാധിക്കും.

ല ബ്രുവെയ്

അവസരങ്ങൾ സൃഷ്ടിക്കാനും, അവ മുന്നിൽ പ്രത്യക്ഷപ്പെടുന്നതുവരെ കാത്തിരിക്കാനും, ശേഷം അവയെ എതിരാൾക്കെതിരായും നിങ്ങൾക്കനുകൂലമായും ഉപയോഗിക്കാനും പഠിക്കുക.

ഒരു പുസ്തകമെഴുതി പ്രസിദ്ധീകരിക്കാൻ നിങ്ങൾ ആഗ്രഹിക്കുന്നുവെങ്കിൽ, അത് സഫലമാക്കാൻ രണ്ട് വ്യത്യസ്ത വഴികളുണ്ട്.

ആദ്യത്തെ മാർഗ്ഗം ആരംഭിക്കുന്നത് പദ്ധതി രൂപീകരിക്കുന്നതിലൂടെയാണ്. എല്ലാ പ്രധാന കാര്യങ്ങളും ഉൾപ്പെടുന്നതും, സംക്ഷിപ്തവുമായ ഒന്ന്. ആദ്യം പുസ്തകത്തെ കുറിച്ച് : ശീർഷകം, ഉള്ളടക്കം, ബാഹ്യരൂപം : എല്ലാം കുറിച്ചിടണം. അല്ലെങ്കിൽ പിന്നെന്താണ് നിങ്ങൾ വില്ക്കാൻ പോകുന്നത്? അതാണ് ആദ്യപടി.

അടുത്ത ചുവട്, നിങ്ങളുടെ ഈ പുസ്തകം പ്രസിദ്ധീകരിക്കാൻ ആഗ്രഹിക്കുന്ന പ്രസാധകരെ കണ്ടെത്താനുള്ള ശ്രമമാണ്. പദ്ധതിയിൽ എങ്ങനെ അതിലേക്കെത്താം എന്നും പറഞ്ഞിട്ടുണ്ടാകണം : എന്നും അഞ്ച് വീതം പ്രസാധകരുമായി ഫോണിൽ ബന്ധപ്പെടുക,

അവിടുത്തെ ചുമതലയാർക്കാണെന്ന് അറിയുക, പുസ്തകത്തിലെ ആശയത്തെക്കുറിച്ച് അവരെ പറഞ്ഞു മനസ്സിലാക്കുക

പുസ്തകത്തിൽ മാറ്റങ്ങൾ വരുത്തണമെന്നോ, പിന്നീട് പ്രസിദ്ധീകരിക്കാമെന്നോ പ്രസാധകൻ ആവശ്യപ്പെട്ടാൽ, അടുത്ത പ്രസാധകനുമായി സംസാരിക്കുക. പട്ടികയിലുള്ള മുപ്പത് പ്രസാധകരെയും വിളിച്ച ശേഷവും അനുകൂല പ്രതികരണങ്ങളൊന്നും ലഭിച്ചില്ലെങ്കിൽ, തത്കാലത്തേക്ക് ആ പദ്ധതിക്ക് ഒഴിവു കൊടുക്കുക. അല്ലെങ്കിലും, എല്ലാവരാലും സാധിക്കുന്ന ഒന്നല്ലല്ലോ പുസ്തകമെഴുത്ത്. ഇതാണ് ആദ്യ പദ്ധതി.

രണ്ടാമത്തെ മാർഗ്ഗം അവസര തത്വത്തെ അടിസ്ഥാനമാക്കിയുള്ളതാണ്. നിങ്ങൾ പുസ്തകമെഴുതാൻ തീരുമാനിച്ച കാര്യം എല്ലാ സുഹൃത്തുക്കളെയും ബന്ധുക്കളെയും പരിചയക്കാരെയും അറിയിക്കുക, എന്നിട്ട് സമയം വരുന്നതുവരെ കാത്തിരിക്കുക. പുസ്തകം പ്രസിദ്ധീകരിക്കാൻ യോഗമുണ്ടെങ്കിൽ, ഒരു പ്രസാധകൻ നിങ്ങളെ വിളിച്ച് പുസ്തകമെഴുതാൻ ആവശ്യപ്പെടും. അങ്ങനെയല്ലെങ്കിൽ, നിസ്സംഗ തത്വം ഉപയോഗപ്പെടുത്തുക. മറ്റു പല രസകരമായ അവസരങ്ങളും പിന്നീട് വന്നുചേരും.

> നിങ്ങളുടെ നോട്ടുപുസ്തകം തുറക്കുക. പുതിയൊരു പേജെടുത്ത് ഇടത്തുനിന്നും വലത്തോട്ട് ഒരു വര വരയ്ക്കുക. വരയുടെ ഇടത്തേയറ്റത്തിന്റെ താഴെയായി, 'പദ്ധതി' എന്നെഴുതുക. വലത്തേയറ്റത്തിന്റെ താഴെ 'അവസരം' എന്നും. ഇനി സത്യസന്ധമായി സ്വയം മൂല്യനിർണ്ണയം ചെയ്യുക. നിങ്ങളുടെ ജീവിതം നയിക്കുന്നത് പദ്ധതികളാണോ അവസരങ്ങളാണോ? ഇവ രണ്ടിനും നിങ്ങളുടെ ജീവിതത്തിലുള്ള പ്രാധാന്യമനുസരിച്ച്, ആ വരയിൽ നിങ്ങളുടെ സ്ഥാനം അടയാളപ്പെടുത്തുക. ഇനി നിങ്ങൾ ആഗ്രഹിക്കുന്ന സ്ഥാനം ആ വരയിൽ അടയാളപ്പെടുത്തുക. ഈ അദ്ധ്യായം വായിച്ചതിനു ശേഷവും ഈ പരിശീലനം ഒന്നുകൂടെ ചെയ്തു നോക്കുക.

പദ്ധതികളാൽ ജീവിതം നയിക്കുന്നവരാണ് ഭൂരിഭാഗം മനുഷ്യരും, വളരെ കുറച്ചുപേർ മാത്രമേ അവസരങ്ങൾക്ക് പ്രാധാന്യം കൊടുക്കുന്നുള്ളൂ. രണ്ടു തരക്കാർക്കും അവരുടേതായ ന്യായീകരണങ്ങളുണ്ടാകും, പക്ഷേ 'അവസരക്കൂട്ട'ത്തേക്കാൾ മുൻതൂക്കം 'പദ്ധതിക്കൂട്ട'ത്തിനാണ്. പദ്ധതിക്കാരുടെ സംഘം പലപ്പോഴും ശ്രദ്ധിക്കാതെ പോകുന്ന ഒന്നുണ്ട് : ആശയം എത്ര നല്ലതാണെങ്കിലും, ഒന്നും നിർബന്ധിതമായി ചെയ്യിക്കാനാകില്ല. 'സ്വന്തമായൊരു നിർണ്ണായക നിമിഷമില്ലാത്ത ഒന്നും തന്നെ ഈ

ലോകത്തില്ല,' ഫ്രഞ്ച് രാജ്യതന്ത്രജ്ഞൻ കർദിനാൾ ഡി റെറ്റ്സ് ഒരിക്കൽ പറഞ്ഞു. ജീവിതത്തിന് പദ്ധതികളോട് താല്പര്യമില്ല, അതിൻപ്രകാരം മുന്നോട്ട് പോവുകയുമില്ല. ശരിയായ സമയമെത്തിയെന്ന് ജീവിതത്തിന് തോന്നുമ്പോൾ, നമ്മുടെ പദ്ധതികൾ നിറവേറ്റാനായുള്ള അവസരം അതുണ്ടാക്കിത്തരും. ആ അവസരം പിടിച്ചെടുക്കാൻ തയ്യാറായിരിക്കുന്നവരാണ് വിജയിക്കുന്നത്.

'ആസൂത്രകർ' അവസരങ്ങൾ നഷ്ടപ്പെടുത്താനിടയുണ്ട്

പദ്ധതിയിൽ ഉറച്ചുനില്ക്കുന്നവർ വഴിയരികിൽ കാത്തുനില്ക്കുന്ന അവസരങ്ങളെ ശ്രദ്ധിക്കാറില്ല. മുൻനിശ്ചയിച്ച പാതയല്ലാതെ, മറ്റേതു പാതകളെയും നിമിഷങ്ങളെയും രേഖപ്പെടുത്താൻ അവർ കഴിവില്ലാത്തവരായിത്തീരുന്നു.

എന്നിരുന്നാലും, ഒഴുക്കിനൊപ്പം പോവുക എന്നല്ല അവസരം പിടിച്ചെടുക്കുക എന്നതുകൊണ്ട് അർത്ഥമാക്കുന്നത്. പദ്ധതിയുടെ ആവശ്യകത മനുഷ്യ സഹജമാണ്, ആവശ്യാനുസരണം അതിൽ നിന്നും വ്യതിചലിക്കാനുള്ള കഴിവിനോളം. പക്ഷേ വ്യതിചലിക്കാനുള്ള കഴിവിനെ വേണ്ടവിധത്തിൽ ഉപയോഗിക്കുന്നില്ല പലരും. വിശക്കുമ്പോഴും അനുയോജ്യമായ ഇരയെ കിട്ടുമ്പോഴുമാണ് മൃഗങ്ങൾ ഭക്ഷിക്കാറുള്ളത്. മനുഷ്യർ കഴിക്കുന്നത് തങ്ങളുടെ സമയക്രമമനുസരിച്ചും. ആസൂത്രകരെ ഒറ്റവാക്യത്തിൽ വിവരിക്കാമെങ്കിൽ, അതിങ്ങനെയായിരിക്കും : 'ഇപ്പോൾ, അല്ലെങ്കിൽ ഒരിക്കലുമില്ല'.

നിങ്ങൾ പ്രതീക്ഷിച്ചതു പോലെയല്ല ജീവിതം എന്നതുകൊണ്ട് മാത്രം എന്തിനാണ് സ്വന്തം സ്വപ്നങ്ങളെ ഉപേക്ഷിക്കുന്നത്? അവസരങ്ങളെ പിടിച്ചെടുക്കാൻ തയ്യാറല്ലാത്തവർ അശക്തരായ എതിരാളികളായി മാറും. സ്ഥാനക്കയറ്റം ആഗ്രഹിക്കുന്ന നിങ്ങളുടെ മേലുദ്യോഗസ്ഥനാണ് ഞാനെന്ന് സങ്കല്പിക്കുക. ഉച്ചഭക്ഷണ സമയത്ത്, എന്റെ ഓഫീസിലേക്ക് വന്ന്, മറ്റൊരു വിഭാഗത്തിലേക്ക് സ്ഥാനമാറ്റം ആവശ്യമാണെന്ന കാര്യം എന്നോട് പറയാൻ നിങ്ങൾ തീരുമാനിച്ചിരിക്കുകയാണ്. നിങ്ങളുടെ ആ ആഗ്രഹത്തിന് എനിക്ക് എതിരൊന്നുമില്ല. പക്ഷേ രാവിലെ മുതൽ പ്രശ്നക്കാരായ ഉപഭോക്താക്കളാൽ പൊറുതിമുട്ടിയിരിക്കുകയായിരുന്നു ഞാൻ. സ്വാഭാവികമായും നിങ്ങൾ വന്ന

സമയം ശരിയല്ല. സാഹചര്യം എന്തുതന്നെയായാലും, ആ സമയത്ത് നിങ്ങളാഗ്രഹിച്ചിരുന്ന സ്ഥാനം ഒഴിവുണ്ടായിരുന്നില്ല. മാത്രമല്ല, അത് സംബന്ധിച്ച് എന്തെങ്കിലും ചെയ്യാനുള്ള മാനസികാവസ്ഥയിലുമായിരുന്നില്ല ഞാൻ. അതുകൊണ്ടുതന്നെ, നിങ്ങൾക്കൊന്നും നേടാനുമായില്ല, ഞാൻ ആ സംവാദം അപ്പോൾ തന്നെ മറക്കുകയും ചെയ്തു. പിന്നീട് ആ സ്ഥാനത്ത് ഒഴിവ് രേഖപ്പെടുത്തുമ്പോൾ, കാൻറീനിൽ വെച്ച് ഒരു സഹപ്രവർത്തനെ കണ്ടുമുട്ടുകയും അയാൾ ആ സ്ഥാനം ആഗ്രഹിക്കുന്നതായി അറിയിക്കുകയും ചെയ്യുന്നു. പെട്ടെന്ന് ഒഴിവ് നികത്തേണ്ട ഒന്നായതിനാൽ, ആ ജോലി ആർക്കു ലഭിക്കുമെന്നാണ് നിങ്ങൾ കരുതുന്നത്?

എലിയും പൂച്ചയും

തന്റെ വീടിനകത്തേക്ക് കയറിക്കൂടിയ ഒരു എലിയെ തുരത്താനാവത്ത ഒരു കർഷകന്റെ കഥയുണ്ട് ഷാവോലിനിൽ. അതിനെ തുരത്താൻ അയാൾ ശക്തനും ധൈര്യശാലിയുമായ ഒരു ഗംഭീര പൂച്ചയെ മേടിച്ചു. നിർഭാഗ്യമെന്ന് പറയട്ടെ, എലി പൂച്ചയെക്കാൾ സാമർത്ഥ്യക്കാരനും വേഗതയുള്ളതുമായിരുന്നു.

കർഷകൻ മറ്റൊരു പൂച്ചയെ വാങ്ങി. ഈ പൂച്ച നല്ല ബുദ്ധിസാമർത്ഥ്യമുള്ളതും സൂത്രശാലിയുമായിരുന്നു. പക്ഷേ ശ്രദ്ധാലുവായ എലി, പൂച്ച ഉറങ്ങിയതിനു ശേഷം മാത്രം പ്രത്യക്ഷപ്പെട്ടു.

അടുത്തുള്ള ക്ഷേത്രത്തിലെ മുനി തന്റെ പൂച്ചയെ കർഷകനു കടമായി നൽകി. ആ പൂച്ചയ്ക്ക് പ്രത്യേകതകളൊന്നുമുണ്ടായിരുന്നില്ല. പകൽ മുഴുവനും അത് ഉറങ്ങി. കർഷകന്റെ സംശയം വകവെക്കാതെ, മുനി ആ പൂച്ചയെ അവിടെ നിർത്തി, പൂച്ച തന്റെ ചുറ്റും നടക്കുന്ന കാര്യങ്ങളിലൊന്നും ശ്രദ്ധയർപ്പിക്കാതെ എപ്പോഴും ഉറങ്ങിക്കൊണ്ടിരുന്നു. വൈകാതെ, എലിയുടെ ധൈര്യം വർദ്ധിച്ചു. അത് പൂച്ചയുടെ മുന്നിലൂടെ കറങ്ങിനടക്കാൻ തുടങ്ങി, എന്നിട്ടും പൂച്ച ഗൗനിച്ചില്ല. ഒരു ദിവസം, പെട്ടെന്ന്, പൂച്ച ചാടിവീണ് ഒറ്റയടിക്ക് ആ എലിയെ കൊന്നു. ഈ കഥ രണ്ട് കാര്യങ്ങളാണ് നമുക്ക് പറഞ്ഞുതരുന്നത് : ശരിയായ സന്ദർഭത്തിനായി കാത്തിരിക്കുക, അതുപോലെതന്നെ പ്രധാനമാണ് ശരിയായ സമയം വരുമ്പോൾ പ്രവർത്തിക്കാനായി തയ്യാറായിരിക്കുക എന്നതും.

എതിരാളികളെ അവസരങ്ങൾ പിടിച്ചെടുക്കുന്നതിൽ നിന്നും തടസ്സപ്പെടുത്തി, നീണ്ട കാലയളവ് മരവിപ്പിച്ചു നിർത്താൻ

സാധിക്കുമെന്ന് ഷാവോലിൻ തത്വം നമ്മെ പഠിപ്പിക്കുന്നു. ഈ തന്ത്രം ഇടയ്ക്കിടെ പ്രാവർത്തികമാക്കുന്നതിൽ നിന്നും അതിന്റെ ശക്തി നമുക്ക് മനസ്സിലാക്കാൻ കഴിയും. അക്രമി തന്റെ ശരിയായ ഉദ്ദേശ്യം മറച്ചുവെക്കുമെന്നുള്ളത് തീർച്ചയാണ്. അവർ പറയുന്ന കാര്യങ്ങൾ നമ്മളെ വിശ്വസിപ്പിച്ച്, അത് നമുക്ക് ഉപകാരപ്രദമാണെന്ന് തോന്നിപ്പിക്കും. ഇതാ ഒരു ഉദാഹരണം.

'A' എന്ന മൊബൈൽ നെറ്റ്‌വർക്ക് സ്ഥാപനം, സൗജന്യമായി നിങ്ങൾക്കൊരു മൊബൈൽ ഫോൺ നൽകുന്ന ഒരു പദ്ധതി മുന്നോട്ടു വെക്കുകയാണ്. മൊബൈൽ ഫോണിന്റെ മുഴുവൻ ചിലവും സ്ഥാപനം വഹിക്കുന്നതിനാലും, തൃപ്തികരമായ നിരക്കാണ് സേവനത്തിനായി അവരിപ്പോൾ ഈടാക്കുന്നത് എന്നതിനാലും, ഇരുപത്തിനാല് മാസത്തെ ഒരു കരാർ അവരുമായി നിങ്ങൾ ഒപ്പുവെക്കുന്നു. തീർച്ചയായും വായിച്ചു മനസ്സിലാക്കിയാണ് നിങ്ങളതിന് സമ്മതിച്ചത്. പക്ഷേ അടുത്ത രണ്ട് വർഷത്തേക്ക് നിങ്ങളുടെ കൈകൾ ബന്ധിക്കപ്പെടുകയാണ്. കാരണം, ഒന്നു-രണ്ട് മാസത്തിനകം തന്നെ മറ്റേത് സ്ഥാപനം നിങ്ങളിപ്പോൾ നൽകുന്നതിന്റെ പകുതി നിരക്കിൽ സേവനം നൽകാമെന്ന് പറഞ്ഞാലും നിങ്ങൾക്കത് സ്വീകരിക്കാനാകില്ല. താരതമ്യേന വലിയ നിരക്കിൽ സേവനം വാങ്ങിക്കോളാമെന്ന് ഒപ്പിട്ടു നൽകിയതിനാൽ, നിങ്ങൾക്കീ പുതിയ അവസരം ഉപയോഗപ്പെടുത്താനാവുകയില്ല.

> നിങ്ങൾ സ്വയമോ നിങ്ങളുടെ എതിരാളിയോ, ഇതുപോലെ നിങ്ങളുടെ കൈകൾ ബന്ധിപ്പിച്ചതിനാൽ നിങ്ങളാൽ ഉപയോഗപ്പെടുത്താനാവാതെ പോയ മൂന്ന് സംഭവങ്ങൾ നിങ്ങളുടെ നോട്ടുപുസ്തകത്തിൽ എഴുതുക.

അവസര തത്വത്തെ അടിസ്ഥാനമാക്കി പ്രവർത്തിക്കുന്ന ആർക്കും, ശരിയായ സന്ദർഭം വരുമ്പോൾ ഏറ്റവും മികച്ച രീതിയിൽ തന്നെ പ്രവർത്തിക്കാൻ കഴിയും; അവരുടെ എതിരാളികൾ അതിൽ നിന്നും എത്രത്തോളം അവരെ പിന്നോട്ടു വലിക്കാൻ ശ്രമിച്ചാലും. കേൾക്കുമ്പോൾ അങ്ങനെ തോന്നുമെങ്കിലും, അവസരങ്ങൾ താനേ പൊട്ടിമുളയ്ക്കുന്നതല്ല. പിന്നീട് ഫലങ്ങൾ കൊയ്തെടുക്കാം എന്ന ചിന്തയിലായിരിക്കണം ശരിയായ സമയത്ത് വിത്ത് വിതയ്ക്കുന്നത്. ആ ചെടികളിൽ ഫലങ്ങൾ എങ്ങനെയാണ് ഉണ്ടാകുന്നതെന്നും തീർച്ചയായും നിങ്ങളറിഞ്ഞിരിക്കണം. റോമൻ തത്വശാസ്ത്രജ്ഞനായ സെനെക പറഞ്ഞതുപോലെ, 'ഏത് തുറമുഖത്തേക്കാണ്

ുഴയുന്നതെന്നറിയാത്ത ഒരുവന്, ഒരിക്കലും കാറ്റ് അനുകൂല മാവുകയില്ല.'

അവസരങ്ങൾ സൃഷ്ടിക്കുക

കേൾക്കുമ്പോൾ വൈരുദ്ധ്യം തോന്നിയേക്കാം, പക്ഷേ പദ്ധതി കൾക്ക്,അവയിൽകേന്ദ്രീകരിക്കുന്നവരോളംതന്നെപ്രാധാന്യമുണ്ട് അവസരങ്ങളെ പരമാവധി പ്രയോജനപ്പെടുത്തുന്നവർക്കും. വ്യത്യാസമെന്തെന്നാൽ, ഈ പദ്ധതി അർത്ഥമാക്കുന്നത് ലക്ഷ്യത്തെയല്ല, ലക്ഷ്യത്തിലേക്കെത്താനുള്ള മാർഗ്ഗത്തെയാണ്.

മുൻപേഉദാഹരണത്തിൽപറഞ്ഞതുപോലെ,നിങ്ങൾക്കൊരു പുസ്തകമെഴുതണമെങ്കിൽ അതിനുള്ള ഒരു പദ്ധതിയും വേണം. ഒന്നും ചെയ്യാതെ ഒരു പ്രസാധകന്റെ വിളിക്കായി കാത്തിരിക്കുന്നതുകൊണ്ട് നിങ്ങൾക്ക് ലക്ഷ്യത്തിലെത്താൻ പറ്റില്ല. എഴുത്തുകാരനാകാനുള്ള നിങ്ങളുടെ ആഗ്രഹം എങ്ങനെയാണ് മറ്റുള്ളവരറിയുക? പക്ഷേ പലരോടുമായി നിങ്ങളിക്കാര്യം പങ്കുവെച്ചാൽ, അവരെല്ലാം നിങ്ങൾക്കായി ശ്രമിക്കും : ഒരുപാട് പേർ നിങ്ങളുടെ ആഗ്രഹത്തെക്കുറിച്ച് അറിയുകയും നിങ്ങളുമായി തീർത്തും ബന്ധമില്ലാത്തവർ ഉൾപ്പെടെ മറ്റനേകം മനുഷ്യരിലേക്ക് അത് ചെന്നെത്തുകയും ചെയ്യും, ഇത് നിങ്ങൾ തനിയെ ശ്രമിക്കുകയാണെങ്കിൽ പത്ത് ജന്മമെങ്കിലും വേണം.

അമേരിക്കൻ മനഃശാസ്ത്രജ്ഞനായ സ്റ്റാൻലി മിൽഗ്രാം തന്റെ പ്രശസ്തമായ 'വേർപിരിയലിന്റെ ആറ് തലങ്ങൾ' എന്ന സിദ്ധാന്തത്തിൽ മുന്നോട്ടു വെക്കുന്നത്, ഭൂമിയിലെ മനുഷ്യർക്കിടയിൽ ആറ് സാമൂഹിക ബന്ധങ്ങളുടെ ദൂരമുണ്ടെന്നാണ്. അതേ സമയം, അവസരം സൃഷ്ടിക്കുന്നതിലൂടെ പാതി ജോലി മാത്രമേ തീരുന്നുള്ളൂ. ഇക്കാര്യത്തെ ഒരു മരത്തിൽ വളരുന്ന പഴങ്ങളായി താരതമ്യം ചെയ്യുകയാണെങ്കിൽ, അവയെയെല്ലാം കൃത്യസമയത്ത് പറിക്കണം, എന്നിട്ട് സൂക്ഷിച്ചുവെക്കണം. ആ പഴങ്ങളെ ലക്ഷ്യമിടുന്നത് നിങ്ങൾ മാത്രമായിരിക്കില്ല.

ഒരു ആപ്പിൾ മാത്രം പഴുത്ത് നിൽക്കുന്ന മരത്തിലേക്ക് ഒരുപാട് മൃഗങ്ങൾ കണ്ണും നട്ടിരിക്കുന്ന പോലുള്ള കാർട്ടൂൺ ചലച്ചിത്രങ്ങൾ നിങ്ങൾ കണ്ടിരിക്കാം. ആ ഒരു ആപ്പിൾ വീഴുന്നതും കാത്ത് അവയെല്ലാം ശ്വാസമടക്കിപ്പിടിച്ച് കാത്തിരിക്കും. അത് ലഭിക്കുന്ന ആൾക്ക് അന്നത്തെ ആഹാരം കുശാലായിരിക്കും,

അതുതന്നെയാവും അത്രയും നേരം കാത്തിരിക്കുമ്പോഴും അവയുടെയെല്ലാം മനസ്സിൽ. അവർക്കു പിന്നിലുള്ള ആപ്പിൾ മരങ്ങളിൽ നിന്നും ഫലങ്ങൾ വീഴുന്നുണ്ട്, പക്ഷേ അതാരും ശ്രദ്ധിക്കുന്നില്ല. ഒരേയൊരു മൃഗത്തിനു മാത്രമേ ആപ്പിൾ കിട്ടുകയുള്ളൂ, മറ്റുള്ളവയെല്ലാം നിരാശരാകും. ഇത്രയും നേരം കാത്തിരുന്ന് സമയം പാഴാക്കിയതിനാലും, വിശന്നു മരിക്കാതിരിക്കാനുമായി, അവർ കിട്ടുന്നതെന്താണെങ്കിലും അതിൽ തൃപ്തിപ്പെടണം. സ്വാദിഷ്ടമായ ഒരു ആപ്പിൾ മറ്റൊരു മരത്തിൽ നിന്നും സമീപഭാവിയിൽ വീഴുകയാണെങ്കിൽ പോലും, നിലത്തെ തവിട്ടു നിറത്തിലുള്ളവ കൊണ്ട് അവർക്കു തൃപ്തിപ്പെടേണ്ടിവരും.

പഴുത്ത് പാകമായ ആപ്പിളുകളെല്ലാം പറിച്ച് അവരുമൊത്ത് ഒരു വിരുന്ന് തയ്യാറാക്കാനാണ് അവസരതത്വം നമ്മെ പഠിപ്പിക്കുന്നത്. അവസരങ്ങൾ അടിച്ചേല്പിക്കാൻ ശ്രമിക്കുന്നത് നിങ്ങളെ പട്ടിണിയിലാക്കുകയെയുള്ളൂ.

സ്വന്തമായി ബിസിനസ്സ് തുടങ്ങാൻ ആഗ്രഹിക്കുന്നവരുമായി, ഉദ്യോഗസംബന്ധമായ കൂടിക്കാഴ്ചകൾ ഞാൻ ഇടയ്ക്കിടെ നടത്താറുണ്ട്. മറ്റുള്ളവരുടെ ഉപദേശങ്ങളായിരിക്കും അവർ പിന്തുടരുക. അതായത്, ഒരു പദ്ധതി പ്രാവർത്തികമാക്കുക : ഒരു കമ്പനി സ്ഥാപിക്കുക, ഓഫീസ് കണ്ടെത്തുക, ഉപകരണങ്ങൾ വാങ്ങുക, ഇൻഷുറൻസ് എടുക്കുക... അതെല്ലാം കഴിഞ്ഞശേഷം, ഉപഭോക്താക്കളാകാൻ സാദ്ധ്യതയുള്ളവരുടെ ഒരു പട്ടിക തയ്യാറാക്കി അതിലുള്ളവർക്കെല്ലാം കത്തുകൾ അയക്കും. എന്നിട്ട് മറുപടിക്കായി കാത്തിരിക്കും. ഈ നിമിഷമാണ് കമ്പനിയുടെ സ്ഥാപകനു തോറ്റുപോകുമെന്ന തോന്നലുണ്ടാകുന്നത്.

എതിരാളി എത്തുന്നതിനു മുൻപേ, സകല ശക്തിയുമെടുത്ത് ഇടിക്കുന്ന ഒരു പോരാളിയുടെ അവസ്ഥയുമായിട്ടാണ് ഈ സാഹചര്യത്തെ ഉപമിക്കാൻ കഴിയുക. ചിലവുകൾ വർദ്ധിച്ചു കൊണ്ടിരിക്കും, പക്ഷേ ഒരു ഉപഭോക്താവ് പോലുമില്ല. സാരമില്ല, റോമാ നഗരം ഒറ്റദിവസം കൊണ്ടുണ്ടാക്കിയതല്ല. അങ്ങനെ, ആദ്യത്തെ സാദ്ധ്യത തെളിഞ്ഞു! 'എന്ത്, ഇത്ര വിലയോ? ഇതിന്റെ പകുതി വിലയ്ക്ക് ചെയ്തുതരുന്നവരെ എനിക്കറിയാം!' 'ശരി, എന്തായാലും ഈ ഇടപാട് നടക്കണം, എനിക്കൊരുപാട് ബില്ലുകൾ അടച്ചുതീർക്കാനുണ്ട്, അതുകൊണ്ട് മിതമായ നിരക്കിൽ ഞാൻ ചെയ്തുതരാം...'

ശ്രദ്ധിക്കാൻ താല്പര്യമുണ്ടെങ്കിൽ കേട്ടോളൂ, നേർ വിപരീതമായി പ്രതികരിക്കാനാകും എന്റെ ഉപദേശം. വിത്തുകൾ വിതച്ച് കാത്തിരിക്കു, നല്ല അവസരങ്ങൾ വരുമ്പോൾ പ്രയോജനപ്പെടുത്തു, മറ്റു വലിയ ചിന്തകളാൽ വ്യതിചലിക്കപ്പെടരുത്. ഒരു ചെറിയ സന്തോഷം കൊണ്ട് ജീവിതം മുഴുവനും സന്തോഷപൂർണ്ണമാവുകയില്ല. അനാവശ്യമായി ഊർജ്ജം നഷ്ടപ്പെടുത്താതിരിക്കുക; എതിരാളിയുടെ ശക്തി നിർണ്ണയിക്കാനായി ഉപയോഗപ്പെടുത്തുക. ഏതു ഭാഗ്യമാണ് വരാൻ പോകുന്നതെന്ന് നമുക്കൊരിക്കലും പറയാനാവില്ല.

ശരിയായ സന്ദർഭം പ്രയോജനപ്പെടുത്തുക

മാഫിയയെക്കുറിച്ചുള്ള ഒരു പുസ്തകത്തിൽ ഞാൻ ഒരിക്കൽ വായിച്ചിരുന്നു, അവർ അനുകൂല സന്ദർഭങ്ങളിൽ മാത്രമേ അതിഥികളെ സ്വീകരിച്ചിരുന്നുള്ളൂ. അനുകൂലമായതും പ്രതികൂലമായതുമായ നിമിഷങ്ങളുണ്ടെന്ന് നമുക്കെല്ലാം അറിയാം. അതുപോലെതന്നെ, എനിക്കനുകൂലമായ സമയമേതാണെന്ന് നിങ്ങൾക്കറിയില്ല, പക്ഷേ നിങ്ങളുടേത് നിങ്ങൾക്കറിയാം.

ഞാൻ പൊതുവെ രാത്രി കൂടുതൽ നേരം ഉറക്കമിളയ്ക്കുന്ന ആളാണ്. ഞാനുമായുള്ള കൂടിക്കാഴ്ച ആവശ്യപ്പെടുന്നവർക്ക് രാവിലെ പതിനൊന്ന് മണിക്കു ശേഷമേ ഞാനതിന് അനുവദിക്കുകയുള്ളൂ, അപ്പോഴാണ് എന്റെ മനസ്സ് ഉണർന്നിരിക്കുക. (കൂടിക്കാഴ്ചയ്ക്കുള്ള സമയം വൈകിയതിന്റെ ശരിയായ കാരണം സ്വാഭാവികമായും ഞാൻ നിങ്ങളോട് പറയുകയില്ല, രാവിലത്തെ ഓഫീസിലെ തിരക്കുകൾ എന്നേ പറയുകയുള്ളൂ.)

സത്യാവസ്ഥ അറിയാവുന്ന എന്റെ മേലുദ്യോഗസ്ഥനായിരുന്നു നിങ്ങളെങ്കിൽ, അങ്ങനെയുള്ള കൂടിക്കാഴ്ചകളെല്ലാം പരമാവധി നേരത്തെയാക്കുമായിരുന്നു. ഓരോരുത്തർക്കും ഓരോ കാര്യങ്ങൾക്കും വ്യക്തിപരമായി ശരിയായ സമയങ്ങളുണ്ടെന്ന കാര്യം പലപ്പോഴും നമ്മൾ മറക്കുകയാണ്.

ഉദാഹരണത്തിന്, ഒരുപാട് ചോദ്യങ്ങൾ ചോദിക്കാതെ നിങ്ങളുടെ മേലുദ്യോഗസ്ഥൻ എന്തിലെങ്കിലും ഒപ്പിട്ടു തരണമെന്ന് കരുതുക. വരുന്ന ബുധനാഴ്ച വിദേശത്തിൽ നിന്നുമുള്ള അതിഥികളുമായി ഉച്ചഭക്ഷണ സമയത്ത് ഒരു കൂടിക്കാഴ്ചയുണ്ടെന്നും അന്നേരം വിപുലമായ മദ്യസല്ക്കാരമുണ്ടെന്നും വിശ്വസ്തനായ

ഒരാളിൽ നിന്നും നിങ്ങളറിയുന്നു. ഒപ്പിടേണ്ട രേഖകൾ വ്യാഴാഴ്ച നേരത്തെ അദ്ദേഹത്തിന്റെ മുന്നിൽ കൊണ്ടുപോകണോ വേണ്ടയോ എന്നു തീരുമാനിക്കാനെങ്കിലും ആ വിവരം ഉപകാരപ്പെടും.

മികച്ച യോദ്ധാക്കൾ തങ്ങളുടെ ശ്രദ്ധ അതിന്റെ പാരമ്യതയിൽ ഉള്ളപ്പോഴായിരിക്കും ആക്രമിക്കുക, അത് എതിരാളിയുടെ താളം തെറ്റിക്കുകയും ചെയ്യും. മുസാഷി പറയുന്ന പോലെ, 'ഒറ്റയ്ക്കൊറ്റയ്ക്കുള്ള പോരാട്ടങ്ങളിൽ പോലും മനസ്സും ശരീരവും ശാന്തമായിരിക്കുന്നത് അത്യാവശ്യമാണ്. എതിരാളിയുടെ ശ്രദ്ധ വ്യതിചലിക്കുന്ന സമയം മനസ്സിലാക്കി, ഉടനടി ശക്തമായും വേഗത്തിലും അവസരം മുതലാക്കി വിജയം കരസ്ഥമാക്കുക.'

> നിങ്ങളെപ്പോഴാണ് കഴിവിന്റെ പാരമ്യതയിലുള്ളത്? എപ്പോഴാണ് നിങ്ങൾ ഏറ്റവും നിസ്സഹായനാകുന്നത്? നിങ്ങളുടെ നോട്ടുപുസ്തകത്തിൽ രേഖപ്പെടുത്തുക.

പിടിച്ചെടുക്കപ്പെടുന്ന അവസരങ്ങൾ കുറച്ചു നിമിഷങ്ങളിലേക്ക് മാത്രമായി ഒതുങ്ങിപ്പോകരുത്. ഷാവോലിൻ സന്ന്യാസിമാരെ പണ്ടത്തേതിൽ നിന്നും വ്യത്യസ്തമാക്കുന്നത്, എന്തിനെയും ആയുധമാക്കാനുള്ള അവരുടെ കഴിവാണ്.

എന്റെ മുക്കാലിപ്പീഠത്തിനെ (ട്രൈപോഡ്) ആയുധമായുപയോഗിക്കാനുള്ള സാദ്ധ്യതകളെ വലിയ ഉത്സാഹത്തോടെ നിരീക്ഷിച്ച ഒരു സന്ന്യാസിയെ എനിക്കൊരിക്കലും മറക്കാനാകില്ല. തോക്കില്ലാത്ത വെടിക്കാരനും വാളില്ലാത്ത യോദ്ധാവും നിസ്സഹായരാണ്. ആയുധങ്ങളില്ലെങ്കിൽ അവർ ദുർബലരാണ്. ശരിയായ ഒരു പോരാളി തന്നിൽ തന്നെയാണ് വിശ്വാസമർപ്പിച്ചിരിക്കുന്നത്. മറ്റെല്ലാം താനേ വന്നുചേരും. നിലത്തുകിടക്കുന്ന മണലു കൊണ്ട് എതിരാളിയുടെ കാഴ്ച മറയ്ക്കാനാകും, കർഷകർ കറ്റ മെതിക്കുന്ന വടി പോലും മികച്ച ആയുധമാക്കാൻ സാധിക്കും, ഒരു ചെറിയ കോലുകൊണ്ട് പോലും അവരെ നമ്മിലേക്ക് അടുപ്പിക്കാതിരിക്കാൻ കഴിയും.

എതിരാളികൾക്ക് കാണാൻ പോലും കഴിയാത്ത
അവസരങ്ങൾ പ്രയോജനപ്പെടുത്താൻ ഷാവോലിൻ
യോദ്ധാക്കൾക്കു സാധിക്കും. തനിക്ക് വേണ്ടതെല്ലാം
യുദ്ധം ചെയ്യുന്ന സ്ഥലത്തു തന്നെ ലഭ്യമാണെന്ന്
പോരാളിക്കറിയാം.

ഷാവോലിൻ സന്ന്യാസികൾക്ക് സ്വന്തം കഴിവുകളിലും അവസര തത്വത്തിലും വിശ്വാസമുണ്ട്. അതുതന്നെയാണ് അവരെ എതിരാളികൾക്കു മുന്നിൽ അപകടകാരികളും അവാച്യരുമാക്കുന്നതും.

അവസര തത്വത്തിനകത്ത് മറ്റൊരു ശക്തമായ ആശയവും അടങ്ങിയിട്ടുണ്ട്,ക്ഷമ.'നദിയരികിൽക്ഷമയോടെകാത്തിരിക്കുന്നവന്, തന്റെ എതിരാളിയുടെ മൃതശരീരം ഒഴുകിനടക്കുന്നത് കാണാനാകും,' ഷാവോലിനിലെ വാക്കുകൾ.

നീലയും മഞ്ഞയും

മഞ്ഞ മനുഷ്യർക്കെതിരായ നീല മനുഷ്യരുടെ യുദ്ധത്തിന്റെ ഒരു കഥയുണ്ട്. തങ്ങളുടെ എതിരാളികൾ കാണാതിരിക്കാനായി, രണ്ടു കൂട്ടരും കിടങ്ങുകളിൽ ഒളിച്ചിരിക്കുകയാണ്. മഞ്ഞ മനുഷ്യരുടെ അക്ഷമ എല്ലാവർക്കുമറിയാം. നീല മനുഷ്യർ അക്കാര്യം മനസ്സിലാക്കി മുതലാക്കുകയാണ്. നീണ്ട നേരത്തെ നിശബ്ദതയ്ക്കു ശേഷം, ഒന്നാം നീല അധികാരി നിലവിളിക്കാൻ തുടങ്ങി, 'ഒന്നാം മഞ്ഞേ, ഒന്നാം മഞ്ഞേ!' പെട്ടെന്ന് മറുപടി വന്നു, 'ഹാ, ഇവിടെ!' അങ്ങനെ മഞ്ഞയിൽ നിന്നും ഒരാൾ കുറഞ്ഞു. കൂട്ടത്തിലെ ഒരുപാട് പേരെ ഇതേ രീതിയിൽ നഷ്ടപ്പെട്ട ശേഷം, മഞ്ഞ മനുഷ്യർ സമാന തന്ത്രം പ്രയോഗിച്ച് എതിരാളികളെ തോല്പിക്കാൻ തീരുമാനിച്ചു.

മഞ്ഞകളുടെ സൈന്യാധിപൻ ഉറക്കെ വിളിച്ചു, 'ഒന്നാം നീലേ, ഒന്നാം നീലേ!' അനക്കമൊന്നുമുണ്ടായില്ല. ക്ഷമ നശിച്ച അധികാരി, വീണ്ടും ആവർത്തിച്ചു. അങ്ങനെ അഞ്ചാമത്തെ വിളിക്കു മറുപടിയായി, എവിടെ നിന്നോ ഒരു ശബ്ദം പുറത്തുവന്നു, 'ആരാണിപ്പോൾ ഒന്നാം നീല എന്നു വിളിച്ചത്?' സൈന്യാധിപൻ ഉടനെ കിടങ്ങിൽ നിന്നും പുറത്തുചാടി ഉറക്കെ വിളിച്ചുപറഞ്ഞു, 'ഇവിടെ, ഞാനാണ്...!'

ക്ഷമ വിജയത്തിലേക്ക് നയിക്കും

അനുകരണത്തെക്കുറിച്ചുള്ള അദ്ധ്യായത്തിൽ, ഷാവോലിൻ സന്ന്യാസികൾ മദ്യപാനികളെ അനുകരിക്കുന്നതായി നിങ്ങൾ വായിച്ചിട്ടുണ്ടാകും. അങ്ങനെയാണെങ്കിൽ അവർക്ക് ഉറങ്ങുന്നവരെയും ക്ഷീണിതരെയും അനുകരിക്കാൻ കഴിയും. ഉദ്ദേശ്യം

ഒന്നുതന്നെയാണ്: എതിരാളികളെ വരുതിയിലാക്കുക, അവരുടെ ശ്രദ്ധ വ്യതിചലിപ്പിച്ച് അരികിലേക്ക് ചെന്ന് മിന്നൽ വേഗത്തിൽ ആക്രമിക്കുക.

കൃത്യമായ അനുകരണമല്ലാതെ വിജയത്തിലേക്ക് നയിക്കുന്ന മറ്റൊരു വഴിയാണ് ക്ഷമാശീലം. ഉറങ്ങുന്നവരെയാണ് അനുകരിക്കുന്നതെങ്കിൽ പോലും, ഓരോ നിമിഷവും ജാഗരൂകരായിരിക്കുകയും ഏതു നിമിഷവും ആക്രമിക്കാനായി തയ്യാറായിരിക്കുകയും വേണം യോദ്ധാക്കൾ. തങ്ങളാരാണെന്ന് ഒരു സെക്കൻറ് മുന്നേ വെളിപ്പെടുത്തിയാൽ പോലും, എതിരാളികൾക്ക് ലഭിക്കും, നമ്മുടെ മേൽക്കൈ നഷ്ടപ്പെടും. മനുഷ്യർ ചില സന്ദർഭങ്ങൾക്കായി വർഷങ്ങോളം കാത്തിരിക്കാറുണ്ട്, പക്ഷേ അവസാനത്തെ നിർണ്ണായക നിമിഷങ്ങളിൽ ക്ഷമ നശിക്കുന്നതുമൂലം എല്ലാം അവർക്കു നഷ്ടപ്പെടും. ക്ഷമയും അവസരവും ഒരുപോലെ ഉപയോഗപ്പെടുത്തുന്നവർക്കേ അത്ഭുതങ്ങൾ സൃഷ്ടിക്കാനാവുകയുള്ളൂ. ആധുനിക കരാട്ടെയുടെ ഉപജ്ഞാതാവായ ഫുനാകോഷി ഗിചിൻ വിശദീകരിക്കുന്നത് ഇങ്ങനെയാണ്, 'ഒരു പരുന്ത് ഇരയെ പിടിക്കാനായി താഴോട്ടു കുതിക്കുമ്പോൾ ചിറകുകൾ വിടർത്താറില്ല. ഇരയ്ക്കു മേലെ ചാടി വീഴുന്നതിനു മുൻപായി, കടുവ പതുങ്ങുകയും ചെവികൾ ഒതുക്കുകയും ചെയ്യുന്നു. അതുപോലെതന്നെ, പ്രവർത്തിക്കേണ്ട നിമിഷങ്ങളിൽ, തന്റെ ഉദ്യമത്തെ ഒറ്റിക്കൊടുക്കുന്ന ഒരുതരത്തിലുള്ള കാര്യങ്ങളും ഒരു ജ്ഞാനി അനുവദിക്കുകയില്ല.'

ഒരിക്കൽ മിയാമോട്ടോ മുസാഷിയെ ഒരു പതിമൂന്ന് വയസ്സുള്ള പയ്യൻ നേർക്കുനേർ പൊരുതാനായി വെല്ലുവിളിച്ചു. തന്റെ അച്ഛനെയും അമ്മാവനെയും മുസാഷി തോല്പിച്ചതായിരുന്നു അതിന് കാരണം. നിശ്ചയിച്ച സമയത്തിനു മുന്നേ തന്നെ മുസാഷി സ്ഥലത്തെത്തി, ഒരിടത്ത് മറഞ്ഞിരുന്ന് കാത്തിരിപ്പ് തുടങ്ങി. അദ്ദേഹത്തിനെ കൊല്ലണമെന്ന ഉറച്ച തീരുമാനത്തിൽ, ആയുധധാരികളായ കുറച്ചുപേരുമായി ആ പയ്യൻ അവിടെയെത്തുമ്പോൾ മുസാഷിയെ അവിടെയെങ്ങും കാണാനായില്ല. മുസാഷി തന്നെ പേടിച്ച് സ്ഥലം വിട്ടുവെന്ന് അവരെല്ലാം വിശ്വസിച്ചു തുടങ്ങിയ സമയത്ത്, പൊടുന്നനെ എവിടെന്നില്ലാതെ മുസാഷി ചാടിവീണ് ആ പയ്യനെ അടിച്ച് താഴെയിട്ടു. രണ്ട് വാളുകളുടെ സഹായത്താൽ, ആയുധധാരികൾക്കിടയിലൂടെ മുസാഷി പുറത്തു കടന്നുകളഞ്ഞു. അവരെല്ലാം എന്തു ചെയ്യണമെന്ന് തീരുമാനിക്കുന്നതിനിടയിൽ, ആ സാമുറായ് ഒരടയാളം പോലും ബാക്കിവെക്കാതെ അപ്രത്യക്ഷമായി.

പ്രവർത്തിക്കാനുള്ള സന്നദ്ധത

യുണൈറ്റഡ് സ്റ്റേറ്റ്സും സോവിയറ്റ് യൂണിയനും കടുത്ത വിരോധികളായിരുന്ന ശീതയുദ്ധകാലത്ത് എന്തുകൊണ്ടായിരുന്നു സ്വേച്ഛാധിപത്യ ഭരണത്തിലൂന്നിയ സോവിയറ്റ് യൂണിയൻ വളരെ അപകടകാരികളെന്ന് മുത്തശ്ശൻ എന്നോട് വിശദീകരിക്കാൻ ശ്രമിച്ചു. 'യുദ്ധം തുടങ്ങാനുള്ള അനുകൂല സാഹചര്യമാണെങ്കിൽ പോലും അമേരിക്കക്ക് യുദ്ധമാരംഭിക്കണമെങ്കിൽ, അവരുടെ യുദ്ധതന്ത്രം നിയമനിർമ്മാണസഭയും മറ്റ അധികാരികളും അംഗീകരിക്കണമായിരുന്നു. അപ്പോഴേക്കും ആ അവസരം നഷ്ടപ്പെടും. അതേ സമയം സോവിയറ്റ് യൂണിയന്റെ പ്രസിഡൻറ് അടുത്ത ഒരു മണിക്കൂറിനുള്ളിൽ യുദ്ധം തുടങ്ങാമെന്ന് പറഞ്ഞാൽ, അതു പോലെ നടന്നിരിക്കും.' പക്ഷേ എനിക്കിന്നറിയാം അതത്ര എളുപ്പമല്ല എന്ന്. വളരെ പ്രധാനപ്പെട്ട ഒരു കാര്യം ഞാൻ മനസ്സിലാക്കി. എതിരാളിയെ ഒരു സംഘത്തിന്റെ ഭാഗമാക്കുക എന്നതാണ് അവരെ തളർത്താനുള്ള സമർത്ഥമായ മാർഗ്ഗം. പണ്ടുള്ളവർ പറയുന്നതുപോലെ,പത്തുപേർ,പതിനൊന്ന് വ്യത്യസ്ത അഭിപ്രായങ്ങൾ, ഒരിക്കലും അവസാനിക്കാത്ത ചർച്ച : 'നിങ്ങൾക്ക് ചെയ്യാൻ കഴിയുമോ, അതോ ഞാൻ ചെയ്താലാണോ ശരിയാവുക?' 'മറ്റുള്ളവരോട് കൂടി ചോദിക്കേണ്ടതുണ്ട്, പക്ഷേ അയാൾ ബുധനാഴ്ചയേ തിരികെയെത്തുകയുള്ളൂ...'

എതിരാളികൾ എത്രത്തോളം സാഹചര്യങ്ങൾക്കനുസരിച്ച് മാറാൻ കഴിവില്ലാത്തവരാണോ, അവർ അത്രത്തോളം അപകടകാരികളല്ലാതാവുന്നു.

ഒരിക്കൽ മുസാഷി പറഞ്ഞു, 'വലിയൊരു കൂട്ടത്തിന്റെ സ്വഭാവം മനസ്സിലാക്കുക എന്നത് ലളിതമായ കാര്യമാണ്, കാരണം ഒരുപാട് പേരുണ്ടെങ്കിൽ തന്ത്രങ്ങളിൽ മാറ്റം വരുത്തുക എന്നത് അവർക്ക് വളരെ ദുഷ്കരമാണ്. പക്ഷേ സ്വന്തം തീരുമാനപ്രകാരം മാത്രം പ്രവർത്തിക്കുന്ന ഒരാൾക്ക് പെട്ടെന്ന് മാറ്റങ്ങൾ കൈക്കൊള്ളാനാകും; അത് എതിരാളിക്ക് മുൻകൂട്ടി കാണാൻ കഴിയുകയുമില്ല.'

യുദ്ധങ്ങളിൽ ഈ തന്ത്രം ഉപയോഗിക്കുന്നത് ഇങ്ങനെയായിരിക്കും : ഞാനും നിങ്ങളും സഹപ്രവർത്തകരാണെന്നും, നമ്മൾ ഒരുപാട്ടു നാളായി കാത്തിരുന്ന അവസരം ഇപ്പോൾ വന്നിരിക്കുക

യാണെന്നും കരുതുക. രണ്ടു പേരും തയ്യാറായി നില്ക്കുകയാണ്, പക്ഷേ നമ്മളിലൊരാൾക്ക് മാത്രമേ ആ അവസരം ഉപകാരപ്പെടു കയുള്ളൂ. വാസ്തവത്തിൽ, എന്നെക്കാളും സാദ്ധ്യത നിങ്ങൾ ക്കാണ്, പക്ഷേ അടുത്ത ഒരു മിനിട്ടിനുള്ളിൽ നമ്മൾ തീരുമാന ത്തിലെത്തണം. നിർണ്ണായകമായ ആ നിമിഷത്തിൽ ഞാൻ നിങ്ങളോട് ചോദിക്കുകയാണ്, 'നിങ്ങളുടെ പങ്കാളിക്ക് ഇക്കാര്യ ത്തിൽ എതിർപ്പൊന്നുമില്ലെന്ന് നിങ്ങൾക്ക് ഉറപ്പാണോ? ഈയൊരു തീരുമാനം നിങ്ങളുടെ രണ്ടുപേരുടെയും ജീവിതത്തിൽ വലിയൊരു മാറ്റമുണ്ടാക്കും...' നിങ്ങൾക്ക് പങ്കാളിയെ വിളിച്ച് ഉറപ്പുവരുത്താനുള്ള സമയമില്ല. നിങ്ങൾ നേരത്തെ അവരുടെ അഭിപ്രായം ചോദിച്ച് മനസ്സിലാക്കിയതാണ്, പക്ഷേ അവസാന നിമിഷത്തെ എന്റെ ചോദ്യം നിങ്ങളെ ആശയക്കുഴപ്പത്തിലാക്കി നിങ്ങളുടെ ദൃഢനിശ്ചയത്തെ ഒന്നിളക്കി. നിങ്ങൾ അതിൽ നിന്നും പിന്മാറി.

കൂട്ടമായിരിക്കുന്നത് ശക്തമാണെന്ന് തോന്നിയേക്കാം. അതുകൊണ്ടുതന്നെ എണ്ണം കൂടുന്നത് ശക്തി വർദ്ധിപ്പിക്കുമെന്ന ചിന്തയും ഉണ്ടായേക്കാം. പക്ഷേ ഒറ്റയ്ക്ക് എതിരിടുന്നവരും ഊർജ്ജ സ്വലരുമാണ് യഥാർത്ഥത്തിൽ അപകടകാരികളായ എതിരാളി കൾ. കൂട്ടായ്മയുടെ മന്ദത അവസരങ്ങളെ പരിഗണിക്കുന്നതിൽ പരാജയപ്പെടുന്നു; പക്ഷേ ഒറ്റയ്ക്ക് പൊരുതുന്ന ആൾ ആ അവസ രങ്ങളെ പിടിച്ചെടുക്കുന്നു.

621-ൽ,സൈന്യത്തിന്റെവലിപ്പത്തിൽവളരെമുന്നിൽനില്ക്കുന്ന എതിരാളികളോട് പൊരുതാനായി ആദ്യമായി ഷാവോലിൻ വിഹാരത്തിലെമുനിമാർക്ഷണിക്കപ്പെട്ടു.ഉരുപതിമൂന്ന്സന്ന്യാസി മാരെയാണ് അയക്കാൻ തീരുമാനിച്ചത്. ശത്രു സൈന്യവുമായി താരതമ്യപ്പെടുത്തുമ്പോൾ തീരെ കുറവ്. എന്നിട്ടും, അവർ വ്യാപിച്ച് അവിടെയുള്ള കർഷകരെ കൂട്ടു പിടിച്ച് കൃഷിക്കായി ഉപയോഗി ക്കുന്ന ഉപകരണങ്ങളെ ആയുധങ്ങളാക്കി, അവർ വിജയം കണ്ടു. അവസരങ്ങളെ പിടിച്ചെടുക്കണമെങ്കിൽ, മാറ്റങ്ങൾ ഉൾക്കൊള്ളാ നാവണം. ക്രൂരതയോ അഹംഭാവമോ അല്ല അത് അർത്ഥമാക്കു ന്നത്. എതിരാളികളെ നിശ്ചയിക്കുമ്പോൾ തന്നെ തീരുമാനങ്ങളും എടുക്കുക, അവസരം വരുമ്പോഴല്ല. അവസരം വരുംവരെ കാത്തിരി ക്കരുത്, അപ്പോഴേക്കും വളരെ വൈകിപ്പോകും.

പാകം ചെയ്യുമ്പോൾ അടുപ്പ് കെടാതെ നോക്കുക

ആത്യന്തികമായി, ഷാവോലിൻ തത്വം നമ്മെ പഠിപ്പിക്കുന്നത്, നമ്മളെപ്പോഴും ഒരു ചുവട് മുന്നിലായിരിക്കണം. എന്നുവെച്ചാൽ, ആവശ്യം വരുമ്പോൾ മാത്രം പഠിക്കാൻ തുടങ്ങുന്ന അവസ്ഥയുണ്ടാക്കരുത്. അതൊരിക്കലും നിങ്ങളെ ഒന്നാമതെത്തിക്കുകയില്ല.

ജീവിതകാലം മുഴുവൻ ഉപയോഗിക്കാൻ അവസരം ലഭിക്കില്ലെങ്കിൽ പോലും, എത്ര കഴിവുകൾ മൃഗങ്ങൾക്കുള്ളിലുണ്ട്? പക്ഷേ എപ്പോൾസാഹചര്യംവന്നാലും,അവർക്കത്ഉടനടിപ്രയോഗിക്കാനാവും. ഷാവോലിൻ സന്ന്യാസികളുടെ കഴിവുകൾക്ക് സമാനമായ എതിരാളികൾ ഇല്ലെങ്കിൽ പോലും അവരെന്തിനാണ് എപ്പോഴും അത്രയധികം കൃത്യതയ്ക്കായി പരിശ്രമിക്കുന്നത്? കാരണം, എപ്പോഴാണ് അവസരം വരുന്നതെന്നറിയില്ല, എപ്പോഴും സജ്ജരായിരിക്കുകയാണ് അവരുടെ ലക്ഷ്യം. പലരും നഷ്ടപ്പെട്ട അവസരങ്ങളുടെ പിന്നാലെ തങ്ങളുടെ ജീവിതകാലം മുഴുവൻ ഓടും. മനസ്സിലാക്കുകയുമില്ല. ഊഗഊഗ ഭാഷ അറിയാത്തതിനാൽ മാത്രം ജോലി ലഭിക്കാതിരുന്ന ഒരാൾ, ഉടൻതന്നെ ആ ഭാഷ പഠിക്കാനായി കഠിനമായ പരിശ്രമം തുടങ്ങും. ഈയൊരു കാരണം കൊണ്ട് അടുത്ത അവസരം നഷ്ടപ്പെടരുത് എന്ന ചിന്തയിനാലാണത്. ഊഗഊഗ രാജ്യത്തിന്റെ ഉയർച്ചയിനാൽ, ഊഗഊഗ രാജ്യവുമായുള്ള സാമ്പത്തിക ഇടപാടുകൾ നിർത്തിയതറിയാതെ, അയാൾ ഊഗഊഗ ഭാഷയും പഠിച്ച് അടുത്ത ഇൻറർവ്യൂവിന് വരുന്നു. പക്ഷേ ഊഗഊഗ ഭാഷയിലെ ചില പദങ്ങൾ അറിയാവുന്നതിനാൽ മറ്റൊരാൾക്ക് ആ ജോലി ലഭിക്കുന്നു.

'നമ്മൾ ഒരിക്കൽ ചെയ്ത കാര്യങ്ങൾ ഒരിക്കലും നഷ്ടപ്പെടുന്നില്ല. എല്ലാം സമയമാകുമ്പോൾ പാകമാകും, കാലം വരുമ്പോൾ പുഷ്പിക്കും,' ഇന്ത്യൻ പഴഞ്ചൊല്ല്.

നമ്മുടെ മുന്നിലേക്ക് കടന്നുവരുന്ന അവസരങ്ങളെ പിടിച്ചെടുക്കുക. സ്വപ്നതുല്യമായ ജീവിതം കെട്ടിപ്പടുക്കുക.

പരിശീലനം

പാകമായ ആപ്പിളുകൾ പറിക്കുന്നത്

അവസരങ്ങളെ എങ്ങനെയാണ് നിങ്ങൾ ഉപയോഗപ്പെടുത്തുന്ന തെന്നറിയാനായി താഴെ കൊടുത്തിട്ടുള്ള ചോദ്യങ്ങൾക്ക് ഉത്തരം നൽകുക. മുന്നിലേക്ക് വരുന്ന അവസരങ്ങളെ പിടിച്ചെടുക്കാതിരിക്കാൻ എത്ര എളുപ്പം നിങ്ങളെ പ്രേരിപ്പിക്കാനാകും?

വിജയത്തിനു തൊട്ടടുത്തെത്തിയ ശേഷം ക്ഷമ നശിച്ച് നിങ്ങൾ എല്ലാം നഷ്ടപ്പെടുത്തിയതെപ്പോഴാണ്?

....

അവസരങ്ങൾ പിടിച്ചെടുക്കാതിരിക്കാൻ എങ്ങനെയാണ് ഒരാൾക്ക് നിങ്ങളെ പ്രേരിപ്പിക്കാനാകുക? എപ്പോഴാണ് അവസാനമായി അങ്ങനൊന്ന് സംഭവിച്ചത്?

....

നിങ്ങളുടെ ആഗ്രഹവുമായി യോജിക്കുന്ന അവസരങ്ങളേതാണ്?

....

പ്രതീക്ഷിച്ചിരുന്ന ഏത് അവസരങ്ങളാണ്, അടുത്ത പത്ത് മിനിട്ടുകൾക്കുള്ളിൽ നിങ്ങൾക്കു മുന്നിലേക്ക് വരുന്നുവെങ്കിൽ നിങ്ങൾക്ക് പിടിച്ചെടുക്കാൻ കഴിയുക?

....

അവസരങ്ങൾക്കു പിന്നാലെ ഓടേണ്ട സാഹചര്യം വന്നതെപ്പോഴാണ്?

....

എന്നെങ്കിലും ഉപകാരപ്പെടുമെന്ന് കരുതി നിങ്ങൾ സ്വായത്തമാക്കിയ കഴിവ് ഏതാണ്?

....

ഈ അവസരത്തിനായി കാത്തിരിക്കുന്നതിൽ തെറ്റില്ല എന്ന് തോന്നിയ സന്ദർഭമേതാണ്?

....

എതിരാളികളെ തോല്പിക്കാനായില്ലെങ്കിൽ,
അവരെ അംഗീകരിക്കുക.

ചൈനീസ് പഴഞ്ചൊല്ല്

9. വഴങ്ങൽ തത്വം

മനസ്സിലെ വിളക്ക് ഊതിക്കെടുത്തുന്ന കാറ്റാണ് ക്രോധം.

റോബർട്ട് ഗ്രീൻ ഇംഗർസോൾ

വഴങ്ങുക എന്നതും ഒരുതരത്തിലുള്ള പ്രതിരോധമാണെന്നും, അത് എതിരാളികൾ തങ്ങൾക്കു നേരെ തന്നെ പ്രയോഗിക്കുന്ന ഒരു ആക്രമണമാണെന്നും മനസ്സിലാക്കുക.

വായനക്കാർക്ക് സംശയമുണ്ടായേക്കാം : കരുത്തിനെ കുറിച്ച് പ്രതിപാദിക്കുന്ന ഭാഗത്ത് വഴങ്ങുന്നതിനെകുറിച്ച് അദ്ധ്യായമോ? എഴുത്തുകാരൻ പക്ഷം മാറിയോ? വഴങ്ങുക എന്നത് ദൗർബല്യത്തിന്റെ അടയാളമല്ലേ? എതിരാളികളുടെ മുന്നിൽ നിന്നും ഓടി രക്ഷപ്പെട്ട്, പോരാടുകപോലും ചെയ്യാതെ തോൽവി സമ്മതിക്കണമെന്നാണോ? തീർച്ചയായും അല്ല.

കഴിഞ്ഞ അദ്ധ്യായത്തിൽ നമ്മൾ സമാഹരിച്ച, വിജയകരമായ തന്ത്രങ്ങളുടെ കൂട്ടത്തിൽ, പൂർണ്ണമായതും ഇതുവരെയുള്ളതിൽ ഏറ്റവും ശക്തമായതുമായ തന്ത്രമാണ് വഴങ്ങാനുള്ള കഴിവ്. വഴങ്ങുന്നത് ദൗർബല്യമായാണ് കാണുന്നതെങ്കിലും, രഹസ്യായുധങ്ങളുടെ ശേഖരത്തിൽ ഉൾപ്പെടുന്നതാണത്. നമ്മളെപ്പോഴാണത് പ്രയോജനപ്പെടുത്തുക എന്ന് എതിരാളികൾക്ക് സങ്കല്പിക്കാനാവില്ല; അതിനാൽതന്നെ അതിനെതിരെ പ്രതിരോധിക്കാനും അവർക്ക് സാധിക്കില്ല. വഴങ്ങാൻ കഴിവുള്ളവർക്കേ അതിജീവനം സാദ്ധ്യമാവുകയുള്ളൂ എന്നാണ് പ്രകൃതി നമുക്ക് കാണിച്ചുതരുന്നത്.

ഒരിക്കൽ ലാവോ ത്സു പറഞ്ഞു, 'കാർക്കശ്യം മരണത്തിന്റെ

സഹയാത്രികനാണ്, അയവ് ജീവിതത്തിന്റെയും. വഴങ്ങാൻ കഴിവില്ലാത്ത സൈന്യം തോൽക്കുക തന്നെ ചെയ്യും. വളയാൻ കഴിയാത്ത മരത്തിൽ, കാറ്റിനാൽ വിള്ളൽ വീഴും. കാർക്കശ്യവും കഠിനവുമായവ തകരും; മയമുള്ളതും വഴങ്ങുന്നതുമായവ അതിജീവിക്കും.'

ഒന്ന് ചിന്തിച്ചു നോക്കൂ, വഴങ്ങുക എന്നത് ദൗർബല്യമാണെന്ന് കരുതി പ്രകൃതി അങ്ങനൊരു കഴിവ് ഒന്നിനും നൽകിയില്ലെന്നിരിക്കട്ടെ. നിങ്ങൾ ചെന്ന് മുട്ടുന്നതെല്ലാം തൽക്ഷണം തകർന്നുവീഴും. ഒരു പുൽനാമ്പിൽ ചവിട്ടിയോ? അതാ, അത് തവിടുപൊടിയായി. ഇളംകാറ്റിൽ പോലും മരങ്ങൾ ഒടിഞ്ഞുവീഴും. എന്തുകൊണ്ടാണ് എലികൾ പൂച്ചകളിൽ നിന്നും ഓടിയൊളിക്കുന്നത്? സീബ്രകൾ സിംഹങ്ങളിൽ നിന്നും? താൻ ഒരു പേടിത്തൊണ്ടനല്ലെന്ന് സ്വയം തെളിയിക്കാനായി, പൂച്ചയ്ക്കു നേരെ എലിക്ക് പോരിനു പോകാൻ തീർച്ചയായും സാധിക്കും. പക്ഷേ എന്തു ലാഭമാണ് ഉണ്ടാവുക? പൊതുവെ, എലികൾക്ക് പ്രശസ്തിയെക്കാൾ പ്രധാനം ജീവനാണ്.

എതിരാളിയുടെ കരുത്തിന്റെ മുനയൊടിക്കുക

'യുദ്ധം ചെയ്യാതിരിക്കുക' എന്ന തത്വത്തിൽ പ്രാവീണ്യം നേടിയവരാണ് ചില മൃഗങ്ങൾ. ഒരു മുള്ളൻപന്നിക്ക് പ്രതിരോധ തന്ത്രങ്ങളൊന്നും തന്നെയില്ലെന്ന് കരുതുക. പോരിനായി വെല്ലുവിളിച്ചാൽ അത് നിഷേധിക്കുകയാവും ചെയ്യുക. കൂടിപ്പോയാൽ, തുടർച്ചയായി വെല്ലുവിളിച്ച് എതിരാളി തന്റെ ഊർജ്ജം നഷ്ടപ്പെടുത്തുകയും പിന്നീട് പിൻമാറുകയും ചെയ്യും.

ഇതുതന്നെയാണ് മനുഷ്യരുടെ കാര്യത്തിലും. സമചിത്തതയുടെ തത്വത്തിൽ മനസ്സിലാക്കിയ പോലെ, ഒരാൾ നമുക്കെതിരെ നിലവിളിക്കുകയും നമ്മളെ അധിക്ഷേപിക്കുകയും പ്രകോപിക്കുകയും ചെയ്യുകയാണെങ്കിൽ, അയാളുടെ ആവശ്യം നമ്മളെ തോല്പിക്കുക എന്നതാണ്. സ്വാഭാവികമായും അതിനെ അവഗണിക്കാൻ നിങ്ങളുടെ അഭിമാനം സമ്മതിക്കുകയില്ല. പരിണിതഫലങ്ങളെ കുറിച്ചുള്ള ബോധത്തോടെതന്നെ, നിങ്ങൾ ആ വെല്ലുവിളി സ്വീകരിക്കും. ആ വെല്ലുവിളിയിൽ നിന്നും പിൻമാറി, എതിരാളിയുടെ ഊർജ്ജത്തെ നശിക്കാൻ അനുവദിക്കാനാണ് ഷാവോലിൻ തത്വം നമ്മെ പഠിപ്പിക്കുന്നത്. പ്രതികരിക്കാതെ വെറുതെ എതിരാളിയെ നോക്കിനിൽക്കൂ. ഒരു പരിധി

കഴിഞ്ഞാൽ, അവരുടെ മണ്ടത്തരം അവർ സ്വയം മനസ്സിലാക്കും. ഇനി, അവരെ രോഷാകുലനാക്കി പിഴവുകളിലേക്ക് നയിക്കുക യാണ് വേണ്ടതെങ്കിൽ, അവർ പറയുന്ന കാര്യങ്ങൾ സമ്മതിച്ച് കൊടുക്കുക. അതാണ് ശരിയായ വഴങ്ങൽ തത്വം.

എതിരാളിയെ എതിർക്കരുത്, പകരം എരിതീയിൽ എണ്ണയൊഴിക്കുക. അവർ പറയുന്നത് ശരിയാണെന്നും നിങ്ങൾ മോശമാണെന്നും ഉറപ്പിച്ച് പറയുക. കാരണം, നിങ്ങളുടെ എതിരാളി കേൾക്കാനാഗ്രഹിക്കാത്ത കാര്യമാണത്. നിങ്ങളെ പ്രതിരോധത്തിലേക്ക് കൊണ്ടുവരാനുള്ള അവരുടെ പ്രകോപന ശ്രമങ്ങൾ ഇരട്ടിക്കും. നിങ്ങളെന്താണ് അതിൽ നിന്നും നേടുന്നത്? അവരുടെ ഊർജ്ജം വറ്റി തളർന്നുപോകുന്നതുവരെ നിലവിളിക്കട്ടെ. ഒടുവിൽ, നിങ്ങൾക്കു നേരെ അവരുതിർത്ത വാക്കുകളെല്ലാം അവരുടെ മനസ്സിൽതന്നെ ഒരു ഭാരമായി കിടന്നുകൊള്ളട്ടെ.

എന്നിരുന്നാലും, ഈ അദ്ധ്യായത്തിൽ വിവരിച്ചിരിക്കുന്ന തന്ത്രങ്ങൾ പ്രാവർത്തികമാക്കുന്നതിനായി ഒരു മുൻവ്യവസ്ഥയുണ്ട്.

നിങ്ങളുടെ ശ്രദ്ധ യുദ്ധത്തിലായിരിക്കരുത്, വിജയത്തിലായിരിക്കണം; ധൈര്യം കാണിക്കുന്നതിലായിരിക്കരുത്, മേൽക്കൈ നേടുന്നതിലായിരിക്കണം.

നമ്മൾ മുഷ്ടി ചുരുട്ടി കട്ടിയുള്ള ഒരു വസ്തുവിനെ ഇടിക്കുമ്പോൾ, നമ്മുടെ കൈ ആ വസ്തുവിൽ തട്ടി നില്ക്കുകയും, ആ ഇടിയുടെ ആഘാതത്തിന്റെ ഒരു പങ്ക് നമ്മളിലേക്കുതന്നെ തിരിച്ചടിക്കു കയും ചെയ്യുന്നു. അതേ സമയം, മതിലിനു പകരം കർട്ടൻ തുണിയി ലേക്കാണ് നമ്മൾ ഇടിച്ചതെങ്കിലോ? ഒറ്റ ഇടിയിൽ തന്നെ ആ ആഘാതം ഉപയോഗിച്ചു തീർന്നേനെ.

പരിശീലനം

വഴങ്ങുന്നതിന്റെ ശക്തി

വഴങ്ങൽ തത്വത്തെ ആഴത്തിൽ പഠിക്കുന്നതിനു മുൻപായി, അതിന്റെ നേട്ടങ്ങളെ കുറിച്ച് ഞാൻ വിശദീകരിക്കാം. ഈ പരിശീലനത്തിനായി ഒരു പങ്കാളിയുടെ ആവശ്യമുള്ളതിനാൽ, ഇത്തവണത്തേക്ക് ആരെങ്കിലും കൂടെയുള്ളപ്പോൾ പ്രാവർത്തികമാക്കാവുന്നതാണ്. അല്ലെങ്കിൽ, എപ്പോഴ ത്തെയും പോലെ ഉടൻതന്നെ ചെയ്യാൻ ശ്രമിക്കുക.

- കുറച്ച് അകലത്തിലായി രണ്ട് കാലുകളും നിലത്ത് ഉറപ്പിച്ച് നില്ക്കുക. കാലുകൾ തമ്മിലുള്ള ദൂരം ഏകദേശം ഒരു മുഴമായിരിക്കണം. ഉപ്പൂറ്റിക്കു നേരെ വരുന്നതുപോലെ നിങ്ങളുടെ ഇടുപ്പ് കുറച്ചു മുന്നോട്ടു ചായ്ക്കുക. കണ്ണുകളടയ്ക്കുക.
- ശ്രദ്ധാതത്വത്തിൽ പഠിച്ചതുപോലെ, നിങ്ങളുടെ ശ്രദ്ധ നിങ്ങളുടെ മുഴുവൻ ശരീരത്തിലേക്കുമായി ചെലുത്തുക. ഉള്ളങ്കാൽ മുതൽ ആരംഭിക്കുക. ഭൂമിയുമായുള്ള അവയുടെ ബന്ധം ഉൾക്കൊള്ളുക. നിങ്ങളുടെ ഭാരം എങ്ങനെയാണ് ഭൂമി താങ്ങുന്നതെന്ന് മനസ്സിലാകുന്നുണ്ടോ? ഒരു മരത്തെപ്പോലെ ഭൂമിയിലുറയ്ക്കുന്നത് അനുഭവിക്കുന്നുണ്ടോ? അങ്ങനെയാണെന്ന് സ്വയം സമ്മതിപ്പിക്കുകയല്ല വേണ്ടത്, സത്യസന്ധമായി തോന്നണം. ആ ഒരു അനുഭവം ഉണ്ടായിത്തുടങ്ങാൻ അഞ്ച് മുതൽ പത്ത് നിമിഷങ്ങളെങ്കിലും വേണം. സാവധാന തത്വത്തെ കുറിച്ച് ചിന്തിക്കുക.
- നിങ്ങളുടെ പാദങ്ങൾ നിലത്ത് ഉറച്ചു എന്നു ഉറപ്പായ ശേഷം പങ്കാളിയെ വിളിക്കുക. നിങ്ങളുടെ സന്തുലിതാവസ്ഥ ഇല്ലാതാക്കാൻ ശ്രമിക്കലാണ് അവരുടെ ജോലി.
- അവരുടെ കൈപ്പത്തി നിങ്ങളുടെ മാറിലേക്ക് പതിയെ അമർത്തി, മെല്ലെ നിങ്ങളെ പുറകോട്ടു തള്ളാൻ പറയുക.
- അവരുടെ ബലത്തെ എതിർക്കാൻ ശ്രമിച്ചാൽ, നിങ്ങൾ വീഴും. നിങ്ങളൊരു മരമാണെന്ന കാര്യം മറക്കരുത്. വേരുറച്ച, എന്നാൽ വഴങ്ങാൻ കഴിവുള്ള മരം.
- ആ ചലനത്തോട് യോജിച്ചുപോകുക. എതിർക്കരുത്. നിങ്ങളുടെ പങ്കാളി തള്ളുന്നതിന്റെ ശക്തി പതിയെ വർദ്ധിപ്പിക്കട്ടെ.
- തിരികെ തള്ളരുത്, ശരീരം തനിയെ സന്തുലിതാവസ്ഥ കണ്ടെത്തട്ടെ. കൊടുക്കൽ-വാങ്ങലിന്റെ ആശയം മനസ്സിലാകുന്നുണ്ടോ, യിൻ-യാങ് തത്വം?

യിൻ – യാങ്

ജീവിതത്തിന്റെ അഭേദ്യമായ രണ്ട് വൈരുദ്ധ്യങ്ങളാണിവയെന്നാണ് ഏഷ്യൻ തത്വശാസ്ത്രം നമ്മെ പഠിപ്പിക്കുന്നത്. യിൻ എന്ന ഇരുളാണ് യാങ് എന്ന വെളിച്ചത്തെ പരിപോഷിപ്പിക്കുന്നത്; മൃദുലമായ യിന്നിനെ സംരക്ഷിക്കുന്നത് ദൃഢമായ യാങാണ്. യിന്നും യാങും പരസ്പര പൂരകങ്ങളാണ്; അവിഭാജ്യമായ പൂർണ്ണതയുടെ കാരണക്കാർ. അവയിൽ ഒന്നിന്റെ കുറവ് മറ്റൊന്നിനു നികത്താൻ സാധിക്കും. വൈരുദ്ധ്യങ്ങളാണെങ്കിൽപോലും, യിൻ യാങിലും, യാങ് യിന്നിലും ഉള്ളടങ്ങിയിട്ടുണ്ട്.

പ്രവർത്തികളിലേക്ക് വഴി തെളിക്കുന്ന മാറ്റങ്ങളുടെ സിദ്ധാന്ത മാണ് യാങ് എന്നുംപറയപ്പെടുന്നുണ്ട്. അതിന് വിപരീതമായി, യിൻ, അവിരാമത്തിലൂന്നി നിഷ്ക്രിയതയും നിശ്ചലതയും. എടുത്തുചാട്ടക്കാ രനായ അക്രമിയുടെ പ്രവർത്തനങ്ങളെ എതിർക്കേണ്ടത് നിഷ്ക്രിയ മായ വഴങ്ങലിലൂടെയാണ്; നിഷ്ക്രിയനായ എതിരാളിയുടെ നിശ്ചല തയെ എതിർക്കേണ്ടത് അർപ്പണബോധത്തിന്റെ കരുത്തിനാലും.

യുദ്ധസമയത്ത്, വഴങ്ങൽ തന്ത്രം പ്രാവർത്തികമാക്കുന്നതിനു രണ്ടേ രണ്ട് വഴികൾ മാത്രമേയുള്ളൂ. എതിരാളിയുടെ പ്രഹരത്തിൽ നിന്നും ഒഴിഞ്ഞുമാറുന്നതിലൂടെ അയാളുടെ ഊർജ്ജത്തെ നഷ്ടപ്പെ ടുത്താം. അല്ലെങ്കിൽ വഴങ്ങുന്നതായി അഭിനയിച്ച് ആക്രമിക്കാ നുള്ള അവസരമുണ്ടാക്കുക. ശരിയായ വഴങ്ങലിനെ, അതിപ്പോൾ വളരെ കുറച്ചു നേരത്തേക്കു മാത്രമാണെങ്കിൽപോലും, യുദ്ധത്തിന്റെ ഗതി നിർണ്ണയിക്കുന്ന ഒന്നായി കാണാൻ ആരും കൂട്ടാക്കാറില്ല.

ബോക്സിംഗ് മത്സരം

ഗോദയിൽ നില്ക്കുന്ന രണ്ട് ഗുസ്തിക്കാരെയും കാണുന്നുണ്ടോ? അവർ പരസ്പരം മുറുകെപ്പിടിച്ച് നില്ക്കുകയാണ്, റഫറിയാണെങ്കിൽ അത് ശ്രദ്ധിച്ചിട്ടുമില്ല. പിടിവിട്ടാൽ എതിരാളി ആക്രമിക്കുമെന്ന ഭയത്താൽ രണ്ടു പേരും പിടിവിടുന്ന മട്ടില്ല. ചുവന്ന ഷോർട്ട്സ് ധരിച്ചയാൾ ആദ്യ പ്രഹരത്തിനായി മുതിരുന്നുവെന്ന് സങ്കല്പിക്കുക. അയാൾ തന്റെ കൈ പിന്നോട്ട് വലിച്ച്, മുഴുവൻ ശക്തിയും അതിലേക്ക് ആവാഹിക്കുകയാണ്. ആ ഇടി ശരിയായി പതിച്ചാൽ, മത്സരം അവസാനിക്കും. നീല ഷോർട്ട്സ് ധരിച്ച കുറുകിയ മനുഷ്യനു വിജയസാദ്ധ്യതയുണ്ടോ? നമുക്ക് നോക്കാം.

തന്ത്രപരമായ നീക്കത്തിലൂടെ ജയിക്കാമെന്ന് പ്രതീക്ഷിച്ചി രിക്കുകയാണ് ചുവപ്പൻ; ശരീര ഘടനയിൽ തന്റെ എതിരാളിക്കു മേൽ തനിക്കുള്ള ആധിപത്യം അയാൾക്കറിയുകയും ചെയ്യാം. തികഞ്ഞ ആത്മവിശ്വാസത്തോടെ, അയാൾ തന്റെ കൈ പിന്നിലേക്ക് വലിച്ച്, നിർണ്ണായകമായ ആ പ്രഹരത്തിനായി മുഴുവൻ ശക്തിയുമെടുത്ത് ഇടിക്കുന്നു... കൈ വീശിയ അതേ ശക്തിയിൽ അയാൾ നിലത്തേക്ക് പതിക്കുന്നു. തനിക്കെതിരെ വരുന്ന പ്രഹരങ്ങൾ എത്രത്തോളം നന്നായി പ്രതിരോധിക്കാൻ കഴിയുമെന്ന് ബോധിപ്പിക്കാൻ ശ്രമിക്കാതെ, നീലൻ ഒരടി പിന്നോട്ട് മാറി. ഏതൊക്കെ പ്രഹരങ്ങൾ എങ്ങനെയൊക്കെ പ്രതി

രോധിക്കാൻ കഴിയുമെന്ന് കാണിക്കലായിരുന്നില്ല അയാളുടെ ഉദ്ദേശ്യം, മത്സരം ജയിക്കലായിരുന്നു. വഴങ്ങൽ തത്വത്തിലൂടെ എത്തിപ്പിടിച്ച അയാളുടെ ലക്ഷ്യം.

തകർത്തു മുന്നേറുക പ്രാവർത്തികമല്ല

നമ്മുടെ ദൈനംദിന ജീവിതത്തിൽ സാധാരണമായൊരു കാര്യമാണത്. ആക്രമണത്തിൽ നിന്നും ഒഴിഞ്ഞുമാറുന്നതിലൂടെ അതിനെ അതിന്റെ വഴിക്ക് പോകാൻ അനുവദിക്കുക. തനിക്കു നേരെ വരുന്ന എന്തിനെയും തകർത്തു മുന്നേറാൻ ശ്രമിക്കുന്നവർ ഒടുവിൽ തട്ടിവീഴും. അവസര തത്വം നമ്മെ പഠിപ്പിച്ചിട്ടുള്ളത് ശരിയായ സമയത്ത് പ്രവർത്തിക്കാനാണ്; നേരത്തെയോ വൈകിയോ അല്ല. സ്വന്തം ജീവനേക്കാൾ വലുത് അഭിമാനമാണെന്ന് കരുതി വഴങ്ങാതെ പോകുന്നവരെ കെണിയിൽ വീഴ്ത്താൻ എളുപ്പമാണ്. കാരണം, വെല്ലുവിളികളിൽ വീഴുന്നവരാണവർ. അവർ അറിഞ്ഞുകൊണ്ടുതന്നെ മുന്നിൽ വരുന്ന അവസരങ്ങളെ തട്ടിത്തെറിപ്പിക്കും.

'മാർച്ച് മാസത്തിനു മുൻപേ ഇത് ചെയ്തുതീർക്കുമെന്നല്ലേ നീ പറഞ്ഞത്? ഇനിയെപ്പോഴാണ് നീയിത് ചെയ്യാൻ പോകുന്നത്? കുറേക്കാലമായി നീ ഇതുതന്നെ പറയാൻ തുടങ്ങിയിട്ട്, എന്നിട്ട് ഒന്നും ചെയ്യുന്നുമില്ല. നിനക്ക് പേടിയാണ്, അതിനാൽതന്നെ നിന്നെക്കൊണ്ട് കഴിയില്ലെന്നാണ് ഞങ്ങൾക്ക് തോന്നുന്നത്...'

അഭിമാനിയും എടുത്തുചാട്ടക്കാരനുമായ ഒരാൾ ഈ വാചകങ്ങളിൽ വീഴും. മറ്റുള്ളവരുടെ മുന്നിൽ പേടിത്തൊണ്ടനായി നില്ക്കാൻ താല്പര്യമില്ലാത്തതിനാൽതന്നെ, വളരെ നേരത്തെയാണെന്നറിഞ്ഞിട്ടും അവനത് ചെയ്യും. അതേസമയം, വഴങ്ങൽ തത്വം പിന്തുടരുന്ന ഒരാൾ ഈ തന്ത്രങ്ങളെയെല്ലാം അവഗണിക്കും. അയാൾ തന്റെ എതിരാളികളോട് പറയും, 'അതെ, നിങ്ങൾ പറയുന്നത് ശരിയായിരിക്കാം, എന്നെക്കൊണ്ട് കഴിയില്ലായിരിക്കാം. അതുകൊണ്ട് നിങ്ങൾക്കെന്തു പ്രശ്നമാണുള്ളത്? പറയൂ...' ഇല്ല, ഒരാൾക്കും പ്രശ്നമില്ല. അതോടെ ആ കാര്യം അവസാനിച്ചു.

കപടമായ വഴങ്ങൽ

വഴങ്ങുന്നതായി നടിക്കുന്ന തന്ത്രം കുറച്ചുകൂടെ ഫലപ്രദമാണ്,

കാരണം അത് അപകടമാണെന്ന് മനസ്സിലാക്കുക ഏറെക്കുറെ അസാദ്ധ്യമാണ്. വളരെ സാധാരണമായ ഒന്നാണതെങ്കിലും, കുറച്ചുപേർ മാത്രമേ അതേക്കുറിച്ച് ബോധവാന്മാരായുള്ളൂ. ഒരാളുടെ ദൗർബല്യം എതിരാളിക്കു മുന്നിൽ വ്യക്തമായി വെളിപ്പെടുത്തുകയാണ് ഈ തന്ത്രം. ഉദാഹരണത്തിന്, പ്രധാനപ്പെട്ട ഒരു കുറവ് തുറന്നു സമ്മതിക്കുന്നത്. എതിരാളിയുടെ ആത്മവിശ്വാസം വർദ്ധിക്കുകയും വെളിപ്പെട്ട കുറവിനെ അയാൾ മുതലെടുക്കാൻ ശ്രമിക്കുകയും ചെയ്യും. പക്ഷേ അങ്ങനെ ചെയ്യുന്നതിലൂടെ, അവരുടെ പ്രവർത്തികൾ അവർക്കു തന്നെ പ്രതികൂലമായി ഭവിക്കാൻ തുടങ്ങുകയാണ്.

പ്രായോഗികമായ ഒരു ഉദാഹരണം പറയാം. ഒരു കൂട്ടം കാഴ്ചക്കാർക്കു മുന്നിൽ നമ്മൾ രണ്ടു പേരും ഒരു വിഷയത്തെ കുറിച്ച് ചർച്ച ചെയ്യുകയാണ്. എനിക്ക് ആ വിഷയത്തെപ്പറ്റി നല്ലവണ്ണം അറിയാം; അതേസമയം നിങ്ങൾക്ക് തീരെ അറിയില്ലെന്നും ഞാൻ സംശയിക്കുന്നു. ഈ വിഷയത്തിൽ ആരാണ് മികച്ചവനെന്ന് കാഴ്ചക്കാരാണ് തീരുമാനിക്കുന്നതെന്നതിനാൽ, എന്റെ അറിവില്ലായ്മയെ വെളിപ്പെടുത്താൻ നിങ്ങൾ പരമാവധി ശ്രമിക്കും.

ചർച്ചയ്ക്കിടയിൽ ഞാൻ പറയുന്നു, 'ഈ വിഷയത്തെക്കുറിച്ച് പ്രശസ്തനായ ഒരദ്ധ്യാപകൻ പറഞ്ഞ പ്രധാനപ്പെട്ടൊരു വാക്യം എന്റെ മനസ്സിൽ തെളിയുന്നുണ്ട്, പക്ഷേ അദ്ദേഹത്തിന്റെ പേര്...' അങ്ങനൊരു വാക്യവും അദ്ധ്യാപകനും ശരിക്കുമുണ്ടെങ്കിൽ, നിങ്ങൾ അവസരോചിതമായി ഇടപെട്ട് അതിനുത്തരം പറയുകയും രഹസ്യമായി സ്വയം അഭിനന്ദിക്കുകയും ചെയ്യും.

'അതെ, അതാണ് ഞാൻ ഉദ്ദേശിച്ചത്,' എന്നാണ് ഞാൻ പറയുന്നതെങ്കിൽ, അതെന്റെ ഭാഗത്തുള്ള പിഴവായി മാറും. എനിക്കാ വാക്യത്തെയും അദ്ധ്യാപകനെയും കുറിച്ച് ഒരു പിടിയും ഇല്ലാത്തതിനാൽ, രക്ഷപ്പെടാൻ വേണ്ടി സമ്മതിച്ചതന്നതായി നിങ്ങളും ജനങ്ങളും കരുതും. എന്റെ ശ്രമങ്ങൾ നിഷ്ഫലമാവുക മാത്രമല്ല, അവ എനിക്കെതിരെ തിരിയുകയും ചെയ്യും.

സുൻ സുവിന്റെ ദി ആർട് ഓഫ് വാർ *എന്ന പുസ്തകത്തിൽ,*
അദ്ദേഹം എഴുതിയിട്ടുണ്ട്, 'നിങ്ങൾ അശക്തനായി
നടിക്കുന്നതിലൂടെ, എതിരാളിയുടെ ധാർഷ്ട്യം വർദ്ധിക്കുന്നു.'

പക്ഷേ ഞാൻ പറഞ്ഞാൽ, 'അതെനിക്ക് അറിയാം. പക്ഷേ അദ്ദേഹ

ത്തേക്കാൾ പ്രശസ്തനായ ഒരാളുണ്ട്, നാവിൻ തുമ്പിലുണ്ട് പേര്...,' വിജയം എന്റെ കൂടെയായിരിക്കും. സത്യത്തിൽ, മറ്റൊരാളോ മറ്റൊരു വാക്യമോ ഇല്ല, പക്ഷേ നിങ്ങൾക്കും കാണികൾക്കും അതറിയില്ലല്ലോ. അങ്ങനെയൊരു പ്രശസ്ത വ്യക്തിയെ കുറിച്ച് നിങ്ങളാരും കേട്ടിട്ടില്ലാത്തതിനാൽ, ചുറ്റുമുള്ളവർ കരുതും ഞാനാണ് കൂട്ടത്തിൽ കേമനെന്ന്. ഏറ്റവും പ്രധാനം, നിങ്ങളുടെ ആത്മവിശ്വാസം ഞാൻ തകർത്തു എന്നുള്ളതാണ്. 'എനിക്കറിയാത്ത എന്താണ് ഈ കോമാളിക്കറിയുക?' അല്ലെങ്കിൽ, 'അവനാരെയാണ് ഉദ്ദേശിച്ചിട്ടുണ്ടാവുക?' എന്നുള്ള ചിന്തകൾ നിങ്ങളെ ദുർബലനാക്കും. 'അപകർഷതയെന്ന മിഥ്യ'യാണ് കപടമായ വഴങ്ങലിന്റെ പ്രധാന തന്ത്രം.

തന്ത്രപരമായ 'വിജയം' അനുവദിച്ചുകൊടുക്കുക

മറ്റുള്ളവരുടെമേൽ വിജയം നേടുകയെന്നതിൽ ആർത്തിപൂണ്ടവരാണ് മനുഷ്യർ. അങ്ങനെയൊരു അവസരം ലഭിച്ചാൽ അവർ മറ്റെല്ലാം മറക്കും. ഇതാണ് ലേലം വിളികളിലും സംഭവിക്കുന്നത്. ഒരു ഉപകാരവുമില്ലാത്ത ഉപയോഗിച്ച വസ്തുക്കൾ, പുതിയ വസ്തുവിന്റെ പല മടങ്ങ് വിലയ്ക്ക് വാങ്ങുന്നവരെക്കുറിച്ച് ഞാൻ കേട്ടിട്ടുണ്ട്. പിന്മാറാനുള്ള മടിയാണ് കാരണം.

പക്ഷേ അതിലും വഷളാവാറുണ്ട് സാഹചര്യങ്ങൾ. 'മൂന്ന് ശതമാനം ഇളവ്. അതും പോരെന്നാണോ? അഞ്ചു ശതമാനത്തിൽ താഴെ തരാൻ കഴിയില്ല. പക്ഷേ നിങ്ങൾ പറയുന്ന പത്ത് ശതമാനം ഇളവ് തന്നാൽ വാങ്ങാമെന്ന്. നിങ്ങളെ പോലൊരു ഉപഭോക്താവിനെ നഷ്ടപ്പെടുത്താനുമാവില്ലെനിക്ക്. ശരി, എടുത്തോളൂ.' വാസ്തവത്തിൽ, ഇരുപത് ശതമാനം ഇളവ് തന്നാൽ പോലും, അടുത്ത കടയിൽ നിന്നും അതിനെക്കാൾ കുറഞ്ഞ വിലയിൽ നിങ്ങൾക്കിതേ സാധനം വാങ്ങാൻ കഴിയും; അതും ഒരു ഇളവും ഇല്ലാതെ. പ്രത്യക്ഷത്തിൽ വിജയിച്ചത് നിങ്ങളാണ്.

പക്ഷേ യഥാർത്ഥത്തിൽ ജയിച്ചത് ഞാനാണ്. കാരണം, ഞാനൊരിക്കലും വാങ്ങിയ വിലയ്ക്ക് ആ വസ്തു വില്ക്കുകയില്ല, നിങ്ങൾക്കു നൽകേണ്ട ഇളവ് നേരത്തെതന്നെ കണക്കു കൂട്ടിയതാണ്.

വലിയൊരു സൂപ്പർമാർക്കറ്റ് ശൃംഖല വാങ്ങിയ ഒരു അമേരിക്കൻ മിഠായിക്കമ്പനിയെ കുറിച്ച് ഞാനൊരിക്കൽ

കേട്ടിട്ടുണ്ട്. പുതിയ ഉടമസ്ഥർ മിഠായിയുടെ വില വർദ്ധിപ്പിച്ചില്ല, എന്നിട്ടും അവരുടെ പ്രധാന ഉപഭോക്താക്കളായ കുട്ടികൾ മിഠായി വാങ്ങാത്തതിനാൽ അവരുടെ വില്പനയിൽ വൻ ഇടിവ് സംഭവിച്ചു. കുട്ടികളോട് ചോദിച്ചപ്പോൾ അവർ പറഞ്ഞത്, പഴയ കടകളിൽ നിന്നും വാങ്ങുമ്പോൾ കുറച്ചധികം മിഠായികൾ അവർ ഞങ്ങൾക്കു തരാറുണ്ടായിരുന്നു എന്നാണ്. സത്യത്തിൽ, കടയുടമസ്ഥൻ മിഠായി തൂക്കുമ്പോൾ, വേണ്ട തൂക്കത്തെക്കാൾ കുറവ് മിഠായികൾ ഇട്ട ശേഷം തൂക്കം സമമാക്കാൻ കുറച്ചുകൂടെ ഇടുകയായിരുന്നു. പക്ഷേസൂപ്പർമാർക്കറ്റിലെജീവനക്കാർചെയ്തിരുന്നത്നേർവിപരീതമായിട്ടായിരുന്നു. വേണ്ട തൂക്കത്തേക്കാൾ കൂടുതൽ ഇട്ടശേഷം, തൂക്കംസമമാക്കാൻഅതിൽനിന്നുംകുറച്ച്പുറത്തെടുക്കും.ഗ്രാഫിക് ഡിസൈനർമാരും തങ്ങളുടെ ജോലികളിൽ ചെറിയ ചെറിയ തെറ്റുകൾ വരുത്തും. തങ്ങളുടെ ഉപഭോക്താക്കൾ അവ കണ്ടെത്തുമെന്ന് അവർക്കുറപ്പാണ്. അങ്ങനെ കണ്ടെത്തുന്നതിലൂടെ, ഉപഭോക്താവിന് തങ്ങൾ ജോലി അറിയുന്നവരെക്കാൾ മികച്ചവരാണെന്നൊരു തോന്നൽ ഉണ്ടാകും.

ഷാവോലിൻ തത്വത്തിൽ പറയുന്നുണ്ട്, എതിരാളികൾക്ക് എപ്പോഴും തങ്ങൾ ജയിച്ചു എന്നൊരു തോന്നൽ ഉണ്ടാക്കിക്കൊടുക്കണമെന്ന്. സുൻ സു പറയുന്നപോലെ :

'നിങ്ങളൊരു സൈന്യത്തെ വളയുമ്പോൾ, ഒരു പഴുത് ബാക്കി വെക്കണം. അകപ്പെട്ടവരെ കൂടുതൽ സമ്മർദ്ദത്തിലാഴ്ത്തരുത്. അതിനർത്ഥം അവരെ രക്ഷപ്പെടാൻ അനുവദിക്കണമെന്നല്ല. രക്ഷപ്പെടാൻ ഒരു പഴുതുണ്ട് എന്നൊരു വിശ്വാസം അവരിലുണ്ടാക്കാനാണത്. രക്ഷപ്പെടാൻ ഒരു വഴിയുമില്ലെന്ന അവസ്ഥയുണ്ടായാൽ, അവർ ജീവൻ കളഞ്ഞും പൊരുതും, നിസ്സഹായതയുടെ കരുത്ത് അവർക്കുള്ളിൽ നിറയും.'

പലർക്കും തങ്ങളുടെ അഭിമാനം കാഴ്ച മറയ്ക്കുന്നതിനാൽ, എതിരാളികളുടെ വ്യക്തമായ ഉദ്ദേശ്യം കാണാൻ കഴിയുന്നില്ല. ക്യോട്ടോയിലെ കത്തീഡ്രലിന്റെ തലവനായിരുന്ന സെൻ ഗുരുവായ കെയ്ചു. ഒരു ദിവസം, ക്യോട്ടോയുടെ ഗവർണർ ആദ്യമായി കെയ്ചുവിനെ കാണാനായിവന്നു.കെയ്ചുവിന്റെശിഷ്യൻഗവർണറുടെവിസിറ്റിംഗ് കാർഡ് അദ്ദേഹത്തിന്റെ കൈയിലേക്ക് വെച്ചുകൊടുത്തു. 'കിറ്റാഗാക്കി, ക്യോട്ടോ ഗവർണർ'. കെയ്ചു ശിഷ്യനോട് പറഞ്ഞു, 'എനിക്ക്ഇങ്ങനൊരാളെകാണേണ്ടആവശ്യമില്ല.അദ്ദേഹത്തിന്

ഇവിടെ വരേണ്ട കാര്യവുമില്ല, പുറത്തുപോകാൻ പറയൂ.' ശിഷ്യൻ ക്ഷമ ചോദിച്ച കൊണ്ട് ആ കാർഡ് ഗവർണർക്ക തിരികെ നൽകി. 'അതെന്റെ തെറ്റായിരുന്നു,' എന്ന് പറഞ്ഞുകൊണ്ട് ഗവർണർ ഒരു പെൻസിലെടുത്ത് ക്യോട്ടോ ഗവർണർ എന്നെഴുതിയ ഭാഗം വെട്ടിയിട്ട ശിഷ്യനോട് പറഞ്ഞു, 'ഒന്നുകൂടെ ഗുരുവിനോട് ചോദിക്കു.' കാർഡ് കണ്ട് ആശ്ചര്യത്തോടെ ഗുരു പറഞ്ഞു, 'ഓഹ്, കിറ്റാഗാക്കി ആയിരുന്നോ? വരാൻ പറയൂ.'

അഹങ്കാരികളും വലിയ ജീവിതവിജയങ്ങൾ കൈവരിക്കാത്തവരുമായ 'A' എന്ന രാജ്യത്തെ ആൾക്കാരും, ഭവ്യതയുള്ളവരും മികച്ച നേട്ടങ്ങൾ കൊയ്തവരുമായ 'B' എന്ന രാജ്യത്തെ ആൾക്കാരും തമ്മിലുള്ള അന്തരത്തെ കുറിച്ച് എന്റെ മുത്തശ്ശി പറഞ്ഞ കാര്യങ്ങൾ ഞാൻ ഓർക്കുന്നു.

അവർ വിശദീകരിച്ചു, 'A രാജ്യത്ത്, ഒരു പൊട്ട് അഴുക്ക് വൃത്തിയാക്കണമെങ്കിൽ, യജമാനൻ തന്റെ സെക്രട്ടറിയോട് പറഞ്ഞ്, അവരത് സഹായിയോട് പറഞ്ഞ്, വൃത്തിയാക്കുന്ന ജീവനക്കാരനെ കൊണ്ടുവരും. ഒരു ചെറിയ കാര്യത്തിനായി നാല് പേരാണ് സമയം കളയുന്നത്.'

'അതേസമയം, B രാജ്യത്ത്, ആ അഴുക്ക് തുടയ്ക്കാനായി, യജമാനൻ തന്നെ തന്റെ കോട്ട് ഊരി ഒരു വെള്ള നീണ്ട വസ്ത്രം ധരിച്ച് അഴുക്ക് വൃത്തിയാക്കും. എന്നിട്ട് പഴയ വേഷം ധരിച്ച് ജോലി തുടരും.'

കൊക്കും പാമ്പും

ഷാവോലിൻ വിഹാരത്തിൽ ചേരുന്നവർ ആദ്യം തന്നെ ആയോധന കലയല്ല പഠിക്കുന്നത്.

അവരെക്കൊണ്ട് ആദ്യം ചെയ്യിക്കുന്നത്, അഭിമാനമല്ല പ്രധാനം എന്നു മനസ്സിലാക്കിക്കാൻ വേണ്ടിയുള്ള തരം താഴ്ന്ന കാര്യങ്ങളാണ്. ഷാവോലിൻ ആയോധന കലയിലെ തന്ത്രങ്ങളിൽ പോലും വഴങ്ങൽ തത്വം പ്രധാന പങ്ക് വഹിക്കുന്നുണ്ട്. ഒരു കൊക്കും പാമ്പും തമ്മിലുള്ള പോര് വീക്ഷിക്കുന്ന ഒരു സന്ന്യാസിയുടെ കഥയുണ്ട്. ആ പക്ഷി തുടരെ തുടരെ വേഗത്തിൽ പ്രഹരിക്കുന്നുണ്ടെങ്കിലും, അതൊന്നുംതന്നെ പാമ്പിന് കൊള്ളുന്നില്ല. പാമ്പ് തിരിച്ചാക്രമിക്കുകയോ ഭീഷണിപ്പെടുത്തുന്ന നീക്കങ്ങൾ നടത്തുകയോ ചെയ്യില്ല. പകരം, കൊക്കിന്റെ പ്രഹരങ്ങ

ളിൽ നിന്നും കാറ്റിലൊഴുകി പതിയെ ഒഴിഞ്ഞുമാറി. അവസാനം, കൊക്ക് തളർന്നു പിൻമാറി. മൃദുലത കഠിനതയെ തോല്പിക്കുമെന്ന പഴയ ഒരു ആശയത്തെ ശക്തിപ്പെടുത്തുകയാണ് ആ സംഘട്ടനം ചെയ്തത്; ആക്രമണത്തിനെതിരെ വഴങ്ങിക്കൊടുക്കൽ വിജയിച്ചു. യിൻ-യാങ് എന്ന വൈരുദ്ധ്യങ്ങളുടെ തത്വത്തിൽ നിന്നും, പ്രശസ്തമായ ഒരു ആയോധനമുറ അദ്ദേഹം വികസിപ്പിച്ചെടുത്തു : തായ് ചി.

എതിരാളികളെ സ്വയം പരാജയപ്പെടുത്താൻ അനുവദിക്കുക

ഇനി പറയുന്ന സാഹചര്യം ഒന്ന് സങ്കല്പിക്കുക. നിങ്ങളുടെ സ്ഥാപനത്തിലെ ഡിപ്പാർട്ട്മെൻറ് മാനേജർ ഒരു മുൻകോപിയായ തിനാൽ സഹപ്രവർത്തകരെല്ലാം അയാളെ ഭയന്നിരുന്നു. ചെറിയ തെറ്റുകൾക്കു പോലും ശകാരിക്കുകയും അടിച്ചമർത്തുകയും ചെയ്തിരുന്നു. എന്നിരുന്നാലും, മേലുദ്യോഗസ്ഥർ പ്രതീക്ഷിച്ച ലക്ഷ്യങ്ങൾ ഞങ്ങളുടെ ഡിപ്പാർട്ട്മെൻറ് നിറവേറ്റിയിരുന്നതിനാൽ, മാനേജർ നല്ലൊരു നേതാവും മികച്ച സഹപ്രവർത്തകനുമാണെന്നാണ് മേലുദ്യോഗസ്ഥർ കരുതിയിരുന്നത്. എങ്കിലും, വ്യക്തമായ ഒരു പരാതിയുണ്ടെങ്കിൽ അതിനെതിരെ നടപടിയെടുക്കുമെന്ന് അവർ ഉറപ്പു തന്നിരുന്നു.

അടുത്ത തവണ അയാൾ തീർത്തും ന്യായമല്ലാത്ത ഒരു കാര്യത്തിനായി ശകാരിക്കാനും നിലവിളിക്കാനും തുടങ്ങി. നിങ്ങൾക്ക് രണ്ട് തരത്തിൽ പ്രതികരിക്കാം. ഒന്നുകിൽ അയാളെ തിരിച്ചു ശകാരിക്കാം, എന്നിട്ട് അയാൾക്ക് പറ്റിയ മണ്ടത്തരമെന്തെന്ന് പറഞ്ഞുകൊടുക്കാം. നിങ്ങളുടെ ഭാഗത്താണ് ശരിയെങ്കിൽ പോലും, അതിന്റെ ഫലം നിങ്ങൾക്കനുകൂലമാകണമെന്നില്ല. ഒന്നുമില്ലെങ്കിലും, നിങ്ങളുടെ മേലധികാരിയെയാണ് നിങ്ങൾ ചീത്ത പറഞ്ഞത്. നിങ്ങൾ രണ്ടു പേരും ഒരുപോലെ ദേഷ്യപ്പെട്ടു. നിശബ്ദനായിരിക്കുന്നതാണ് മികച്ച പ്രതികരണം, ആ സമയത്ത് അത് വളരെ ബുദ്ധിമുട്ടാണെങ്കിൽപോലും. ബഹുമാനത്തോടെ ശാന്തനായി നില്ക്കുന്ന നിങ്ങളെ വഴക്കു പറയുന്ന മാനേജറെ, ആ വഴി പോകുന്ന അയാളുടെ മേലധികാരി കാണുകയോ അല്ലെങ്കിൽ ആ മേലധികാരിയോട് ഒരു സഹപ്രവർത്തകൻ ഈ സംഭവം അറിയിക്കുകയോ ചെയ്യും.

മൃദുലത കഠിനതയുടെമേൽ വിജയം നേടുമെന്ന് ഷാവോലിൻ തത്വം നമ്മെ പഠിപ്പിക്കുന്നു. വഴങ്ങുക എന്നതും ഒരുതരത്തിലുള്ള പ്രതിരോധമാണ്; മാത്രമല്ല, അത് എതിരാളികൾ തങ്ങൾക്കു നേരെ തന്നെ പ്രയോഗിക്കുന്ന ഒരു ആക്രമണവുമാണ്.

ചെസ്സ് മത്സരം

അനുകരണ തന്ത്രം സ്വായത്തമാക്കുന്നതിനായി എങ്ങനെയാണ് മാനസികമായ തയ്യാറെടുപ്പുകൾ കൈക്കൊള്ളേണ്ടതെന്ന് ഷാവോലിനിലെയുവശിഷ്യന്മാർപഠിക്കുമ്പോൾ,അവർക്ക്സെൻ വിഹാരത്തിലേക്കു പോയ ഒരു യുവാവിന്റെ കഥ പറഞ്ഞുകൊടുക്കാറുണ്ട്. അവൻ ഗുരുവിനോട് വിശദീകരിച്ചു, 'ഞാൻ മോക്ഷം തേടുകയാണ്, പക്ഷേ ഒന്നിന്റെ കൂടെയും അധികകാലം നിലനില്ക്കാനുള്ള ക്ഷമ എന്നിലില്ല. വർഷങ്ങളോളം ധ്യാനം ചെയ്യാനോ കർക്കശമായ ചിട്ടകൾ പാലിക്കാനോ എനിക്കാവില്ല. എന്നെപ്പോലൊരുവന് ജ്ഞാനോദയത്തിലേക്കുള്ള പാതയുണ്ടോ?'

'ഒരു വഴിയുണ്ട്.' ഗുരു ഉത്തരം നൽകി. 'ഇതുവരെയുള്ള ജീവിതത്തിൽ നീ ഏറ്റവും കൂടുതൽ ശ്രദ്ധ ചെലുത്തിയതെന്തിലാണ്?'

യുവാവ് ചിന്തിച്ചുനോക്കി. 'സത്യത്തിൽ, ഞാൻ വളരെയധികം താല്പര്യപ്പെടുന്ന ഒരേയൊരു കാര്യം ചെസ്സ് ആണ്. അതിനു വേണ്ടിയാണ് ഞാൻ കൂടുതൽ സമയം ചെലവഴിക്കുന്നത്.'

ഗുരു പറഞ്ഞു, 'വളരെ നന്നായി.' എന്നിട്ട് വൃദ്ധനും പരിചയസമ്പന്നനുമായ ഒരു സന്ന്യാസിയെ വിളിച്ചുകൊണ്ടുവരാൻ പറഞ്ഞു, ആ വൃദ്ധൻ നല്ലൊരു ചെസ്സ് കളിക്കാരൻ കൂടിയായിരുന്നു. ആ വൃദ്ധസന്ന്യാസി ഒരു ചെസ്സ് പലകയുമായി അവിടേക്കു വന്നു. ഗുരു അദ്ദേഹത്തോട് കരുക്കൾ നിരത്താൻ പറഞ്ഞു.

ശേഷം ഗുരു തന്റെ പക്കലുള്ള വാൾ പുറത്തെടുത്ത് അധികാരത്തോടെ പറഞ്ഞു, 'നിങ്ങൾ ചെസ്സ് കളിക്കാൻ പോവുകയാണ്. പരാജയപ്പെടുന്നവന്റെ ശിരസ്സ് ഛേദിക്കപ്പെടും.'

ഗുരുവിന്റെ വാക്കുകളിലെ ഗൗരവം മനസ്സിലാക്കിയ അവർ കളിച്ചുതുടങ്ങി.മുന്നിലിരിക്കുന്നചെസ്സ്പലകയാണ്തന്റെജീവിതം നിർണ്ണയിക്കുന്നതെന്ന് തന്റെ നെറ്റിയിലൂടെ ഊർന്നിറങ്ങുന്ന വിയർപ്പുതുള്ളികൾ യുവാവിന് മനസ്സിലാക്കിക്കൊടുത്തു. അവന്റെ

ഓരോ നീക്കത്തിലും അത്രത്തോളം ജാഗ്രതയുണ്ടായിരുന്നു. തുടക്കത്തിൽ കളി അവന് അനുകൂലമായിരുന്നില്ലെങ്കിലും, എതിരാളി വരുത്തിയ വലിയൊരു പിഴവിൽ അയാളുടെ പ്രതിരോധം തകർന്നു വീഴാൻ തുടങ്ങി.

സന്ന്യാസിയുടെ ഓരോ കരുക്കൾ വെട്ടിയെടുക്കുമ്പോഴും, അവൻ അയാളുടെ മുഖത്തേക്ക് ഒരു കള്ളച്ചിരിയോടെ നോക്കി. വർഷങ്ങളോളമുള്ള ധ്യാനത്താലും, ജ്ഞാനോദയത്തിന്റെ പാതയിലും കാണാൻ കഴിയുന്ന സത്യസന്ധമായ മുഖമായിരുന്നു അത്. അവൻ തന്റെ മൂല്യഹീനമായ ജീവിതത്തെ കുറിച്ചോർത്തു, അനുകമ്പയുടെ വലിയൊരു തിരമാല തന്നെ അവനിലാഞ്ഞടിച്ചു. അവൻ കരുതിക്കൂട്ടി ഒരു പിഴവ് വരുത്തി, പിന്നെ മറ്റൊന്ന്.

പെട്ടെന്ന്, ഗുരു മുന്നോട്ടാഞ്ഞ് ചെസ്സ് പലകയെയും കരുക്കളെയും തട്ടി മറിച്ചിട്ടു. എന്നിട്ട് യുവാവിനെ നോക്കി പറഞ്ഞു, 'ഇവിടെ ജേതാവോ പരാജിതനോ ഇല്ല. ജ്ഞാനോദയത്തിലേക്കുള്ള പാതയ്ക്കായി പ്രധാനമായും വേണ്ടത് രണ്ടു കാര്യങ്ങളാണ്: ശ്രദ്ധയും അനുകമ്പയും. ഇന്നു നീ അവ രണ്ടും പഠിച്ചു. നീ അതീവ ശ്രദ്ധാലുവായിരുന്നു, നിന്നിൽ അനുകമ്പയും ഉണ്ടായിരുന്നു. ഇവിടെ താമസിച്ച്, ഇതേ മനോഭാവത്തോടെ ആത്മാവിനെ പരിശീലിപ്പിക്കു, നീ മോക്ഷം നേടും.'

<u>പരിശീലനം</u>

മൃദുലത കഠിനതയെ തോല്പിക്കുന്നു

ഉള്ളിന്റെയുള്ളിൽ.പലരുംവിശ്വസിക്കുന്നത്അവരുടെമനസ്സ്ലോലമാണെന്നാണ്. താഴെ കൊടുത്തിരിക്കുന്ന ചോദ്യങ്ങൾ ശരിയായ നില മനസ്സിലാക്കിത്തരും.

ഏതൊക്കെ സാഹചര്യങ്ങളിലാണ് നിങ്ങൾക്ക് വഴങ്ങിക്കൊടുക്കാൻ ബുദ്ധിമുട്ട് തോന്നുക?

....

എന്തുകൊണ്ട്?

....

ഒരു മടിയും കൂടാതെ നിങ്ങളുടെ സ്ഥാനപ്പേര് വിളിക്കാൻ നിഷേധിച്ച ഒരാളുമായി നിങ്ങൾ വ്യാപാരത്തിലേർപ്പെടാൻ തയ്യാറാകുമോ?

....

'കപടമായ വഴങ്ങ'ലിനാൽ നിങ്ങൾ പറ്റിക്കപ്പെട്ടതെപ്പോഴാണ്?

....

വഴങ്ങിക്കൊടുത്തതിനാൽ നിങ്ങൾ വിജയിച്ച സാഹചര്യമേതാണ്?

....

എപ്പോഴും അവസാന വാക്ക് നിങ്ങളുടേതായിരിക്കണമെന്ന വാശിയുണ്ടോ?

....

മൃദുലത കഠിനതയെ തോല്പിച്ച ഒരു സാഹചര്യം കണ്ടെത്തുക.

....

നിങ്ങളുടെ പ്രതിരൂപം ദേഷ്യപ്പെടുമ്പോൾ എങ്ങനെയാണ് പ്രതികരിക്കുക?

....

ഭാഗം മൂന്ന്

ജയിക്കാൻ പഠിക്കുക

ഒരു ജ്ഞാനി അഹിംസാപരമായ പ്രവർത്തികളിലൂടെ മാത്രം വിജയം നേടുന്നു.

ലാവോ ത്സു

ശത്രുവിന്റെ ചെറുത്തുനില്പിനെ യുദ്ധം ചെയ്യാതെ
തകർക്കുന്നതിലാണ് പരമോന്നത ശ്രേഷ്ഠത.

സുൻ സു

10. പ്രതാപ തത്വം

വില്ല് കുലയ്ക്കു, പക്ഷേ അസ്ത്രമെയ്യരുത്–വേദനയെക്കാൾ നല്ലത് ഭയമാണ്.

ചൈനീസ് പഴഞ്ചൊല്ല്

ശരിയായ ശ്രേഷ്ഠതയെന്നാൽ യുദ്ധം ചെയ്യാതെ ജയിക്കു ന്നതാണെന്ന് മനസ്സിലാക്കുക.

വളരെ ശക്തനായ ഒരു പോരുകോഴിയെ സ്വന്തമാക്കാൻ ആഗ്രഹിച്ചൊരു രാജാവിന്റെ കഥയുണ്ട് ഷാവോലിനിൽ. അദ്ദേഹം ഒരു പോരുകോഴിയെ പരിശീലിപ്പിച്ചെടുക്കാൻ ഒരു മുനിയോട് ആജ്ഞാപിച്ചു. മുനി ആദ്യം പോരുകോഴിയെ യുദ്ധ തന്ത്രങ്ങൾ പഠിപ്പിച്ചു തുടങ്ങി.

പത്ത് ദിവസങ്ങൾക്കു ശേഷം രാജാവ് ചോദിച്ചു, 'ഒരു കോഴിപ്പോര് സംഘടിപ്പിക്കട്ടെ?' പക്ഷേ പരിശീലകൻ പറഞ്ഞു, 'വേണ്ട, വേണ്ട! അവൻ ശക്തനാണ്, പക്ഷേ അത് വെറും പൊള്ളയായ ശക്തിയാണ്. പോരടിക്കുക എന്ന ചിന്ത മാത്രമാണ് അവന്റെയുള്ളിൽ. അവൻ അമിതാവേശക്കാരനാണ്, മാത്രമല്ല, അവന്റെ കരുത്ത് അസ്ഥിരവുമാണ്.'

പത്ത് ദിവസങ്ങൾക്കു ശേഷം രാജാവ് വീണ്ടും ചോദിച്ചു, 'ഇപ്പോൾ പോര് ആരംഭിച്ചാലോ?' 'വേണ്ട, വേണ്ട! സമയമായിട്ടില്ല,' എന്നതായിരുന്നു മറുപടി. 'അവന്റെ എടുത്തുചാട്ട സ്വഭാവത്തിന് ഇപ്പോഴും ഒരു മാറ്റവുമില്ല. പോരല്ലാതെ മറ്റൊന്നും അവന്റെ മനസ്സിലില്ല. ഒരു കോഴിയുടെ ശബ്ദം കേട്ടാൽ, അത്

അടുത്ത ഗ്രാമത്തിൽ നിന്നാണെങ്കിൽപോലും ഉടനെ കോപം പൂണ്ട് മറ്റൊന്നുമാലോചിക്കാതെ പോരിടാൻ പുറപ്പെട്ടും.'

വീണ്ടും പത്ത് ദിവസങ്ങൾക്കു ശേഷം രാജാവ് ഒരിക്കൽ കൂടി ചോദിച്ചു, 'ഇപ്പോഴായാലോ?' ഇത്തവണ പരിശീലകൻ പറഞ്ഞു, 'ഇപ്പോൾ അവന് സ്വന്തം വികാരങ്ങൾ നിയന്ത്രിക്കാൻ കഴിയുന്നുണ്ട്. മറ്റൊരു കോഴിയെ കാണുകയോ കേൾക്കുകയോ ചെയ്താലും അവൻ ശാന്തത വെടിയാറില്ല. നല്ല മെയ്‌വഴക്കമുള്ളവനും അചഞ്ചലമായ മനസ്സുള്ളവനുമാണ്. കോപത്താൽ ഇനി എടുത്തുചാടുകയില്ല. ഊർജ്ജവും ശക്തിയും വെറും ബാഹ്യം മാത്രമല്ല.' പോരിൽ പങ്കെടുത്ത ഒരു കോഴിക്കും രാജാവിന്റെ പോരുകോഴിയെ വെല്ലുവിളിക്കാൻ പോലുമായില്ല, അവയെല്ലാം തന്നെ ഭയത്താൽ ഓടി രക്ഷപ്പെട്ടു. അവന് പോരിടേണ്ടി വന്നില്ല. സാങ്കേതികതത്വങ്ങൾക്കുമപ്പുറം സഞ്ചരിച്ച അവൻ മറ്റുള്ള കോഴികളെക്കാൾ പ്രതാപശാലിയായി മാറി.

പ്രതാപം ആരംഭിക്കുന്നത് മനസ്സിൽ നിന്നുമാണ്

പ്രതാപശാലിയാകുന്നത് ഒരു സ്വഭാവ ഗുണമല്ല, അതൊരു തത്വമാണെന്ന് ഒരുവൻ മനസ്സിലാക്കണം. ശക്തി എന്നത് സമ്മാനമായി ലഭിക്കുന്ന ഒന്നല്ല. അത് സ്വായത്തമാക്കേണ്ട ഒന്നാണ്; മനസ്സിനുള്ളിൽ വസിക്കുന്ന ഒന്ന്.

ഒരു ഉദാഹരണം പറയാം. ഞാനും നിങ്ങളും ഓരോ വീടിന്റെ ഉടമസ്ഥരാണെന്ന് സങ്കല്പിക്കുക. നമ്മൾ രണ്ടു പേരും വലിയ ധനികരാണ്. നമ്മുടെ വീടുകൾ വളരെ വലുതും ഒരുപോലെ വലിയ വില മതിക്കുന്നതും കള്ളന്മാരെ ആകർഷിക്കുന്നതരം ആഡംബരമുള്ളവയുമാണ്. വീട് കൊള്ളയടിക്കുന്നവരുടെ തീരുമാനത്തെ സ്വാധീനിക്കുന്ന ഒരു കാര്യമാണ് നാട്ടിൽ പരന്ന കട്ടപ്പമേറിയ ഒരു കിംവദന്തി.

എന്റെ വീട്ടിൽ അക്രമകാരിയും വളരെ നിർദ്ദയനുമായ ഒരു കാവൽ നായ ഉണ്ടെന്നും, അത് നേരത്തെ ഒരു കള്ളനെ കടിച്ചു കീറിയിട്ടുണ്ടെന്നും ഗ്രാമത്തിൽ ഒരു സംസാരമുണ്ട്. നിങ്ങളുടെ അഭിപ്രായത്തിൽ, ഏത് വീടായിരിക്കും കള്ളന്മാർ തിരഞ്ഞെടുക്കുക? എന്റെ വീട്ടിൽ കാവലിന് നായയുമില്ല, അതാരെയും കടിച്ചു കൊന്നിട്ടുമില്ല. പക്ഷേ ഞാൻ പരത്തിയ കിംവദന്തി തന്നെ ധാരാളമാണ്. വീട് കൊള്ളയടിക്കുന്നവരുടെ

മേലുള്ള എന്റെ സ്വാധീനം ഞാൻ തെളിയിച്ചു കഴിഞ്ഞു. അവർ നിങ്ങളുടെ വീട് തിരഞ്ഞെടുക്കാനാണ് സാധ്യതയധികം.

പരിശീലനം

ആരും അജയ്യരല്ല

ഈ അദ്ധ്യായത്തിന്റെ തലക്കെട്ട് വായിച്ചപ്പോൾ തന്നെ നിങ്ങൾ സ്വയം ചോദിച്ചിട്ടുണ്ടാകും : പ്രതാപം ഒരു തത്വമാണോ? എന്നെക്കാൾ ഉയർന്ന നിലയിൽ നില്ക്കുന്ന ഒരാളുടെമേൽ പ്രതാപം സ്ഥാപിക്കാൻ എനിക്കെങ്ങനെയാണ് സാധിക്കുക? ഈ ചോദ്യത്തെക്കുറിച്ച് ചർച്ച ചെയ്യുന്നതിനു മുൻപ്, നിങ്ങളുടെ നോട്ടുപുസ്തകമെടുക്കുക.

- നോട്ടുപുസ്തകം വിലങ്ങനെ വെച്ച്, ആ ഇരട്ടപ്പേജിനെ മൂന്ന് ഭാഗങ്ങളായി തിരിക്കുക.
- ഇടത്തേ ഭാഗത്ത് നിങ്ങളെക്കാൾ മേൽക്കൈയുള്ള മൂന്ന് വ്യക്തികളുടെ പേരുകൾ എഴുതുക.
- രണ്ടാമത്തെ ഭാഗത്ത് അവരുടെ വിശേഷഗുണങ്ങൾ എഴുതുക. ശക്തരാണോ, ധനികരാണോ, ഒരുപാട് പദവികളുള്ളവരാണോ, അതോ മനസ്സാക്ഷിയില്ലാത്തവരാണോ എന്നിങ്ങനെ. ഓരോ വ്യക്തിയുടെയും അഞ്ച് വീതം പ്രത്യേകതകൾ എഴുതുക.
- അവസാനത്തെ ഭാഗത്ത്, ഈ വ്യക്തികളെ എങ്ങനെ തോല്പിക്കാം എന്നെഴുതുക. ഉദാഹരണത്തിന്, ശക്തമായി പ്രഹരിക്കാൻ കഴിയുന്നവരെ വഴങ്ങൽ തത്വത്തിന്റെ സഹായത്താൽ തോല്പിക്കാം, ധനികരെ അവരുടെ ദുരാഗ്രഹത്തിന്റെ സഹായത്താൽ തോല്പിക്കാം.

ഇതിനെപ്പറ്റി നന്നായി ചിന്തിക്കുക. ഒരാളും അജയ്യരല്ല. സ്വഭാവഗുണങ്ങളെന്ന് വിശേഷിപ്പിച്ച ഇവയിലേതെല്ലാമാണ് നിങ്ങൾ ശ്രമിച്ചത്?

കുറച്ചു വർഷങ്ങൾക്കു മുൻപ്, രണ്ട് ഷാവോലിൻ സന്ന്യാസിമാരുടെ കൂടെ ഞാനൊരു അനാഥമന്ദിരം സന്ദർശിച്ചു. സന്ന്യാസികൾ തങ്ങളുടെ മികച്ച കഴിവുകൾ കാഴ്ചവെച്ചു, യുവാക്കൾ അത് അനുകരിച്ചു, അവർ ഒരുപോലെ ആശ്ചര്യപ്പെടുകയും ആദരിക്കുകയും ചെയ്തു. തുടർന്നുണ്ടായ ചർച്ചയിൽ ഒരാൾ ചോദിച്ചു, മറ്റൊരാൾ നിങ്ങളെ വെല്ലുവിളിക്കാൻ ധൈര്യപ്പെടാത്ത വിധം മികവ് നിങ്ങൾ പുലർത്തുമ്പോഴുള്ള അനുഭവമെങ്ങനെയാണ്?

ഞാൻ പറഞ്ഞു, 'ഈ രണ്ട് സന്ന്യാസിമാരും നിങ്ങളെ തൊട്ടതു പോലുമില്ല. എന്നാലും നിങ്ങൾക്കവരെ വെല്ലുവിളിക്കാൻ ധൈര്യമുണ്ടോ?' നിങ്ങളിപ്പോൾ സ്വയം ചോദിക്കുന്നുണ്ടാവും,

ഇതൊക്കെ ഇത്ര നിസ്സാരമാണെങ്കിൽ, എന്തുകൊണ്ടാണ് കൂടുതൽ ആളുകൾ ശക്തി പിടിച്ചെടുക്കാത്തത്?

അധീനത ഒരു ആശ്വാസ മേഖലയാണ്

കാരണം, പലർക്കും അത് ചെയ്യണമെന്നില്ല. മറ്റുള്ളവരെ ആരാധിക്കുന്നതിൽ പല ഗുണങ്ങളുമുണ്ട്. ഒന്നിനെക്കുറിച്ചും ചിന്തിക്കേണ്ടതില്ല, മറ്റുള്ളവർ നൽകുന്ന നിർദേശങ്ങൾ പാലിച്ചാൽ മതി, ഉത്തരവാദിത്തങ്ങളില്ല; എല്ലാത്തിലുമുപരി, മറ്റൊരാളാണ് തീരുമാനങ്ങളെടുക്കുന്നത്. ആരുമായും പോരടിക്കേണ്ടതില്ല, എന്നും സമാധാനം.

പക്ഷേ മറ്റ പല കാര്യങ്ങളെയുംപോലെ, യുദ്ധ തത്വം എന്നതും നമുക്കുള്ളിൽ വേരുറച്ച നൈസർഗ്ഗികമായ പ്രചോദനമാണ്. സദാചാരപരമായ കാഴ്ചപ്പാടിൽ, യുദ്ധം ചെയ്യുന്നത് നല്ലതുമല്ല മോശവുമല്ല. പ്രകൃതി ഇത്തരം കാര്യങ്ങളെക്കുറിച്ച് ചിന്തിക്കാറില്ല. ക്ഷണിക്കപ്പെടാത്ത ഒരു അതിഥി ഒരു മൃഗത്തിന്റെ പ്രദേശത്തേക്കു വന്നാൽ, മറിച്ചൊന്നും ആലോചിക്കാതെ അത് ആക്രമിക്കും. അതുകൊണ്ടാണ് നമ്മൾ മൃഗങ്ങൾക്കു ബഹുമാനം നൽകി അവയുടെ സാമ്രാജ്യത്തിലേക്ക് കയറിച്ചെല്ലാത്തത്. ഇതുതന്നെയാണ് പദവിയും ശക്തിയുമുണ്ടെന്ന് പറയപ്പെടുന്ന വ്യക്തികളുടെ കാര്യത്തിലും നമ്മൾ ചെയ്യുന്നത്. പലരും അങ്ങനെയുള്ളവരെ ഒരു മടിയും കൂടാതെ ആരാധിക്കുകയും, അവരിൽ നിന്നും സമ്മർദ്ദമേല്ക്കാൻ സ്വയം അനുവദിക്കുകയും ചെയ്യുന്നു. ഉദാഹരണം കേൾക്കണോ?

നിങ്ങൾക്ക് തപാൽ വഴി ലഭിച്ച ഒരു കത്തിൽ ഇങ്ങനെ എഴുതിയിരിക്കുന്നു, 'വൈകാതെ തന്നെ 20 യൂറോ എനിക്ക് നൽകിയില്ലെങ്കിൽ ഞാൻ നിനക്കെതിരെ പരാതി നൽകും. പിന്നെ കോടതിയിൽ വന്ന് അതിന്റെ പലിശയും ചേർത്തു നൽകേണ്ടിവരും.' നിങ്ങൾ ആ കത്ത് ചവറ്റുകൊട്ടയിൽ ഇടും, എന്നിട്ട് ചിന്തിക്കും, 'ഹാ, പരാതി കൊടുത്തോ. 20 യൂറോയുടെ കാര്യത്തിനു വേണ്ടിയൊന്നും കോടതി സമയം കളയുമെന്ന് എനിക്ക് തോന്നുന്നില്ല.' ന്യായമായ ആവശ്യമല്ലാത്തതിനാൽ നിങ്ങൾ ആ നിസ്സാര തുക നൽകില്ല.

കടലാസു പുലികളെ ഭയക്കരുത്

അതേ സാഹചര്യം, മറ്റൊരു കത്ത് : 'ഞങ്ങളുടെ ഉപഭോക്താവിന്റെ പ്രതിനിധിയായ ഞാൻ ഈ കത്തിലൂടെ ബോധ്യപ്പെടുത്തുന്നതെന്തെന്നാൽ, കുടിശ്ശിക തുകയായ 20.07 യൂറോയും, ഒപ്പം ഓർമ്മപ്പെടുത്തലുകൾക്കും നടപടിക്രമങ്ങൾക്കുമുള്ള ഫീസും ഉൾപ്പെടെ 57.62 യൂറോ ഉടൻതന്നെ ഞങ്ങളുടെ അക്കൗണ്ടിലേക്ക് നിക്ഷേപിക്കേണ്ടതാണ്. അല്ലാത്തപക്ഷം, മറ്റൊരു മുന്നറിയിപ്പില്ലാതെ, നിയമ വ്യവസ്ഥപ്രകാരം താങ്കളിൽ നിന്നും മേൽപറഞ്ഞ തുക ഞങ്ങൾ ഈടാക്കുന്നതായിരിക്കും.'

ഇപ്പോഴും നിങ്ങൾ അടയ്ക്കാതിരിക്കുമോ? എന്തിനാണ് വക്കീലുമായൊരു പ്രശ്നമെന്ന് നിങ്ങൾ എന്തായാലും ചിന്തിക്കും. അവർ ശരിക്കും കോടതിയിലേക്ക് വിളിപ്പിച്ചാലോ, അവരുടെ പിടിപാടുകളെക്കുറിച്ച് നമുക്കറിയുക പോലുമില്ല. പക്ഷേ സത്യത്തിൽ നിങ്ങൾ പണം കൊടുക്കാനില്ല! ഈ കത്ത് എഴുതിയ ആൾ ഏതെങ്കിലുമൊരു വ്യക്തിയായിരിക്കാമെന്ന് നിങ്ങൾ നേരത്തെ ശ്രദ്ധാതത്വത്തെക്കുറിച്ചുള്ള അദ്ധ്യായത്തിൽ പഠിച്ചിട്ടുണ്ട്. അതുകൊണ്ട് ഇന്നേരം കൊണ്ട് നിങ്ങൾക്ക് മനസ്സിലായിക്കാണും, മറ്റുള്ളവരെ സമ്മർദ്ദത്തിലാഴ്ത്തുന്ന ഇത്തരത്തിലുള്ള തന്ത്രങ്ങൾ പണമുണ്ടാക്കാനുള്ള മികച്ച മാർഗ്ഗമാണ്. എന്താണ് ചെയ്യേണ്ടതെന്ന് നമ്മൾ ചിന്തിച്ചാൽ മാത്രം മതി.

ഞാൻ സ്വന്തമായി ഒരു ജോലി തുടങ്ങിയപ്പോൾ, എന്റെ സേവനങ്ങൾക്കുള്ള നിരക്ക് നിശ്ചയിക്കുന്നത് വളരെ നാടകീയമായ സാഹചര്യങ്ങളാണ് സമ്മാനിച്ചത്. ആദ്യം, ഉചിതമായ സന്ദർഭം കണ്ടെത്തണം: പ്രിയ ഉപഭോക്താവേ, നമുക്ക് പണമിടപാടുകൾ സംസാരിക്കാമോ? എന്റെ ജോലി പൂർണ്ണമായും കഴിഞ്ഞോ? പണത്തിന്റെ കാര്യം സംസാരിക്കുന്നതിനു മുൻപ്, ഉപഭോക്താവിന് എന്തെങ്കിലും മാറ്റം വരുത്താനുണ്ടാകുമോ? രസീതിലെ ഓരോ കാര്യവും ഞാൻ പരിശോധിക്കും – ന്യായമാണോ, അധിക വില എഴുതിയിട്ടില്ലല്ലോ എന്ന്.

എന്നെക്കാൾ പ്രതാപശാലികളിൽ നിന്നും മുഴുവൻ പഠിച്ച് മനസ്സിലാക്കുന്നതുവരെ ഞാനിത് തുടർന്നു. 'ഫോണിലൂടെ മൂന്ന് മിനിട്ട് ഉപദേശം? ശരി. അതിന്റെ വില അയച്ചിട്ടുണ്ട്. കൂടുതലാണെന്നോ? സാരമില്ല, എന്നെ വിളിക്കണമെന്ന് ഞാൻ നിർബന്ധം പിടിക്കുന്നില്ല.'

മേൽക്കൈ നേടണമെങ്കിൽ, നിങ്ങൾ പൊരുതാൻ തയ്യാറായിരിക്കണം. എതിരാളികൾ ചെയ്യുന്ന കാര്യങ്ങൾ ന്യായമായിരിക്കും എന്ന് വിശ്വസിക്കുന്നത് നിങ്ങൾ നിർത്തണം, എപ്പോഴും അങ്ങനെയായിരിക്കില്ല എന്ന് സ്വയം മനസ്സിലാക്കണം. ജയിക്കാനായി യുദ്ധം ചെയ്യേണ്ട ആവശ്യം വരാത്ത നിലയിലെത്തും വരെ നിങ്ങൾ പൊരുതാൻ പഠിക്കണം.

പ്രതാപത്തിന് ഉറപ്പിന്റെ ആവശ്യമില്ല

കഴിഞ്ഞ അധ്യായത്തിൽ, മനുഷ്യന്റെ സ്വഭാവത്തെ കുറിച്ച് നിങ്ങൾ കുറേയേറെ പഠിച്ചു. ഇടയ്ക്കിടെ തലപൊക്കുകയും നിങ്ങളെ ഏറ്റവും ദുർബലനാക്കുകയും ചെയ്യുന്ന ഒരു സ്വഭാവഗുണമാണ് അഭിമാനം.

ഒന്നുകൂടെ നോക്കാം : എന്റെ പുസ്തകത്തെ ശരിക്കും ഉൾക്കൊണ്ട വളരെ കുറച്ചുപേരിൽ നിങ്ങളും ഒരാളാണെന്നതിൽ എനിക്ക് സന്തോഷമുണ്ടെന്ന് ഞാൻ പറഞ്ഞാൽ, നിങ്ങൾ അതിൽ അഭിമാനിക്കും. നിങ്ങൾ അഭിമാനിക്കുന്നത് എന്നെ കൂടുതൽ സന്തോഷിപ്പിക്കും, അതിൽ ഒരു തെറ്റുമില്ലതാനും. എന്നാലും, മറ്റുള്ള എഴുത്തുകാർ ഇത്തരമൊരു പ്രശംസ നൽകാത്തതിനാൽ, ഭാവിയിൽ അവരുടെ പുസ്തകങ്ങളെക്കാൾ നിങ്ങൾ മുൻഗണന നൽകുന്നത് എന്റെ പുസ്തകങ്ങൾക്കായിരിക്കും. ഞാൻ നിങ്ങളെ വരുതിയിലാക്കിക്കഴിഞ്ഞു. മനസ്സിന്റെ അടിത്തട്ടിൽ നിന്നും സന്തോഷമുൾക്കൊള്ളാൻ ഷാവോലിൻ തത്വം നമ്മെ പഠിപ്പിക്കുന്നു.

ഉദാഹരണത്തിന്, എന്തോ ഒരു കാരണത്താൽ നിങ്ങളുടെ തലമുടിക്ക് പച്ചയും നീലയും നിറങ്ങളാൽ വരകൾ വരയ്ക്കാമെന്ന് ചിന്തിച്ചേക്കാം. നിങ്ങൾക്കത് ചെയ്യാനുമാകും. പുതിയ രൂപം നിങ്ങൾക്ക് വളരെ ഇഷ്ടപ്പെട്ടു, പക്ഷേ വഴിയിൽ കാണുന്നവർ കളിയാക്കിച്ചിരിക്കുന്നു. പരിചയക്കാർ വിമർശിക്കുന്നു. നിങ്ങൾ ആശയക്കുഴപ്പത്തിലാകാൻ തുടങ്ങുന്നു. 'അവരുടെ പ്രതികരണം എനിക്ക് മനസ്സിലാക്കാൻ പറ്റും. ഇത് അത്ര നല്ലതല്ല, അല്ലേ? നല്ലതായിരിക്കാം, പക്ഷേ ഇവിടെ ഇത് പറ്റില്ല,' എന്നുള്ള ചിന്തകൾ വന്നു തുടങ്ങി. ഈ സാഹചര്യത്തിൽ ഞാനൊന്ന് ചോദിച്ചോട്ടെ : മറ്റുള്ളവരുടെ അഭിപ്രായങ്ങൾ എന്തിനാണ് നിങ്ങളെ അലട്ടുന്നത്?

ബാഹ്യ പ്രശംസകളിൽ നിങ്ങൾ ആശ്രയിക്കുന്നുവെങ്കിൽ, നിങ്ങളെ പരാജയപ്പെടുത്താൻ എളുപ്പമാണ്. ആരെയൊക്കെ തൃപ്തിപ്പെടുത്തണമെന്ന് നിങ്ങൾ ആഗ്രഹിക്കുന്നുവോ, അവരുടെയെല്ലാം അധീനതയിലായിരിക്കും നിങ്ങളെന്നും.

നിങ്ങളുടെ മുടിയുടെ നിറം നിങ്ങൾക്കിഷ്ടമാണ്, എന്നിരുന്നാലും, സ്വന്തം ഇഷ്ടത്തേക്കാൾ മറ്റുള്ളവരുടെ പ്രതീക്ഷകളാണ് പ്രധാനമെന്ന തോന്നലാൽ, നിങ്ങൾ തലമുടിക്ക് പഴയ നിറം തന്നെ കൊടുക്കുന്നു. ഈ നിമിഷമാണ് നിങ്ങൾ ശരിക്കും തോൽവി ഏറ്റുവാങ്ങുന്നത്. മറ്റുള്ളവരാണെങ്കിൽ, നിങ്ങളുടെ മേൽ പ്രതാപം സ്ഥാപിക്കുന്നതിൽ വിജയിച്ചിരിക്കുന്നു.

ഇതും ശക്തിയും തമ്മിലെന്താണ് ബന്ധം? സത്യസന്ധമായി പറയാം : മറ്റൊരാളുടെ മുടിയുടെ കാര്യത്തിൽ പ്രകോപിതനാകാനുള്ള കാരണം എന്താണ്? ശരിക്കും പറഞ്ഞാൽ, ഒരു കാരണവുമില്ല. പക്ഷേ സമൂഹം അടിച്ചേല്പിക്കുന്ന മണ്ടത്തരങ്ങളിൽ നിന്നും പുറത്തുവരാൻ ശ്രമിക്കുന്നവരെ കണ്ട് പ്രകോപിതരാകുന്നവരുമുണ്ട്. 'എനിക്കും അങ്ങനെ ചെയ്യണമെന്നുണ്ട്, പക്ഷേ എനിക്കതിന് ധൈര്യമില്ല. അതുകൊണ്ട് ഒരാളും ചെയ്യരുത്.' ഇനി, 'വിമതർ' ആത്മവിശ്വാസം നഷ്ടപ്പെട്ട് പിന്നോട്ട് ചുവടുവെച്ചാൽ, അവിടെ തുടങ്ങും മറ്റുള്ളവരുടെ ഉള്ളിൽ എതിരിടാനുള്ള വ്യഗ്രത. വാസ്തവത്തിൽ, തലമുടി മാത്രമല്ല അക്രമകാരികളുടെ പ്രശ്നം. ഒരു ആഴ്ചയ്ക്കു ശേഷം പ്രശസ്തനായ ഒരു വ്യക്തി അതേ രീതിയിൽ തലമുടിക്ക് നിറം കൊടുത്താൽ, ഇവർ അയാളെ പ്രശംസിക്കുകയും വ്യത്യസ്തമായ ശൈലിയെ ആരാധിക്കുകയും ചെയ്യും. 'തീർച്ചയായും അവർക്കത് ചെയ്യാം, അതവരുടെ മാത്രം അവകാശമാണ്! അവരെ ചോദ്യം ചെയ്തു അക്രമിക്കാൻ പാടില്ല, അവർ നമ്മളേക്കാൾ മുകളിലാണ്.'

> നിങ്ങളും ആ പ്രശസ്ത വ്യക്തിയും തമ്മിലുള്ള അന്തരമെന്താണെന്ന് നിങ്ങളുടെ നോട്ടുപുസ്തകത്തിൽ എഴുതുക. പ്രകോപിതനാണെന്ന് കാണിക്കാനായി മാത്രം പ്രകോപിതനാവുകയാണെങ്കിൽ, നിങ്ങൾ കാര്യങ്ങൾ പഠിച്ചിട്ടില്ലെന്ന് മനസ്സിലാക്കുക, തെറ്റിദ്ധാരണ ഒഴിവാക്കുക. കഴിഞ്ഞ അധ്യായങ്ങളിലൂടെ ഒരിക്കൽക്കൂടി വായിച്ചുപോവുക.

പ്രതാപശാലിയാവുക എന്നാൽ, യുദ്ധക്കളത്തിലേക്കിറങ്ങും മുൻപു തന്നെയുദ്ധംജയിക്കുകഎന്നാണ്.ഒരാൾനമ്മുടെമേൽആധിപത്യം സ്ഥാപിക്കുന്നതെങ്ങനെയാണെന്ന് നമ്മൾ കണ്ടിട്ടുണ്ട്,

അവരത് പിടിച്ചെടുക്കുകയാണ്, നമ്മളതിന് വഴങ്ങുകയും ചെയ്യുന്നു.

'കാറ്റല്ല, യാത്രയാണ് ലക്ഷ്യം നിർണ്ണയിക്കുന്നത്,' ചൈനീസ് പഴഞ്ചൊല്ല്. ഈ ആശയം വിശദീകരിക്കാനുള്ള രസകരമായ ഒരു വഴിയാണ് അധികാരത്തിന്റെ സൂചനകൾ. തന്നെക്കാൾ ശക്തരായ എതിരാളികൾ അടുത്തെത്തുമ്പോൾ ചില മൃഗങ്ങൾ മരിച്ചതുപോലെ കിടക്കാറുണ്ട്. തനിക്കെതിരെ വരുന്ന അപായത്തിനെതിരെ ഒരുതരത്തിലുള്ള പ്രതിരോധവും അവർ ചെയ്യുന്നില്ല, ഒന്നും ചെയ്യാതെ തന്നെ അപകടം തങ്ങളെ കടന്നുപോകുമെന്നാണ് അവയുടെ പ്രതീക്ഷ. അങ്ങനെയുള്ള മൃഗങ്ങളെ പിടികൂടണമെങ്കിൽ, നിങ്ങൾ ചെയ്യേണ്ടത് അവരെ ശരിയായ രീതിയിൽ ഭീഷണിപ്പെടുത്തുക മാത്രമാണ്.

മനുഷ്യരുടെ കാര്യത്തിലും ഇങ്ങനെതന്നെയാണ്. എതിരാളിയുടെ കള്ളത്തരത്തിൽ ചതിക്കപ്പെടാൻ അനുവദിച്ചു കൊടുക്കുകയും, അക്കാരണത്താൽതന്നെ പ്രതികരിക്കാൻ മറന്നുപോവുകയും ചെയ്യുന്നു. സ്യൂട്ടോ യൂണിഫോമോ ധരിച്ച വ്യക്തികളെ കണ്ടാൽ നമ്മൾ കരുതുന്നത് അവർ എന്തെങ്കിലും അധികാരികൾ ആയിരിക്കുമെന്നാണ്, ആ ധാരണ നമ്മുടെ ചിന്തകളെയും പ്രതിരോധത്തെയും മരവിപ്പിക്കുന്നു. അവരിലുണ്ടെന്ന് നമ്മൾ കരുതുന്ന ആ അധികാരം, അവരുടെ വാക്കുകളെ എതിർപ്പൊന്നും കൂടാതെ അനുസരിക്കാൻ പ്രേരിപ്പിക്കുന്നു. എനിക്കതിന്റെ കാരണം മനസ്സിലാകുന്നില്ല, അത്തരം വസ്തുങ്ങൾ ഏതൊരു തുണിക്കടയിൽ നിന്നും വാങ്ങാൻ സാധിക്കും. അതു ധരിക്കുന്ന വ്യക്തികളുമായി ആ വസ്തുങ്ങൾക്കു ഒരു ബന്ധവുമില്ല. ട്രെയിനിലെ ടി.ടി.ആറിനെ ഇപ്പോഴും നിങ്ങൾ ഓർക്കുന്നുണ്ടോ?

ഏഷ്യയ്ക്കകത്തുള്ള എന്റെ യാത്രകളിൽ കൂടുതലും രാത്രികാല ട്രെയിനുകളിലായിരുന്നു. ഒരിക്കൽ ഒരു പാതിരാത്രിയിൽ ആയുധധാരികളായ യൂണിഫോമിൽ വന്ന രണ്ട് വ്യക്തികൾ എന്നെ ഉറക്കത്തിൽ നിന്നുമുണർത്തി പരുഷമായി പെരുമാറി. എനിക്കു മുന്നിൽ വന്നുനിന്ന് എനിക്കു മനസ്സിലാവാത്ത എന്തോ ഒരു കാരണത്തിന് പണം നൽകാനായി ഭീഷണിപ്പെടുത്തി. ടിക്കറ്റ് റിസർവേഷനുമായി ബന്ധപ്പെട്ട എന്തോ ആണെന്ന് എനിക്ക് മനസ്സിലായി. ഞാൻ പണം നൽകാൻ കൂട്ടാക്കാതിരുന്നപ്പോൾ, അവർ കൂടുതൽ പരുഷമായി എന്നോട് പണം ആവശ്യപ്പെടാൻ തുടങ്ങി. പെട്ടെന്ന് ഞാനൊരു പേനയും പേപ്പറുമെടുത്ത് അവരുടെ പേരുവിവരങ്ങൾ കുറിച്ചെടുക്കുന്നതായി നടിച്ചു. അതു കണ്ടപ്പോൾ

അവരൊന്നു ഭയന്നു. തെറ്റിദ്ധരിക്കപ്പെട്ടതാണെന്നും പ്രശ്നമൊന്നുമില്ലെന്നും അതിലൊരാൾ അവ്യക്തമായ ഭാഷയിൽ പറഞ്ഞു. ശേഷം അവർ സ്ഥലം വിട്ടു.

അധികാരത്തിന്റെ സൂചനകൾ സാഹചര്യമുണ്ടാക്കുക മാത്രമാണ് ചെയ്യുന്നത്

മറ്റുള്ളവരിൽ അധികാരത്തിന്റെ സൂചനകൾ കാണുന്നതിനാൽ മാത്രം നമ്മൾ പറ്റിക്കപ്പെടരുത്, കാര്യങ്ങളറിഞ്ഞ് തീരുമാനങ്ങളെടുക്കണം. അധികാരം തെളിയിക്കാനുള്ള അടയാളമാണ് യൂണിഫോമിനു മേലുള്ള ഔദ്യോഗികമായ ഐഡൻറിറ്റി കാർഡുകൾ.

ഒരു ഫോട്ടോയും പലതരം സ്റ്റാമ്പുകളും സീലുകളും നിറഞ്ഞ, പ്രധാനപ്പെട്ടതെന്നു തോന്നിപ്പിക്കുന്ന ഒരു കഷണം പേപ്പറാണവ. ആ കാർഡ് കാണിക്കുന്ന ആൾ ആരാണെന്നും, അയാൾക്കുള്ള അധികാരമെന്താണെന്നുമുള്ള വിവരങ്ങൾ അതിൽ അടങ്ങിയിരിക്കുന്നു. പലപ്പോഴും, അത് ധരിച്ചിരിക്കുന്ന ആൾക്ക് അളവിലധികം അധികാരം ആ കാർഡ് നൽകുന്നു. എല്ലാവർക്കും ഐഡൻറിറ്റികാർഡുകൾ ഇഷ്ടമാണ്, അതിപ്പോൾ പാസുകളാണെങ്കിലും സാരമില്ല. എന്റെ വീട്ടിലെ പ്രിൻററിൽ പോലും അത് അച്ചടിച്ചുണ്ടാക്കാൻ കഴിയും.

ഒരു മാധ്യമ പ്രവർത്തകന്റെ പാസ് ഇല്ലാത്തതിനാൽ, എന്റെ രക്തദാനത്തിന്റെ കാർഡ് ഞാൻ മോടി പിടിപ്പിച്ചു : എന്റെ ഒരു ഫോട്ടോ ഒട്ടിച്ച്, ഒരു ഒപ്പും ഇട്ടു. ഏഷ്യയിലെ ഒരു സാധാരണ ക്ലാർക്കിന് എന്റെ ഐഡൻറിറ്റി കാർഡ് എങ്ങനെയിരിക്കുമെന്ന് അറിയാമോ? ഒരു ഐഡൻറിറ്റി കാർഡ് മാത്രം പോരാ, അതിനൊപ്പം തന്നെ പെരുമാറ്റരീതികളും ചേഷ്ടകളും ചേരണം. ഞാൻ നിങ്ങളുടെ വീട്ടിൽ വന്ന് സങ്കോചത്തോടെ ബെല്ല് അടിക്കുകയും, ഭയത്തോടെ വാതിലിനു മുന്നിൽ കാത്തുനില്ക്കുകയും, ഒരു സർക്കാർ ഏജൻസിയിലെ ഉദ്യോഗസ്ഥനാണെന്ന് ആശങ്കയോടെ വിവരിക്കുകയും ചെയ്തിട്ട് നിങ്ങളുടെ വീട് പരിശോധിക്കണമെന്ന് പറഞ്ഞാൽ, എന്റെ വാക്കുകളിൽ നിങ്ങൾക്ക് സംശയം തോന്നാൻ സാധ്യതയുണ്ട്. എന്റെ നിർഭാഗ്യത്തിന്, അങ്ങനെയൊരു ഏജൻസി ഇല്ലെന്നും നിങ്ങൾ കണ്ടെത്തിയേക്കാം. അതേസമയം, കഴിഞ്ഞ സാഹചര്യത്തിന് വിപരീതമായി, ഉറക്കെ വാതിലിൽ മുട്ടി, നിങ്ങൾ എന്തെങ്കിലും ചോദിക്കാൻ

തുടങ്ങുന്നതിനു മുൻപേ ഞാൻ അകത്തുകയറി എന്റെ ഐഡന്റിറ്റി കാർഡ് കാണിക്കുന്നു. സ്വാഭാവികമായും, നിങ്ങളത് ശ്രദ്ധിച്ചു നോക്കുക പോലും ചെയ്യില്ല. ആ കാർഡ് വ്യാജമല്ലായിരിക്കാം! ആയിരിക്കാം, അതുകൊണ്ട്? നിങ്ങളുടെ വീട്ടിലേക്ക് കയറി വരുന്ന ആളെക്കുറിച്ചറിയാൻ നിങ്ങൾക്കധികാരമില്ലേ?

അധികാരം ലഭിക്കുകയല്ല, പിടിച്ചെടുക്കപ്പെടുകയാണ്.

ഈ ആശയം വിജയകരമായി പ്രാവർത്തികമാക്കാൻ കഴിയുമെന്നതിന് ഞാൻ സാക്ഷിയായിട്ടുണ്ട്, ഒരിക്കൽ നേപ്പാളിൽ വെച്ച്. വളരെ ഉയരമുള്ള ഒരു കൊടുമുടി കയറിയ ഒരു സംഘം വിമാനത്താവളത്തിലെത്തി. നേപ്പാളിൽ, ഒരാൾക്ക് മല കയറണമെങ്കിൽ, ഒരു പേപ്പറിൽ പതിച്ചു കൊടുത്ത ഒരു പ്രത്യേക അനുമതി വേണം.

ആ സംഘം കസ്റ്റംസ് ഉദ്യോഗസ്ഥരെ കടന്നുപോകുന്നതിനുമുമ്പ്, യൂണിഫോം ധരിച്ചെത്തിയ ഒരാൾ അവരിൽ നിന്നും ആ അനുമതിക്കടലാസ്സുകൾ വാങ്ങി. ആ കടലാസു കഷണങ്ങൾ ഓർമ്മചിഹ്നമായി സൂക്ഷിക്കാൻ വേണ്ടി തിരികെ തരണമെന്ന് സംഘത്തിലെ ആൾക്കാർ അയാളോട് കെഞ്ചിച്ചോദിച്ചു. അല്പസമയത്തിനു ശേഷം, ആ പർവ്വതാരോഹകർ 20 ഡോളർ നൽകി ആ അനുമതിച്ചീട്ടുകളുമായി കസ്റ്റംസ് ഉദ്യോഗസ്ഥരെ കടന്നുചെന്നു. ഈ കഥയുടെ ഗുണപാഠമെന്താണ്? അവർ ആ അനുമതിച്ചീട്ടുകൾ ഒരിക്കലും കൊടുക്കാൻ പാടില്ലെന്നതു തന്നെയാണ്. പക്ഷേ അധികാരത്തിനു മുന്നിൽ ആരും വീണുപോകും. പ്രതാപത്തിന്റെ പ്രധാനപ്പെട്ട പ്രത്യേകതയെന്തെന്നാൽ, അതിന്റെ നേർ വിപരീതമായ ഒന്നിന്റെ ആവശ്യകത അതിനുണ്ട് – അനുസരിക്കുന്ന ഒരാൾ. നമ്മൾ മറ്റുള്ളവരെ അനുസരിക്കണം എന്നല്ല അത് അർത്ഥമാക്കുന്നത്. അത് ഷാവോലിൻ തത്വത്തിന് എതിരാവും. പക്ഷേ നമുക്ക് മുകളിലുള്ളവർ എന്നു നമ്മൾ കരുതുന്നവർ ഇതു തന്നെയാണ് നമ്മളോട് ചെയ്യുന്നതെന്ന് മനസ്സിലാക്കണം. അതിന് നമ്മൾ പൂർണ്ണസമ്മതത്തോടെ അനുവദിക്കുകയുമാണ്.

നിങ്ങളുടെ നോട്ടുപുസ്തകം എടുക്കുക. ഇനി, താഴെ പറയുന്ന സാഹചര്യത്തിൽ നിങ്ങളുമുണ്ടെന്ന് സങ്കല്പിക്കുക. നിങ്ങളെക്കാൾ വലിയവനെന്ന് നിങ്ങൾ കരുതുന്ന ഒരാൾ നിങ്ങളോട് തീർത്തും ന്യായമല്ലാത്തൊരു കാര്യം ചെയ്യുന്നു. എന്നിരുന്നാലും, അതിനെതിരെ പ്രതികരിക്കാനാവില്ലെന്ന് നിങ്ങൾ സ്വയം വിശ്വസിക്കുന്നു. അതിനാൽതന്നെ, അത് തിരുത്താൻ

കഴിയാത്ത നിസ്സഹായാവസ്ഥയിലാണ് നിങ്ങൾ. എന്തിനെയാണ് നിങ്ങൾ ശരിക്കും ഭയക്കുന്നത്? അത് പുസ്തകത്തിൽ കുറിച്ചിടുക. എന്നിട്ട് അതിനടുത്തായി, ആ വ്യക്തിക്ക് നിങ്ങളെ എന്തു ചെയ്യാൻ കഴിയുമെന്നും എഴുതുക.

'മുതലാളി'യോടുള്ള ഭയം

നമ്മുടെ ജോലി നമ്മൾ കൃത്യമായി ചെയ്യുന്നുണ്ടെങ്കിലും, അതിൽ തൃപ്തനല്ലാത്ത മുതലാളി വിശദീകരണം ചോദിക്കാനായി വിളിച്ചാൽ, സ്വാഭാവികമായും നമ്മുടെ ഉള്ളിൽ ഒരു ഭയം ജനിക്കും.

അത് നിങ്ങളുടെ എതിരാളിയുടെ ശക്തി വർദ്ധിപ്പിക്കുന്നു. കൂടാതെ, നിങ്ങളുടെ ഇഷ്ടപ്രകാരമല്ലെങ്കിലും, എതിരാളികൾക്കത് മുൻഗണന നൽകുന്നു. പ്രതാപ തത്വം നമ്മെ പഠിപ്പിക്കുന്നതെന്തെന്നാൽ, എതിരാളിയുടെ ശരിയായ ബലം മനസ്സിലാക്കി, അതിനെതിരെ പ്രതികരിക്കാനാണ്. മുതലാളിക്ക് എന്താണ് ചെയ്യാൻ കഴിയുക? നിങ്ങളുടെ ശമ്പളം കുറയ്ക്കുകയോ ജോലിയിൽ നിന്നും പിരിച്ചുവിടുകയോ ചെയ്തേക്കാം; നിങ്ങളുടെ ജോലി നിങ്ങൾ കൃത്യമായാണ് ചെയ്തിട്ടുള്ളതെങ്കിൽ, അത്തരം നടപടികൾക്കെതിരെ നിങ്ങൾക്ക് നിയമപരമായി എതിർക്കാനും കഴിയും. അയാൾ നിങ്ങളെ തല്ലുകയോ ശകാരിക്കുകയോ ഇല്ല. കൂടിപ്പോയാൽ, നിങ്ങളുടെ പ്രവർത്തനം വളരെ മോശമാണെന്ന് പറയുമായിരിക്കും, അതും വ്യക്തിപരമായ അഭിപ്രായമെന്ന പേരിൽ. അതൊക്കെ നിങ്ങൾക്ക് സഹിക്കാനാവും, ഇല്ലേ?

നിങ്ങൾ പേടിച്ചുപോകുമെന്ന് കരുതിയ മുതലാളി, അയാളുടെ വാക്കുകൾ ഒരു തരി പോലും നിങ്ങളെ ബാധിക്കുന്നില്ല എന്നും, നിങ്ങൾക്കു മേലെ ഇനി അയാൾക്ക് അധികാരം സ്ഥാപിക്കാൻ കഴിയില്ല എന്നും അറിഞ്ഞ് പ്രകോപിതനാകുന്നു.

മുസാഷിയുടെ വാക്കുകൾ : 'ഉയർത്തിപ്പിടിച്ച വാളിനടിയിൽ നില്ക്കുമ്പോൾ, നരകമുണ്ടെന്ന ചിന്തയാണ് നിങ്ങളെ ഭയപ്പെടുത്തുന്നത്. പക്ഷേ ആശങ്കയില്ലാതെ മുന്നേറൂ, പരമാനന്ദത്തിന്റെ ലോകമാണ് നിങ്ങളെ കാത്തിരിക്കുന്നത്.

കുറച്ചു നാളുകൾക്കു മുൻപ് വരെ, നിസ്സഹായരായ സഞ്ചാരികളെ ഉപദ്രവിക്കുന്നതിൽ ആനന്ദം കണ്ടെത്തുന്ന കസ്റ്റംസ് ഉദ്യോഗ

സ്ഥർ അതിർത്തികളിൽ ജോലി ചെയ്തിരുന്നു. അവർ തങ്ങളുടെ ജോലിയാണ് ചെയ്യുന്നതെന്ന് എനിക്കറിയാമായിരുന്നു, പക്ഷേ ചിലർ അതിരു കടക്കും.

ഒരിക്കൽ ഞാൻ ഒരു അതിർത്തിയിലെത്തിയപ്പോൾ, അവിടെയുണ്ടായിരുന്നത് വളരെ ശല്യക്കാരനായ ഒരു ഉദ്യോഗസ്ഥ നായിരുന്നു. എന്നെ ബുദ്ധിമുട്ടിക്കാനായിട്ട്, കാറിൽ നിന്നിറങ്ങി അതിന്റെ ഡിക്കി തുറക്കാൻ ആവശ്യപ്പെട്ടു. എന്റെ മേൽ അധികാരം സ്ഥാപിക്കാനുള്ള അയാളുടെ തന്ത്രമാണതെന്നും, എതിർക്കുകയോ പതറുകയോ ചെയ്താൽ പ്രശ്നമാകുമെന്നും ഞാൻ ഉടൻതന്നെ മനസ്സിലാക്കി. അങ്ങനുള്ള അതിർത്തികളിൽ അഞ്ച് മണിക്കൂർ സമയം പാഴാകുന്നത് അത്ര അതിശയമൊന്നുമല്ല. കപടമായ സന്തോഷത്തോടെ, ഞാൻ കാറിൽ നിന്നുമിറങ്ങി ഡിക്കി തുറന്നു കാണിച്ചു. ഉടൻതന്നെ പെട്ടിയും തുറന്നു കാണിച്ചിട്ടു വേറെന്തെങ്കിലും കാണണമോ എന്നു ഞാൻ ചോദിച്ചു. എന്റെ പ്രതികരണത്തിൽ അന്തം വിട്ട അയാൾ മറ്റൊന്നും തന്നെ ആവശ്യപ്പെട്ടില്ല. മൂന്ന് മിനിട്ടുകൾക്കകം ദുരനുഭവമാകുമെന്ന് കരുതിയ ആ ഭാഗം അവസാനിച്ചു.

പ്രതാപത്തെ ഒരു തത്വമാക്കാനാണ് ഷാവോലിൻ തത്വം നമ്മെ പഠിപ്പിക്കുന്നത്. പേടിയില്ലാതെ നേരിട്ടാൽ, ദുർബലനെന്ന് തോന്നിക്കുന്ന ഒരാൾക്ക് കാഴ്ചയിൽ ശക്തനായ ഒരാളെ പോലും തോല്പിക്കാൻ കഴിയും.

<u>പരിശീലനം</u>

ആത്മവിശ്വാസം വർദ്ധിപ്പിക്കുക

താഴെ കൊടുത്തിരിക്കുന്ന ചോദ്യങ്ങളിലൂടെ, അധികാരത്തോടും പ്രതാപത്തോടുമുള്ള നിങ്ങളുടെ കാഴ്ചപ്പാട് നിശ്ചയിക്കുക. നിങ്ങൾക്കെന്ത് മെച്ചപ്പെടുത്താനാകും?

പ്രതാപം എന്നാൽ നിങ്ങൾ എന്താണ് അർത്ഥമാക്കുന്നത്?

....

അധികാരം എന്നാൽ എന്താണ്?

....

നിങ്ങൾക്ക് ആരുടെ മേൽ അധികാരമുണ്ടെന്നാണ് നിങ്ങൾ കരുതുന്നത്?

....

എന്തുകൊണ്ട്?

....

അയാൾക്ക് നിങ്ങളുടെ മേൽ അധികാരം ലഭിക്കാൻ, അയാളെന്ത് മാറ്റമാണ് വരുത്തേണ്ടത്?

....

അധികാരം പിടിച്ചെടുക്കുന്നതിലൂടെ ഒരാൾ നിങ്ങളെ തോല്പിച്ച അവസരമേതാണ്?

....

തികഞ്ഞ ധാർഷ്ട്യത്തോട് നിങ്ങൾ പരാജയപ്പെട്ടതെപ്പോഴാണ്?

....

കുരങ്ങും കൊക്കും

ഒരു കൊക്കിനെ വലിയൊരു കുരങ്ങ് ആക്രമിക്കുന്നത് നോക്കി നില്ക്കുന്ന വൃദ്ധനായ ഒരു ഗുരുവിന്റെ കഥയുണ്ട് ഷാവോലിനിൽ. ആ പക്ഷിക്ക് ഒരു ഭയവുമുണ്ടായിരുന്നില്ല. അതിന്റെ ചിറകുപയോഗിച്ച് എതിരാളിയെ ശക്തമായി അത് പ്രഹരിച്ചു. കാലുകൾ നിലത്തുന്നി ഉയരത്തിൽ ചാടി, ചിറകിനാൽ ഒരിക്കൽക്കൂടി പ്രഹരിച്ചു. അതിനൊപ്പം തന്നെ, കുരങ്ങിന്റെ കണ്ണുകളിൽ വേഗത്തിൽ കൊത്തുകയും ചെയ്തു. വേദന കൊണ്ട് പുളഞ്ഞ കുരങ്ങ്, കാട്ടിനുള്ളിലേക്ക് ഓടി. കൊക്ക് തന്റെ ചിറകുകൾ കുടഞ്ഞുവിരിച്ച് ആകാശത്തേക്കു പറന്നുയർന്നു.

പ്രതാപം എന്ന ആശയം മുനിമാരാൽ വളരെ ബഹുമാനിക്കപ്പെടുന്ന ഒന്നാണ്. ഒരു ഗുരു തന്റെ ശിഷ്യനാൽ പോരിൽ തോല്പിക്കപ്പെട്ടാലും അദ്ദേഹത്തിന്റെ അഭിമാനത്തെ അത് ബാധിക്കുകയില്ല, പക്ഷേ ആ ശിഷ്യന്റെ ഗുരുവായിരിക്കാൻ പിന്നീടദ്ദേഹത്തിനു കഴിയില്ല. പിന്നെ അദ്ദേഹം വയോധികരുടെ കൂട്ടത്തിലേക്ക് സ്വയം യോജിച്ചുപോകണം.

ഗോത്രത്തലവനായ ലിൻ വോ, തുടർച്ചയായി മുപ്പത് പ്രഗത്ഭരായ പോരാളികളുമായി പോരടിച്ചിട്ടുണ്ട്, ഒരു പ്രഹരം പോലുമേല്ക്കാതെ. അതേസമയം ഷാവോലിൻ തത്വം നമ്മെ പഠിപ്പിക്കുന്നു, യഥാർത്ഥ പ്രതാപം മനസ്സിലാണെന്ന്.

ശിഷ്യർ തങ്ങളെക്കാൾ മികച്ചവരാകുമ്പോഴാണ് ഗുരുക്കന്മാർ ശ്രേഷ്ഠരാകുന്നതെന്നാണ് ലാവോ ത്സു പറയുന്നത്:
'ശിഷ്യൻ തയ്യാറാകുന്ന നേരം, ഗുരു പ്രത്യക്ഷപ്പെടും.
ശിഷ്യൻ മികവുറ്റവനാകുമ്പോൾ, ഗുരു അപ്രത്യക്ഷനാകും.'

അവിടൊരു യുദ്ധത്തിന്റെ ആവശ്യമില്ല, കാരണം, പ്രതാപ ശാലിയായ ഒരാൾക്ക് ജയിക്കണമെങ്കിൽ യുദ്ധത്തിന്റെ ആവശ്യമില്ല.

സ്ഥിരത—അപ്പോൾ നിങ്ങളുടെ ഹൃദയം അനശ്വരതയുമായി എന്നെന്നേക്കുമായി ബന്ധിക്കപ്പെടുന്നു.

റിയോകാൻ

11. വിമോചന തത്വം

സ്വതന്ത്രമാക്കുന്നതിലൂടെ, എല്ലാം തന്നെത്താനേ സംഭവിക്കും. ലോകത്ത് മികവ് തെളിയിച്ചവരെല്ലാം വിമോചിപ്പിക്കാൻ പ്രാപ്തരാണ്.

ലാവോ ത്സു

മറ്റുള്ളവരിൽ നിന്നും കൈക്കൊണ്ട അഭിപ്രായങ്ങളെ ഒഴിവാക്കി, എന്നും സ്വന്തം അഭിപ്രായങ്ങളെ വിശകലനം ചെയ്യാൻ പഠിക്കൂ.

ഒരു വണ്ടിയുടെ നുകവും തണ്ടും ബന്ധിപ്പിക്കുന്ന സങ്കീർണ്ണമായ കെട്ട് അഴിച്ചുമാറ്റുക എന്ന വെല്ലുവിളി അലക്സാണ്ടർ ചക്രവർത്തിക്കു നേരിടേണ്ടി വന്നപ്പോൾ, അസാധാരണമായ ഒരു മാർഗ്ഗം അദ്ദേഹത്തിനു കണ്ടെത്തേണ്ടി വന്നു. സമർത്ഥരും ശക്തരുമായ പലരും അതിനുമുൻപ് ശ്രമിക്കുകയും പരാജയപ്പെടുകയും ചെയ്തിരുന്നു. അതിനുമുൻപുള്ള എല്ലാ വഴികളെയും അലക്സാണ്ടർ അവഗണിച്ച്, ആ കെട്ടിലൂടെ വാൾ വീശി അതറുത്തു കളഞ്ഞു.

ഈ സാഹചര്യം ഒന്ന് സങ്കല്പിച്ചു നോക്കൂ : മൂന്ന് തോക്കുധാരികൾ – ഒരാൾക്ക് വെടിവെക്കാൻ തീരെ അറിയില്ല, മറ്റൊരാൾ ശരാശരി, മൂന്നാമത്തെ ആൾ വിദഗ്ധൻ. അവർ തമ്മിൽ എതിരിടുകയാണ്. ആദ്യത്തെയാൾ വെടിവെച്ചാൽ പത്തിലൊരു ശ്രമമേ ഉന്നത്തിൽ കൊള്ളുകയുള്ളൂ, രണ്ടാമത്തെയാളുടെ പകുതി ശ്രമങ്ങൾ വിജയം കാണും, മൂന്നാമത്തെയാൾക്ക് ഒരിക്കലും പിഴയ്ക്കുകയില്ല.

രണ്ട് ഘട്ടമായാണ് നടത്തുന്നത്, ഓരോ ഘട്ടത്തിലും ഓരോ തവണ വീതം മൂന്ന് പേർക്കും അവസരം. ആദ്യം മോശം വെടിവെപ്പുക്കാരനും, പിന്നെ ശരാശരി കഴിവുള്ളനും, അവസാനം ഉന്നം പിഴയ്ക്കാത്തവനും യഥാക്രമം അവസരം ലഭിക്കത്തക്കവണ്ണം തീരുമാനമായി. അതേ ക്രമത്തിൽതന്നെയാണ് രണ്ടാം ഘട്ടവും. ആദ്യം അവസരം ലഭിച്ചവൻ എന്താണിപ്പോൾ ചെയ്യേണ്ടത്?

ഒരു പരിഹാരം കണ്ടെത്തിയെന്ന് തോന്നുന്നുവെങ്കിൽ, ഒന്നുകൂടെ ആലോചിച്ച് അതിലും മികച്ചതൊന്ന് കണ്ടെത്താൻ ശ്രമിക്കുക. നിങ്ങളുടെ കണ്ടെത്തൽ നോട്ടുപുസ്തകത്തിൽ എഴുതുക.

മോശം വെടിക്കാരന് ജീവൻ വേണമെങ്കിൽ, ആകാശത്തേക്ക് വെടിവെക്കുന്നതാവും നല്ലത്. അടുത്തതായി അവസരം ലഭിച്ച ശരാശരിക്കാരൻ ഉന്നം വെക്കാൻ ഏറ്റവും കൂടുതൽ സാധ്യതയുള്ളത് ഉന്നം പിഴയ്ക്കാത്തവന്റെ നേർക്കായിരിക്കും. കാരണം, അയാളുടെ പേടി ഉന്നം പിഴയ്ക്കാത്തവൻ തന്നെയായിരിക്കും വെടിവെക്കുക എന്നായിരിക്കും. ശരാശരിക്കാരന്റെ ഉന്നം തെറ്റാതിരുന്നാൽ അടുത്ത ഊഴം ഒന്നാമന്റെയാണ്. പക്ഷേ തെറ്റിയാൽ, ഉന്നം പിഴയ്ക്കാത്തവൻ ശരാശരിക്കാരനെയാവും ഉന്നം വെക്കുക. കാരണം, പത്തിലൊരു ശ്രമം മാത്രം വിജയിപ്പിക്കാൻ കഴിവുള്ള ഒന്നാമനെക്കാൾ കഴിവുള്ളവനാണ് ശരാശരിക്കാരൻ.

ഓരോ സാഹചര്യത്തെയും പുതിയതായി നേരിടാനാണ് ഷാവോലിന്റെ പതിനൊന്നാമത്തെ തത്വം നമ്മെ പഠിപ്പിക്കുന്നത്. നമുക്കറിയുമെന്ന് നാം വിശ്വസിക്കുന്ന എല്ലാത്തിനെയും ഒഴിവാക്കാനാണ് അത് നമ്മോട് പറയുന്നത് : ബാഹ്യദൃഷ്ടിയിൽ ശ്രമിച്ചതോ പരീക്ഷിച്ചതോ ആയ മാർഗ്ഗങ്ങൾ, അല്ലെങ്കിൽ മുൻവിധികളായ പരിഹാരങ്ങൾ.

രണ്ടായാലും, ഒന്നാമൻ ആദ്യ ഘട്ടം കടക്കുകയും, തന്റെ രണ്ടിലൊരു എതിരാളി ഇല്ലാതാവുകയും ചെയ്യും.

അതേസമയം, ഒന്നാമൻ മൂന്നാമനെയാണ് ഉന്നം വെച്ചിരുന്നതെങ്കിൽ (നിങ്ങൾ ചിന്തിച്ചതാവാം), ചിലപ്പോൾ ആ ശ്രമം പിഴയ്ക്കാതെയും വന്നാൽ, അവസാനം എന്താകുമായിരുന്നു?

മരപ്പണിക്കാരനും ചക്രവർത്തിയും

കൊട്ടാരത്തിലെ കിടപ്പുമുറിയിൽ ഒരു അലമാര പണിയാനായി ചക്രവർത്തിയാൽ നിയോഗിക്കപ്പെട്ട ഒരു മൂത്താശാരിയുടെ കഥയാണ് ഷാവോലിനിൽ കേൾക്കപ്പെടുന്ന മറ്റൊരു കഥ. അഞ്ച് ദിവസം പണിയെടുക്കാൻ തനിക്കാവില്ലെന്ന് സെൻ സന്ന്യാസിയായ ആശാരി ചക്രവർത്തിയോട് പറഞ്ഞു. മരപ്പണിക്കാരൻ ഒരു പണിയും ചെയ്യുന്നതായി കാണുന്നില്ലെന്നും മുഴുവൻ സമയവും വെറുതെയിരിക്കുകയാണെന്നും ചക്രവർത്തിയുടെ ചാരന്മാർ മനസ്സിലാക്കി. പിന്നീട്, അഞ്ച് ദിവസങ്ങൾ കഴിഞ്ഞപ്പോൾ, സന്ന്യാസി എഴുന്നേറ്റു. മൂന്ന് ദിവസം കൊണ്ട്, ആരും അതുവരെ കണ്ടിട്ടില്ലാത്ത തരത്തിലുള്ള അതുല്യമായ ഒരു അലമാര അദ്ദേഹം നിർമ്മിച്ചെടുത്തു. ചക്രവർത്തി ഒരേസമയം സംതൃപ്തനാവുകയും അമ്പരക്കുകയും ചെയ്തു. എന്നിട്ട് സന്ന്യാസിയെ അരികിലേക്ക് വരാൻ ആജ്ഞാപിച്ചു. ജോലി തുടങ്ങുന്നതിന് മുൻപുള്ള അഞ്ച് ദിവസം സന്ന്യാസി എന്താണ് ചെയ്തതെന്നറിയാൻ ചക്രവർത്തി ആഗ്രഹിച്ചു. സന്ന്യാസി പറഞ്ഞു :

'എന്റെ പരിശ്രമം അങ്ങയെ തൃപ്തിപ്പെടുത്തിയില്ലെങ്കിൽ ഞാൻ നേരിട്ടേക്കാവുന്ന പരാജയത്തെയും ശിക്ഷയെയും ഭയത്തെയും കുറിച്ചുള്ള ചിന്തകളെയെല്ലാം ഒഴിവാക്കാനായി ആദ്യ ദിവസത്തെ മുഴുവൻ ഞാൻ വിനിയോഗിച്ചു.

'അങ്ങ് ആഗ്രഹിക്കുന്നതു പോലെയുള്ള അലമാര പണിതുണ്ടാക്കാൻ എനിക്ക് കഴിവില്ല എന്ന അപകർഷതാബോധത്തെ ഇല്ലാതാക്കാനായി രണ്ടാം ദിവസത്തെ ഞാൻ വിനിയോഗിച്ചു.

'അങ്ങയുടെ പ്രതീക്ഷയ്ക്കൊത്ത ഒരു അലമാര ഉണ്ടാക്കിയാൽ എനിക്ക് ലഭിച്ചേക്കാവുന്ന പ്രശസ്തിയെയും മാഹാത്മ്യത്തെയും സമ്മാനങ്ങളെയും കുറിച്ചുള്ള എല്ലാ പ്രതീക്ഷകളെയും സ്വതന്ത്രമായി വിടാനുള്ള ശ്രമത്തിനായി മൂന്നാം ദിവസത്തെ ഞാൻ വിനിയോഗിച്ചു.

'എന്റെ ജോലി വിജയകരമായി പൂർത്തിയാക്കുകയും അങ്ങയിൽ നിന്നും പ്രശംസ ലഭിക്കുകയും ചെയ്താൽ എന്നിലുണ്ടായേക്കാവുന്ന അഭിമാനത്തെ മോചിപ്പിക്കാനായി നാലാം ദിവസത്തെ ഞാൻ വിനിയോഗിച്ചു.

'അങ്ങയുടെ മുൻപിലുള്ളതുപോലെയുള്ള, ഏതൊരു ചക്രവർത്തിയും ആഗ്രഹിക്കുന്ന തരത്തിലുള്ള, ഇങ്ങനൊരു

അലമാര ഉണ്ടാക്കാനുള്ള ദൃഢനിശ്ചയമായിരുന്നു അഞ്ചാം ദിവസത്തെ എന്റെ ചിന്തകളിൽ മുഴുവൻ.'

സ്വന്തം പക്ഷപാതപ്രവണത മനസ്സിലാക്കുക

തങ്ങൾക്ക് പക്ഷപാതമുണ്ടോ എന്ന് ഒരാളോട് ചോദിച്ചാൽ, 'ഇല്ല' എന്ന ഉടനടി ഉത്തരമാവും ലഭിക്കുക. എല്ലാത്തിലുമുപരി, എല്ലാവരുംസംപൂർണ്ണരുംഉദ്ദേശ്യശുദ്ധരുമാണ്!ആണോ?ശരിക്കും വ്യക്തമല്ലാത്തതും ഇരുട്ട് നിറഞ്ഞതുമായ ഒരു ചിത്രം ഞാൻ നിങ്ങളെ കാണിക്കുന്നുവെന്ന് കരുതുക. ആ ചിത്രം എൺപത് വയസ്സിനോടടുക്കുന്നഒരുവൃദ്ധൻപകർത്തിയതാണെന്നുംപറയുന്നു. ആയിരിക്കുമെന്ന ചിന്തയിൽ തല കുലുക്കിയില്ലേ നിങ്ങൾ? സത്യത്തിൽ, ആ പ്രായക്കാരനിൽ നിന്നുമായതിനാൽ ഈ ചിത്രം അത്ര മോശമല്ല. ആ ചിത്രത്തിൽ സാങ്കേതികത്തകരാറുകൾ തീർച്ചയായും ഉണ്ട്, പക്ഷേ ഇത്തരം സന്ദർഭങ്ങളിൽ, നമ്മൾ മറ്റു കാര്യങ്ങളും കണക്കിലെടുക്കണം. പക്ഷേ ഇത് മികച്ച ഒരു ചിത്രമല്ല.

ഇത് പകർത്തിയത് ലോകത്തിലെ ഏറ്റവും പ്രശസ്തരായ ഫോട്ടോഗ്രാഫർമാരിൽ ഒരാളാണെന്ന് ഞാൻ വെളിപ്പെടുത്തിയാൽ, സത്യസന്ധമായി പറയൂ, നേരത്തെ കണ്ട അതേ കണ്ണുകൾ കൊണ്ടുതന്നെയാണോ ഇപ്പോഴും നിങ്ങളീ ചിത്രം കാണുക? അതോ ചിത്രത്തിലെ ഇരുട്ടും മങ്ങലും മികവുറ്റ കലാകാരന്റെ സമർത്ഥമായ കഴിവുകളാണെന്ന് നിങ്ങൾ പെട്ടെന്ന് മനസ്സിലാക്കുമോ? ഒന്നുമില്ലെങ്കിലും, അത്ര പ്രശസ്തനായ ഒരു കലാകാരന് താനെന്താണ് ചെയ്യുന്നതെന്നറിയാമല്ലോ!

> നിങ്ങൾ ഒരേ ചിത്രത്തെയാണ് വ്യത്യസ്ത രീതിയിൽ വിശകലനം ചെയ്യുന്നത്. എന്തുകൊണ്ട്? ചിലപ്പോൾ പക്ഷപാതമാവാം? അതിനുത്തരം നിങ്ങളുടെ നോട്ടുപുസ്തകത്തിൽ എഴുതുക.

'ഇന്റു തിൻ എയർ' എന്ന തന്റെ പുസ്തകത്തിൽ, 1996-ൽ എവറസ്റ്റ് കൊടുമുടിയിൽ സംഭവിച്ച ഒരു നാടകീയതയുടെ ദൃക്സാക്ഷിത്വം ജോൺ ക്രാക്കവർ പങ്കുവെക്കുന്നുണ്ട്. പക്ഷപാതപ്രവണത കൊണ്ടുനടക്കുന്നത് ജീവനുകൾ നഷ്ടപ്പെടുത്തുന്നതിലേക്കുവരെ നയിക്കുന്നു. ഒരാൾ വിചിത്രമായി പെരുമാറുന്നതു കണ്ടിട്ടു

പോലും, അയാൾക്ക് പ്രശ്നം ഉള്ളതായി ക്രാക്കവർക്കു തോന്നിയില്ല. അദ്ദേഹം പിന്നീട് എഴുതിയേനെ, 'അയാളെ ഞാൻ മറ്റൊരു സാഹചര്യത്തിലാണ് കണ്ടിരുന്നതെങ്കിൽ, അയാൾക്ക് ഓക്സിജൻ ലഭിക്കാത്തതിന്റെ പ്രശ്നമായിരുന്നുവെന്ന് ഉടൻതന്നെ ഞാൻ മനസ്സിലാക്കിയേനെ. പക്ഷേ ആ സമയത്ത്, സ്വാഭാവികമായും ഞങ്ങളെല്ലാം പിന്തുടരുന്ന പരിചയസമ്പന്നനായ ഞങ്ങളുടെ ഗൈഡ് ആയിരുന്നു അയാൾ. അങ്ങനൊരാൾക്ക് ബുദ്ധിമുട്ടുണ്ടാകുമെന്ന് സ്വപ്നത്തിൽ പോലും എനിക്ക് കാണാൻ കഴിയില്ല.' നിർഭാഗ്യവശാൽ, ഈ തെറ്റായ അനുമാനത്താൽ, ആൻഡി ഹാർസ്സിനു നഷ്ടപ്പെട്ടത് അയാളുടെ ജീവനാണ്.

പക്ഷപാതങ്ങൾ എതിരാളിയുടെ കൈകളിലെ ആയുധമാണ്

നമ്മുടെ മുൻധാരണകൾ, എതിരാളികൾക്ക് ദൈവാനുഗ്രഹം പോലെയാണ്. അത് എതിരിടുന്നവരെ കൊരുത്ത് ഇഷ്ടാനുസരണം വലിച്ചുകൊണ്ടുപോകാനുള്ള ചൂണ്ട പോലെയാണ്.

ശത്രുവിന്റെ ഭാഗത്തു നിന്നു നോക്കുമ്പോഴുള്ള ഇതിന്റെ നല്ലവശമെന്തെന്നാൽ, ആരും സ്വന്തം പക്ഷപാതപ്രവണതയെ മനസ്സിലാക്കുകയില്ല. നിങ്ങൾ മികച്ച വിലക്കുറവിൽ നല്ലൊരു കോട്ട് വാങ്ങാൻ പോകുന്നുവെന്ന് സങ്കല്പിക്കുക. എനിക്കും ആ കോട്ട് വാങ്ങണമെന്നുണ്ട്. നിങ്ങൾക്ക് 'X' എന്ന വിഭാഗം മനുഷ്യരോട് പ്രതികൂലമായ ചിന്താഗതിയാണെന്ന് എനിക്ക് അറിയാമായിരുന്നു. നിങ്ങൾ ആ കോട്ടിനുള്ള പണം കൊടുക്കാനായി നില്ക്കുമ്പോൾ ഞാൻ പറയുകയാണ്, 'ആഹാ, ആ കോട്ട് നിർമ്മിച്ചിരിക്കുന്നത് X വിഭാഗക്കാരാണെന്ന് തോന്നുന്നു. ഇത് അവരുടെ ഡിസൈൻ അല്ലേ?' നിങ്ങളുടെ കൈയിലെ കോട്ട് എന്റെ പക്കലെത്താൻ ഈ വാചകം മാത്രം ധാരാളമാണ്.

ഈ കോട്ട് ഡിസൈൻ ചെയ്തത് X വിഭാഗക്കാരല്ലായിരിക്കും, നിർമ്മിച്ചതു മാത്രമായിരിക്കുമവർ. എന്നാലും നിങ്ങൾക്കവരോടുള്ള അനിഷ്ടം, നിങ്ങൾ കേട്ടതിനെ മാത്രം വിശ്വസിപ്പിക്കാൻ നിങ്ങളെ നിർബന്ധിക്കും.

ഇതുപോലെയാണ് എല്ലാ കാര്യത്തിലും സംഭവിക്കുന്നത്. ഒരു വിഭാഗക്കാരുടേതാണെങ്കിൽ അത് നല്ലതാണ്, മറ്റൊരു

വിഭാഗത്തിന്റേതാണെങ്കിൽ മോശവും. മൂന്നൂറിലധികം പേർക്ക് ദുരന്തം വിതച്ച ഒരു അപകടത്തിൽ തന്റെ നാട്ടുകാരുമുണ്ടെങ്കിൽ കൂടുതൽ വിഷമിക്കുന്ന ഭൂരിഭാഗം മനുഷ്യർക്കു, വേറെങ്ങനെയാണ് ഇത് വിശദീകരിക്കേണ്ടത്? 'Z' എന്ന രാജ്യക്കാർക്കാണത് സംഭവിച്ചിരുന്നതെങ്കിൽ, അത്ര പ്രശ്നമൊന്നുമില്ല.

നിങ്ങൾക്കവരെ വ്യക്തിപരമായി അറിയില്ലെങ്കിൽ, മരണപ്പെട്ടത് ഒരു ഭാരതീയനാണെങ്കിലും അമേരിക്കക്കാരനാണെങ്കിലും ഓസ്ട്രിയക്കാരനാണെങ്കിലും എന്താണ് വ്യത്യാസം? ഉത്തരം നിങ്ങളുടെ നോട്ടുപുസ്തകത്തിൽ എഴുതുക.

വാസ്തവത്തിൽ, ഉപബോധമനസ്സിലെ ന്യായീകരണങ്ങളിലേക്ക് നയിക്കുന്ന പല പക്ഷപാതങ്ങൾ നമുക്കുള്ളിലും ഉണ്ട്. ഒരാളുടെ പേരിന്റെ അടിസ്ഥാനത്തിൽ അയാളുടെ രൂപം സങ്കല്പിക്കുന്നതു മുതൽ ആരംഭിക്കുന്നു. നമ്മൾ ഒരാളെ നേരിട്ടു കണ്ടിട്ടില്ലെങ്കിലും, കേട്ടറിവ് വെച്ച് നമ്മളയാൾക്കൊരു രൂപം കൊടുക്കുന്നു. അവരുടെ പേരല്ലാതെ മറ്റൊന്നുമറിയില്ലെങ്കിലും, നമ്മളവരെ ഇഷ്ടപ്പെടുകയോ വെറുക്കുകയോ ചെയ്യുന്നു.

പീറ്റർ എന്നാണ് പേരെന്ന് കരുതുക. ആ പേരിൽ ഒരാൾക്ക് അമ്മാവൻ ഉണ്ടെങ്കിൽ, അയാളെ വെറുക്കുന്നുമുണ്ടെങ്കിൽ, അതേ പേരിൽ ആരെ കണ്ടാലും പ്രതികൂല വികാരമായിരിക്കും എന്നും മനസ്സിൽ ഉണ്ടാവുക. അതേസമയം, പീറ്റർ എന്ന പേരിൽ വളരെ നല്ലൊരു കുടുംബസുഹൃത്താണുള്ളതെങ്കിൽ, അയാൾക്ക് ലഭിക്കുന്നത് ഊഷ്മളമായൊരു വരവേല്പായിരിക്കും.

ഓർക്കുക, വികാരങ്ങളെ ബന്ധപ്പെടുത്തുന്നത് ആളുകളുമായി മാത്രമല്ല. പർവ്വതാരോഹണത്തിൽ മുൻപരിചയമില്ലാത്ത എന്റെ കൂടെ, ഡെവിൾ'സ് പാവിലേക്ക് (കൊടുമുടി) വരാൻ തയ്യാറാകുമോ നിങ്ങൾ? എനിക്ക് തോന്നുന്നില്ല. കേൾക്കുമ്പോൾ തന്നെ അതിന്റെ ഉയരവും അപകട സാധ്യതയും ഭയപ്പെടുത്തുന്നു! ഇതുപോലെ തന്നെയാണ് നിറങ്ങളും ഗന്ധങ്ങളും സ്ഥലങ്ങളും സംഗീതവും നിങ്ങൾക്കുള്ളിൽ പ്രത്യേകതരം വികാരങ്ങളുണ്ടാക്കുകയും ധാരണകളിലേക്ക് വഴിവെക്കുകയും ചെയ്യുന്നത്.

ഭാവിയിൽ ഇതുപോലുള്ള സാഹചര്യങ്ങളുണ്ടായാൽ, മാനസികമായി അതിൽ നിന്നും പിന്തിരിയൂ. നല്ലതിനെ മോശമായും മോശമായതിനെ നല്ലതായും സങ്കല്പിക്കുക.

നല്ലതോ ചീത്തയോ ആയ വികാരങ്ങളുമായി നിങ്ങൾ ബന്ധപ്പെടുത്തിയിരിക്കുന്ന അഞ്ച് പേരുകളോ വാക്കുകളോ കണ്ടെത്തി കുറിച്ചിടുക. എന്തുകൊണ്ടാണ് അത്തരത്തിലുള്ള വികാരമുണ്ടാകുന്നതെന്നും എഴുതിച്ചേർക്കുക. ഇനി അതേ വാക്കിനെ നേർവിപരീതമായ വികാരങ്ങളുമായി സങ്കല്പിക്കാൻ ശ്രമിക്കുക. നല്ല വ്യക്തിയായ പീറ്ററിനെ മോശമായി സങ്കല്പിക്കാനല്ല ഞാൻ ഉദ്ദേശിച്ചത്, ഏതു പീറ്ററായാലും ദൂഷ്യവശങ്ങൾ സങ്കല്പിക്കാൻ ശ്രമിക്കുക. എങ്ങനെയായിരിക്കും അവരെ കാണാൻ?

ഒരു വ്യക്തിയുമായി ഒരു പേര് വളരെയധികം ബന്ധപ്പെട്ടിട്ടുണ്ടെങ്കിൽ, അതുകൊണ്ടുതന്നെ നിങ്ങൾക്കാ പേരിനോടുള്ള വികാരം മാറ്റാൻ കഴിയുന്നില്ലെങ്കിൽ, അതേ പേരുള്ള മറ്റുള്ളവർക്കു മറ്റു വിളിപ്പേരുകൾ നൽകു.

ഒരു ഭക്ഷണത്തിൽ ചില ചേരുവകൾ ഉണ്ടെന്നതിനാൽ, നിങ്ങൾക്കാ ഭക്ഷണം ഇഷ്ടമല്ല എങ്കിൽ, ആ ചേരുവകളുടെ കാര്യം മറന്നേക്കു. ചേരുവകളെ കുറിച്ച് ഒന്നുമറിയാത്ത വണ്ണം ഭക്ഷണം ആസ്വദിക്കു. ഓരോ തവണയും ഇതുതന്നെ തുടരു.

ചെറുപ്രായത്തിൽ തന്നെ സ്വാധീനിക്കപ്പെടുന്നു

പലരും ആദ്യമായി മുൻധാരണകളുമായി കണ്ടുമുട്ടുന്നത് ബാല്യകാലങ്ങളിൽ തന്നെയാണ്. ഭൂരിഭാഗം കുട്ടികളും മുതിർന്നവർ പറയുന്നതെല്ലാം ശരിയാണെന്ന് അംഗീകരിക്കാൻ പരുവപ്പെടുത്തപ്പെടുന്നു. വലുതാകുമ്പോൾ പോലും അവർക്ക് ആ മുൻവിധികളെ വിമർശിക്കാനോ പുനഃപരിശോധിക്കാനോ കഴിയുന്നില്ല. കാരണം, അത്രയും ആഴത്തിലാണ് ആ ധാരണകൾ പതിഞ്ഞിരിക്കുന്നത്. ഇങ്ങനെയാണ് ദൃഢമായ പെരുമാറ്റ രീതികൾ വികസിക്കുന്നത്.

മാതാപിതാക്കളിൽ നിന്നോ, അദ്ധ്യാപകരിൽ നിന്നോ, മറ്റു മുതിർന്നവരിൽ നിന്നോ, നിങ്ങൾ ഉൾക്കൊണ്ടതും ഇതുവരെ ശരിയാണോ എന്നുപോലും പരിശോധിക്കാത്തതുമായ അഞ്ച് അഭിപ്രായങ്ങൾ, മുൻവിധികൾ അല്ലെങ്കിൽ സാങ്കല്പിക സത്യങ്ങൾ നിങ്ങളുടെ നോട്ടുപുസ്തകത്തിൽ എഴുതുക. അതിനടുത്തായിതന്നെ, അക്കാര്യങ്ങൾ സത്യമാണെന്ന് നിങ്ങൾ എന്തുകൊണ്ടാണ് വിശ്വസിക്കുന്നതെന്നും എഴുതുക. ചിലപ്പോൾ നിങ്ങളുടെ ഉത്തരങ്ങളെ പിന്നീടൊരു ഒഴിവുനേരത്ത് സ്വയം വിശകലനം ചെയ്യാൻ കഴിയും.

ജനനസമയത്ത്, തന്റെ ജീവിതകാലം മുഴുവൻ ഏതുതരം സമൂഹത്തിന്റെ ഭാഗമായിരിക്കുമെന്ന് ഒരാൾക്കും അറിയില്ല. ആ

സമൂഹത്തിന്റെ ആചാരങ്ങളെക്കുറിച്ചോ, മൂല്യങ്ങളെക്കുറിച്ചോ, ന്യായങ്ങളെക്കുറിച്ചോ ഒന്നുമറിയില്ല. എന്താണ് അതിന്റെ കാഴ്ചപ്പാടിൽ നല്ലതെന്നോ, മോശമെന്നോ, ഇഷ്ടമെന്നോ, അനിഷ്ട മെന്നോ അറിയില്ല. എന്താണ് അനുവദനീയമെന്നോ വിലക്കപ്പെട്ട തെന്നോ അറിയുന്നില്ല. അങ്ങനെയുള്ള മനുഷ്യരെ ഇഷ്ടത്തിന് ജീവിക്കാൻ സമ്മതിച്ചാൽ, അവർ തീർച്ചയായും സ്വതന്ത്രരായി രിക്കും, പക്ഷേ മറ്റുള്ളവർക്ക് അവരെ നിർവചിക്കാൻ കഴിയുക യില്ല. അവർ ചെയ്യുന്ന ഓരോ കാര്യങ്ങൾക്കു പിന്നിലും അവരുടെ ആവശ്യതകളായിരിക്കും, അല്ലാതെ അടിച്ചേല്പിക്കപ്പെട്ട ശരിക ളായിരിക്കില്ല.

ഓരോ 'പുതിയ' മനുഷ്യനും അങ്ങനെ സമൂഹത്തിൽ പ്രതിഷ്ഠിക്കപ്പെടുന്നു. പുതിയ ഉദ്യോഗസ്ഥരെപ്പോലെ, സ്ഥാപന ത്തിന്റെ ദൗത്യത്തെയും ലക്ഷ്യത്തെയും പരിചയപ്പെടുന്നു. പുതിയ വ്യക്തി എവിടെയും ഔദ്യോഗികമായി ഉൾപ്പെടാത്തതുകൊണ്ട്, ഏത് വിഭാഗത്തിലേക്കു വേണമെങ്കിലും അയാളെ നിയോഗിക്കാം.

കുറ്റവാളികളുടെ ഒരു കുടുംബത്തിലേക്കാണ് നിങ്ങൾ ജനിച്ചു വീഴുന്നതെങ്കിൽ, കൊല ചെയ്യുന്നതിനോടുള്ള കാഴ്ചപ്പാടിൽ, പുരോഹിതന്റെ വീട്ടിൽ ജനിച്ച ഒരു കുഞ്ഞിൽ നിന്നും വ്യത്യസ്ത മായിരിക്കാനുള്ള സാധ്യത വളരെ കൂടുതലാണ്. ആദ്യം പറഞ്ഞ കുടുംബത്തിലാണെങ്കിൽ, മറ്റൊരാളാൽ കൊല്ലപ്പെട്ടേക്കാവുന്ന സാധ്യതകളെ കുറിച്ച് നിങ്ങൾ സ്വാഭാവികമായും വിശകലനം ചെയ്യും. നിങ്ങൾ സ്വയം ചെയ്യാതിരിക്കുന്നതുകൊണ്ട്, മറ്റൊരാൾ അത് ചെയ്യാതിരിക്കണമെന്ന് പറയാൻ കഴിയില്ല. സദാചാരങ്ങ ളുടെ ഒരു വേലി തീർക്കുന്നതിനോടൊപ്പം തന്നെ, ജീവിതാവസാനം വരെ നിലനില്ക്കുന്ന ചില ബന്ധനങ്ങളും രൂപപ്പെടുന്നു.

രസകരമായ കാര്യമെന്തെന്നാൽ, അത്തരം ബന്ധങ്ങ ളൊന്നും വ്യക്തിപരമായ അനുഭവങ്ങളുമായി നേരിട്ടു ബന്ധമില്ലാത്ത വയാണ്, അവയെല്ലാം സ്വീകരിക്കപ്പെട്ട അഭിപ്രായങ്ങളാണ്.

പോലീസുദ്യോഗസ്ഥൻ എന്നാൽ ധർമ്മിഷ്ഠനായിരിക്കും എന്ന അഭിപ്രായത്തോട് നിങ്ങളും യോജിക്കുമെന്ന് എനിക്കുറ പ്പുണ്ട്. എന്തായാലും അവർ നമ്മുടെ നാടിന്റെ പ്രതിനിധികളല്ലേ, ക്രമസമാധാനം ഉറപ്പുവരുത്തുന്നവരല്ലേ. അതിനാൽതന്നെ, ഒരു പോലീസുദ്യോഗസ്ഥനെയും വ്യക്തിപരമായി പരിചയമില്ലെ ങ്കിലും, നിങ്ങൾ ബഹുമാനത്തോടെയല്ലേ അവരെ സമീപിക്കുക യുള്ളൂ? (പക്ഷേ നിങ്ങളുടെ കുടുംബം ഒരു കുറ്റകൃത്യത്തിൽ

പങ്കുചേർന്നിട്ടുണ്ടെങ്കിൽ, അതേ ഉദ്യോഗസ്ഥനോടുള്ള നിങ്ങളുടെ സമീപനം എങ്ങനെയായിരിക്കും? ഇപ്പോഴും നിങ്ങൾക്ക് അദ്ദേഹത്തെ പരിചയമില്ല.)

'മറ്റുള്ളവരിൽ നിന്നും കുറച്ചും, നിങ്ങളിൽനിന്നുതന്നെ അധികവും ആവശ്യപ്പെടുന്നതിലൂടെ, നിങ്ങൾ അതൃപ്തിയിൽ നിന്നും മുക്തി നേടുന്നു,' കൺഫ്യൂഷ്യസിന്റെ വാക്കുകൾ.

ഒരു പോലീസുദ്യോഗസ്ഥനോ പോലീസ് വേഷം ധരിച്ച ഒരാളോ തെരുവിൽ വെച്ച് മറ്റൊരാളെ അതിക്രമിക്കുന്നത് കണ്ടാൽ, യൂണിഫോം ധരിച്ച വ്യക്തിയുടെ ഭാഗത്തായിരിക്കും ശരിയെന്ന് അധികമൊന്നും ചിന്തിക്കാതെ തന്നെ നിങ്ങൾ തീരുമാനിക്കും. ആരെയായാലും, എന്തിനാണ് ഒരു പോലീസുകാരൻ ആക്രമിക്കുന്നത്? അതുശരി, എന്തുകൊണ്ട് ആയിക്കൂടാ? മറ്റുള്ളവരെ സഹായിക്കണമെന്ന ആശയത്തിലൂന്നി ജീവിക്കുന്നവരുടെ മനസ്സിൽ പോലീസ് സേനയിൽ ജോലി ലഭിക്കണമെന്ന ആഗ്രഹം ഉടലെടുക്കുന്നത് സ്വാഭാവികമാണ്. പക്ഷേ നിർഭാഗ്യവശാൽ, അതിന്റെ മറ്റൊരു വശമിതാണ് : പോലീസ് സേനയിൽ ജോലി ചെയ്യുന്നവരുടെയെല്ലാം ജീവിതാശയം പരോപകാരം ആകണമെന്നില്ല.

നിങ്ങളുടെ അഭിപ്രായത്തിൽ ആക്രമിക്കാൻ കഴിയാത്തതോ പാടില്ലാത്തതോ ആയ സ്ഥലങ്ങളിൽവെച്ച പോലും എതിരാളി നിങ്ങളെ ആക്രമിച്ചേക്കാം എന്ന് വിമോചനതത്വം നിങ്ങളെ പഠിപ്പിക്കുന്നു. ഒരേ ദിശയിലേക്കു മാത്രം നോക്കിനില്ക്കുന്ന ഒരു ശില്പം പോലെയാണ്, മുൻധാരണകളെ അവഗണിക്കാൻ കഴിയാതെ യുദ്ധക്കളത്തിൽ നില്ക്കുന്ന ഒരാൾ. ചെറുപ്പത്തിൽ നമ്മൾ അടുത്ത വീടുകളിലെ വാതിലിൽ മുട്ടി ഓടാറുണ്ട്. നമ്മൾ എത്ര ധൈര്യശാലികളാണെന്ന് കാണിക്കുകയയിരുന്നു ഉദ്ദേശ്യം. ഒന്നോ അതിലധികമോ വീടുകളിൽ പോയി, അവിടുത്തെ മുൻവാതിലിൽ മുട്ടിയ ശേഷം എത്രയും വേഗം അവിടെ നിന്നും ഓടുക, ഇതാണ് കളി. ദേഷ്യക്കാരായ വീട്ടുടമസ്ഥരുടെ കൈയിൽ അകപ്പെട്ടാലുള്ള അവസ്ഥ അത്ര നല്ലതല്ല. ഇവിടെ എതിരാളികൾ ഇവരാണ് : തിടുക്കത്തിൽ ഓടിരക്ഷപ്പെടുന്ന മൂന്ന് കുട്ടികൾ. അല്ലാതെ ആര്?

ഇന്നാണെങ്കിൽ, സാഹചര്യം തന്നെ മാറിയേനെ. പ്രശ്നക്കാർ പിടിപെടില്ല. അവർക്കിപ്പോൾ അന്നത്തേക്കാൾ

മുപ്പത് വയസ്സ് കൂടുതലുണ്ട്. അവർക്ക് കൂടുതൽ വേഗതയിൽ ഓടാൻ കഴിയുമെന്നതുകൊണ്ടല്ല, അവരെ ആരും സംശയിക്കില്ല. മുതിർന്ന ഒരാൾക്ക്, വാതിലിൽ മുട്ടിയ ശേഷം സാവധാനം നടന്നുപോകാം. മുകളിലത്തെ നിലയിലെ ജനാലവാതിൽ തുറക്കുന്നു. 'അത് കണ്ടോ? ഈ നശിച്ച പിള്ളേരെക്കൊണ്ട്... വാതിലിൽ മുട്ടി ഓടുന്നു!' സ്വാഭാവികമായും അത് കുട്ടികളായിരിക്കും. എന്തിനാണ് മുതിർന്ന ഒരാൾ അങ്ങനെ ചെയ്യുന്നത്?

അതുകൊള്ളാം, എന്തുകൊണ്ട് ചെയ്തുകൂടാ? കുട്ടികളിൽ വളരാത്ത പക്വത ആ മുതിർന്ന മനുഷ്യനിൽ ഉണ്ടായി എന്നതാണോ കാരണം? അതോ, മുതിർന്നവർക്ക് ഒരിക്കലും തെറ്റുപറ്റില്ലെന്നും, തെറ്റും ശരിയും വേർതിരിക്കാനുള്ള കഴിവ് അവരിലുണ്ടെന്നുമുള്ള ധാരണ ചെറുപ്പത്തിൽ തന്നെ പഠിച്ച് ശീലിച്ചതുകൊണ്ടാണോ?

അപ്രതീക്ഷിതമായവയെ പ്രതീക്ഷിക്കുക

നിങ്ങളൊരു നാർക്കോട്ടിക്സ് ഓഫീസർ ആണെന്ന് കരുതുക. വൃത്തിഹീനമായ നീണ്ട മുടിയുള്ള, കീറിയ ജീൻസ് ധരിച്ച്, പുകയിലയുടെയും മദ്യത്തിന്റെയും ഗന്ധം വഹിച്ച് ഒരു യുവാവ് തെരുവിലൂടെ നിങ്ങളെ കടന്നു പോകുന്നു. അയാൾക്കു പിന്നിൽ കോട്ടും സ്യൂട്ടും ധരിച്ച്, തലമുടി വെട്ടിയൊതുക്കിയ, തിളങ്ങുന്ന ഷൂ ധരിച്ച, വിലകൂടിയ സുഗന്ധദ്രവ്യങ്ങൾ പൂശിയ ഒരു ബിസിനസ്സുകാരൻ പോകുന്നു. നിങ്ങൾ ആരെയാണ് പരിശോധിക്കുക?

സ്വാഭാവികമായും യുവാവിനെയാവും എന്ന് ഞാൻ കരുതുന്നു. അവർ ഒരുമിച്ചാണ് ജോലി ചെയ്യുകയും, മയക്കമരുന്ന് കടത്തുന്ന ബിസിനസ്സുകാരനിൽ നിന്നും നിങ്ങളുടെ ശ്രദ്ധ തിരിക്കാനായുള്ള അവരുടെ തന്ത്രമാണിതെന്നുമുണ്ടെങ്കിൽ നിങ്ങളുടെ കാര്യം കഴഞ്ഞതുതന്നെ. ഇപ്പോൾ നിങ്ങൾ സ്വയം ചോദിക്കേണ്ട ചോദ്യം ഇതാണ്, 'എന്തുകൊണ്ട് ആയിക്കൂടാ?' മുകളിൽ പറഞ്ഞ ഉദാഹരണങ്ങളിൽ, എതിരാളികൾ ശക്തരായിരുന്നു. കാരണം, വിമോചന തത്വമാണ് അവർ ആയുധമാക്കിയിരുന്നത്, മാത്രമല്ല ആ ആയുധം നിങ്ങളുടെ കൈവശമില്ലെന്നും അവർക്ക് വിശ്വാസമുണ്ടായിരുന്നു.

സത്യത്തിൽ, നമ്മൾ ചെറുപ്പം മുതൽ തന്നെ ഒരുപാട് ആശയങ്ങളെ ഒരു എതിർപ്പും കൂടാതെ ദൈവവചനങ്ങളായി

കരുതി ഉൾക്കൊള്ളുന്നു. അതിലൊന്നാണ് : 'വലിയ കുട്ടികൾ കരയില്ല.'

മുതിർന്ന വ്യക്തിയെന്നാൽ ധൈര്യശാലിയും ശക്തനും വികാരങ്ങൾ പുറത്തു കാണിക്കാത്തവനുമാണ്. നമ്മളിൽ പലരും കുട്ടിക്കാലം മുതൽ തന്നെ വികാരങ്ങളെ കടിച്ചമർത്താൻ ശീലിക്കുന്നു. ആദ്യമത് സ്വാഭാവികമാണെന്നും, പിന്നീട് ശരിയാണെന്നും ധരിക്കുന്നു. 'മറ്റുള്ളവരുടെ മുന്നിൽ വെച്ച് കരയാൻ പാടില്ല! ഇതാ, ട്ടവാല. ഒന്നുമില്ല, ഒന്നുമില്ല, എല്ലാം ശരിയായി.'

വെറുതെ ഇതൊന്ന് മാറ്റി പരീക്ഷിച്ചുനോക്കണം : വിഷമങ്ങളുടെ മേലുള്ള നിയന്ത്രണം മാറ്റുകയും, സന്തോഷത്തെ പൂർണ്ണമായി അടക്കുകയും ചെയ്യണം. നമ്മൾ വർഷങ്ങളായി കാത്തിരുന്ന ഒരു കാര്യം സംഭവിച്ചാലോ, വളരെ മനോഹരമായ ഒരു സമ്മാനം ലഭിച്ചാലോ, ഒരുതരം ഭാവവ്യത്യാസവുമില്ലാതെ അത് സ്വീകരിക്കുക.

ഒരിക്കലും അവസാനിക്കാത്ത ഒരു കഥ

വളർത്തുക എന്ന ആശയത്തിലെ പതുങ്ങിയിരിക്കുന്ന പ്രശ്നമെന്തെന്നാൽ, അത് മാറ്റങ്ങളില്ലാതെ തുടർന്നുപോകുന്ന ഒരു കാര്യമായതിനാൽ, എതിരാളികൾക്ക് അതൊരു ആനുകൂല്യമാണ്.

നമ്മുടെ ജീവിതങ്ങളിൽ വ്യക്തമായി തടസ്സങ്ങളുണ്ടാക്കുന്ന കാര്യങ്ങളുണ്ടെങ്കിലും, അവ തീർത്തും ശരിയല്ലെന്ന് നമുക്കെല്ലാമറിയാമെങ്കിലും, ഒരു മാറ്റവുമില്ലാതെ അതെല്ലാം നമ്മൾ അടുത്ത തലമുറകളിലേക്ക് കൈമാറും. അവ ശ്രേഷ്ഠമാണെന്ന കാരണത്താലല്ല നമ്മളങ്ങനെ ചെയ്യുന്നത്, അവ നമ്മിലേക്ക് പകർന്നുതന്നവർക്ക് ഒരിക്കലും തെറ്റുപറ്റില്ലെന്ന ധാരണയെ അവഗണിക്കാൻ കഴിയാത്തതിനാലാണ്. ആ കാര്യങ്ങളൊന്നും ഒരിക്കലും നമുക്ക് ദോഷം ചെയ്തിട്ടില്ല, അല്ലേ? മറ്റൊരു മിഥ്യാബോധമാണ്, ചില വ്യക്തികളെയും പ്രസ്ഥാനങ്ങളെയും വിശ്വസിക്കണം എന്നുള്ളത്. തീർച്ചയായും അവരുടെ ഉദ്ദേശ്യങ്ങൾ നല്ലതായിരിക്കാം, അവരുടെ പ്രവർത്തികളും കരുണ നിറഞ്ഞതായിരിക്കാം, പക്ഷേ എന്നും അതങ്ങനെ തന്നെയായിരിക്കണം എന്ന് അർത്ഥമാകുന്നുണ്ടോ?

> തെറ്റാണെന്ന് മനസ്സിലാക്കുകയും, അടുത്ത തലമുറയ്ക്ക് കൈമാറരുതെന്ന് നിങ്ങൾക്ക് തോന്നുകയും ചെയ്ത അഞ്ച് കാര്യങ്ങൾ നിങ്ങളുടെ നോട്ടുപുസ്തകത്തിൽ എഴുതുക.

ഇങ്ങനെയൊരു മിഥ്യാധാരണയുടെ അങ്ങേയറ്റമാണ് ജപ്പാനിൽ ബാക്കി തുക നൽകിയാൽ എണ്ണിനോക്കുന്നത് അപമര്യാദകരമായ കാര്യമാണെന്നുള്ളത്. ഒരിക്കൽകൂടി പറയുന്നു, വിമോചിപ്പിക്കുന്നത് ആവശ്യകതയാണ്. ലെനിൻ പറഞ്ഞതുപോലെ, 'വിശ്വാസം നല്ലതാണ്, നിയന്ത്രണം അതിലും മികച്ചതാണ്.'

എല്ലാ എതിരാളികളെയും ഒരുപോലെ കാണാൻ ശ്രമിക്കുക : സംശയങ്ങൾ മാത്രമല്ല, അനാവശ്യ വിശ്വാസങ്ങളും ഒഴിവാക്കണം. ഒരു സേവനദാതാവ് തന്റെ സേവനത്തിന്റെ വിലവിവരപ്പട്ടികയിൽ, നിരക്കുകളെക്കുറിച്ചും നിബന്ധനകളെക്കുറിച്ചും വളരെ ചെറിയ അക്ഷരത്തിൽ ഒരുപാട് കാര്യങ്ങൾ എഴുതിയിട്ടുണ്ടെങ്കിൽ, ശരിയായ വിലയെക്കുറിച്ച് അയാൾ വെളിപ്പെടുത്താൻ ഉറപ്പായും ആഗ്രഹിക്കുന്നില്ല.

അയാളുടെ ഉദ്ദേശ്യം സത്യസന്ധമാണെങ്കിൽ, ഇങ്ങനെയായിരിക്കും അയാൾ എഴുതുക : 'ഞങ്ങളുടെ സേവനങ്ങളുടെ നിരക്കുകൾ ഇതൊക്കെയാണ്.' സൗജന്യമായോ സമ്മാനമായോ നിങ്ങൾക്കെന്തെങ്കിലും ലഭിക്കുകയാണെങ്കിൽപോലും, അതിന്റെ വില മറ്റൊരു ഭാഗത്ത് നൽകിയുണ്ടാകുമെന്ന് നിങ്ങൾക്കറിയാം.

> എന്തിനാണ് ആരെങ്കിലുമൊരാൾ നിങ്ങൾക്ക് സമ്മാനം നൽകുന്നത്? പ്രത്യക്ഷമായി സമ്മാനം തരുന്ന ഒരു വില്പനക്കാരന് എന്തുകൊണ്ടാണ് നിങ്ങൾ മുൻഗണന കൊടുക്കുന്നതെന്നതിന്റെ കാരണം കുറിച്ചിടുക.

സ്വബോധത്തോടെയല്ലാതെ എന്തിനോടെങ്കിലും സ്വയം ബന്ധിക്കപ്പെട്ടിരിക്കുന്ന ഒരാളെ കെണിയിൽ വീഴ്ത്താൻ എതിരാളിക്ക് എളുപ്പമാണ്. ഒരു എതിരാളിയുമായുള്ള നിങ്ങളുടെ അടുപ്പം എത്രത്തോളം കൂടുതലാണോ, അയാളോടുള്ള വിദ്വേഷം അത്രത്തോളം കുറവായിരിക്കും എന്നത് രസകരമായ ഒരു വസ്തുതയാണ്. രാഷ്ട്രീയത്തിലും വലിയ സ്ഥാപനങ്ങളിലും കാര്യങ്ങളെല്ലാം എപ്പോഴും സത്യസന്ധമായിരിക്കില്ല എന്ന് എല്ലാവർക്കുമറിയാം. അന്നും ഇന്നും, സ്ഥാപനങ്ങളിലും സർക്കാരിലും ധനാപഹരണം നടക്കുന്നുണ്ട്. പക്ഷേ ഒരു ഉദ്യോഗസ്ഥനും മേലധികാരിയും വ്യക്തിപരമായി അത് ചെയ്യുന്നില്ല. പിന്നെ ആരാണ്?

നല്ല രീതിയിലുള്ള പക്ഷപാതവും തീരുമാനങ്ങളെ സ്വാധീനിക്കും

പലർക്കും വിശ്വാസം തെളിയിക്കുക എന്നത് ഒരു കടമയാണ്. നിങ്ങളിൽ നിന്നും എനിക്കൊരു സേവനം ആവശ്യമുണ്ട്, പക്ഷേ ഞാനതിന് പണം നൽകാൻ ഉദ്ദേശിക്കുന്നില്ല എന്ന് കരുതുക. സംശയം തോന്നിയ നിങ്ങൾ എന്നോട് മുൻപണം നൽകാൻ ആവശ്യപ്പെടുന്നു. 'എന്ത്, എന്നെ വിശ്വാസമില്ലേ നിനക്ക്?' എന്ന എന്റെ ചോദ്യം മാത്രം മതി, മുൻപണം എന്ന ആവശ്യം നിങ്ങൾ പിൻവലിക്കും. പക്ഷേ എന്നെ വിശ്വസിക്കാൻ നിങ്ങൾ എന്തിനാണ് നിർബന്ധിതനാകുന്നത്?

ഒരു മികച്ച പോരാളി തീർച്ചയായും അറിഞ്ഞിരിക്കേണ്ട ഏറ്റവും പ്രധാനപ്പെട്ട കാര്യങ്ങളിലൊന്നാണ്, എല്ലാത്തിനെയും മുൻവിധിയോടെ കാണാനുള്ള ത്വരയെ എങ്ങനെ ഇല്ലാതാക്കണമെന്ന്. വില കൂടിയതും കുറഞ്ഞതുമായ കാര്യങ്ങളുണ്ട്; പ്രധാനപ്പെട്ടവയും പ്രാധാന്യമർഹിക്കാത്തവയുമുണ്ട്; നല്ലതും ചീത്തയുമുണ്ട്. കാഴ്ചയിൽ നല്ലവരായി തോന്നിക്കുന്നവരിൽ മോശം വശങ്ങളുമുണ്ട്; മോശം വ്യക്തികളായി കാണപ്പെടുന്നവരിൽ നല്ലതും ഉണ്ട്. യിൻ-യാങ് തത്വം ഓർക്കുന്നില്ലേ?

എന്റെ ഒരു ബാല്യകാല സുഹൃത്തിനെ ഞാനിപ്പോഴും ഓർക്കുന്നു. അവൻ തന്റെ വിലപിടിപ്പുള്ള ക്യാമറ എന്നും കൈയിൽ കൊണ്ടുനടക്കുമായിരുന്നു, അതിന്റെ സ്ട്രാപ്പില്ലാതെ. ഞാനൊരിക്കലും അങ്ങനെ ചെയ്യുകയില്ല, അത്രയും വിലയുള്ള ഒരു വസ്തു താഴെ വീഴുമോയെന്നുള്ള പേടിയുണ്ടെനിക്ക്. ഈ കാര്യം അവനോട് പറഞ്ഞപ്പോൾ, എനിക്ക് വളരെ സ്വീകാര്യമായ ഒരു ഉപദേശമാണ് അവൻ തന്നത് : 'ക്യാമറയ്ക്കു പകരം ഒരു കല്ലാണ് നിന്റെ കൈയിലുള്ളതെന്ന് കരുതുക. ഒരു കല്ല് തന്നെത്താനേ താഴെ വീഴുകയില്ല, അല്ലേ? കൈയിലുള്ള വസ്തുവിന്റെ വിലയെക്കുറിച്ചുള്ള ചിന്ത അകറ്റൂ, അപ്പോൾ അത് താഴെ വീഴുമെന്നുള്ള ഭയവും ഇല്ലാതാവും!'

മനുഷ്യരുടെ എല്ലാ പ്രവർത്തികൾക്കു പിന്നിലും ഒരു കാരണമുണ്ടെന്ന് മനസ്സിലാക്കാനുള്ള കഴിവാണ്, ഒരു മികച്ച യോദ്ധാവിന്റെ പ്രധാന കഴിവ്. നല്ല കാരണമോ, മോശം കാരണമോ അല്ല, ഒരു കാരണം.

കഴിഞ്ഞ 1500 വർഷങ്ങൾക്കിടയിൽ ഷാവോലിൻ കുങ് ഫു അത്രത്തോളം പൂർണ്ണതയിലേക്ക് എത്തിനില്ക്കുന്നു, ചെറുവിരലിന്റെ സ്ഥാനം പോലും വളരെ പ്രധാനമാണ്. എതിരാളി പിൻവാങ്ങുന്നത് ഭയമോ ആശങ്കയോ കൊണ്ടല്ല, നിങ്ങൾ അതാണ് ആഗ്രഹിക്കുന്നതെങ്കിൽപോലും, അതവരുടെ തന്ത്രത്തിന്റെ ഭാഗമാണ്. എത്ര ചെറുതാണെങ്കിലും, ഓരോ ചുവടിനും, ഓരോ നീക്കത്തിനും, കാരണവും ഉദ്ദേശ്യവുമുണ്ട്.

ഒരു കച്ചവടക്കാരൻ നിങ്ങൾക്ക് വിലക്കിഴിവിലോ സൗജന്യമായോ എന്തെങ്കിലും നൽകുന്നുണ്ടെങ്കിൽ, അത് നിങ്ങളെ സന്തോഷപ്പെടുത്താനല്ല. ഒരു നിമിഷം ചിന്തിക്കുക, എന്നിട്ട് ആ ധാരണയിൽ നിന്നും പുറത്തുവരൂ. ആദ്യം കുറച്ച് ബുദ്ധിമുട്ട് തോന്നിയേക്കാം. അയാളുടെ അത്തരം പ്രവർത്തികളുടെ ശരിയായ ഉദ്ദേശ്യം നിങ്ങളെ അത്ഭുതപ്പെടുത്തും.

വിമോചനതത്വം എന്നതിലൂടെ നമ്മൾ കൈവരിക്കുന്നത് പ്രാധാന്യമർഹിക്കുന്നവയിലേക്ക് മാത്രം ശ്രദ്ധയൂന്നാനുള്ള കഴിവ് കൂടിയാണ്. ചൈനീസ് പഴഞ്ചൊല്ലിൽ പറയുന്നതുപോലെ, 'ജീവിതജ്ഞാനമെന്നാൽ അനാവശ്യമായവയെ ഒഴിവാക്കുന്നത് കൂടെയാണ്.' എന്തുതന്നെയായാലും, നമ്മളാൽ മാറ്റാൻ കഴിയാത്ത പ്രധാന കാര്യങ്ങൾ ഇവയെല്ലാമാണ്. ലാവോ ത്സു പറയുന്നു, 'സ്വതന്ത്രമാക്കുന്നതിലൂടെ എല്ലാം തന്നെത്താനേ സംഭവിക്കുന്നു. ലോകത്ത് മികവ് തെളിയിച്ചവരെല്ലാം വിമോചിപ്പിക്കാൻ പ്രാപ്തരാണ്.' വിമോചനതത്വത്തെ ശരിയായ രീതിയിൽ പിന്തുടരാനാണ് ഷാവോലിൻ തത്വം നമ്മെ പഠിപ്പിക്കുന്നത്.

<u>പരിശീലനം</u>

പക്ഷപാതപ്രവണതയിൽ നിന്നും സ്വയം രക്ഷപെടുക

നമ്മൾക്കറിയില്ലെങ്കിൽപോലും, വാസ്തവത്തിൽ, നിർണ്ണായക നിമിഷങ്ങളിൽ ദുർബലരാക്കുന്ന പക്ഷപാത പ്രവണത നമ്മളെല്ലാവരിലുമുണ്ട്. അവയെ കണ്ടെത്തി ഇല്ലാതാക്കാൻ താഴെ കൊടുത്തിരിക്കുന്ന ചോദ്യങ്ങൾ നിങ്ങളെ സഹായിക്കും.

കുട്ടിക്കാലത്ത് സ്വീകരിച്ച ഏതെല്ലാം ധാരണകളാണ് നിങ്ങൾ ഒഴിവാക്കാൻ ആഗ്രഹിക്കുന്നത്?

....

മാതാപിതാക്കൾ നിങ്ങളെ വളർത്തിയ രീതിയിൽ നിന്നും വ്യത്യസ്തമായി എന്താണ് നിങ്ങൾ ചെയ്തിട്ടുണ്ടാവുക?

....

അത്യാവശ്യ ഘട്ടത്തിൽ ആരെയാണ് നിങ്ങൾ കൂടുതൽ വിശ്വസിക്കുക. ഒരു ന്യായാധിപനെയോ അതോ മയക്കുമരുന്ന് വില്ക്കുന്നവനെയോ?

....

എന്തുകൊണ്ട്?

....

വിമോചനതത്വം പഠിക്കേണ്ടതിന്റെ ആവശ്യകത എപ്പോഴാണ്?

....

മനസ്സാണ് എല്ലാം.
നിങ്ങളുടെ ചിന്തയാണ് നിങ്ങൾ.

ശ്രീ ബുദ്ധൻ

12. ആത്മജ്ഞാന തത്വം

മറ്റുള്ളവരെ തോല്പിക്കണമെങ്കിൽ, ആദ്യം സ്വയം തോല്പിക്കുക;
മറ്റുള്ളവരെ നയിക്കണമെങ്കിൽ, ആദ്യം സ്വയം നയിക്കുക;
മറ്റുള്ളവരെ അറിയണമെങ്കിൽ, ആദ്യം സ്വയം അറിയുക.

ലൂ ബുവെയ്

നിങ്ങൾ ഇപ്പോൾ ആരാണെന്നുള്ളതും, ഭാവിയിൽ ആരാകുമെന്നുള്ളതും നിങ്ങളിൽ തന്നെയാണെന്ന് മനസ്സിലാക്കുക.

'നിങ്ങളുടെ ബാഹ്യരൂപമാണ് എല്ലാവരും കാണുന്നത്, വളരെ കുറച്ചുപേർ മാത്രമേ നിങ്ങളെ ശരിക്കും അറിയുന്നുള്ളൂ.' പ്രഗത്ഭനായ ഇറ്റാലിയൻ രാജ്യതന്ത്രജ്ഞൻ നിക്കോളോ മാക്കിയവെല്ലിയുടെ വാക്കുകൾ.

മറ്റുള്ളവർ തങ്ങളെ എങ്ങനെ കാണണമെന്ന് പലർക്കും വ്യക്തമായ ധാരണയുണ്ടാകും : വലിയ, ശക്തനായ, കഴിവുള്ള, ദയയുള്ള, നീതിമാനായ, സൗന്ദര്യമുള്ള, സ്വതന്ത്രനായ, സാർവത്രികമായി ഇഷ്ടപ്പെടുന്നത്. അവരുടെ ശരിയായ വ്യക്തിത്വത്തെ അവഗണിച്ച്, ഇത്തരം വിശേഷണങ്ങളെ തൃപ്തിപ്പെടുത്താനായി അവർ ജീവിക്കും.

എന്തൊക്കെയായാലും, ശരിയായ വ്യക്തിത്വവും പുറമേ കാണുന്നതും തമ്മിൽ യോജിക്കുന്നവർ വളരെ വിരളമാണ്. എല്ലാവർക്കും എന്തെങ്കിലും ആയിത്തീരണം, പക്ഷേ സ്വന്തം വ്യക്തിത്വമല്ല. അതിന്റെ കൂടെ, ചുറ്റുമുള്ളവരുടെ പ്രതീക്ഷകളും.

ചുറ്റുമുള്ളവർക്കും നമ്മളെക്കുറിച്ച് ഒരു സങ്കല്പങ്ങളുണ്ട്. ആ സങ്കല്പങ്ങളുമായി യോജിക്കുന്നവ പ്രോത്സാഹിക്കപ്പെട്ടും, മറ്റുള്ളവ അവഗണിക്കപ്പെട്ടും. ആശാരിയായ അച്ഛൻ തന്റെ മകനിലെ മരപ്പണിയിലെ കഴിവ് കണ്ടെത്തും, ഒരു പണ്ഡിതൻ തന്റെ മകനിലെ പഠിക്കാനുള്ള മികവ് പ്രോത്സാഹിപ്പിക്കും; ആ കുഞ്ഞുങ്ങളിലെ ശരിയായ കഴിവുകൾ ചിലപ്പോൾ മറ്റു പലതുമായിരിക്കും.

അതിന്റെ ഫലമായി, വ്യത്യസ്തരായ രണ്ട് വ്യക്തിത്വങ്ങൾ കുട്ടിക്കാലം മുതൽ വളർത്തിയെടുക്കപ്പെടുന്നു : ഒന്ന് നാം ശരിക്കും എന്താണെന്നുള്ളത്, മറ്റൊന്ന് നാം എന്തായിത്തീരണമെന്ന് വിശ്വസിക്കുന്നത്. സ്വാഭാവികമായും സ്വയം സൃഷ്ടിച്ച വ്യക്തിത്വത്തിന് ഒരുപാട് നല്ല വശങ്ങളുണ്ട്, കുറവുകൾ ഇല്ലതാനും. അതേസമയം, മറ്റുള്ളവരാൽ അടിച്ചേല്പിക്കപ്പെട്ട വ്യക്തിത്വത്തിന്റെ കാര്യം നേർവിപരീതമാണ്. ആളുകൾക്ക് ശക്തരായ എതിരാളികൾ ഉണ്ടാകുന്നതിനോട് താല്പര്യമില്ല. 'അതിര് കടക്കരുത്,' 'അറിയാവുന്നത് ചെയ്താൽ മതി,' എന്നുള്ള വാചകങ്ങളാൽ അവർ നിങ്ങളെ വളരാൻ അനുവദിക്കുകയില്ല.

ആത്മപ്രശംസ ഒരു വൈകല്യമായി മാറാം

മനുഷ്യർ ചെറുപ്പം മുതൽ തന്നെ സ്വയം നിയന്ത്രിക്കാൻ തുടങ്ങും.

അതിനർത്ഥം, അവർക്ക് ജീവിതത്തിൽ എന്ത് നേടാൻ കഴിയുമെന്നും അവരുടെ പരിധികൾ ഏതൊക്കെയാണെന്നും മറ്റുള്ളവർ തീരുമാനിക്കും. അതിനാൽതന്നെ, പിന്നീടവർ അധികം ഉയരത്തിൽ എത്തുകയില്ല. ആ പരിധിയുടെ കാരണം കഴിവില്ലായ്മയല്ല, മനസ്സിലെ നിയന്ത്രണത്തിന്റെ ഫലമാണ്. നിങ്ങളെ പോറ്റുന്നതിൽ മറ്റുള്ളവർ പങ്കുവഹിച്ചിട്ടില്ല, അതിനാൽ തന്നെ നിങ്ങളെക്കുറിച്ചുള്ള അവരുടെ കാഴ്ചപ്പാടും വ്യത്യസ്തമായിരിക്കും.

വളർത്തുന്നതും കഴിവുകൾ മനസ്സിലാക്കുന്നതും തമ്മിലെന്താണ് ബന്ധം? കുറെ കാലത്തേക്ക് എന്നിൽ നിന്നും അടർത്തിമാറ്റാൻ കഴിയാത്ത ഒരു വാചകവുമായാണ് ഞാൻ വളർന്നത് : 'ആത്മപ്രശംസ ആത്മഹത്യയെക്കാൾ മോശമാണ്.' ഒരാൾ സ്വന്തം കഴിവുകളെ മനസ്സിലാക്കുന്നതിൽ മറ്റുള്ളവർക്കു യാതൊരു താല്പര്യവുമിലെന്ന് എനിക്കിന്ന് ബോധ്യമായി.

നിങ്ങളുടെ സഹായി, അല്ലെങ്കിൽ നിങ്ങൾ തിരക്കിലായിരിക്കുമ്പോൾ നിങ്ങൾക്കു വരുന്ന കോളുകൾ എടുക്കുന്ന വ്യക്തി പറയുന്നു, ലോകത്തെ ഏറ്റവും വലിയ സ്ഥാപനങ്ങളിൽ ഒന്നിന്റെ ഉടമ നിങ്ങളെ നേരിട്ടു വിളിച്ചു എന്നും തിരികെ വിളിക്കാൻ ആവശ്യപ്പെട്ടു എന്നും.

എന്തായിരിക്കും നിങ്ങളുടെ മനസ്സിൽ? നിങ്ങൾ എന്തു ചെയ്യും? രണ്ട് ഉത്തരങ്ങളും നിങ്ങളുടെ നോട്ടുപുസ്തകത്തിൽ എഴുതുക.

ഭൂരിഭാഗം പേരും തിരിച്ചു വിളിക്കില്ലെന്നാണ് ഞാൻ കരുതുന്നത്. 'അതുപോലൊരാൾ മറ്റുള്ളവരെയെല്ലാം വിട്ട് എന്നെ എന്തിനാണ് വിളിക്കുന്നത്? അവർക്കെന്നെ അറിയുക പോലുമില്ല. മാത്രവുമല്ല, എന്നെക്കാൾ കഴിവുള്ളവർ ആയിരക്കണക്കിനുണ്ട്. വെറുതെ വിഡ്ഢിയാകാൻ ഞാൻ ഉദ്ദേശിക്കുന്നില്ല!

ഷാവോലിൻ തത്വപ്രകാരമുള്ള പരിഹാരമെന്തായിരിക്കും? തിരിച്ചു വിളിച്ച് അയാൾക്കു പറയാനുള്ളത് കേൾക്കുക. ഒരു സമ്മർദ്ദവും കൂടാതെ വിളിക്കണം, അതുപോലെതന്നെ ലക്ഷക്കണക്കിനു വിലമതിക്കുന്ന ഉടമ്പടിയും പ്രതീക്ഷിക്കരുത്. അയാൾക്ക് എന്തുകൊണ്ട് നിങ്ങളെ വിളിച്ചുകൂടാ?

ഇതിനുള്ള ഉത്തരം കൂടി എഴുതുക. 'കാരണം... ഞാൻ...?' എന്നാണോ പറയാൻ പോകുന്നത്? എന്താണ് നിങ്ങളുടെ കുറവ്? വിളിച്ചയാൾക്ക് എന്താണ് വേണ്ടതെന്നുപോലും നിങ്ങൾക്കിപ്പോഴും അറിയില്ല, അല്ലേ? ചിലപ്പോൾ നിങ്ങൾക്കുപോലും അറിയാത്ത കഴിവുകൾ നിങ്ങൾക്കുള്ളിൽ ഉണ്ടായിരിക്കാം.

മനുഷ്യർ സ്വന്തം കഴിവുകളെ മനസ്സിലാക്കിയാൽ, എതിരാളികളുടെ പ്രശംസകളും വിമർശനങ്ങളും അവരെ സ്വാധീനിക്കുകയില്ല! 'നിങ്ങൾ മികച്ചതാവണമെങ്കിൽ, ഞാനങ്ങനെ പറയണം. നിങ്ങളത് സ്വന്തമായി മനസ്സിലാക്കാൻ പാടില്ല. അല്ലെങ്കിലും നിങ്ങളെക്കുറിച്ച് എന്താണ് നിങ്ങൾക്കറിയുക?'

നമ്മളിൽ പലരിലും ഈ ധാരണ എത്രത്തോളം ആഴ്ന്നിറങ്ങിയിട്ടുണ്ടെന്ന് വിശദീകരിക്കാൻ എളുപ്പമാണ്. പ്രശംസകളെക്കാൾ വിമർശനങ്ങളെ നേരിടാനാവും നിങ്ങൾക്ക് എളുപ്പമെന്ന് എനിക്ക് പറയാൻ കഴിയും. ഞാൻ പഠിപ്പിക്കുന്നതിന്റെ ഭാഗമായി നിങ്ങൾ വരച്ച ഒരു ചിത്രം എന്നെ കാണിക്കുകയാണെന്ന് സങ്കല്പിക്കുക. ഞാനൊരു വിദഗ്ധനാണെന്നാണ് നിങ്ങൾ കരുതുന്നത്, അതിനാൽതന്നെ എന്റെ അഭിപ്രായത്തിന് അത്രയും പ്രാധാന്യവും നിങ്ങൾ നൽകുന്നു. ഞാൻ ആ ചിത്രത്തിലേക്ക് ഒന്നു നോക്കുകയും ഉടൻതന്നെ ഒരു കുറവ് കണ്ടെത്തി പറയുകയും ചെയ്താൽ, നിങ്ങളത് മറുചോദ്യം ഒന്നുമില്ലാതെ സ്വീകരിക്കും. നിങ്ങൾക്ക് ആ ചിത്രം ശരിക്കും ഇഷ്ടപ്പെട്ടാൽ പോലും, അതിലെ സാങ്കല്പിക തെറ്റുകൾ തിരുത്തുകയാവും നിങ്ങൾ ചെയ്യുക. എന്റെ കഴിവിന്റെ ഏഴയലത്തു

പോലുമില്ല നിങ്ങളുടേതെന്നും, എന്റെ പ്രവർത്തികൾ സത്യസന്ധമായിരുന്നുവെന്നും നിങ്ങൾക്കറിയാം.

പക്ഷേ ഞാൻ ആ ചിത്രത്തിലേക്ക് ഒന്ന് നോക്കിയ ശേഷം നിങ്ങളെ പ്രശംസിച്ചിരുന്നെങ്കിലോ? അത്രയും മനോഹരമാണെന്നും, നിങ്ങളിൽ നിന്നും ഞാനിത് ഒരിക്കലും പ്രതീക്ഷിച്ചില്ലെന്നും, എന്നിൽപോലും ഇത്രയും മികച്ച ഒരു ആശയം ഉദിക്കില്ലെന്നും പറഞ്ഞാലോ? ഞാനെന്തുകൊണ്ടാണ് ഇങ്ങനെ പ്രശംസിക്കുന്നതെന്ന് നിങ്ങൾ ആശ്ചര്യപ്പെട്ടും. ഹാ, ഞാൻ പരിശീലിപ്പിച്ചതിനു പകരമായി നിങ്ങളെനിക്കു പണം തന്നിട്ടുണ്ട്. അതിനാൽ തന്നെ നിങ്ങളെ ഞാൻ വിമർശിക്കില്ല, അല്ലേ?

കപട വിനയത്വം വേണ്ട

ഒരാളോട് തന്റെ ദൗർബല്യങ്ങളെക്കുറിച്ച് ചോദിച്ചാൽ, ഒരു വലിയ പട്ടിക തന്നെ അവരുടെ കൈയിലുണ്ടാകുമെന്നത് എന്നെ എപ്പോഴും അതിശയിപ്പിക്കാറുണ്ട്. പക്ഷേ ഏറ്റവും നന്നായി ചെയ്യുന്ന കാര്യമെന്താണെന്ന് ചോദിച്ചാൽ, ലജ്ജയോടുകൂടിയ മൗനമാവും ഉത്തരം.

കഴിഞ്ഞ അധ്യായത്തിൽ, എതിരാളികൾ എങ്ങനെ നിങ്ങൾ പോലും അറിയാതെ നിങ്ങളുടെമേൽ അധികാരം സ്ഥാപിക്കുന്നുവെന്ന് പലതവണ കാണിച്ചുതരാൻ ഞാൻ ശ്രമിച്ചിരുന്നു. അത് സാദ്ധ്യമാകുന്നതിന്റെ കാരണം, പലരും തങ്ങളുടെ മൂല്യം കണക്കാക്കുന്നത് ശരിയായ അളവുകോൽ ഉപയോഗിച്ചല്ല, മറ്റുള്ളവരുടേതുമായി താരതമ്യപ്പെടുത്തിയാണ്. ഒന്നുകിൽ എനിക്ക് ചെയ്യാൻ സാധിക്കും, അല്ലെങ്കിൽ എനിക്കതിന് കഴിയില്ല. അതിനെക്കാൾ മികച്ചതായി മറ്റാർക്കെങ്കിലും ചെയ്യാൻ കഴിയുമെന്ന് തോന്നിയാൽ പോലും, അതിന് മാറ്റമൊന്നുമില്ല. എന്റെ സ്വന്തം കഴിവുകളെക്കുറിച്ച് ഞാൻ ബോധവാനായിരിക്കണം.

പരിശീലനം

ആരുടെ വിധിയെഴുത്തിനാണ് മൂല്യം?

നിങ്ങൾ ഒരു പ്രാക്ടിക്കൽ പരീക്ഷയ്ക്ക് വന്നിരിക്കുകയാണെന്ന് കരുതുക. നിങ്ങളാ വിഷയത്തിൽ മികച്ച നില്ക്കുന്നയാളാണ്. കൂടാതെ നന്നായി പഠിച്ചിട്ടുമുണ്ട്. പ്രതികൂലമായി സംഭവിക്കാൻ ഒരു കാരണവുമില്ല.

പരീക്ഷയ്ക്ക് മേൽനോട്ടം വഹിക്കാനായി ഞാൻ കടന്നുവരികയാണ്. എന്നെ പരിചയപ്പെടുത്തിയിരിക്കുന്നത് കഴിവുറ്റവനായിട്ടാണ്. എനിക്ക് പരീക്ഷാ വിഷയത്തെക്കുറിച്ച് ഒന്നുമറിയില്ലെന്ന സത്യം മറച്ചുവെക്കാനായി ഞാൻ അതേ രീതിയിൽ തന്നെ പെരുമാറുകയും ചെയ്യുന്നു.

നിങ്ങൾ ജോലി തുടങ്ങി. നിങ്ങളെ നിരീക്ഷിക്കുന്നു എന്നു തോന്നിക്കാനായി ഞാൻ നിങ്ങളുടെ അടുത്തുതന്നെ നില്ക്കുന്നുണ്ട്. നിങ്ങൾക്ക് വളരെ ഉറപ്പും വിശ്വാസവുമുള്ള ഭാഗമെത്തുമ്പോൾ ഞാൻ നിങ്ങളെ സംശയ ഭാവേന നെറ്റി ചുളിച്ചു നോക്കുന്നു. ആക്കിച്ചിരിച്ചുകൊണ്ട് ഞാൻ തലയും ആട്ടുന്നു. എന്നിട്ട് കൈയാൽ ആംഗ്യം കാണിച്ചുകൊണ്ട് പറയുന്നു, 'സാരമില്ല, നടക്കട്ടെ. എന്നെ ശ്രദ്ധിക്കേണ്ട!

ഇതിനുമുൻപ് ഒരു ആയിരം തവണ നിങ്ങൾ ഈ കാര്യം ചെയ്തിട്ടുണ്ടെങ്കിലും, എന്റെ ചേഷ്ടകൾ നിങ്ങൾക്ക് ശല്യമാകുന്നു. 'അയാളിക്കാര്യത്തിൽ കഴിവ് തെളിയിച്ചയാളാണ്. എന്താണിങ്ങനെ നോക്കുന്നത്? ഞാൻ ചെയ്തതിൽ എന്തെങ്കിലും പിഴവ് പറ്റിയോ?'

- ഇനിയാണ് ചോദ്യം : നിങ്ങൾക്ക് കഴിവുണ്ടെന്ന് നിങ്ങൾക്കറിയാം. എന്റെ പെരുമാറ്റം എന്തുകൊണ്ടാണ് നിങ്ങളിൽ ആത്മവിശ്വാസക്കുറവുണ്ടാക്കുന്നത്? ഇതിനുത്തരം നിങ്ങളുടെ നോട്ടുപുസ്തകത്തിൽ എഴുതുക.

ഇനി പരീക്ഷയിലേക്ക് വീണ്ടും കടക്കാം. നിങ്ങളുടെ ജോലി പഠിക്കാൻ ആഗ്രഹിക്കുന്ന ഒരാളായിട്ടാണ് ഇത്തവണ എന്നെ പരിചയപ്പെടുത്തുന്നത്. അതിനാൽതന്നെ നിങ്ങളുടെ ജോലി കാണാൻ ഞാൻ ആവശ്യപ്പെടുന്നു. കഴിഞ്ഞ തവണത്തേതിലെന്നപോലെതന്നെ ഞാൻ ഇപ്പോഴും പെരുമാറുന്നു.

എന്തുകൊണ്ടാണ് ഇപ്രാവശ്യം നിങ്ങൾ മറ്റൊരു തരത്തിൽ പ്രതികരിച്ചതെന്ന് ശ്രദ്ധിക്കുക. കാരണം, ഞാൻ കരുതിക്കൂട്ടി നിങ്ങളെ പ്രകോപിപ്പിക്കാൻ ശ്രമിക്കുകയാണ്, അത് ശരിയായ കാര്യമല്ല.

നിങ്ങൾക്ക് കഴിവുണ്ടെങ്കിൽ, അതിനർത്ഥം നിങ്ങൾക്കു കഴിയുമെന്ന് തന്നെയാണ്. പരീക്ഷയ്ക്കു മേൽനോട്ടം വഹിക്കുന്നവനല്ല, നിങ്ങളുടെ അമ്മയോ, അമേരിക്കൻ പ്രസിഡൻറോ വന്നാലും അതിൽ മാറ്റമില്ല. അമ്മയല്ലാതെ മറ്റു രണ്ടുപേർ വന്നാൽ ചിലപ്പോൾ പരിഭ്രമം തോന്നാൻ സാധ്യതയുണ്ട്. പക്ഷേ എന്തുകൊണ്ടാണ് നിങ്ങൾ ശരിയായി ചെയ്തുകൊണ്ടിരിക്കുന്ന കാര്യത്തിനുമേൽ പെട്ടെന്നൊരു വിശ്വാസക്കുറവ്? കാരണം ഞാൻ പറയാം. ചെയ്യുന്ന കാര്യം ശരിയാണെന്ന് ഇതുവരെ നിങ്ങൾ സ്വയം ബോധ്യപ്പെടുത്തിയിട്ടില്ല. ഇതുവരെ വിമർശിക്കപ്പെടാത്തതുകൊണ്ട്, ചെയ്തതിൽ തെറ്റുമില്ല. പക്ഷേ അതുകൊണ്ട് അത് ശരിയായിരിക്കണമെന്നുണ്ടോ? നിങ്ങൾ മോശമായ ഒരു വ്യക്തിയാണ് എന്ന് ഇതുവരെ ആരും പറയാത്തതുകൊണ്ട്, നിങ്ങൾ നല്ലൊരു വ്യക്തിയാണെന്ന് അർത്ഥമാകുന്നുണ്ടോ?

- നിങ്ങൾ നല്ലതാണോ എന്ന് ആർക്കാണ് പറയാൻ സാധിക്കുക? കഠിനമായ ഈ ഉദ്യമം നിർവഹിക്കുമെന്ന് നിങ്ങൾക്ക് വിശ്വാസമുള്ള മൂന്ന് പേരുകൾ കുറിച്ചിടുക.
- അതിനടുത്തായിത്തന്നെ, അവർ നിങ്ങളോട് സത്യസന്ധമായി പെരുമാറിയില്ലെങ്കിലും, അതിൽ ഓരോരുത്തർക്കും ലഭിച്ചേക്കാവുന്ന മുൻഗണനകളും എഴുതുക.

നിങ്ങളുടെ ശത്രുക്കളും മിത്രങ്ങളും, നിങ്ങൾ ഇഷ്ടപ്പെടുന്നതും വെറുക്കുന്നതുമായ സ്ഥലങ്ങൾ, നിങ്ങളുടെ ജോലിയും നേരമ്പോക്കുകളും – ലോകത്തിലെ എല്ലാത്തിലും നിന്നുംതന്നെ നിങ്ങൾക്ക് ഓടിയൊളിക്കാൻ കഴിയും. പക്ഷേ ഒരാളിൽനിന്നു മാത്രം നിങ്ങൾക്ക് രക്ഷപ്പെടാൻ സാധിക്കുകയില്ല : നിങ്ങളിൽ നിന്നു തന്നെ. എവിടെയൊക്കെ പോയൊളിച്ചാലും, എന്തൊക്കെ തന്ത്രങ്ങൾ പയറ്റിയാലും, നിങ്ങളുടെ കൂടെ ജീവിതകാലം മുഴുവൻ സഞ്ചരിക്കുന്ന വ്യക്തിയാണ് നിങ്ങൾ.

'മറ്റുള്ളവരെ അറിയുന്നത് വിവേകമാണ്; സ്വയം അറിയുന്നത് ജ്ഞാനോദയമാണ്.' ലാവോ ത്സുവിന്റെ വാക്കുകൾ.

പരസ്പരം മനസ്സിലാക്കുക എന്നത് നല്ലൊരു കാര്യമാണ്, അല്ലേ? ഒരാളിൽ നിന്നും മറ്റൊരാൾക്ക് എന്തു പ്രതീക്ഷിക്കാം എന്തു പ്രതീക്ഷിക്കാൻ പാടില്ല എന്ന്.

ആത്മവഞ്ചന ഒന്നിനും പരിഹാരമല്ല

ധാർമ്മികമായ കാഴ്ചപ്പാടുകളെ മാറ്റിനിർത്തിയാൽ, നമുക്ക് ആരോടു വേണമെങ്കിലും കള്ളം പറയാനാകും; പക്ഷേ നമ്മളോട് തന്നെ നമുക്കതിന് കഴിയുകയില്ല. സ്വന്തം മനസ്സിനോട് സത്യസന്ധത പുലർത്തണം, പ്രായോഗികമായവയെയും അല്ലാത്തവയെയും വേർതിരിച്ചു മനസ്സിലാക്കണം.

മനസ്സിനു മുന്നിൽ അഭിനയിക്കരുത്, നമ്മളെക്കുറിച്ച് മറ്റുള്ളവരോടു പറയുന്നതെല്ലാം സ്വയം വിശ്വസിക്കുകയുമരുത്.

സുൻ സുവിന്റെ *ദി ആർട് ഓഫ് വാർ* എന്ന പുസ്തകത്തിൽ, അദ്ദേഹം എഴുതിയിട്ടുണ്ട്, 'നിങ്ങൾക്ക് നിങ്ങളുടെ ശത്രുവിനെയും നിങ്ങളെയും അറിയാമെങ്കിൽ, നൂറ് യുദ്ധങ്ങളുണ്ടായാലും അതിന്റെ ഫലത്തെക്കുറിച്ച് ഭയക്കേണ്ടതില്ല. സ്വയം അറിയാം

പക്ഷേ ശത്രുവിനെ അറിയില്ലെങ്കിൽ, ഓരോ വിജയത്തിനൊപ്പം ഓരോ തോൽവിയും നിങ്ങൾ ഏറ്റുവാങ്ങേണ്ടിവരും. നിങ്ങളെയും ശത്രുവിനെയും നിങ്ങൾക്കറിയില്ലെങ്കിൽ, എല്ലാ യുദ്ധത്തിലും നിങ്ങൾ പരാജയപ്പെടും.'

പരിശീലനം

യഥാർത്ഥത്തിൽ ആരാണ് നിങ്ങൾ?

- നിങ്ങളുടെ പുസ്തകം എടുക്കുക. മറ്റെല്ലാ ധാരണകളെയും മാറ്റിനിർത്തി, അമിതമായ ചിന്തകൾ ഒഴിവാക്കി, നിങ്ങളെ നന്നായി വിവരിക്കുന്ന പത്ത് കാര്യങ്ങൾ കണ്ടെത്തി എഴുതുക.
- അതിനു താഴെയായി, നിങ്ങളുടെ ഉറ്റസുഹൃത്ത് നിങ്ങളെ വിവരിക്കാൻ ഉപയോഗിക്കാവുന്ന പത്ത് വാക്കുകൾ എഴുതുക.
- അതിനും താഴെയായി, നിങ്ങളെ ആരാധിക്കുന്നവരുടെ കാഴ്ചപ്പാടിൽ നിങ്ങളെങ്ങനെയായിരിക്കുമെന്ന് എഴുതുക.
- ഇനി ഇവ മൂന്നും താരതമ്യം ചെയ്യുക. എവിടെയാണ് വ്യത്യാസം കാണുന്നത്? എന്തുകൊണ്ട്?
- ആദ്യത്തെ വിവരണങ്ങളിലേക്കു പോവുക. അതിലെ ഓരോ കാര്യവും പരിശോധിച്ച് ശരിയായവയാണോ എന്ന് ഉറപ്പുവരുത്തുക. അതിലെ ഏതെങ്കിലും യാഥാർത്ഥ്യമല്ലെന്നും നിങ്ങളുടെ സങ്കല്പമാണെന്നും തോന്നിയാൽ, അതിനെ മാറ്റിയെഴുതുക. ശേഷമുള്ള പട്ടികയാണ് നിങ്ങളുടെ വ്യക്തിത്വത്തെക്കുറിച്ച് വിവരിക്കുന്ന പത്ത് കാര്യങ്ങൾ.
- നിങ്ങളെ വിവരിക്കുന്ന ദൗത്യത്തിൽ, മറ്റുള്ളവർ യാഥാർത്ഥ്യത്തിൽ നിന്നും എത്രത്തോളം വ്യതിചലിച്ചിട്ടുണ്ട്?
- ഓരോ വിശേഷണങ്ങൾക്കും നേരെയായി, അതെത്രത്തോളം നിങ്ങൾക്ക് അനുകൂലമാണെന്നും പ്രതികൂലമാണെന്നും കുറിച്ചിടുക. എവിടെയെല്ലാം നിങ്ങൾക്ക് അവ ആയുധമായി ഉപയോഗിക്കാൻ കഴിയും, എവിടെയെല്ലാം നിങ്ങൾക്കെതിരെ ശത്രുക്കൾക്ക് അത് ആയുധമായി പ്രയോഗിക്കാൻ കഴിയും? ഓരോന്നിനും മൂന്ന് ഉത്തരങ്ങൾ വീതമെഴുതുക.

ഈ പരിശീലനത്തിലൂടെ ഞാൻ നിങ്ങളോട് പറയാൻ ഉദ്ദേശിക്കുന്നതെന്തെന്നാൽ, നല്ലതോ മോശമോ ആയി ഒന്നുമില്ല. വെളിച്ചം കൂടുംതോറും നിഴലിന്റെ ആഴവും കൂടും. പക്ഷേ വെളിച്ചമുണ്ട്, അതാണ് പ്രധാനം.

നമ്മൾക്കല്ലാതെ മറ്റാർക്കും നമ്മളെ നിർവചിക്കാനോ മനസ്സിലാക്കാനോ കഴിയുകയില്ലെന്ന് ഷാവോലിൻ തത്വം നമ്മെ പഠിപ്പിക്കുന്നു. ഉയർന്നതെന്ന് നമ്മൾ ധരിക്കുന്നതെന്താണോ,

അതാണ് ശരിക്കും ഉയർന്നത്; ശക്തമായതെന്ന് നമ്മൾ ധരിക്കുന്നതെന്താണോ, അതാണ് ശരിക്കും ശക്തമായത്; നല്ലതെന്ന് നമ്മൾ ധരിക്കുന്നതെന്താണോ, അതാണ് ശരിക്കും നല്ലത്. നമ്മുടെ മനസ്സ് നിർണ്ണയിക്കുന്നതാണ് നമ്മുടെ സ്ഥാനം.

വിമർശനങ്ങളെ എങ്ങനെ നേരിടാം

ആയുധം പ്രയോജനപ്രദമാകണമെങ്കിൽ, അത് ശരിയായി ഉപയോഗിക്കണം. ലോകത്തിലെ ഏറ്റവും ധനികനാവുന്നതിൽ അതിന്റേതായ ഗുണങ്ങളുണ്ട്: പണമില്ലാത്തതിൽ വിഷമിക്കേണ്ടതില്ല, ആഗ്രഹിക്കുന്നത് നേടിയെടുക്കാൻ സാധിക്കും, പണത്താൽ വാങ്ങാൻ കഴിയുന്നതെല്ലാം വാങ്ങിക്കാം സാധിക്കും. പക്ഷേ മോചനദ്രവ്യത്തിനു വേണ്ടി ഒരാൾ തട്ടിക്കൊണ്ടുപോകപ്പെട്ടാൽ, ഏറ്റവും ദരിദ്രനാവുകയും ചെയ്യും.

നിങ്ങളെത്ര കഴിവുള്ളവനായാലും, നിങ്ങളുടെ പ്രവർത്തികളിൽ കുറ്റം കണ്ടുപിടിക്കാനായി എന്നും ആരെങ്കിലുമുണ്ടാകും. സമൂഹത്തിൽ പിടിച്ചുനില്ക്കണമെങ്കിൽ ഒരാൾക്ക് ഏറ്റവും പ്രധാനമായും വേണ്ട കഴിവാണ് വിമർശനങ്ങളെ നേരിടാൻ പഠിക്കുക എന്നത്. പക്ഷേ അതൊരു ആയുധമായി പ്രയോഗിക്കാൻ കഴിയുമെന്നതിൽ ഒരു സംശയവുമില്ല. വിമർശനത്തിനെതിരെയുള്ള പ്രതികരണമാണ് നിർണ്ണായക പങ്കു വഹിക്കുന്നത്. നിങ്ങൾക്കത് അവഗണിക്കാം, അവഹേളനമായി കാണാം, സ്വയം ന്യായീകരിക്കാം, അല്ലെങ്കിൽ ഉപദ്രവമായി കരുതാം.

'എനിക്ക് കഴിവുണ്ട്, അതുകൊണ്ട് ഞാൻ ചെയ്യുന്നതിനോടുള്ള മറ്റുള്ളവരുടെ പ്രതികൂല അഭിപ്രായങ്ങളിൽ എനിക്ക് താല്പര്യമില്ല. അത്തരം വിമർശനങ്ങൾ കേൾക്കാൻ പോലും ഞാൻ കൂട്ടാക്കാറില്ല.'

ഇങ്ങനെ പറയുന്നതിലൂടെ കൂടുതൽ മികച്ചവനാകാനുള്ള അവസരം നിങ്ങൾ നഷ്ടപ്പെടുത്തുകയാണ്. സ്വന്തം കഴിവ് നന്നായി അറിയുന്ന ആളാണെങ്കിൽ, ഒരു വിമർശകന്റെ അഭിപ്രായങ്ങൾ നിങ്ങളെ സ്വയം മെച്ചപ്പെടുത്താനുള്ള സൂചനകളായിട്ടാണ് നിങ്ങൾ കരുതേണ്ടത്. ആക്രമിക്കുന്നവരുടെ ഊർജ്ജം നിങ്ങളുടേതായി നിങ്ങൾ പരിവർത്തനം ചെയ്യും. ഓർക്കുക, മറ്റുള്ളവരെ തൃപ്തിപ്പെടുത്തേണ്ട ആവശ്യമില്ല, പക്ഷേ നിങ്ങൾ ജീവിക്കേണ്ടത് നിങ്ങൾക്കൊപ്പം തന്നെയാണ്. എത്രത്തോളം കഴിവുറ്റവനാണ്

നിങ്ങളെന്ന് സ്വയം ബോധ്യപ്പെടുത്താനായില്ലെങ്കിൽ, എതിരു പറയുന്നവരുടെ വാക്കുകളിൽ നിങ്ങൾ സന്തോഷത്തോടെ സ്വാധീനിക്കപ്പെടും.

എതിരാളികൾ എങ്ങനെ നിങ്ങളെ കാണണമെന്ന് നിങ്ങളാ ഗ്രഹിക്കുന്ന രീതിയിലല്ല അവർ നിങ്ങളെ കാണുന്നതെന്ന്, അവരുടെ വികാരതീവ്രത നിറഞ്ഞ വാക്കുകളിൽ നിന്നും മനസ്സിലാക്കാൻ സാധിക്കും.

വർഷങ്ങൾക്കു മുൻപ് നേരിട്ട തോൽവിക്കു പകരം വീട്ടാനായി മത്സരത്തിലേക്കു തിരിച്ചുവരാൻ ആഗ്രഹിച്ച ഒരു ബോക്സിംഗ് താരത്തെ എനിക്കോർമ്മ വരുന്നു. അതിൽ വിജയിച്ച് പ്രതികാരം തീർത്ത ശേഷം, ഇങ്ങനൊരു മത്സരത്തിനെതിരായി ഉപദേശിച്ച എല്ലാവരെയും അയാൾ ഓർത്തെടുത്തു: സുഹൃത്തുക്കൾ, ബന്ധുക്കൾ, പരിശീലകൻ. 'ഞാൻ ചെയ്യാൻ ആഗ്രഹിച്ച ഒരു കാര്യമാണിത്. പക്ഷേ ഒരാളും എന്നിൽ വിശ്വാസമർപ്പിച്ചില്ല. പിന്നീട് ഞാൻ ചിന്തിച്ചു, മത്സരക്കളത്തിൽ ഞാൻ ഒറ്റയ്ക്കാണ് പോരാടാൻ പോകുന്നത്, അപ്പോൾ ഇവർക്കെല്ലാം എന്ത് സ്ഥാനം? അപ്പോഴാണ് എനിക്കിത് ചെയ്യാൻ സാധിക്കുമെന്ന വിശ്വാസമുണ്ടായത്, ഞാൻ വിജയിക്കുമെന്ന്.' ആത്യന്തികമായി, നമ്മുടെ ചോദ്യങ്ങൾക്കെല്ലാം നമ്മൾ തന്നെയാണ് ഉത്തരം കണ്ടെത്തേണ്ടതെന്ന് മനസ്സിലാക്കണമെന്നാണ് ഷാവോലിൻ തത്വം നമ്മെ പഠിപ്പിക്കുന്നത്. മറ്റുള്ളവർ നമ്മളെക്കുറിച്ച് എന്ത് വിചാരിക്കുന്നു എന്നതിൽ പ്രസക്തിയില്ല. സ്വന്തം കഴിവുകളെക്കുറിച്ചുള്ള ആത്മവിശ്വാസമാണ് പ്രാധാന്യമർഹിക്കുന്ന ഒരേയൊരു കാര്യം. നമ്മുടെ പ്രവർത്തികൾക്കെല്ലാം ഉത്തരവാദികളാവാൻ മറ്റാർക്കും കഴിയില്ല. ഒരാളും നമ്മുടെ ജീവിതത്തിന്റെ ഉത്തരവാദിത്വം ഏറ്റെടുക്കാൻ തയ്യാറാവുകയുമില്ല. നമ്മളിലോരോരുത്തരിലും ആഗ്രഹങ്ങളുടെ ഒരു കൂമ്പാരം തന്നെയുണ്ട്. അവയെല്ലാം പൂർത്തീകരിക്കാൻ വേണ്ടിയുള്ള സാഹചര്യങ്ങൾ ഒരുക്കുക മാത്രമാണ് നമ്മുടെ ആവശ്യകത. ചൈനയിൽ ഒരു ചൊല്ലുണ്ട് : 'നമ്മൾ ആഗ്രഹിക്കുന്നതല്ല സന്തോഷം, നമ്മളെന്താണോ അതാണ് സന്തോഷം.' അല്ലെങ്കിൽ ശ്രീ ബുദ്ധന്റെ വാക്കുകൾ പോലെ, 'നമ്മുടെ ജീവിതത്തിന് രൂപം നൽകുന്നത് നമ്മുടെ മനസ്സാണ്; നമ്മളെന്താണോ ചിന്തിക്കുന്നത്, അതായിത്തീരും നമ്മൾ.'

പരിശീലനം

ഒരു ചെറിയ ആത്മപരിശോധന

നിങ്ങളെ സ്വയം മനസ്സിലാക്കാനും, ഒരു വ്യക്തിയെന്ന നിലയിൽ നിങ്ങളിലെ പ്രത്യേകതകൾ മനസ്സിലാക്കാനും ചുവടെ കൊടുത്തിരിക്കുന്ന ചോദ്യങ്ങൾ നിങ്ങളെ സഹായിക്കും.

ഈ വാക്യങ്ങൾ പൂർത്തിയാക്കുക : എനിക്ക് പറ്റും..., ഞാൻ കരുതുന്നു..., ഞാൻ വിശ്വസിക്കുന്നു..., ഞാൻ ഭയക്കുന്നു..., ഞാൻ പ്രതീക്ഷിക്കുന്നു...,

....

ജീവിതത്തിൽ നിങ്ങൾക്ക് എത്താൻ കഴിയുന്നതിൽ പരമാവധി ദൂരം എത്രയാണ്?

....

എന്റെ സ്ഥാപനത്തിൽ ഒരു മാനേജർ സ്ഥാനത്തേക്ക് നിങ്ങളെ നിയമിക്കാൻ ഞാൻ ആഗ്രഹിക്കുന്നുവെങ്കിൽ, ഏത് വിഭാഗത്തിലേക്കായിരിക്കും നിങ്ങൾ അപേക്ഷിക്കുക?

....

എന്തുകൊണ്ട്?

....

ഒരു വ്യക്തിയെന്ന നിലയിൽ നിങ്ങളുടെ പ്രത്യേകതയെന്താണ്?

....

നിങ്ങളുടെ ഏറ്റവും വലിയ ബലമെന്താണ്?

....

നിങ്ങൾ എപ്പോഴെങ്കിലും പ്രശസ്തനാകുമോ?

....

അടുത്ത അഞ്ച് വർഷത്തിൽ നിങ്ങളുടെ സ്ഥാനമെന്തായിരിക്കും?

....

നിങ്ങൾ എപ്പോഴും ജയിച്ചുകൊണ്ടിരിക്കില്ല. മറ്റെന്തെങ്കിലും വിശ്വസിച്ചു തുടങ്ങുംനേരം, നിങ്ങളിലെ തോൽവി ആരംഭിക്കുന്നു.

മിക്ക ഹക്കിനെൻ

13. സമൂഹ തത്വം

താൻ ആഗ്രഹിക്കുന്നത് ചെയ്യാൻ ഉചിതമായ ആളുകളെ തെരഞ്ഞെടുക്കാനുള്ള വിവേകവും, അവരത് ചെയ്യുമ്പോൾ ഇടപെടാതിരിക്കാനുള്ള ആത്മനിയന്ത്രണവും ഉള്ളവനാണ് മികച്ച കാര്യനിർവാഹകൻ.

തിയോഡോർ റൂസ്‌വെൽറ്റ്

നേതൃത്വമെന്നാൽ മറ്റുള്ളവരുടെ മേലുള്ള അധികാരമല്ല, മറിച്ച് കൂട്ടായ ഒരു ലക്ഷ്യം നേടിയെടുക്കാനുള്ള ഒരു അവസരമാണെന്ന് മനസ്സിലാക്കുക.

621-ൽ, അടിയന്തിരമായി ഒരു സഹായം വേണമെന്ന അഭ്യർത്ഥനയുമായി ഷാവോലിൻ മഠാധിപതിക്ക് ഒരു വിളി വന്നു. ചരിത്രത്തിൽ പിന്നീട് ടാംഗ് രാജവംശത്തിന്റെ ആദ്യത്തെ ചക്രവർത്തിയായി മാറിയ ലി ഷിമിൻ, ശത്രുസൈന്യാധിപന്റെ പിടിയിലാവുകയും, തന്റെ യോദ്ധാക്കളെല്ലാം വധിക്കപ്പെടുകയും ചെയ്തു. പ്രശസ്തരായ സന്ന്യാസികളുടെ ആയോധനകലകളിലെ കഴിവ് ഒരുപാട് തവണ കേട്ടിട്ടുണ്ടായിരുന്ന അദ്ദേഹത്തിന് തോന്നി, രക്ഷപ്പെടാൻ ഇനി അവരിലൂടെ മാത്രമേ വഴിയുള്ളൂ എന്ന്. തങ്ങളുടെ കുറച്ചു ഭൂമിയും ആ ശത്രുസൈന്യം പിടിച്ചടക്കിയതിനാൽ, മഠത്തിലെ അന്തേവാസികളും അവരോട് ദേഷ്യത്തിലായിരുന്നു. അതിനാൽതന്നെ, മഠാധിപതി പ്രതികരിക്കാൻ തീരുമാനിച്ചു. പക്ഷേ അത്രയും വലിയ സൈന്യത്തിനെതിരെ പോരാടാനായി തെരഞ്ഞെടുക്കപ്പെട്ട പതിമൂന്ന് പേരെ മാത്രം അദ്ദേഹം അയച്ചു.

അവരെ നയിച്ചിരുന്ന രണ്ട് സന്ന്യാസിമാരുടെ കരുത്തും, ദണ്ഡുകളും മാത്രമായിരുന്നു അവരുടെ ആയുധം. നയിക്കുന്ന രണ്ടു പേരുടെയും കഴിവ് ഉത്ഭവിച്ചത് അവരുടെ ആഴത്തിലുള്ള ഉൾക്കാഴ്ചയിലും ആത്മജ്ഞാനത്തിലും നിന്നുമാണ്. അത് പ്രതിഫലിച്ചത് മൂന്ന് തരത്തിലാണ് : ആത്മവിശ്വാസം, ഉദ്യമത്തിൻമേലുള്ള വിശ്വാസം, ഒത്തൊരുമിച്ചാൽ ലക്ഷ്യം നേടിയെടുക്കാൻ കഴിയുമെന്നുള്ള വിശ്വാസം.

സ്വയം നയിക്കുന്നത് നിർണ്ണായകമാണ്

നേതൃത്വമികവിലേക്കുള്ള ആദ്യ ചുവട് സ്വയം നയിക്കാനുള്ള കഴിവാണെന്ന് പഴയൊരു ചൊല്ലുണ്ട്.

മറ്റുള്ളവരെ നയിക്കണമെങ്കിൽ, ആദ്യം സ്വയം നയിക്കുക.
മറ്റുള്ളവരെ അറിയണമെങ്കിൽ, ആദ്യം സ്വയം അറിയുക.

നേതൃത്വമെന്നാൽ മറ്റുള്ളവരെക്കുറിച്ചുള്ള കാര്യം മാത്രമാണെന്ന് തോന്നിയേക്കാം, പക്ഷേ അതിലെ നിങ്ങളുടെ പ്രാധാന്യം ഒരിക്കലും മറക്കരുത്; പറഞ്ഞുവന്നാൽ, ഏറ്റവും പ്രാധാന്യം നിങ്ങൾക്കാണ്. അല്ലെങ്കിലും, ഒരു പോരാളിയെ പിന്തിരിപ്പിക്കുന്നതിലും ഫലപ്രദം, ആയിരക്കണക്കിനു യോദ്ധാക്കളെ നയിക്കുന്ന തലവനെ പിന്തിരിപ്പിക്കുന്നതാണ്.

അതിലൂടെ നിങ്ങൾക്ക് കൂട്ടത്തിലെ ഏറ്റവും കരുത്തനായ കണ്ണിയാവാം, അല്ലെങ്കിൽ ഏറ്റവും ബലഹീനനായ കണ്ണി. പല ആക്രമങ്ങളിലും നിങ്ങളായിരിക്കാം ശത്രുക്കളുടെ പ്രധാന ലക്ഷ്യം; നിരന്തരം വെല്ലുവിളികൾ നേരിടേണ്ടി വന്നേക്കാം. അല്ലെങ്കിൽ, വിജയിക്കാനായി യുദ്ധം ചെയ്യേണ്ടതില്ലാത്തവണ്ണം യുദ്ധത്തിൽ പ്രാവീണ്യം നേടുകയും, നിങ്ങളുടെ ഊർജ്ജം മറ്റു പല പ്രധാന കാര്യങ്ങൾക്കുമായി പ്രയോജനപ്പെടുത്തുകയും ചെയ്യാം.

ആക്രമിക്കപ്പെടാൻ വേണ്ടി പ്രശ്നത്തെ വിളിച്ചുവരുത്തുന്നവരെക്കണ്ട് എന്നെങ്കിലും നിങ്ങൾ അതിശയിച്ചിട്ടുണ്ടോ? മറ്റു ചിലരുണ്ട്, അവരോട് ഒരിക്കലും ഒരു പ്രശ്നമുണ്ടാക്കാൻ നമ്മൾ ധൈര്യപ്പെടില്ല. അതിനുള്ള മൂന്ന് കാരണങ്ങൾ നിങ്ങളുടെ നോട്ടുപുസ്തകത്തിൽ എഴുതുക.

വാസ്തവത്തിൽ, ഈ കാര്യവുമായി ശരിയായ അവസരങ്ങൾക്കോ സ്ഥാനത്തിനോ ശക്തിക്കോ ഒരു ബന്ധവുമില്ല. ഒരാൾ കോട്ടും

സ്യൂട്ടും ധരിച്ചിരിക്കുന്നതുകൊണ്ടോ, അയാളുടെ വിസിറ്റിംഗ് കാർഡിൽ വലിയൊരു സ്ഥാനപ്പേര് എഴുതിക്കണ്ടതുകൊണ്ടോ അയാളിൽ നിന്നും നിങ്ങൾ കൂടുതൽ ദൂരം പാലിക്കുമോ എന്നു ചോദിക്കുന്നതുപോലെതന്നെയാണ് ഇതും. എനിക്ക് തോന്നുന്നില്ല.

ഉള്ളിലെ മനോഭാവത്തെ ആശ്രയിച്ചിരിക്കും അധികാരം

അധികാരം എന്നാൽ ബാഹ്യരൂപമോ, പ്രായമോ, വസ്ത്രധാരണ രീതിയോ, പദവിയോ, സ്ഥാനപ്പേരോ അല്ല. വ്യക്തിത്വത്തിലൂടെ ഒരാൾ വെളിപ്പെടുത്തുന്നത് അയാളുടെ ആക്രമിക്കപ്പെടാൻ തയ്യാറല്ലാത്ത മനോഭാവത്തെയാണ്. അതുപോലെതന്നെ, ഉള്ളിലെ ചിന്തകളുടെയും ഭയത്തിന്റെയും കാരണത്താൽ ആക്രമിക്കപ്പെടാൻ അനുവദിച്ചുകൊടുക്കുകയാണ്. സ്കൂൾ കാലഘട്ടത്തിലെ സാഹചര്യങ്ങൾ നിങ്ങളെ ഇത് ഓർമ്മിപ്പിച്ചേക്കാം. അവിടെ പലതരം അദ്ധ്യാപകരുണ്ടാകും. വിദ്യാർത്ഥികളെ അച്ചടക്കം പഠിപ്പിക്കാൻ അവരെല്ലാവർക്കും അവരുടേതായ വഴികളുമുണ്ടാകും : ശിക്ഷിക്കുക, രക്ഷിതാക്കളെ വിളിപ്പിക്കുക, നോട്ടപ്പുള്ളികളാക്കുക, പെരുമാറ്റദൂഷ്യമുള്ള കുട്ടികളെ പ്രധാനാദ്ധ്യാപകന്റെ അടുത്തേക്ക് പറഞ്ഞയക്കുക. പക്ഷേ എല്ലാ അദ്ധ്യാപകർക്കും ഈ ആയുധങ്ങളെല്ലാം പ്രയോഗിക്കാമെങ്കിലും, ആക്രമണമേൽക്കാൻ കൂട്ടാക്കാത്തവർ എന്നും വിജയിക്കുകയും, അവർക്ക് കാലക്രമേണ ഈ ആയുധങ്ങൾ ഉപയോഗിക്കേണ്ട ആവശ്യമില്ലാതെ വരികയും ചെയ്യുന്നു.

ശാരീരിക ബലത്തിനോ സ്കൂളിലെ ഒരു പ്രത്യേക സ്ഥാനത്തിനോ ഇതുമായി ഒരു ബന്ധവുമില്ല. ധിക്കാരിയായ ഒരു വിദ്യാർത്ഥിക്ക്, കരുത്തനായ അദ്ധ്യാപകനോടും മിത-ഭാഷിയായ അദ്ധ്യാപികയോടും ഒരേ രീതിയിലുള്ള ബഹുമാനക്കുറവ് തന്നെയായിരിക്കും. ക്ലാസ്സ്മുറിയിലേക്ക് ഒരു അദ്ധ്യാപകൻ കടന്നുവരുമ്പോൾ, അയാളുടെ വ്യക്തിപ്രഭാവത്തിനോടാണ് വിദ്യാർത്ഥികൾ പ്രതികരിക്കുന്നത്. ആ വ്യക്തിപ്രഭാവത്തെ അവർക്ക് ശക്തമാക്കാനോ ദുർബലമാക്കാനോ കഴിയും, അതിന്റെ തോതിലാണ് അവർ വിലയിരുത്തപ്പെടുന്നത്.

ആ വിലയിരുത്തൽ നടക്കുന്നത് ഉപബോധമനസ്സിലാണ്,

അതുകൊണ്ടുതന്നെ ബാഹ്യമായി പ്രകടമാകുന്ന ഒരു സവിശേഷതകളും അതിനെ സ്വാധീനിക്കുന്നില്ല. ലോലയായ ഒരു ചെറിയ സ്ത്രീക്ക്, കാഴ്ചയിൽ കരുത്തും വണ്ണവും തോന്നിക്കുന്ന ഒരാളേക്കാൾ അധികാരം സ്ഥാപിക്കാനാകും. എന്റെ അഭിപ്രായത്തിൽ, അധികാരം സ്ഥാപിക്കുന്നതിൽ വളരെ മികവ് കാണിച്ചിരുന്ന ഒരാളായിരുന്നു എന്നെ ലാറ്റിൻ ഭാഷ പഠിപ്പിച്ചിരുന്ന അദ്ധ്യാപിക. അവരെ ഞാൻ ഒരിക്കലും മറക്കില്ല. പ്രായമേറിയ, പഴഞ്ചൻ രീതികൾ പിന്തുടരുന്ന, വളരെ സൗകുമാര്യതയുള്ള സ്ത്രീയായിരുന്നു അവർ. ആകർഷണീയമായ വസ്ത്രധാരണമല്ലെങ്കിലും അവരുടെ സാന്നിദ്ധ്യം സ്വാധീനിക്കുന്ന തരത്തിലുള്ളതായിരുന്നു. അവരുടെ സാന്നിദ്ധ്യം അടുത്തുണ്ടെങ്കിൽ, മറ്റൊരു കാര്യത്തിലേക്കും നമ്മളുടെ ശ്രദ്ധ വ്യതിചലിക്കുകയില്ല; അങ്ങനെ ചിന്തിക്കാൻ കൂടി കഴിയുകയില്ല. ഒരു തവണ പോലും അവർക്ക്, മേൽപറഞ്ഞതു പോലുള്ള ശിക്ഷാനടപടികളോ, വഴക്കു പറച്ചിലോ, ഭീഷണിപ്പെടുത്തലോ ചെയ്യേണ്ടിവന്നതായി ഞാൻ ഓർക്കുന്നില്ല. എന്നിരുന്നാലും, ഒരിക്കൽ പോലും ഞാൻ അവർക്കെതിരെ അനുസരണക്കേടോ മോശം പെരുമാറ്റമോ പുറത്തെടുത്തിരുന്നില്ല. മറ്റുള്ള അദ്ധ്യാപകരുടെ ക്ലാസ്സുകളിൽ പാട്ടും ബഹളവുമായി വികൃതികൾ കാണിച്ചിരുന്ന കുട്ടികൾ പോലും, ഇവരെ കണ്ടാൽ പൂർണ്ണമായി മാറിക്കളയും. കുട്ടികൾ അവരവരുടെ ഇരിപ്പിടങ്ങളിൽ അനുസരണയുള്ള ആട്ടിൻകുട്ടികളായി വിനയത്തോടെ ചെന്നിരിക്കും.

ഒരാളും തങ്ങളെക്കാൾ ശക്തരെന്ന് തോന്നുന്നവർക്കെതിരെ പ്രശ്നമുണ്ടാക്കുകയില്ല. മനുഷ്യരും മൃഗങ്ങളും തമ്മിലുള്ള ബന്ധത്തിൽ, ഈ ആശയം വ്യക്തമായി കാണാൻ കഴിയും. ശാരീരികബലത്തിന്റെ കാര്യത്തിൽ മനുഷ്യരെക്കാൾ മുന്നിൽ നില്ക്കുന്ന പശു, ആന തുടങ്ങിയ മൃഗങ്ങൾ പോലും മനുഷ്യന്റെ ചെറിയൊരു ചേഷ്ടയിൽ പരാജയം സമ്മതിക്കും. അതേസമയം, എതിരാളികളായ മനുഷ്യരെ ഭയന്ന് ആക്രമത്തിനു മുതിരുന്ന മൃഗങ്ങളെക്കുറിച്ചും നാം കേട്ടിട്ടുണ്ട്. ഇവ രണ്ടിൽ ഏതു വിഭാഗത്തിൽ പെട്ട മനുഷ്യരാണ് നിങ്ങൾ? എന്തുകൊണ്ട്? ആക്രമിക്കപ്പെടില്ല എന്ന മനോധൈര്യം എങ്ങനെയാണുണ്ടാകുന്നതെന്നാണ് നിങ്ങൾ കരുതുന്നത്? നിങ്ങളുടെ നോട്ടുപുസ്തകത്തിൽ എഴുതുക.

ശൂന്യമായ പാത്രങ്ങൾ ഏറ്റവും കൂടുതൽ ശബ്ദമുണ്ടാക്കുന്നു

ഭീഷണിയിലൂടെ അധികാരം നേടിയെടുക്കാനാകും എന്നാണ് പലരും തെറ്റായി ധരിച്ചുവെച്ചിരിക്കുന്നത്. നിർഭാഗ്യവശാൽ,

പലപ്പോഴും അത് ശരിയാകാറുമുണ്ട്. അനുസരണക്കേടിന്റെ പ്രത്യാഘാതങ്ങൾ വ്യക്തമാക്കിക്കൊടുത്താൽ, ആത്മാർത്ഥത യോടെയല്ലെങ്കിലും ആളുകൾ തങ്ങളോട് പറഞ്ഞ കാര്യങ്ങൾ ചെയ്തുകൊടുക്കാറുണ്ട്. എന്നിരുന്നാലും, ഭീഷണിയുടെ കരുത്ത് കുറഞ്ഞാൽ, സാഹചര്യം കീഴ്മേൽ മറിയുകയും ചെയ്യും. സ്കൂൾ കാലഘട്ടത്തിൽ നിന്നും മറ്റൊരു നല്ല ഉദാഹരണം. സത്യം പറയുക : സമ്മർദ്ദം ചെലുത്തിയതിനാൽ പഠിച്ചെടുക്കേണ്ടിവന്ന എത്ര കാര്യങ്ങൾ ഇപ്പോഴും നിങ്ങളുടെ ഓർമ്മയിലുണ്ട്? ജീവിത ത്തിനായി എന്താണ് നിങ്ങൾ പഠിച്ചത്, പ്രത്യേകിച്ചും നിങ്ങൾ ഇഷ്ടപ്പെടാത്ത വിഷയങ്ങളിൽ നിന്നും?

അതേസമയം, ഭീഷണി കൊണ്ടുള്ള അനുസരിപ്പിക്കൽ തീക്കളി കൂടിയാണ്. നിങ്ങളുടെ എതിരാളി കാര്യം മനസ്സിലാക്കു കയും അനുസരിക്കാതിരിക്കുകയും ചെയ്താൽ, അല്ലെങ്കിൽ ഭീഷണി കളെ പേടിയില്ലാത്ത ഒരാൾ നിങ്ങൾ നൽകിയ ലക്ഷ്യങ്ങൾക്കു വില നൽകാതിരുന്നാൽ, പിന്നെ നിങ്ങൾക്ക് ഭീഷണിയുടെ സ്വരം ഒഴിവാക്കേണ്ടിവരും. നിങ്ങൾ നാണംകെടുക മാത്രമല്ല ചെയ്യുക. നിങ്ങളൊരു അദ്ധ്യാപകനാണെന്ന് സങ്കല്പിക്കുക. നിങ്ങളെ അനുസരിക്കാത്ത ഒരു വിദ്യാർത്ഥിക്കെതിരെ, നിങ്ങളുടെ ഏറ്റവും വലിയ ഭീഷണിയായ 'പ്രധാനാദ്ധ്യാപകന്റെ അടുത്തേക്ക് പറഞ്ഞയക്കൽ' നടപടി എടുക്കുന്നു. നിങ്ങൾ കരുതിയതിനു വിപരീതമായി, പ്രധാനാദ്ധ്യാപകൻ ആ പ്രശ്നത്തെ നിസ്സാരമായി കാണുന്നു; വിദ്യാർത്ഥിയെ ചെറിയൊരു ശാസനയ്ക്കു ശേഷം പറഞ്ഞയക്കുന്നു, അതും ഒരു സുഹൃത്തെന്ന നിലയിൽ. പ്രധാനാ ദ്ധ്യാപകൻ അവർ വിചാരിച്ചതിലും വളരെ നല്ല മനുഷ്യനാ ണെന്നും, അദ്ദേഹത്തെ കാണാൻ പോകുന്നതിൽ സന്തോഷം മാത്രം മതിയെന്നും തിരികെ വന്ന കുട്ടി സഹപാഠികളോട് പറയുന്നു. ഇപ്പോൾ നിങ്ങൾക്കെതിരെ എന്ത് പ്രശ്നമാണ് സംജാത മായിരിക്കുന്നതെന്ന് മനസ്സിലാകുന്നുണ്ടോ?

ഈ സന്ദർഭത്തിൽ, ഞാനെന്റെ നിർബന്ധിത സൈന്യ സേവന കാലഘട്ടത്തിൽ സംഭവിച്ച ഒരു സാഹചര്യം ഓർക്കുന്നു. ഭീഷണിയിലൂടെ അധികാരം സ്ഥാപിച്ചെടുക്കാം എന്ന വിശ്വാസ ക്കാരനായിരുന്നു ഞങ്ങളുടെ വിഭാഗത്തിന്റെ തലവൻ. ഒരു ദിവസം വൈകുന്നേരം, അദ്ദേഹവും ഒരു സൈനികനും തമ്മിൽ ഒരു വാക്കുതർക്കമുണ്ടായി. അതവസാനിച്ചത് സൈനികനെതി രെയുള്ള ഒരു ശിക്ഷണനടപടിയിലാണ്. തന്റെ എല്ലാ സാധന ങ്ങളും തോൾസഞ്ചിയിൽ നിറച്ച് അപ്രാപ്യമായ സമയത്തിനു

ള്ളിൽ താവളത്തിലെത്താൻ തലവൻ ആജ്ഞാപിച്ചു. അല്ലാത്ത പക്ഷം, അറസ്റ്റ ചെയ്യപ്പെടുമെന്ന ഭീഷണിയും. ആ ഭീഷണി തുടക്കത്തിൽ ഫലം കണ്ടു, സൈനികൻ തനിക്കു ലഭിച്ച ആജ്ഞ നിറവേറ്റുവാനായി കിണഞ്ഞു പരിശ്രമിച്ചു. പക്ഷേ ഞങ്ങളെല്ലാം സഹായിച്ചെങ്കിലും, അത് പൂർത്തീകരിക്കാനായില്ല. സാഹചര്യങ്ങൾക്ക് അപ്രതീക്ഷിത മാറ്റങ്ങൾ സംഭവിച്ചു. സൈനികൻ എത്തുന്നതിനുമുൻപേ, ആയുധധാരികളായ രണ്ട് അംഗരക്ഷകരുമായി തലവൻ ഞങ്ങളുടെ മുറിയിലേക്ക് വന്നു. തലവന്റെ ഭീഷണിയുടെ കരുത്ത് എങ്ങനെ കാര്യങ്ങളെ സ്വാധീനിക്കും എന്നറിയാതെ, ഞങ്ങൾ ശ്വാസമടക്കിപ്പിടിച്ച് കാത്തുനിന്നു. 'സൈനികാ...' തലവൻ ഉറക്കെ വിളിച്ചു. 'ഇന്നിന്ന നിയമപ്രകാരം, നിന്നെ അറസ്റ്റ്...' സൈനികൻ ഇടയ്ക്കു കയറി പറയാൻ തുടങ്ങി, 'വെറുതെ ബുദ്ധിമുട്ടേണ്ട. എനിക്കറിയാം നിങ്ങളെന്തു മണ്ടത്തരമാണ് പറയാൻ പോകുന്നതെന്ന്.' കൂടുതലൊന്നും പറയാൻ നില്ക്കാതെ തലവനും അംഗരക്ഷകരും അവിടെ നിന്നും ചിരിച്ചുകൊണ്ട് പോയി. ഒരു ദിവസം ജയിലിൽ കിടത്തിയ ശേഷം, സൈനികനെ അയോഗ്യനാക്കി പട്ടാളത്തിൽ നിന്നും പുറത്താക്കി. തലവന്റെ അതിരുകടന്ന പെരുമാറ്റം അയാളുടെ അധികാരത്തിന്റെ കരുത്ത് കുറച്ചു.

നിങ്ങൾ മികച്ച ഒരു നേതാവാണെങ്കിൽ, നിങ്ങളുടെ സൈന്യത്തിലെ അംഗങ്ങൾക്ക് നിങ്ങളെ ചതിക്കാനുള്ള എത്ര നല്ല അവസരങ്ങൾ ലഭിച്ചാലും, അതിനി അവർക്ക് എത്ര വലിയ ലാഭങ്ങൾ ഉണ്ടാക്കിക്കൊടുക്കുന്നതാണെങ്കിലും, അവർ നിങ്ങളുടെ കൂടെത്തന്നെ നില്ക്കും.

യഥാർത്ഥത്തിൽ, ഭീഷണി എന്നത് ഉപയോഗശൂന്യമാണ്; മാത്രമല്ല, അപകടകരവും. നേരത്തെ പറഞ്ഞതുപോലെ, ഭീതിയുണർത്തുന്ന ഭീഷണികളാൽ സഹപ്രവർത്തകരുടെ പെരുമാറ്റം മാറ്റാൻ ശ്രമിച്ചാൽ, തുടക്കത്തിൽ നിങ്ങൾ വിജയിച്ചേക്കാം. നിർദ്ദിഷ്ട സാഹചര്യത്തിൽ നിങ്ങൾക്കാണ് കൂടുതൽ അധികാരം എന്ന് അവർ സമ്മതിച്ചുതരുന്നതു വരെ അവർ നിങ്ങളെ അനുസരിക്കും, ചിലപ്പോൾ ഒരു എതിർപ്പും കൂടാതെ. പക്ഷേ 'സമ്മർദ്ദത്തിലൂടെയുള്ള അധികാരം' എന്നതിന്റെ പ്രശ്നമെന്തെന്നാൽ, ബാഹ്യദൃഷ്ടിയിൽ അതൊരു വിജയമായി തോന്നിയേക്കാം. സാഹചര്യങ്ങൾ മാറിമറിയുന്നതും അധികാരം കൈമാറുന്നതുമായ സമയം വരും.

വാദങ്ങളുടെ പിന്തുണ തേടി ജയിക്കുക

ലോകത്തിലെ ഏറ്റവും വലിയ മതസമൂഹങ്ങളിലൊന്നിലെ അംഗങ്ങൾക്ക് ജനാധിപത്യം എന്ന ആശയം അന്യമായ ഒന്നാണെന്നാണ് പലരും തെറ്റിദ്ധരിക്കുന്നത്, ഈ സന്ദർഭത്തിൽ എനിക്ക് രസകരമായി തോന്നുന്നു. തെറ്റിദ്ധാരണ എന്നു പറയാൻ കാരണം, ജനാധിപത്യം നിഷേധിക്കുന്നു എന്നതുകൊണ്ട് സ്വേച്ഛാധിപത്യം അംഗീകരിക്കുന്നു എന്നർത്ഥമാകുന്നില്ല. തികച്ചും വിപരീതമായി. ഇന്ന് നാം കാണുന്ന അറബ് രാജ്യങ്ങളിൽ ഇസ്ലാം മതം പ്രകടമായി കാണുന്നതിനു വളരെ മുൻപേ, തമ്മിൽ തമ്മിൽ പോരടിച്ചിരുന്ന അനേകം ഗോത്രസംഘങ്ങളായിരുന്നു ജീവിച്ചിരുന്നത്. വഴക്കുകളും യുദ്ധങ്ങളും അവിടെ സ്ഥിരം കാഴ്ചകളായിരുന്നു. ഓരോ ഗോത്രത്തിന്റെയും നിലനില്പ് ആശ്രയിച്ചിരുന്നത്, അതിലെ ഓരോ അംഗത്തെയും പ്രോത്സാഹിപ്പിച്ച് ഏതുവിധേനയും കൂടെ നിർത്താനുള്ള കഴിവിലായിരുന്നു. മുതിർന്നവർ വിശ്വസിച്ചിരുന്നത്, ജനാധിപത്യ ഭൂരിപക്ഷത്തിന്റെ സമ്മർദ്ദത്തിനു മുന്നിൽ തല കുനിക്കേണ്ടി വരുന്നവർ, അതിനെതിരെ പ്രവർത്തിക്കാൻ ലഭിക്കുന്ന ഒരവസരവും പാഴാക്കില്ല എന്നായിരുന്നു. അതിന്റെ ഫലമായി, എല്ലാ പ്രധാന തീരുമാനങ്ങളും എടുത്തിരുന്നത് ചർച്ചകളിലൂടെയും തർക്കങ്ങളിലൂടെയുമായിരുന്നു; ഭീഷണികളിലൂടെയല്ല. അതിലൂടെ, ഓരോരുത്തരുടെയും വ്യക്തിപരമായ ശിക്ഷാവിധികളും സമൂഹത്തിന്റെ താല്പര്യങ്ങളും യോജിച്ചുപോകുന്നത് ഉറപ്പുവരുത്തിയിരുന്നു.

പൊങ്ങച്ചം എതിരാളികളെ ദുർബലരാക്കുന്നു

പൊങ്ങച്ചം എന്നത് പൂർണ്ണമായും വ്യത്യസ്തമായൊരു ആക്രമണ ശൈലിയാണ്. നിങ്ങളുടെ പുകഴ്ത്തലിൽ വീണ ഒരാൾ വൈകാരികമായാവും സാഹചര്യങ്ങളെ വിലയിരുത്തുക, കാരണം അവരെ നിങ്ങൾക്ക് സന്തോഷിപ്പിക്കാൻ കഴിഞ്ഞു. അതിലൂടെ, അവർ പറ്റിക്കപ്പെടാൻ സ്വയം അനുവദിക്കുകയാണ്. നിങ്ങളുടെ വീട്ടിലേക്ക് കയറിവരുന്ന ഇൻഷുറൻസ് ഏജന്റ് ആശ്ചര്യത്തോടെ പറയുന്നു, 'എത്ര മനോഹരമായ വീടാണ് നിങ്ങളുടേത്!' ആ വാക്കുകൾ നിങ്ങളിൽ നിന്നും കൂടുതൽ അനുകൂലമായ സംഭാഷണങ്ങൾ കൊണ്ടുവരാൻ സഹായിക്കും. ഇതേപോലെ ഒരു

സഹപ്രവർത്തകനോടാണ് പറയുന്നതെങ്കിൽ, അയാൾ അത് കൂട്ടാക്കാതെ നേരെ വിഷയത്തിലേക്ക് കടക്കും.

മനുഷ്യർ ആഗ്രഹിക്കുന്നത്, അവർ സ്വയം ആഗ്രഹിക്കുന്ന വ്യക്തിത്വമായും, സ്വയം വിശ്വസിക്കുന്ന രീതിയിലും നമ്മൾ അവരെ കാണണമെന്നും അങ്ങനെതന്നെ അവരെ വിശേഷിപ്പിക്കണമെന്നുമാണ്.

ഉദാഹരണത്തിന്, ആൾത്താമസം വളരെ കുറവായ ഒരു ദ്വീപിലേക്കു പോകുമ്പോൾ, ആരും തന്നെ തങ്ങളുടെ വിലകൂടിയ വാച്ച് കെട്ടില്ല. കാരണം, അവിടെ അത് കാണാൻ ആരും തന്നെയില്ല. ചിലർക്ക് സ്വന്തം ജീവിത ലക്ഷ്യങ്ങളെക്കാൾ വലുതാണ് മറ്റുള്ളവരിൽ നിന്നും ലഭിക്കുന്ന അംഗീകാരങ്ങൾ.

ഒരു സ്ഥാപനത്തിന്റെ ഉദാഹരണമെടുക്കാം. ആ സ്ഥാപനത്തിന്റെ മികവെന്തെന്നാൽ, അവിടെയുള്ള എല്ലാ ജോലിക്കാർക്കും തുല്യ പ്രാധാന്യമാണ് കൊടുത്തിരുന്നത്. അവർക്കെല്ലാം ആർട്ട് ഡയറക്ടർ, എം.ഡി. പോലെ വിദ്യാഭ്യാസം അനുസരിച്ചോ പാണ്ഡിത്യം അനുസരിച്ചോ അല്ല പദവികളും സ്ഥാനങ്ങളും കൊടുത്തിരുന്നത്. വിഭാഗത്തിന്റെ അസ്സിസ്റ്റൻറ് ഹെഡ്, സീനിയർ സൂപ്പർവൈസർ എന്ന പോലുള്ള സ്ഥാനങ്ങളായിരുന്നു അവർക്ക് നൽകിയിരുന്നത്.ഈസ്ഥാനങ്ങൾക്കനുസരിച്ചായിരുന്നുഉദ്യോഗസ്ഥർക്ക് വേതനം നൽകിയിരുന്നത്. ഇനി, ഒരു പ്രത്യേക സേവനത്തിന്റെ നിരക്കുകൾ അന്വേഷിക്കാനായി അവിടെയുള്ള 'K' എന്ന ഉദ്യോഗസ്ഥനോട് മേലുദ്യോഗസ്ഥൻ ആവശ്യപ്പെടുകയാണ്. 'A' എന്ന സ്ഥാപനത്തിലെ നിരക്കുകൾ വളരെ മികച്ചതായിരുന്നു, പക്ഷേ അവർക്ക് നമ്മുടെ സ്ഥാപനത്തിന്റെ രീതികൾ അറിയാത്തതിനാൽ അവരുടെ മറുപടി ഇങ്ങനെയായിരുന്നു, 'പ്രിയപ്പെട്ട K, താങ്കളുടെ സന്ദേശത്തിന് മറുപടിയായി, ഞങ്ങൾ നൽകുന്ന സേവനങ്ങൾ...' അതേസമയം, 'B' എന്ന സ്ഥാപനത്തിന്റെ നിരക്കുകൾ വളരെ കൂടുതലാണെങ്കിലും, അവർ നമ്മുടെ ഉദ്യോഗസ്ഥനെ 'ഡിപ്പാർട്ട്മെൻറ് ഹെഡ്' എന്ന് അഭിസംബോധന ചെയ്യുകയും, സന്ദേശത്തിന് നന്ദി രേഖപ്പെടുത്തുകയും ചെയ്തു. ഇതിൽ ആരുടെ മറുപടി സന്ദേശമാണ് 'K' തന്റെ മേലുദ്യോഗസ്ഥനെ കാണിക്കുക? തന്നെ സ്ഥാനപ്പേരുപയോഗിച്ച് അഭിസംബോധന ചെയ്യാത്തതിൽ എന്തുകൊണ്ടാണ് K-യുടെ മനസ്സിൽ മാറ്റമുണ്ടാകുന്നത്?

നിങ്ങളെ കെണിയിൽ വീഴ്ത്താൻ തക്കതായ കഴിവുള്ള മൂന്ന് തരം പ്രശംസകൾ ഏതൊക്കെയാണെന്ന് നോട്ടുപുസ്തകത്തിൽ എഴുതുക.

'അമിതപ്രശംസ' എന്ന തന്ത്രം

പൊങ്ങച്ചം ഉപയോഗിച്ചുള്ള മറ്റൊരു ആക്രമണ തന്ത്രമാണ് 'അമിതപ്രശംസ'. ഇത് അപകടകരമാകാൻ രണ്ട് കാരണങ്ങളുണ്ട്: ഒന്ന്, പലപ്പോഴുമിത് അദൃശ്യമാണ്; രണ്ട്, അതിൽ നിന്ന് സ്വയം പ്രതിരോധിക്കാൻ ഇരകൾക്ക് കഴിയാറില്ല. ഞാൻ ജോലി ചെയ്യാൻ ആഗ്രഹിക്കുന്ന നിങ്ങളുടെ സ്ഥാപനത്തിലെ ഒരു വിഭാഗത്തിൽ A എന്ന വ്യക്തി ജോലി ചെയ്യുന്നുവെന്ന് കരുതുക. എനിക്ക് അയാളെക്കുറിച്ചറിയാം, എന്നിരുന്നാലും ഞാൻ ആ ജോലിക്കായി അപേക്ഷിക്കുന്നു. അയാളെ ആ സ്ഥാനത്തു നിന്നും മാറ്റാൻ നിങ്ങളെ ഉപയോഗപ്പെടുത്തുക എന്നതാണ് എന്റെ ലക്ഷ്യം. ഞാൻ ജോലി ചെയ്യാനുദ്ദേശിക്കുന്ന സ്ഥാനത്ത് നേരത്തെ തന്നെ ഒരാൾ ജോലി ചെയ്യുന്നതായി നിങ്ങളെന്നോട് ഇന്റർവ്യൂ സമയത്ത് പറയുന്നു. എന്നാലും, എന്നെ കെണിയിൽ വീഴ്ത്താനായി നിങ്ങൾ പറയുന്നു, വളരെ ബുദ്ധിമുട്ടേറിയ ഒരു ജോലി അടുത്തു തന്നെ വരുന്നുണ്ടെന്നും, അത് A എന്ന വ്യക്തിക്ക് ചെയ്യാൻ കഴിവില്ലാത്തതിനാൽ എന്നോട് ഏറ്റെടുക്കാൻ ആവശ്യപ്പെടുകയും ചെയ്യുന്നു. A-യെ അറിയുന്നതിനാൽ നിങ്ങൾ പറയുന്നത് ഞാൻ ശരിവെക്കുകയും ചെയ്യുന്നു. പക്ഷേ നിങ്ങളുടെ ഉദ്ദേശ്യം ഞാൻ ആ ജോലി ഏറ്റെടുക്കണം എന്നതല്ല, കാരണം അതിന് കഴിവുള്ളയാളാണ് A എന്ന് നിങ്ങൾക്കറിയാം. എന്റെ പ്രതികരണം അറിയുക മാത്രമാണ് നിങ്ങൾക്കാവശ്യം. ഇവിടെയാണ് പൊങ്ങച്ചം പ്രവർത്തിക്കുന്നത്. ഞാനിപ്പോൾ A-യെ വിമർശിച്ചാൽ, ആ വിമർശനം നിങ്ങൾക്കും A-യെ നിയമിക്കാനുള്ള നിങ്ങളുടെ തീരുമാനത്തിനും എതിരെയാണെന്ന് നിങ്ങൾ മനസ്സിലാക്കും. അതുകൊണ്ട്, A-യുടെ കഴിവുകേടിനെക്കുറിച്ച് എനിക്കറിയാമെങ്കിലും, എനിക്കത് നിങ്ങളോട് പറയാനാവില്ല. വിമർശനാത്മകമായ ഏതൊരു പ്രസ്താവനയും പിന്നീട് എനിക്കെതിരായി ത്തന്നെ ഭവിക്കും. കാരണം, ജോലിക്കു വേണ്ടി ശ്രമിക്കുന്നവർ തങ്ങളുടെ പ്രതിയോഗികളെക്കുറിച്ച് കുറ്റം പറയുന്നത് സ്വാഭാവികമാണ്... നിങ്ങളുടെ വിലയിരുത്തൽ വസ്തുതകളുടെ ഫലമായി ഉണ്ടായതല്ല, ദുരഭിമാനത്തിന്റെ ഫലമാണ്. ജോലിക്കാരെ

നിയമിച്ചത് നിങ്ങളാണ്, അതുകൊണ്ട് അവരുടെ കഴിവുകളെ ക്കുറിച്ചും തീർച്ചയായും നിങ്ങൾക്കറിയാം! ഇനിയും എനിക്ക് അവിടെ അവസരം ലഭിക്കാനുള്ള സാധ്യതയുണ്ടോ? ഇത്രയുമായ തിനാൽ, കഠിനമായ വഴിയിലൂടെ കാര്യങ്ങൾ മനസ്സിലാക്കിയെ ടുക്കാൻ ഞാൻ നിങ്ങളെ അനുവദിക്കേണ്ടതുണ്ട്. താല്പര്യം കാണിക്കുന്നതിനു പകരം, ഞാൻ ആ ആവശ്യം നിരാകരിക്കും. ഒരു ഞെട്ടലോടെ ഞാൻ പറയും, 'ആ സ്ഥാനത്ത് A ജോലി ചെയ്യുന്നുണ്ടെങ്കിൽ, അദ്ദേഹത്തിന് അതിനുള്ള കഴിവുമുണ്ടായി രിക്കും. എന്റെ അഭിപ്രായത്തിൽ, ആ ജോലിക്ക് പറ്റിയ മികച്ച ഉദ്യോഗസ്ഥരിൽ ഒരാളാണ് A. നിങ്ങൾക്ക് തീർച്ചയായും അറിയാം ആരാണ് മികച്ചവർ എന്ന്. ഈ ജോലിക്ക് എന്റെ ആവശ്യം ഉറപ്പായും ഉണ്ടാവുകയില്ല!' A എന്ന വ്യക്തിയുടെ യഥാർത്ഥ കഴിവിനെക്കാൾ അധികം ഞാൻ പുകഴ്ത്തിപ്പറയും. നിങ്ങൾ കേൾക്കാനഗ്രഹിച്ച കാര്യമാണ് ഞാൻ പറഞ്ഞതെന്നതിനാൽ നിങ്ങളും തൃപ്തനാണ്. പ്രതീക്ഷിച്ചതുപോലെ, A ആ ജോലി വിജയകരമായി പൂർത്തീകരിച്ചില്ല, കാരണം അയാളുടെ കഴിവിന് അപ്രാപ്യമായിരുന്നു അത്. ഇത് നിങ്ങളിൽ പ്രശ്നമുണ്ടാക്കുന്നു. നിങ്ങളുടെ ദുരഭിമാനം, താക്കീത് നൽകുന്നതിൽ നിന്നും എന്നെ പിന്തിരിപ്പിച്ചു. എന്നിരുന്നാലും, A-യുടെ നേരെ പ്രയോഗിക്കാനുള്ള ഒരു ആയുധമായി എനിക്കത് അനുകൂലമാവുകയും ചെയ്തു. എന്റെ പ്രശംസയിലൂടെ, A-യെ കുറിച്ചുള്ള നിങ്ങളുടെ കാഴ്ചപ്പാട് കൂടുതൽ മികച്ചതായി മാറിയിരുന്നു. അതിനാൽത്തന്നെ, സ്വാഭാവിക മായും അയാളുടെ തോൽവി നിങ്ങളെ അതിലുമധികം നിരാശനാ ക്കുകയും ചെയ്തു. A-യുമായുള്ള ജോലി നിങ്ങൾ നിർത്തുന്നു. എന്നെ അപ്പോഴും ഓർമ്മയിൽ വെച്ച നിങ്ങൾ, പുതിയ ജോലി എന്നെ ഏല്പിക്കുന്നു; ഇത്തവണ എന്റെ വ്യവസ്ഥകൾക്കനുസൃതമായി.

വാസ്തവത്തിൽ, 'അധികപ്രശംസ' എന്ന തന്ത്രം ഉപയോഗിച്ച്, യുദ്ധം ചെയ്യാതെ ജയിക്കാനുള്ള പല വഴികളുമുണ്ട്. ഒരു ജോലിക്കായുള്ള ഇന്റർവ്യൂവിലേക്ക് ഞാൻ നിങ്ങളെ കൊണ്ടുപോകാം. വളരെ പ്രധാനപ്പെട്ട ഒരു സ്ഥാനമായതിനാൽ, സങ്കീർണ്ണമായ ചോദ്യങ്ങൾ ചോദിക്കാനിരുന്ന ഡിപ്പാർട്ട്മെൻറ് തലവനെക്കൂടാതെ ഡയറക്ടർ ബോർഡിലെ ഒരു മുതിർന്ന അംഗവും ഉണ്ടായിരുന്നു. മേലുദ്യോഗസ്ഥനു മുന്നിൽ എന്റെ സാങ്കേതികമികവ് കാണിക്കണമെങ്കിൽ, വിദഗ്ധനു പോലും ഉത്തരം പറയാൻ കഴിയാത്ത വിധത്തിലുള്ള ഒരു ചോദ്യം ഞാൻ തയ്യാറാക്കും. 'എനിക്കറിയാം,' വിനയപൂർവ്വം ഞാൻ ആരംഭിക്കും,

'ഈ ചോദ്യം മണ്ടത്തരമാണ്, പക്ഷേ വിദഗ്ധർ നമ്മുക്ക് മുന്നിൽ ഇരിക്കുന്നതിനാൽ... നിങ്ങൾക്കറിയാം എങ്ങനെയാണ്... തീർച്ചയായും നിങ്ങൾക്കറിയില്ല. മേലുദ്യോഗസ്ഥൻ സ്വന്തമായി ഒരു അഭിപ്രായമുണ്ടാക്കും.

പ്രകോപന തന്ത്രം

ദുരഭിമാനത്തോട് സാമ്യമുള്ളതും അതിനോളം തന്നെ അപകടകാരിയുമായ മറ്റൊരു ദൗർബല്യമാണ് നമ്മളെ പ്രകോപിക്കാൻ അനുവദിക്കുന്നത്. മുൻപിലത്തെ ഒരു അധ്യായത്തിൽ, ഇതിനു സമാനമായൊരു തന്ത്രത്തെ ഞാൻ നിങ്ങൾക്ക് പരിചയപ്പെടുത്തിയിരുന്നു : കപടമായ ചുവട്. 'എനിക്കറിയാമായിരുന്നു നിനക്ക് കഴിയില്ലെന്ന്...,' എന്നുള്ള വാക്യത്തോടെയുള്ള ആക്രമണം നിങ്ങൾക്ക് പരിചിതമായിരിക്കാം. ഇത് പ്രത്യേകിച്ചും അപകടകരമാകാനുള്ള കാരണം, അക്രമിയുടെ ശരിയായ ഉദ്ദേശ്യങ്ങൾ വളരെ വൈകിയേ മനസ്സിലാവുകയുള്ളൂ.

പുതിയ സംരംഭ ആശയങ്ങൾക്കായി ഞാൻ നിങ്ങളുടെ സഹായം തേടുന്നുവെന്ന് കരുതുക. നിങ്ങളിൽ വളരെ നല്ല ആശയങ്ങൾ ഉദിക്കുന്നു, പക്ഷേ അവ മറ്റെവിടെയെങ്കിലും അവതരിപ്പിച്ചാൽ വലിയ നേട്ടമുണ്ടാക്കാം എന്നതിനാൽ എന്നിൽ നിന്നും മറച്ചുവെക്കാൻ തീരുമാനിക്കുന്നു. ആലോചന എവിടം വരെയായി എന്ന് ഞാൻ ചോദിക്കുമ്പോൾ, പുതിയ ആശയങ്ങളൊന്നുംതന്നെ ലഭിച്ചില്ലെന്ന് നിങ്ങൾ മറുപടി പറയുന്നു. എനിക്ക് വേണമെങ്കിൽ എടുത്തുചാടി പ്രതികരിക്കാം : എനിക്കു നിങ്ങളെ എതിർക്കുകയും, നിങ്ങളുടെ ഉദ്ദേശ്യം മനസ്സിലായ കാര്യം നിങ്ങളെ അറിയിക്കുകയും ചെയ്യാം. അപ്പോൾ നിങ്ങൾക്കെന്റെ മനസ്സിലിരിപ്പ് മനസ്സിലാകും, നിങ്ങൾ കൂടുതൽ ജാഗരൂകനാകും. അതിനാൽ മറ്റൊരു വഴി നോക്കാം. 'അതുപിന്നെ, സത്യത്തിൽ നിങ്ങൾ ഇതിൽ വിജയിക്കുമെന്ന് എനിക്ക് പ്രതീക്ഷയൊന്നുമില്ലായിരുന്നു. ചിലപ്പോൾ, നിങ്ങളെ സംബന്ധിച്ചിടത്തോളം വലിയൊരു ഉദ്യമമായിരിക്കുമിത്. നന്നായി ശ്രമിച്ചു, പക്ഷേ ഫലം പ്രതീക്ഷിച്ചതു തന്നെയായിരുന്നു.' 'വലിയ ഉദ്യമം എന്നതുകൊണ്ട് എന്താണുദ്ദേശിച്ചത്? എനിക്ക് വലിയൊരു സ്ഥാനപ്പേരില്ലാത്തതിനാൽ, കഴിവില്ലാത്തവനായിരിക്കുമെന്ന് കരുതിയോ നിങ്ങൾ? എനിക്ക് ഒരു ആശയവും ലഭിച്ചില്ല എന്ന് വിചാരിക്കേണ്ട! എനിക്കവയെ മിനുക്കി

യെടുക്കാൻ കുറച്ചു കൂടെ സമയം ആവശ്യമായിരുന്നു. പക്ഷേ നിങ്ങൾ ഇത്രയും പറഞ്ഞതിനാൽ, ഇതാ എന്റെ ആശയങ്ങൾ.' അത്രയേയുള്ളൂ, പൊരുതാതെ തന്നെ നിങ്ങൾ ജയിച്ചിരിക്കുന്നു.

ശരിയായി ഉപയോഗിച്ചാൽ, വളരെ ശക്തമായൊരു തന്ത്രമാണ് പ്രകോപനം. മേൽപറഞ്ഞ സംഭവത്തിൽ, എന്നിൽ നിന്നും രൂക്ഷ വിമർശനവും പറഞ്ഞ ജോലി തീർത്തില്ലെങ്കിൽ നേരിട്ടേക്കാവുന്ന ഭവിഷ്യത്തുകളെക്കുറിച്ചുള്ള ഭീഷണിയുമാണ് നിങ്ങൾ പ്രതീക്ഷിച്ചിരുന്നത്. നിങ്ങളതിന് തയ്യാറായിരുന്നു, അതിനെതിരെ ഒരു ഉപായവും നിങ്ങൾ കണ്ടെത്തിയിരുന്നു. എനിക്കൊരിക്കലും നിങ്ങൾ കണ്ടെത്തിയ ആശയങ്ങൾ മേടിച്ചെടുക്കാൻ കഴിയില്ലായിരുന്നു. പക്ഷേ നിങ്ങളുടെ ദുരഭിമാനത്തെ ഉണർത്താൻ എനിക്ക് സാധിച്ചതിനാൽ നിങ്ങളുടെ മനസ്സ് ചഞ്ചലപ്പെട്ടു. നിങ്ങളുടെ ശ്രദ്ധ വ്യതിചലിച്ചു, ദുർബലനായൊരു എതിരാളിയായി. അതുപോലെതന്നെ, പ്രോത്സാഹിപ്പിക്കാനായും പ്രകോപന തന്ത്രം പ്രയോഗിക്കാവുന്നതാണ്. 'അത് വളരെ ഗംഭീരമായിരിക്കും, പക്ഷേ നിനക്കതിന് കഴിയുമെന്ന് നീ വിശ്വസിക്കുന്നുണ്ടോ?' എന്ന ചോദ്യം അത്ഭുതങ്ങൾ സൃഷ്ടിച്ചേക്കാം.

പോരാടാതെ തന്നെ വിജയിക്കണമെങ്കിൽ, ലക്ഷ്യസ്ഥാനത്തെത്താനായി ഊർജ്ജം ഉപയോഗപ്പെടുത്തുന്നതിൽ ശ്രദ്ധിക്കുകയാണ് വേണ്ടത്, നടത്തിപ്പിന്റെ ഭംഗി ആസ്വദിക്കുകയല്ല.

ടാവോ ടെ ചിംഗ്'ൽ പറയുന്നു, 'മറ്റുള്ളവരെ മറികടക്കുന്നതിലൂടെ നിങ്ങൾ അധികാരം നേടുന്നു; നിങ്ങളെ സ്വയം മറികടക്കുന്നതിലൂടെ നിങ്ങൾ കരുത്തനാകുന്നു.' നേതൃത്വം എന്നാൽ അധികാരമല്ല, കരുത്താണ്. വിശന്നു വലയുന്ന കടുവ പോലും ശക്തനായ, കാഴ്ചയിൽ ഭീകരനായ സീബ്രയെ വേട്ടയാടുകയില്ല, പ്രായം കുറഞ്ഞ, ദുർബലനായ, പരിക്കേറ്റ സീബ്രയെയാവും അത് ആദ്യം തേടുക. കടുവയുടെ ലക്ഷ്യം വിശപ്പടക്കലാണ്, മികച്ച വേട്ടക്കാരനാണെന്ന് തെളിയിക്കുകയല്ല. മൃഗങ്ങളിൽ, ഈ സ്വഭാവം സാധാരണയാണ്. പക്ഷേ നേരത്തെ പറഞ്ഞതുപോലെ, മനുഷ്യർക്കിടയിൽ ഇത്തരം കാര്യങ്ങൾ ദുരഭിമാനവുമായി ബന്ധപ്പെട്ടു കിടക്കുന്നവയാണ്.

ലാവോ ത്സു പറഞ്ഞിട്ടുണ്ട്, 'ബുദ്ധിമാനായ മനുഷ്യൻ തനിക്കു വിജയം നേടാൻ ഉതകുന്ന പ്രവർത്തികൾ മാത്രമേ ചെയ്യാറുള്ളൂ. മറ്റുള്ളവരുടെ മേൽ അധികാരം സ്ഥാപിക്കാൻ ഹിംസാത്മക പാതയിലൂടെ സഞ്ചരിക്കുകയില്ല.'

ഇതാണ് പല ജേതാക്കളും കാണാതെ പോകുന്നത്. എതിരാളിയെ തകർക്കാനുള്ള ആഗ്രഹവും, നിങ്ങൾക്കെതിരെ നിന്നതിനുള്ളശിക്ഷിക്കലുംനിങ്ങളെകീഴടക്കുന്നു.ശരിയായലക്ഷ്യത്തെക്കുറിച്ചുള്ള നിങ്ങളുടെ ധാരണയെ അത് വളച്ചൊടിക്കുന്നു.

അധികാരം കാണിക്കാതിരിക്കുക എന്നാൽ കരുത്ത് കാണിക്കുക എന്നാണ്

ഷാവോലിൻ വിഹാരത്തിൽ പറഞ്ഞുവരുന്ന ഒരു വാക്യമുണ്ട്, 'നല്ലൊരു യോദ്ധാവിൽ പകയുണ്ടാവുകയില്ല.' എവിടെയാണ് അതിരുകൾ നിശ്ചയിക്കേണ്ടതെന്ന് നല്ലൊരു നേതാവിന് അറിയണം. മികച്ചൊരു തലവന്റെ കാഴ്ചപ്പാടിൽ, വിജയമെന്നാൽ ലക്ഷ്യം നേടലാണ്, മറ്റുള്ളവരുടെ മേൽ അധികാരം സ്ഥാപിക്കലല്ല.

കഴിഞ്ഞ ഉദാഹരണത്തിലേക്ക് വീണ്ടും പോകാം. നിങ്ങൾ താല്പര്യപ്പെട്ടിരുന്നില്ലെങ്കിലും, നിങ്ങൾ കണ്ടെത്തിയ ആശയങ്ങൾ മേടിച്ചെടുക്കലായിരുന്നു എന്റെ ലക്ഷ്യം. അവ ലഭിച്ച നിമിഷം എന്റെ വിജയം സ്ഥിരീകരിക്കപ്പെട്ടു, അതോടെ കാര്യമവസാനിച്ചു. എല്ലാത്തിനുമുപരി, ഭാവിയിൽ അത്തരത്തിലുള്ള പല ആശയങ്ങളും കണ്ടെത്താൻ എല്ലാ സാധ്യതകളും നിങ്ങളിലുണ്ടാകും. ഈ സാഹചര്യത്തിൽ ഞാൻ നിങ്ങളെ പ്രശംസ കൊണ്ട് മൂടുകയാണെങ്കിൽ, നമ്മൾ രണ്ടു പേർക്കിടയിലും പ്രശ്നങ്ങളൊന്നുമില്ലാതെ പിരിയാം. മാത്രമല്ല, സഹപ്രവർത്തകരെ വിലകുറച്ചു കാണുന്ന എന്റെ സ്വഭാവത്തെ ചൂണ്ടിക്കാണിച്ചതിൽ നിങ്ങൾക്കഭിമാനിക്കുകയും ചെയ്യാം. നിങ്ങളുടെ നഷ്ടത്തിൽ നിങ്ങൾക്ക് അസന്തോഷമോ ദേഷ്യമോ തോന്നുകയില്ല, സത്യം പറഞ്ഞാൽ അതൊരു നഷ്ടമല്ലതാനും. ഒരു ഉദ്യോഗസ്ഥൻ വിവരം മറച്ചുവെക്കാൻ ശ്രമിക്കുന്നതിനെതിരെ ഞാൻ തികച്ചും വൈകാരികമായി പ്രതികരിച്ചിരുന്നുവെങ്കിൽ, ആ സാഹചര്യത്തിനു തീരെ യോജ്യമല്ലാത്ത ഒരു മോശം പ്രതികരണമായിപ്പോകുമായിരുന്നു. ബഹളവും ഭീഷണികളും ഭാവിയിൽ എനിക്ക് പ്രതികൂലമായി ഭവിച്ചേനെ. അതിസാമർത്ഥ്യം കാണിക്കുന്നതിലൂടെ എനിക്ക് നേടാൻ കഴിയുമായിരുന്നത് നിങ്ങളുടെ ശത്രുത മാത്രമായിരുന്നു. വേറെന്താണ് എനിക്ക് നേടാൻ കഴിയുക? ദേഷ്യത്തിന്റെയും നിരാശയുടെയും പിൻബലത്തിൽ ഞാൻ

പ്രകടിപ്പിക്കുന്ന പെട്ടെന്നുള്ള വികാരങ്ങൾ തെറ്റായ ഫലങ്ങൾ നൽകുമായിരുന്നു.

ഇതു വായിക്കുന്ന നിങ്ങൾ ചിന്തിച്ചേക്കാം, 'ഞാൻ പണം നൽകി ആവശ്യപ്പെടുന്ന സേവനങ്ങൾ ലഭ്യമാകുന്നതിനായി പിന്നെയും തന്ത്രങ്ങൾ പ്രയോഗിക്കുന്നതിന്റെ ആവശ്യമുണ്ടോ?' അംഗീകരിക്കാൻ ബുദ്ധിമുട്ടാണെന്നറിയാം, പക്ഷേ ചില സന്ദർഭങ്ങളിൽ ഇതാണ് അവസ്ഥ.

ഷാവോലിനിൽ പറയാറുള്ളതുപോലെ, എതിർപ്പ് എത്രത്തോളം കുറയുന്നുവോ, പോരാടാതെ വിജയിക്കാനുള്ള സാധ്യത അത്രത്തോളം വർദ്ധിക്കുന്നു. ആവശ്യകതകൾ മാത്രമായിരിക്കണം നിങ്ങളെ നയിക്കേണ്ടതെന്ന് ഓർക്കുക, വികാരങ്ങളോ ദുരഭിമാനമോ അല്ല. ലക്ഷ്യം നേടിയതിനു ശേഷം അതവസാനിപ്പിക്കുന്ന കാര്യവും പ്രധാനമാണ്.

വു വെയ്: പ്രവർത്തനരഹിതമായി പ്രവർത്തിക്കുക

ഷാവോലിനിലെ *'വു വെയ്'* എന്ന ആശയത്തിലൂടെ നേടിയെടുക്കപ്പെട്ട ഒന്നാണ് എതിർപ്പില്ലായ്മയുടെ മാർഗ്ഗം. 'പ്രവർത്തനരഹിതമായിപ്രവർത്തിക്കുക'എന്നാണതിന്റെഏകദേശഅർത്ഥം. യുദ്ധം ജയിക്കുക എന്നതാണ് ലക്ഷ്യമെങ്കിൽ, അത് നേടിയെടുക്കാൻപോരാടേണ്ടതില്ലെങ്കിൽ,പിന്നെന്തിനാണ്പൊരുതുന്നത്? പ്രതികരിക്കാതിരിക്കുന്നതും ഒരു പ്രതികരണമാണ് : അത് എതിരാളിയുടെ ഊർജ്ജത്തെ വഴിതിരിച്ചുവിടും.

ഞാനൊരു ഉദാഹരണം തരാം. നിങ്ങൾ ഒരു അപകടത്തിന് സാക്ഷ്യം വഹിച്ചുവെന്ന് കരുതുക. ഈ സംഭവം കോടതിയിലേക്ക് പോകുമ്പോൾ നിങ്ങളെ സാക്ഷി പറയിക്കാനായി, ഒരാൾ നിങ്ങളുടെ പേരും വിവരങ്ങളും കുറിച്ചെടുക്കാൻ വരുന്നു. നിങ്ങൾക്ക് ഈ സംഭവത്തിന് പിന്നിൽ നടക്കാനോ കോടതി കയറിയിറങ്ങാനോ താല്പര്യമില്ലെന്ന് ആ വ്യക്തിയോട് തുറന്നു പറയുന്നു. നിങ്ങൾ ഒരിക്കലും സാക്ഷിയായി നില്ക്കാൻ താല്പര്യപ്പെടാത്ത ആളാണെന്നും, കഴിഞ്ഞുപോയ ദുരനുഭവങ്ങൾ ഓർക്കാറില്ലെന്നും അയാളോട് പറയുന്നു. അയാൾ നിർബന്ധിക്കുന്നു. ഒരു തർക്കം ഉടലെടുക്കുകയും, അവസാനം പോലീസുദ്യോഗസ്ഥർ വന്ന് നിങ്ങളുടെ പേരുവിവരങ്ങൾ കുറിച്ചെടുത്ത് പോവുകയും

ചെയ്യുന്നു. നിങ്ങൾ സ്വയം പാലിക്കുന്ന നിയമങ്ങളുടെ കോടതിയെ ഇനി തൃപ്തിപ്പെടുത്തണം. സാക്ഷി പറയിക്കാതെ നിങ്ങളെ വിട്ടയക്കണമെങ്കിൽ, നിങ്ങളുടെ കാഴ്ചപ്പാടുകളെ വലിയൊരു സമൂഹത്തിനു മുന്നിൽ അവതരിപ്പിക്കുന്നതിനായി ഒരുപാട് സമയവും ഊർജ്ജവും നിങ്ങൾ നഷ്ടപ്പെടുത്തണം. പക്ഷേ ആ സംഭവത്തിൽ ഇടപെടാതിരിക്കുക എന്ന നിങ്ങളുടെ യഥാർത്ഥ ലക്ഷ്യം നടക്കാതെ പോകും. ഈ പ്രശ്നം വളരെ ലളിതമായി തീർക്കാമായിരുന്നു. നിങ്ങൾ നൽകേണ്ട മറുപടി ഇതായിരുന്നു : 'അതെ, എനിക്ക് നിങ്ങളെ സഹായിക്കണമെന്ന് തീർച്ചയായും ആഗ്രഹമുണ്ട്. പക്ഷേ സംഭവം നടക്കുന്ന സമയം ഞാൻ ഫോണിൽ നോക്കിയിരിക്കുകയായിരുന്നതിനാൽ, സംഭവിച്ചതെന്താണെന്ന് ഞാൻ കണ്ടില്ല...' ആ കാര്യം അപ്പോൾ തന്നെ അവസാനിക്കുമായിരുന്നു.

നേതൃത്വം എന്നാൽ ഉത്തരവാദിത്വം

പലരും വിശ്വസിക്കുന്നത്, നേതൃത്വം എന്ന വാക്കിന്റെ അർത്ഥം മറ്റുള്ളവരെ എന്തെങ്കിലും പ്രവർത്തി ചെയ്യാൻ പ്രേരിപ്പിക്കുകയോ, അവരുടെ ഇഷ്ടങ്ങൾക്കെതിരായി സ്വാതന്ത്ര്യം നിഷേധിക്കുകയോ ആണെന്നാണ്. സത്യത്തിൽ, തികച്ചും വിപരീതമാണത്. ഭൂരിഭാഗം മനുഷ്യരും നയിക്കപ്പെടാനാണ് ആഗ്രഹിക്കുന്നത്. വിനോദസഞ്ചാരം, സംഘടനകൾ, നിയമനിർമ്മാതാക്കൾ, യാത്രാ ഗൈഡുകൾ, രാഷ്ട്രീയ പാർട്ടികൾ, സൈന്യം, സ്ഥാപനങ്ങൾ തുടങ്ങിയ എല്ലാ വ്യവസായമേഖലകളും ഈ ആശയത്തിൽ അധിഷ്ഠിതമാണ്. സ്വാതന്ത്ര്യത്തെ നാം വർണ്ണിക്കുന്ന അതേ രീതിയിലുള്ള പ്രാധാന്യം യഥാർത്ഥ ജീവിതത്തിലും നൽകിയാൽ, ആരും ആരുടെ കീഴിലും ജോലി ചെയ്യുകയില്ല, എല്ലാവരും അവരവരുടെ തന്നെ യജമാനൻ ആവുമായിരുന്നു. പക്ഷേ അതല്ല യാഥാർത്ഥ്യം. എന്തുകൊണ്ടാണത്? കാരണം ഒന്നേയുള്ളൂ, എളുപ്പമുള്ള പാതയിലൂടെ സഞ്ചരിക്കാനാണ് എല്ലാവരുമിഷ്ടപ്പെടുന്നത്. സമ്മതിച്ചാലും ഇല്ലെങ്കിലും, നമ്മുടേത് 'തെരഞ്ഞെടുക്കുന്ന ഒരു സമൂഹ'മായി മാറിയിട്ടുണ്ട്. വളരെ കുറച്ചു പേർ നൽകുന്ന തെരഞ്ഞെടുക്കാനുള്ള ആശയങ്ങളിൽ നിന്നും, ബാക്കിയുള്ള വലിയ ജനത തെരഞ്ഞെടുത്ത് സ്വീകരിക്കുന്നു. വളരെ ചെറിയ തലങ്ങൾ മുതൽ ഏറ്റവും ഉയർന്ന തലങ്ങളിൽ വരെ ഈ പ്രവണത സ്വാഭാവികമാണ്. കമ്പ്യൂട്ടറുകൾക്കുപോലും

നമ്മൾ നിർദ്ദേശം കൊടുക്കുകയല്ല ചെയ്യുന്നത്, അത് നൽകുന്ന ആശയങ്ങളിൽ നിന്നും തെരഞ്ഞെടുക്കുകയാണ് ചെയ്യുന്നത്; അതിൽ കൂടുതൽ ഉണ്ടോ എന്ന ചിന്ത പോലും നമ്മൾക്കുണ്ടാവാറില്ല. മറ്റൊരു വശമെന്തെന്നാൽ, ആരും ഉത്തരവാദിത്വം ഏറ്റെടുക്കാൻ തയ്യാറല്ല.

ജോർജ്ജ് ബെർനാഡ് ഷാ ഒരിക്കൽ പറഞ്ഞു, 'സ്വാതന്ത്ര്യമെന്നാൽ ഉത്തരവാദിത്വമാണ്. അതിനാലാണ് പലരും അതിനെ ഭയക്കുന്നത്.'

മറ്റുള്ളവരെ നയിക്കാനുള്ള ആഗ്രഹവും, അധികാരവും പദവിയും തമ്മിൽ ഒരു ബന്ധവുമില്ല. അത് വളരെ നൈസർഗ്ഗികമായ ഒരു ആശയമാണ്, യുദ്ധം എന്നതുപോലെ.

പൊരുതുക എന്നത് നിലനില്പിന്റെ ഭാഗമാണ്

ഇന്നത്തെ കാലത്ത് പറയുന്നത് ശരിയല്ലെങ്കിലും, പൊരുതുക എന്നത് സ്വഭാവികമാണ്, അത് അംഗീകരിക്കപ്പെടണം. പ്രശ്നങ്ങളിൽ നിന്നും നിങ്ങൾ സ്വയം ഒഴിഞ്ഞുമാറിപ്പോയാലും, പലപ്പോഴും അക്രമങ്ങൾക്ക് ഇരയാകാൻ സാധ്യതയുണ്ട്. പോരാടാതെ ജയിക്കണമെങ്കിൽ ആദ്യം വേണ്ടത്, പോരാട്ടം എന്നൊന്ന് ഉണ്ടെന്ന് അംഗീകരിക്കലാണ്. അത് ജീവിതത്തിന്റെ ഒരു ഭാഗമാണ്. എല്ലാത്തിനുമുപരി, പോരാട്ടവും അതിനോടനുബന്ധിച്ച വിജയവും, നമ്മളെ മെച്ചപ്പെടുത്താനുള്ള പ്രകൃതിയുടെ പ്രോത്സാഹനമാണ്. പോരാട്ടത്തിന്റെ ഭാഗമായി സംഭവിച്ച എല്ലാം തന്നെ അതിന്റേതായ പ്രാധാന്യം തെളിയിച്ചിട്ടുമുണ്ട്. പോരാട്ടമുണ്ടെന്ന വസ്തുതയെ അവഗണിക്കുന്നത്, ഒന്നും സംഭവിക്കില്ലെന്ന വിശ്വാസത്തോടെ കണ്ണുമടച്ച് റോഡിലൂടെ നടക്കുന്നതിനു തുല്യമാണ്. പോരാട്ടം എല്ലായിടത്തുമുണ്ട് : നിലനില്പിനായുള്ള പോരാട്ടം, ജോലിക്കായുള്ള പോരാട്ടം, ലിംഗസമത്വത്തിനായുള്ള പോരാട്ടം, മത്സരങ്ങൾ...

ബെർട്ടോൾഡ് ബ്രെഷ്റ്റിന്റെ ഒരു ഉദ്ധരണി :

'അവർ ഒരു യുദ്ധം പ്രഖ്യാപിക്കുകയും നമ്മളാരും അതിന് പോകാതിരിക്കുകയും ചെയ്താലോ? യുദ്ധം നമ്മളെത്തേടി വരും.'

ഇതാ ഒരു ഉദാഹരണം. ഒരു ദിവസം, അമിതവേഗതയിൽ വാഹനമോടിച്ചതിനായി ഒരാൾക്ക് സമൻസ് വരുന്നു. എതിർപ്പ്

വല്ലതുമുണ്ടെങ്കിൽ പതിനാല് ദിവസത്തിനകം ഹാജരാകണമെന്നും, അല്ലാത്തപക്ഷം നിയമനടപടികളുമായി മുന്നോട്ടുപോകുമെന്നാണ് അതിൽ വിവരിച്ചിരിക്കുന്നത്. സ്വന്തമായി കാറോ ലൈസൻസോ ഇല്ലാത്തതിനാൽ, അയാൾക്കതിൽ പങ്കില്ല. അതിനാൽതന്നെ അയാൾ ചിന്തിക്കുന്നു, 'ഇതിൽ പറഞ്ഞിരിക്കുന്ന വ്യക്തി ഞാനല്ലാത്തതിനാൽ, എന്നെ അവർക്കൊന്നും ചെയ്യാൻ കഴിയുകയില്ല.' അതുകൊണ്ട്, അയാൾ അത് അവഗണിച്ചു. ഇവിടെ മനസ്സിലാക്കേണ്ട കാര്യമെന്തെന്നാൽ, 'തെറ്റു ചെയ്യാതിരിക്കുന്നതും' 'ശിക്ഷിക്കപ്പെടാതിരിക്കുന്നതും' തമ്മിലുള്ള വ്യത്യാസമാണ്. സ്വാഭാവികമായും, നിയമം അതിന്റെ വഴിക്ക് നടപ്പിലാക്കപ്പെട്ടും, അനുവദിച്ച സമയം കഴിഞ്ഞ് അയാളെ പ്രതി ചേർക്കുകയും ചെയ്യാത്ത കുറ്റത്തിന് പിഴ അടപ്പിക്കുകയും ചെയ്യും. പക്ഷേ അയാൾ മറ്റൊരു കാര്യം കൂടെ അവിടെ ചെയ്തു : ഒരു പോരാട്ടം ഒഴിവാക്കി. അവർ പ്രശ്നത്തിൽ നിന്നും മാറിനിന്നു, പക്ഷേ പ്രശ്നം അവരെത്തേടിവന്നു.

അയാൾ യാഥാർത്ഥ്യം മനസ്സിലാക്കി ഉടൻ പ്രതികരിക്കാൻ മുതിർന്നിരുന്നുവെങ്കിൽ, പ്രശ്നത്തിനുള്ള പരിഹാരം കണ്ടേനെ. അടിസ്ഥാനപരമായി, ശരിയായ പ്രശ്നം കാണാൻ കൂട്ടാക്കാത്തതിനാലുണ്ടായതാണ് പ്രതികൂല സാഹചര്യത്തിലേക്ക് നയിച്ചത്.

ആശയവിനിമയം പ്രധാനമാണ്

നേതാക്കളുടെ ഏറ്റവും പ്രധാനപ്പെട്ട കർത്തവ്യങ്ങളിലൊന്നാണ് വ്യക്തമായ ലക്ഷ്യങ്ങൾ ആവിഷ്കരിച്ച്, അതിനെ ഫലപ്രദമായി മറ്റുള്ളവരിലേക്ക് എത്തിക്കുക എന്നത്. ഷാവോലിനിൽ, നേതാക്കൾ ആഴത്തിൽ ചിന്തിക്കാതിരിക്കുകയും സ്വന്തം ചിന്തകൾ സങ്കീർണ്ണമാക്കുകയും ചെയ്യരുതെന്ന് പറയാറുണ്ട്. വ്യക്തമായ കാഴ്ചപ്പാടും, ലളിതമായ ചിന്തയും, ആശയവിനിമയവുമാണ് അടിസ്ഥാനപരമായ ആവശ്യതകൾ.

*എതിരാളികളെ എവിടെയാണ് പ്രഹരിക്കേണ്ടതെന്ന്
അറിയാത്ത യോദ്ധാക്കളുടെ ശ്രമങ്ങൾ നിഷ്ഫലമാവുകയും,
ആക്രമിക്കാൻ ആരംഭിക്കുന്നതിനു മുൻപേ തന്നെ അവർ നിലം
പതിക്കുകയും ചെയ്യും. പകുതി വിവരങ്ങൾ മാത്രം സ്വീകരിക്കുന്ന
സൈന്യത്തിന്, തങ്ങളുടെ മുഴുവൻ കരുത്തും പുറത്തെടുക്കാൻ
ഒരിക്കലും കഴിയുകയില്ല.*

ലക്ഷ്യങ്ങളും അത് നേടാനുള്ള മാർഗ്ഗവും നിങ്ങളുടെ സഹപ്രവർത്തകരുടെ മുന്നിൽ അവതരിപ്പിക്കുമ്പോൾ, പ്രധാനപ്പെട്ട ഈ നിയമം എന്നും ഓർക്കുക : ഒരിക്കലും ഒന്നും അനുമാനിക്കരുത്. തുറന്നു പറയുകയാണെങ്കിൽ, സഹപ്രവർത്തകർക്ക് കാര്യങ്ങൾ മനസ്സിലായി എന്ന ധാരണയിൽ നിങ്ങൾ വ്യക്തമായി വിശദീകരിക്കാത്തതിനാൽ, അതിലൊരാൾക്ക് പദ്ധതി മനസ്സിലാവാതിരിക്കുകയോ അല്ലെങ്കിൽ അയാൾ പദ്ധതി പ്രകാരം പ്രവർത്തിക്കാതിരിക്കുകയോ ചെയ്താൽ, തെറ്റ് നിങ്ങളുടേതാണ്. അയാളെ ആശയക്കുഴപ്പത്തിലാക്കുക മാത്രമല്ല നിങ്ങൾ ചെയ്തത്, ആ തെറ്റ് തിരുത്തുന്നതിനായി സമയവും ഊർജ്ജവും നഷ്ടപ്പെടുത്തേണ്ടിയും വരും. അതേസമയം, നിങ്ങളുടെ സന്ദേശം വ്യക്തവും ലളിതവുമായിരുന്നെങ്കിൽ, നിങ്ങൾക്കൊപ്പം ജോലി ചെയ്യുന്നത്, നിങ്ങളുടെ സഹപ്രവർത്തകർക്ക് ആശ്വാസമായിരിക്കും.

മുന്നോട്ടു പോക്കിൽ ഒരുപാട് തടസ്സങ്ങളുണ്ടെങ്കിലും, ലക്ഷ്യത്തെയും അതിലേക്കുള്ള മാർഗ്ഗത്തെയും കുറിച്ച് വ്യക്തതയുണ്ടെന്ന് കൂടെയുള്ളവരെ ധരിപ്പിക്കുന്നതും ഒരു നേതാവിന്റെ കഴിവുകളിൽ ഒന്നാണ്. ഓർക്കുക, ആളുകൾ നയിക്കപ്പെടാനാണ് ഇഷ്ടപ്പെടുന്നത്. അതുകൊണ്ടാണ് അവർ നിങ്ങളുടെ പദ്ധതിക്കനുസരിച്ച് പ്രവർത്തിക്കാൻ സ്വയം തയ്യാറായിരിക്കുന്നത്.

നമ്മളെല്ലാവർക്കും നയിക്കപ്പെടാനാണിഷ്ടം, നിങ്ങൾക്കും അങ്ങനെതന്നെയാവും. നിങ്ങളൊരു ഫോട്ടോഗ്രാഫറെ സന്ദർശിക്കുന്നതായി സങ്കല്പിക്കുക. നിങ്ങൾ എങ്ങനെ നില്ക്കണം, ഇരിക്കണം, കൈകൾ എങ്ങനെ വെക്കണം, നോട്ടം എങ്ങോട്ടായിരിക്കണം തുടങ്ങിയ കാര്യങ്ങളെക്കുറിച്ച് അവർ നിർദ്ദേശിക്കുമെന്നാണ് നിങ്ങൾ സ്വാഭാവികമായും ധരിച്ചിരിക്കുക. അയാൾ പകർത്തുന്ന ചിത്രങ്ങളിൽ നിങ്ങൾ നന്നായിരിക്കുമെന്നും, അത് നിങ്ങൾക്ക് സന്തോഷം നൽകുമെന്നുള്ള വിശ്വാസം നിങ്ങളിലുണ്ട്. പക്ഷേ ക്യാമറയ്ക്കു മുന്നിൽ നിങ്ങൾ എങ്ങനെ നില്ക്കണമെന്ന് നിർദ്ദേശിക്കാൻ അറിയാതെ ഫോട്ടോഗ്രാഫർ എന്തൊക്കെയോ ചെയ്തുകൂട്ടുന്നുവെങ്കിൽ, ആദ്യ സാഹചര്യത്തിൽ ലഭിച്ച അതേ ചിത്രങ്ങളാണെങ്കിൽപോലും നിങ്ങൾക്കതിൽ തൃപ്തിയുണ്ടാവുകയില്ല. അതിനർത്ഥം, എല്ലാ ഫോട്ടോഗ്രാഫർമാർക്കും എന്താണ് ചെയ്യേണ്ടതെന്നും എങ്ങനെയാണ് ചെയ്യേണ്ടതെന്നും എപ്പോഴും അറിയണമെന്നില്ല. പക്ഷേ പലരും എല്ലാമറിയുന്നതു പോലെ നിങ്ങളെ വിശ്വസിപ്പിക്കും. ആ വിശ്വാസം അവരുടെ സേവനത്തിൽ തൃപ്തിയടയാനും, പിന്നെയും അവരുടെ സേവനം ആവശ്യപ്പെടാനും

നിങ്ങളെ പ്രേരിപ്പിക്കും. എല്ലാത്തിലുമുപരി, നിങ്ങളുടെ നല്ലൊരു ചിത്രം ലഭിക്കുന്നതിൽ ഫോട്ടോഗ്രാഫർ 'വിജയിച്ചു'. അപ്രതീക്ഷിതമായ ഓരോ സാഹചര്യത്തിലും എന്താണ് ചെയ്യേണ്ടതെന്ന് തീർച്ചയായും ഒരാൾക്കും അറിയില്ല. വാസ്തവത്തിൽ, എല്ലാം അറിയാമെന്ന തരത്തിലുള്ള അവരുടെ ഭാവം ഉള്ളിടത്തോളം കാലം, ആ അറിവില്ലായ്മയ്ക്ക് ഒരു പ്രസക്തിയുമില്ല.

നേതാക്കൾ അംഗീകാരം നൽകണം

ഫോട്ടോഗ്രാഫറുടെ ഉദാഹരണത്തിലേക്ക് തിരികെ പോകാം. ജോലി ചെയ്യുന്ന സ്ഥാപനത്തിന്റെ ആവശ്യത്തിനായി നിങ്ങളുടെ കുറച്ച് ചിത്രങ്ങൾ പകർത്തണം. ഫോട്ടോഗ്രാഫർ നിങ്ങളെ ക്യാമറയ്ക്കു മുന്നിൽ നില്ക്കാൻ പറയുന്നു, ശേഷം അതൃപ്ത ഭാവത്തിൽ ചിത്രമെടുക്കാതിരിക്കുന്നു. നിങ്ങളുടെ മനസ്സിൽ അപ്പോൾ എന്തായിരിക്കും തോന്നുക? തൃപ്തികരമല്ലെങ്കിലും ഓരോ വട്ടം നില്ക്കുമ്പോഴും ഒരു ചിത്രമെങ്കിലും എടുത്ത ശേഷം അടുത്ത ശ്രമത്തിലേക്ക് പോകുമ്പോഴല്ലേ നിങ്ങൾക്കും അല്പം ആശ്വാസം തോന്നുക?

പ്രകൃതിയുടെ അടിസ്ഥാനതത്വങ്ങളിൽ ഒന്ന് നമ്മുടെ
മനസ്സിൽ എന്നുമുണ്ടെങ്കിൽ, മറ്റുള്ളവരെ നയിക്കുന്നത്
എളുപ്പമാകും : ഏറെക്കുറെ എല്ലാ ജീവജാലങ്ങളും അംഗീകാരം
ആഗ്രഹിക്കുന്നവയാണ്, അതിനായി എന്തും ചെയ്യുന്നവർ.

ജന്തുലോകം മുതൽ ഓഫീസുകളിൽ വരെയുള്ള അധികാരത്തിനായുള്ള ഏറ്റുമുട്ടലുകൾ വരെ ഇതിൽ ഉൾപ്പെടും. മറ്റുള്ളവരുടെ മേലുള്ള മേൽക്കോയ്മക്കാണ് ഇവിടെ പ്രസക്തി. ഈ അവസ്ഥ ശാന്തമാകണമെങ്കിൽ, ഒരാൾക്ക് മറ്റുള്ളവരുടെ മേൽ അധികാരം ലഭിക്കണം, അല്ലെങ്കിൽ പൊതുവെ കാണുന്ന എല്ലാവരാലും ഇഷ്ടപ്പെടണം എന്ന ആഗ്രഹം സഫലമാകണം. ഇത് നമ്മളിൽ പലരും അതിയായി ആഗ്രഹിക്കുന്ന ഒന്നാണ്; പ്രത്യേകിച്ച്, മറ്റുള്ളവരാൽ ആരാധിക്കപ്പെടുന്ന പദവിക്കായി കൊതിക്കുന്നവർ. എന്നെ വിശ്വാസമില്ലെങ്കിൽ, ഈ ചോദ്യത്തിന് സത്യസന്ധമായി മറുപടി പറയൂ : ഒരേ പോലെയുള്ള രണ്ട് വസ്തുങ്ങൾ വില്പനയ്ക്കു വെച്ചിരിക്കുകയാണ്. രണ്ടിനും ഒരേ വില, കാണാനും ഒരു പോലെ, നിർമ്മിച്ചിരിക്കുന്നത് ഒരേ സ്ഥലത്ത്, ഗുണത്തിലും തുല്യത പുലർത്തുന്നവ. ഒരേയൊരു വ്യത്യാസമെന്തെന്നാൽ, അതിലൊ

ന്നിൽ പേരുകേട്ട ഒരു ബ്രാൻഡിന്റെ ചിഹ്നമുണ്ട്. അതൊരു ഡിസൈനർ വസ്ത്രനിർമ്മാതാക്കളുടേതാണ്. അതിൽ ഏത് വസ്ത്രമായിരിക്കും നിങ്ങൾ തെരഞ്ഞെടുക്കുക? എന്തുകൊണ്ട്?

അംഗീകാരം നിർണ്ണയിക്കുന്നത് ഭൗതികത മാത്രമാവണമെന്നില്ല. കുഞ്ഞുങ്ങൾ പോലും 'സ്വന്തം' എന്ന് വിളിക്കാവുന്ന, എല്ലാമറിയുന്ന മുതിർന്നവരുടെ മേൽ അഭിമാനം കൊള്ളുന്നു. ഒരു സ്ഥാപനത്തിന്റെ തലപ്പത്തിരിക്കുന്ന വ്യക്തിയിൽ നിന്നും നേരിട്ട് പ്രശംസ കേൾക്കാൻ എന്തും ചെയ്യാൻ തയ്യാറായിരിക്കും അവിടുത്തെ ഉദ്യോഗസ്ഥർ. മേലുദ്യോഗസ്ഥരിൽ നിന്നുമുള്ള പ്രശംസ, രാജാവിൽ നിന്നും ലഭിക്കുന്ന ആശ്ലേഷണം പോലെയാണ്. ഇത് വളരെക്കാലമായി കണ്ടുവരുന്ന ഒരു പ്രവണതയാണ്. പതിനെട്ടാം നൂറ്റാണ്ടിന്റെ പകുതികളിൽ, ഫ്രഞ്ച് എഴുത്തുകാരനായ വോവെനർഗസിന്റെ വരികൾ, 'മിതമായ പ്രശംസ എന്നും സാമാന്യതയാണ്.'

മറ്റുള്ളവരെ അംഗീകരിക്കാൻ തക്ക സ്ഥാനത്തിരിക്കുന്നവന്, അവരെ നിയന്ത്രിക്കാനും സാധിക്കും.

പലരും നയിക്കപ്പെടാനാഗ്രഹിക്കുന്നത്, അവർക്കൊരു ആരാധനാ കഥാപാത്രം വേണമെന്നുള്ളതുകൊണ്ടാണ്; മാതൃകയാക്കാൻ കഴിയുന്ന, അവരിലൂടെ സ്വന്തം സ്വപ്നങ്ങൾ സാക്ഷാത്കരിക്കാൻ കഴിയുന്ന. നിങ്ങൾക്കിഷ്ടമാണെങ്കിലും അല്ലെങ്കിലും, ഒരു നേതാവായിക്കഴിഞ്ഞാൽ, നിങ്ങൾ ആ പദവിയും അലങ്കരിക്കണം. മികച്ച ഒരു അവസരമാണത്, അതേസമയം, വലിയ ഉത്തരവാദിത്തവും.

ഉത്തരവാദിത്തത്തെക്കുറിച്ച് ബോധവാനാകുക

ഏറ്റവും ഉയരത്തിലിരിക്കുന്ന ആൾക്ക് മറ്റുള്ളവരെ ഉയരാൻ സഹായിക്കാനും കഴിയും, തള്ളിത്താഴെയിടാനും കഴിയുമെന്ന കാര്യം മറക്കരുത്. ഏകാഗ്രതയെക്കാൾ ശ്രദ്ധക്കുറവ് അധികമുള്ളതിനാൽ, രണ്ടാമത് പറഞ്ഞതാണ് പലപ്പോഴും സംഭവിക്കാറുള്ളത്. പല മേലുദ്യോഗസ്ഥർക്കും തങ്ങളുടെ കരുത്തിന്റെ ആഴമറിയില്ല. ഒരു മോശം ദിവസത്തെ നേരിട്ടുകൊണ്ടിരിക്കുന്നതിനിടയിലാണ് നിങ്ങൾ മനസ്സിലാക്കുന്നത്, C എന്ന രാജ്യത്ത് നിങ്ങളുടെ ഉത്പന്നങ്ങളിൽ ഒന്നിന്റെ അവസ്ഥ ദയനീയമാണെന്ന്. നിരാശയും

ദ്വേഷ്യവും കൊണ്ട് നിങ്ങൾ ആ രാജ്യത്തെ ജനങ്ങളെ ശപിക്കുകയും കോമാളികളെന്ന് വിളിക്കുകയും ചെയ്യുന്നു. എന്താണ് നിങ്ങൾ നേടിയത്? നിങ്ങളെ അറിയുന്നവർക്ക് നിങ്ങളുടെ അന്നത്തെ അവസ്ഥ മനസ്സിലാകും, അതല്ലാതെ ആ വാക്കുകൾ കൊണ്ട് മറ്റൊന്നും സംഭവിക്കാൻ പോകുന്നില്ല. അതേസമയം, നിങ്ങളൊരു ശക്തനായ രാഷ്ട്രത്തലവനാണെന്ന് വിചാരിക്കുക, നിങ്ങൾ സമാന സാഹചര്യത്തിൽ മേൽപറഞ്ഞ പോലെ ആ രാജ്യത്തെ വിമർശിക്കുന്നുവെന്ന് കരുതുക. ഭാഗ്യമുണ്ടെങ്കിൽ, നിങ്ങൾ പറഞ്ഞ അബദ്ധം പത്രങ്ങളുടെ മുൻപേജുകളിൽ മാത്രമായൊതുങ്ങും. എല്ലായിടത്തും ഇങ്ങനെതന്നെയാണ്. സഹിക്കാതെ തരമില്ല. ഒരു ഉദ്യോഗസ്ഥനെ അയാളുടെ മേലുദ്യോഗസ്ഥൻ വിമർശിക്കുന്നതും നിങ്ങളുടെ അയൽക്കാരന്റെ മകൻ വിമർശിക്കുന്നതും തമ്മിൽ വലിയ അന്തരമുണ്ട്.

നേതൃത്വമെന്നാൽ ഒരുമിച്ച് വിജയിക്കുക എന്നാണ്

ഈ അധ്യായത്തിന്റെ തുടക്കത്തിൽ നമ്മൾ പരാമർശിച്ച രണ്ട് സന്ന്യാസിമാർ വളരെ ശക്തരായിരിക്കാം, പക്ഷേ അവരെക്കൊണ്ട് മാത്രം വിജയം കൈവരിക്കുക എന്നത് അസാധ്യമാണ്. അവരുടെ ശരിയായ കരുത്ത് അവരുടെ പതിനൊന്ന് കൂട്ടാളികളും അവരെ ഉചിതമായി വിന്യസിപ്പിക്കാനുള്ള നേതാക്കളുടെ കഴിവുമാണ്. ആശ്രമം ഉൾപ്പെട്ട തുടർന്നുള്ള യുദ്ധങ്ങളിൽ, അവിടുള്ള സന്ന്യാസിമാർ നേരിട്ടല്ല പോരാടിയിരുന്നത്. പകരം, അവിടെയുള്ള ആളുകളെ പ്രോത്സാഹിപ്പിക്കുകയും പരിശീലിപ്പിക്കുകയുമാണ് ചെയ്തത്. അതിൽ ഭൂരിഭാഗവും ആ ദേശത്തെ കർഷകരായിരുന്നു. സന്ന്യാസിമാർ ചിലപ്പോൾ മുൻഗണന കൊടുത്തിരുന്നത് പരിചയസമ്പന്നരായ യോദ്ധാക്കളെയായിരിക്കാം, പക്ഷേ അങ്ങനെയാരും തന്നെ അവിടെയുണ്ടായിരുന്നില്ല. ആരാണ് കൂടെ നിന്ന് യുദ്ധം ചെയ്യുന്നത് എന്നതിലല്ല, നേതാക്കൾ അവരെ എന്താക്കിത്തീർത്തു എന്നതിലാണ് കാര്യമെന്ന് സന്ന്യാസികൾക്കറിയാമായിരുന്നു. അതാണ് ഒരു നേതാവിന്റെ കഴിവ്.

സന്ന്യാസസമൂഹത്തിന്റെ ഉന്നമനത്തിനായി സഹായിക്കുന്ന ഏതൊരാളെയും മുനിയായി അംഗീകരിക്കാം എന്ന തീരുമാനമായിരുന്നു വിഹാരത്തിലെ നേതൃസഭയുടെ മറ്റൊരു കരുത്ത്. വ്യക്തിവിവരണങ്ങളോ ശുപാർശകളോ ആവശ്യമില്ലായിരുന്നു,

ജ്ഞാനം പങ്കുവെക്കാനുള്ള മനസ്സും താല്പര്യവും മാത്രം മതി. അതിനാൽതന്നെ, സദ്ഗുണസമ്പന്നരായ യുവാക്കളെ മാത്രമല്ല, മറ്റൊരു ആശ്രമവും അംഗീകരിക്കാത്തവരെപ്പോലും ഷാവോലിൻ വിഹാരം സ്വീകരിച്ചു. ഇവരെ നവീകരിക്കാനല്ല സന്ന്യാസികൾ ശ്രമിച്ചത്, അവരുടെ ബുദ്ധിയെയും കഴിവുകളെയും അസാധാരണ മായ സവിശേഷതകളെയും പ്രയോജനപ്പെടുത്തുകയാണ് ചെയ്തത്.

'നിങ്ങളിലെന്താണോ ഉള്ളത്, അതിൽ ശ്രദ്ധ കേന്ദ്രീകരിക്കുക.' ഷാവോലിനിൽ പിന്തുടരുന്ന ഏറ്റവും പ്രധാനപ്പെട്ട കല്പനകളിൽ ഒന്നാണിത്. നിങ്ങളുടെ കൈവശമില്ലാത്തതിനെക്കുറിച്ച് പരാതിപ്പെടരുത്. ഉള്ളതുകൊണ്ട് മികച്ച ഫലമുണ്ടാക്കു.

യോഗ്യരായ സഹപ്രവർത്തകരല്ല നിങ്ങളുടെ കൂടെയുള്ളവർ എന്ന തോന്നുന്നുണ്ടെങ്കിൽ, അവരെ യോഗ്യരാക്കിത്തീർക്കുക. അവർ നിങ്ങളുടെ എതിരാളികളല്ല, ആയുധമാണ്. സഹപ്രവർത്തകരിൽ നല്ലതെന്നോ ചീത്തയെന്നോ ഇല്ല. അവരെക്കുറിച്ചുള്ള നിങ്ങളുടെ അറിവും, അവരെ ഉപയോഗപ്പെടുത്താനുള്ള നിങ്ങളുടെ കഴിവുമാണ് ഓരോരുത്തരെയും മികച്ചതാക്കുന്നത്.

ഞാൻ ഷാവോലിനിൽ ഉള്ളപ്പോഴാണ് ഈ കഥ കേൾക്കാനിടയായത്. ചന്തയ്ക്കു പോയ ഒരു സന്ന്യാസി, ഒരു ഇറച്ചിവെട്ടുകാരനും ഉപഭോക്താവും തമ്മിലുള്ള സംഭാഷണം കേൾക്കാനിടയായി. 'നിങ്ങളുടെ പക്കലുള്ളതിൽ ഏറ്റവും നല്ല ഇറച്ചികഷണം തരൂ,' ഉപഭോക്താവ് പറഞ്ഞു. കശാപ്പുകാരന്റെ മറുപടി ഇതായിരുന്നു, 'ഇവിടെയുള്ളതെല്ലാം നല്ല കഷണങ്ങളാണ്. നല്ലതല്ലാത്ത ഒരു തുണ്ട് ഇറച്ചി പോലും നിങ്ങൾക്കെന്റെ കടയിൽ നിന്നും കാണാൻ കഴിയില്ല.' ഇതുകേട്ട സന്ന്യാസിക്ക് ജ്ഞാനോദയമുണ്ടായി.

മേലുദ്യോഗസ്ഥൻ എന്ന ജോലിയെ, സഹപ്രവർത്തകരുമായുള്ള ഒരു യാത്രയായി കണക്കാക്കുക; ഒരുമിച്ച് നിന്നാലല്ലാതെ ലക്ഷ്യത്തിലെത്താൻ കഴിയാത്ത യാത്ര. അവർ ഓരോരുത്തരെയും തങ്ങളുടെ കഴിവും അറിവും പ്രാപ്തിയും ഉപയോഗിച്ച് മികവ് പുലർത്താൻ കഴിയുന്ന ജോലിക്കായി നിയോഗിക്കുക എന്നതാണ് നിങ്ങളുടെ ചുമതല.

ജർമ്മൻ മാധ്യമപ്രവർത്തകനും ടെലിവിഷൻ അവതാരകനുമായ റോബർട്ട് ലെംബ്കെ പറഞ്ഞത് ഇങ്ങനെയാണ്: 'സഹപ്രവർത്ത

കരുടെ കഴിവുകളെ വിലയിരുത്താനുള്ള കഴിവിനെ അടിസ്ഥാനമാക്കി, നിങ്ങൾക്ക് മേലുദ്യോഗസ്ഥന്റെ കഴിവ് വിലയിരുത്താം.' ഓരോ സഹപ്രവർത്തകനിൽ നിന്നും മികച്ച കഴിവുകൾ പുറത്തെടുക്കുന്നതിൽ പല മേലുദ്യോഗസ്ഥരും അത്ര മിടുക്ക് കാണിക്കാറില്ല.

നിങ്ങൾക്ക് താഴെ ടെലിഫോൺ ഓപ്പറേറ്ററായി 'P' എന്ന വ്യക്തിയെ നിയമിച്ചിരിക്കുകയാണെന്ന് കരുതുക. 'P' മറുപടി കൊടുത്ത ആദ്യത്തെ കോളിൽ നിന്നും തന്നെ നിങ്ങൾക്ക് മനസ്സിലായി, അത് അവർക്ക് പറ്റുന്ന ജോലി അല്ല എന്ന്. പക്ഷേ P-യെ മേലുദ്യോഗസ്ഥർ നിയമിച്ചത് ഈ ജോലിക്കായതിനാൽ, അവരെ നിങ്ങൾ നിർബന്ധമായും പ്രാപ്തനാക്കണം. 'Q' എന്ന വ്യക്തിക്ക് ഈ ജോലിയിൽ P-യെക്കാൾ കഴിവുണ്ടെങ്കിലും, അവർ P-യുടെ ജോലിയിൽ താല്പര്യം കാണിക്കുന്നുണ്ടെങ്കിലും ഒരു രക്ഷയുമില്ല.

വളരെക്കാലം എനിക്ക് കഴിവ് മനസ്സിലാക്കാൻ കഴിയാതിരുന്ന ഒരു സഹപ്രവർത്തകനെ ഞാൻ ഓർക്കുന്നു. 'T' എന്നായിരുന്നു അവന്റെ പേര്. വ്യക്തമായ നിർദ്ദേശങ്ങൾ നൽകിയാൽ വളരെ മികച്ച ഫലങ്ങൾ നൽകാൻ കഴിവുള്ള അയാൾക്ക് പക്ഷേ, നിർദ്ദേശങ്ങളില്ലാതെ ഒന്നും ചെയ്യാൻ അറിയുകയില്ല. 'ഈ കാര്യത്തിനായി ആരെ വിളിക്കുന്നതാവും ഏറ്റവും നല്ലത്?' എന്ന് T-യോട് ചോദിക്കുന്നത് വ്യർത്ഥമാണ്. തുടക്കത്തിൽ, ഒരു ഫലവും കണ്ടില്ല, സമ്മർദ്ദം വർദ്ധിക്കുകയും ചെയ്തു. 'അമേരിക്കയുടെ രാഷ്ട്രപതിയെ വിളിച്ചിട്ട്, നാളേയ്ക്ക് അദ്ദേഹവുമായി ഒരു കൂടിക്കാഴ്ച തീരുമാനിക്കു.' എന്നാണ് പറയുന്നതെങ്കിൽ, രാഷ്ട്രപതിയുമായുള്ള കൂടിക്കാഴ്ച സ്ഥിരീകരിക്കുക മാത്രമല്ല, അദ്ദേഹം എനിക്കുവേണ്ടി കാത്തുനില്ക്കുന്നുണ്ടാകും എന്നതുപോലും എനിക്കുറപ്പാണ്. അങ്ങനെയുള്ള സഹപ്രവർത്തകരുള്ളപ്പോൾ, അവരുടെ നേട്ടങ്ങളിൽ ശ്രദ്ധ കൊടുക്കുക മാത്രമല്ല, പ്രശംസിക്കുക കൂടി ചെയ്യേണ്ടത് അനിവാര്യമാണ്. അവരുടെ നേട്ടങ്ങളോട് പ്രതികരിക്കാതിരുന്നാൽ, ഉദ്യമം അപൂർണ്ണമാണെന്നുള്ള തോന്നൽ അവരിലുണ്ടാകും.

ജീവനക്കാരിൽ 'നല്ലവരോ' 'മോശമായവരോ' ഇല്ല

മേലുദ്യോഗസ്ഥരായാലും, സഹപ്രവർത്തകരായാലും, മറ്റു മനുഷ്യരായാലും, അവരാരിലും തന്നെ നല്ലവരോ മോശമായവരോ ഇല്ല എന്നതാണ് അടിസ്ഥാനപരമായ സത്യം. എന്തൊക്കെയാണെങ്കിലും, തരംതിരിക്കലിന്റെ അടിസ്ഥാനം പൂർണ്ണമായും വ്യക്തിപര

മായ കാഴ്ചപ്പാടാണ്. ഒരാൾക്ക് നല്ലത് മാത്രമായോ ചതി മാത്രമായോ ചെയ്യുന്നവർ ഉണ്ടാവുകയില്ല. ചോദ്യം ഇതാണ് : ജീവിതത്തിൽ കണ്ടുമുട്ടുന്ന ഓരോ വ്യക്തിയെയും നിങ്ങൾ സ്വീകരിക്കാൻ തയ്യാറാവുകയാണെങ്കിൽ, അയാളെക്കുറിച്ചുള്ള നിങ്ങളുടെ സങ്കല്പത്തെയല്ലാതെ അയാളുടെ യഥാർത്ഥ വ്യക്തിത്വത്തെ സ്വീകരിക്കുമോ? അങ്ങനെ ചെയ്യാൻ തയ്യാറല്ലെങ്കിൽ, നിങ്ങളുടെ മനസ്സിൽ നല്ല മനുഷ്യൻ എന്ന പേര് ലഭിച്ച വ്യക്തി എന്തുതന്നെ ചെയ്താലും നിങ്ങളുടെ മനസ്സിൽ അയാൾ നല്ല മനുഷ്യൻ തന്നെയായിരിക്കും. അയാൾ നിങ്ങളെ ചതിക്കാൻ ശ്രമിച്ചാൽ പോലും, സത്യമതല്ലെന്ന് വിശ്വസിക്കാൻ നിങ്ങൾ നൂറ് കാരണങ്ങൾ തേടും, മറ്റുള്ളവരുടെ മേൽ പഴിചാരും, അതിലെ സത്യം കാണാതിരിക്കാൻ എന്തും ചെയ്യും. ഒടുവിൽ സത്യാവസ്ഥ അംഗീകരിക്കാൻ നിർബന്ധിതനാകേണ്ടിവന്നാൽ,ആ വ്യക്തി നിങ്ങളുടെമനസ്സിലെനിരാശപ്പെടുത്തിയവരുടെ പട്ടികയിൽ ഇടം പിടിക്കും. പിന്നീട് അവിടെ നിന്നും അയാൾക്ക് നല്ല മനുഷ്യരുടെ സ്ഥാനത്തേക്ക് തിരികെ വരാൻ ഒരിക്കലും കഴിയില്ല.

അതേപോലെതന്നെ, കഴിവില്ലാത്തവനെന്ന് നിങ്ങളാൽ മുദ്ര കുത്തപ്പെട്ട സഹപ്രവർത്തകൻ എന്തുതന്നെ ചെയ്താലും നിങ്ങൾക്ക് അംഗീകരിക്കാൻ കഴിയുകയില്ല. അവരുടെ ഏതൊരു പ്രവർത്തിയും നിങ്ങളുടെ കണ്ണിൽ മികച്ചതായി തോന്നുകയില്ല. അവർക്കും അതുപോലെതന്നെയാകും. പല മേലുദ്യോഗസ്ഥരും, തങ്ങളുടെ സഹപ്രവർത്തകൻ ഏതെങ്കിലും ഒരു ജോലിയിൽ പിഴവ് കാണിച്ചാൽ പോലും, അവനെ കഴിവില്ലാത്തവനായി വിലയിരുത്തും. *എൻകിരിഡിയൻ* എന്ന തന്റെ പുസ്തകത്തിൽ, ഗ്രീക്ക് തത്വചിന്തകനായ എപ്പിക്റ്റീറ്റസ് പറഞ്ഞിട്ടുണ്ട് :

'ഒരാൾ വേഗത്തിൽ കഴുകുന്നുവെങ്കിൽ, അയാൾ വേഗത്തിൽ കഴുകുന്നു എന്നു പറയൂ; മോശമായി കഴുകുന്നു എന്നല്ല. ഒരാൾ വൈൻ അധികമായി കുടിക്കുന്നുവെങ്കിൽ, അയാൾ അധികം കുടിക്കുന്നു എന്നു പറയൂ; മോശമായി കുടിക്കുന്നു എന്നല്ല. അവർ അങ്ങനെ ചെയ്യുന്നതിന്റെ കാരണം നിങ്ങൾക്ക് വ്യക്തമാകുന്നതിനു മുൻപ്, അവർ ചെയ്യുന്ന പ്രവർത്തി മോശമാണെന്ന് നിങ്ങൾക്കെങ്ങനെയാണ് പറയാൻ കഴിയുക? ഞാൻ പറഞ്ഞതുപോലെയാണ് നിങ്ങൾ ചെയ്യുന്നതെങ്കിൽ, ആശങ്ക നിറഞ്ഞ നിങ്ങളുടെ കാഴ്ചപ്പാടുകളുമായി നിങ്ങൾക്ക് യോജിച്ചുപോകാനാകും, മറ്റൊന്നിനോടുമല്ല.'

അതുകൊണ്ട്, കഴിവില്ലാത്തവനെന്ന് മുദ്ര കുത്തപ്പെട്ട തൊഴിലാളിയുടെകാര്യത്തിൽ,എപ്പിക്റ്റീറ്റസ്പറഞ്ഞിട്ടുണ്ടാവുക ഇങ്ങനെയായിരിക്കും : 'അയാളെ കഴിവില്ലാത്തവനെന്ന് പറയരുത്, പക്ഷേ ഈ ജോലിക്ക് അയാൾ അനുയോജ്യനല്ല.' എല്ലാത്തിലുമുപരി, എല്ലാ ജോലികൾക്കും അനുയോജ്യനായ ഒരാളില്ല, അതേപോലെ, ഒരു ജോലിക്കും അനുയോജ്യനല്ലാത്ത ഒരാളുമില്ല.

അതുകൊണ്ട്, ഓരോരുത്തരെയും പുതിയ ആളായി നിരീക്ഷിക്കുക എന്നത് പ്രധാനമാണ്; വ്യക്തിപരമായ കാരണങ്ങളോ വികാരങ്ങളോ ഇല്ലാതെ. നിങ്ങൾ മനസ്സിലാക്കാത്തവർ പോലും, ആരു ചെയ്താലും കുഴപ്പത്തിലാകാവുന്ന ജോലി തന്നെയായിരിക്കും അവർ ചെയ്തു കുഴപ്പത്തിലാക്കിയിരിക്കുക, പക്ഷേ അവരായിരിക്കും ഇപ്പോൾ ചെയ്യേണ്ട ജോലിക്ക് അനുയോജ്യർ.

സത്യത്തെ ഒരിക്കലും കാണാതെ പോകരുത്

ചൈനീസ് തത്വചിന്തകനായ ചുവാങ് ത്സുവിന്റെ വാക്കുകൾ, 'ജലമാർഗ്ഗം സഞ്ചരിക്കാൻ, വഞ്ചി പോലെ മറ്റൊന്നില്ല. കാരണം, വഞ്ചിക്ക് പ്രയാസമില്ലാതെ വെള്ളത്തിലൂടെ നീങ്ങാൻ സാധിക്കും; പക്ഷേ കരയിലൂടെ തള്ളിക്കൊണ്ടുപോകാൻ ശ്രമിച്ചാൽ, അതിൽ വിജയം കാണാനാകില്ല : നന്നേ ക്ലേശപ്പെടുക മാത്രമല്ല, പരിക്കുകളല്ലാതെ മറ്റൊന്നും തന്നെ നേടാനാവുകയുമില്ല.'

സത്യത്തെ കാണുകയെന്നാൽ, ഒരു ചുവട് പിന്നോട്ടെടുത്ത്,
ആ നിമിഷത്തെ യഥാർത്ഥ മനുഷ്യരെയും വസ്തുതകളെയും
കാണുന്നതാണ്. ഈ കാണുന്ന സത്യം, നിങ്ങൾക്ക് ഒരാളോടുള്ള
കാഴ്ചപ്പാടിൽ നിന്നും മുക്തമായിരിക്കും; നിങ്ങൾക്കയാളെ
ഇഷ്ടമാണെങ്കിലും അല്ലെങ്കിലും ഇവിടെ പ്രസക്തിയില്ല.
സത്യത്തെ കാണാൻ താല്പര്യപ്പെടാത്തവർ, ആക്രമങ്ങൾക്ക്
തുറന്നുകൊടുക്കപ്പെടുകയും തോൽവി ഏറ്റുവാങ്ങാൻ
തയ്യാറാവുകയും ചെയ്യുന്നു.

ചിലപ്പോൾ ഒരാളുടെ ധാരണകൾക്ക് യോജിച്ചുപോകുന്നതാവും എളുപ്പവും കൂടുതൽ സൗകര്യവും. പക്ഷേ നിങ്ങൾ ചെയ്യാതിരിക്കേണ്ടതും അതുതന്നെയാണ്. നിങ്ങളുടെ സഹപ്രവർത്തകർക്കും ഇത് ബാധകമാണ്. നിങ്ങൾ ഇഷ്ടപ്പെടുന്ന ഒരാൾ വൈകി വരികയാണെങ്കിൽ, അതിന് അതിന്റേതായ കാരണമുണ്ടാകുമെന്ന്

നിങ്ങൾ കരുതും; പ്രധാനപ്പെട്ട ഫോൺ കോളോ ജോലിയോ മറ്റോ. പക്ഷേ നിങ്ങൾ വൈരാഗ്യത്തോടെ കാണുന്ന വ്യക്തിയാണ് വൈകുന്നതെങ്കിൽ, അയാൾ പറയുന്ന ഏതൊരു കാരണവും നിങ്ങൾക്ക് ഒഴികഴിവുകളായിട്ടേ തോന്നുകയുള്ളൂ, മാത്രമല്ല നിങ്ങളയാളെ കുറ്റപ്പെടുത്തുകയും ചെയ്യും. രണ്ട് സാഹചര്യങ്ങളിലും പ്രശ്നം തൊഴിലാളികൾ വൈകിവന്നതാണ്. പക്ഷേ നിങ്ങളുടെ വികാരങ്ങൾ നിങ്ങൾ മനസ്സിലാക്കുന്ന സത്യത്തെ സ്വാധീനിക്കുന്നു. അതിനാൽതന്നെ ഉചിതമായ നടപടികൾ എടുക്കാൻ സാധിക്കുന്നുമില്ല.

അതേസമയം, തങ്ങൾ ഉൾപ്പെടുന്ന സാഹചര്യമാണെങ്കിൽപോലും, മേലുദ്യോഗസ്ഥർ സാഹചര്യങ്ങൾക്കു പിന്നിലുള്ള സത്യത്തെ കാണണമെന്നത് വളരെ പ്രാധാന്യമർഹിക്കുന്ന കാര്യമാണ്. ഒരു വസ്തുവിന്റെ ഗുണനിലവാരം മോശമായതിനാൽ അതിന്റെ വില്പന മോശമാകുന്നുവെങ്കിൽ, അതിനർത്ഥം അതിന്റെ ഗുണനിലവാരം മോശമാണെന്നതുതന്നെയാണ്. ആ വസ്തുവിന്റെ വില്പനയുടെ ചുമതല ഏറ്റെടുത്തിരിക്കുന്നത് നിങ്ങളായാലും സ്ഥാപനത്തിന്റെ മുതലാളിയായാലും, ആ സത്യം അംഗീകരിക്കപ്പെടുക തന്നെ ചെയ്യണം. 'സന്ദർഭം ശരിയല്ല', 'വിപണന തന്ത്രം ഫലവത്തല്ല' തുടങ്ങിയ വിശദീകരണങ്ങളെല്ലാം ഊർജ്ജം നഷ്ടപ്പെടുത്തുമെന്നല്ലാതെ മറ്റൊന്നിനും ഉപകരിക്കുകയില്ല. പകരം, ആ വസ്തുവിന്റെ ഗുണനിലവാരം മെച്ചപ്പെടുത്തുന്നതിനായി നമുക്കാ ഊർജ്ജം പ്രയോജനപ്പെടുത്താം. മേലുദ്യോഗസ്ഥന്റെ ഭാഗത്തു നിന്നായാലും, പെരുമാറ്റദൂഷ്യം മോശം തന്നെയാണ്. സ്വയമെങ്കിലും അത് സമ്മതിക്കുകതന്നെ വേണം. അല്ലെങ്കിൽ, അതൊരു ശീലമായി മാറും.

മികച്ചവരുടെ കഴിവുകൾ എന്നും ഉപയോഗപ്പെടുത്തുക

യുദ്ധം ചെയ്യാതെ ജയിക്കണമെന്ന ലക്ഷ്യത്തോടെ പോകുന്ന പടത്തലവൻ, ലഭിക്കാവുന്നതിൽ ഏറ്റവും ശക്തരും മികച്ചവരുമായ പടയാളികളെ തന്റെ കൂടെ കൂട്ടും. കേൾക്കുമ്പോൾ സ്വാഭാവികമായി തോന്നുന്ന കാര്യം, പ്രാവർത്തികമാക്കുമ്പോൾ എപ്പോഴും വിജയിക്കണമെന്നില്ല. പല മേലുദ്യോഗസ്ഥരും സഹപ്രവർത്തകരുടെ കൂടെ നിന്നല്ല പൊരുതുക, അവർക്കെതിരെയാണ്. തത്ഫലമായി, സ്വയം എതിർക്കുകയാണ് ചെയ്യുന്നത്. ഒരുപാട് മേലുദ്യോ

ഗസ്ഥർ ചിന്തിക്കുന്നതിങ്ങനെയാണ്, 'എന്റെ ഈ സഹപ്രവർത്തകൻ ഈ ജോലിക്ക് അനുയോജ്യനാണ്, പക്ഷേ ഈ മേഖലയിൽ അവൻ എന്നേക്കാൾ മികച്ചവനാണ്. അവനെ തെരഞ്ഞെടുത്താൽ ചിലപ്പോൾ എനിക്കെന്റെ സ്ഥാനം നഷ്ടപ്പെട്ടേക്കാം. അവനോളം കഴിവില്ലാത്ത ഒരാളെ നിയമിക്കാം, അതാണ് കുറച്ചുകൂടെ നല്ലത്.' ഉയർന്ന സ്ഥാനത്തേക്ക് വരാൻ മത്സരിക്കുന്ന എല്ലാവരും സമർത്ഥരായ പ്രതിയോഗികളായി കാണപ്പെടുന്നവരാണ്.

തൊഴിലാളികൾ ഇവിടെ നിന്നും ലഭിക്കുന്ന അറിവുകൾ ഉപയോഗിച്ച് പുതിയൊരു സ്ഥാപനം സ്വന്തമായി ആരംഭിച്ച് തങ്ങൾക്ക് വെല്ലുവിളിയാകുമോ എന്ന് സ്ഥാപനത്തിന്റെ ആരംഭ സമിതി അംഗങ്ങൾ പോലും ഭയപ്പെടാറുണ്ട്. ഇത്തരത്തിലുള്ള ഭയം ഉള്ളിലെ ഊർജ്ജം ഊറ്റിയെടുക്കുമെങ്കിലും, ഒരു തരത്തിലും അവഗണിക്കാൻ പറ്റാത്തതാണതെന്ന് എനിക്ക് ഉറപ്പുതരാൻ കഴിയും. അതുകൊണ്ട്, നിങ്ങളുടെ ലക്ഷ്യങ്ങൾ നേടിയെടുക്കാനായി മികച്ച തൊഴിലാളികളുടെ കഴിവുകൾ ഉപയോഗപ്പെടുത്തുകയും, സ്ഥാപനത്തിന്റെ ഉയർച്ചയ്ക്കനുയോജ്യമായിത്തന്നെ അവരെയും മെച്ചപ്പെടാൻ അനുവദിക്കുകയും ചെയ്യുക.

ഈ നിയന്ത്രിത സമ്പ്രദായത്തിന്റെ മറ്റൊരു ശത്രുവാണ്, വളരെ കുറച്ച് അറിവുകൾ മാത്രമേ പങ്കുവെക്കപ്പെടുന്നുള്ളൂ എന്നത്. ഇത്തരം കാഴ്ചപ്പാടുള്ള ഉദ്യോഗസ്ഥർ നയിക്കുന്ന വിഭാഗത്തിന്റെ പ്രവർത്തനക്ഷമത ദ്രുതഗതിയിൽ താഴോട്ട് പതിക്കും. പ്രതിയോഗികൾക്കിടയിലെ അറിവ് പങ്കിടലിൽ നിയന്ത്രണം ഏർപ്പെടുത്തുന്നത് ഉപകാരപ്രദമായിരിക്കും, പക്ഷേ സ്വന്തം സ്ഥാപനത്തിനകത്തുള്ളവർക്കിടയിൽ ആ പ്രവണത പ്രതികൂല ഫലങ്ങൾ സൃഷ്ടിക്കും. നിങ്ങളുടെ ഓരോ സഹപ്രവർത്തകരും പ്രതിയോഗികളായി മാറാനുള്ള സാധ്യതയുണ്ടെങ്കിലും, ഇപ്പോൾ അവർ നിങ്ങളുടെ സഹപ്രവർത്തകരാണ്.

നിങ്ങളാൽ നയിക്കപ്പെടുന്നവരുടെ കൂടെ നിങ്ങളുടെ ലക്ഷ്യം നിറവേറ്റുക എന്നതാണ് ശക്തമായ നേതൃത്വം എന്നതിനർത്ഥം. ഈ അറിവ് കൊണ്ടാണ് പതിമൂന്ന് പേരടങ്ങുന്ന സന്ന്യാസി സംഘം വലിയൊരു സൈന്യത്തെ തന്നെ തോല്പിച്ചത്. അവർ നേടിയത് അതിലുമധികമാണ്: ഈ അറിവ് പ്രാവർത്തികമാക്കുന്നതിലൂടെ, സ്വന്തം പേരും ഷാവോലിന്റെ നാമവും അവർ അനശ്വരമാക്കിത്തീർത്തു.

പരിശീലനം

നിങ്ങളുടെ നേതൃത്വ ശക്തികൾ തിരിച്ചറിയുക

1. നിങ്ങൾ മികച്ച ഒരു ഗ്രാഫിക് ഡിസൈനർ ആണെന്ന് സങ്കല്പിക്കുക. ഒരു ദിവസം, ഒരു ബഹുരാഷ്ട്ര സ്ഥാപനത്തിന്റെ ലോഗോയും ബ്രാൻഡ് ഐഡൻറിറ്റിയും പൂർണ്ണമായി രൂപകല്പന ചെയ്യാനുള്ള അവസരം നിങ്ങൾക്ക് ലഭിക്കുന്നു. നിങ്ങൾ ഏറ്റെടുത്ത ജോലി തീരുന്നതിനു മുൻപായി, സ്ഥാപനത്തിന്റെ ഭരണസമിതിയിലെയും ഉയർന്ന സ്ഥാനങ്ങളിലെയും അംഗങ്ങൾ മാറി പുതിയ അംഗങ്ങൾ നിയമിക്കപ്പെടുന്നു. അവർ ആഗ്രഹിക്കുന്നത് മറ്റൊരു ഗ്രാഫിക് ഡിസൈനറെ ഉപയോഗപ്പെടുത്താമെന്നുള്ളതാണ്. അവർ നിങ്ങൾക്കു മുന്നിൽ പുതിയൊരു നിർദ്ദേശം വെക്കുന്നു : ഒന്നുകിൽ അവർ നിങ്ങൾ രൂപകല്പന ചെയ്ത ചിഹ്നം ആഗോളതലത്തിൽ ഉപയോഗിക്കും, പക്ഷേ കരാറിൽ പറഞ്ഞതിന്റെ പകുതി പണമേ നൽകുകയുള്ളൂ; അല്ലെങ്കിൽ നിങ്ങളുടെ സ്ഥാനത്തേക്ക് മറ്റൊരാളെ നിയമിക്കുകയും നിങ്ങളിതുവരെ ചെയ്തതെല്ലാം ഉപയോഗിക്കാതിരിക്കുകയും ചെയ്യും. പക്ഷേ പറഞ്ഞുറപ്പിച്ചതിന്റെ ഇരട്ടി തുക നിങ്ങൾക്കു തരും.
   (a) ഒരു സ്ഥാപനത്തിന്റെ കീഴിലല്ലാതെ കരാറടിസ്ഥാനത്തിൽ ജോലി ചെയ്യുന്ന ഒരാളാണ് നിങ്ങളെങ്കിൽ, ഇതിലേത് തെരഞ്ഞെടുക്കും? എന്തുകൊണ്ട്?
   (b) 50 തൊഴിലാളികളുള്ള ഒരു സ്ഥാപനത്തിന്റെ മുതലാളിയാണ് നിങ്ങളെങ്കിൽ, ഏത് തെരഞ്ഞെടുക്കും? എന്തുകൊണ്ട്?
2. നിങ്ങൾ ഒരു മാനേജറാണ്. എല്ലാ വിഭാഗത്തിലെയും ജോലിക്കാർക്കിടയിൽ നിന്നും, നിങ്ങൾക്കേത്ര പെട്ടെന്ന് പറയാനാകും ഇതിലാർക്കാണ്
   (a) കമ്പ്യൂട്ടർ പരിജ്ഞാനം കൂടുതൽ?
   (b) മികച്ച പരസ്യവാചകങ്ങൾ എഴുതാനാകുക?
   (c) സ്ഥാപനത്തിന്റെ ആഘോഷ പരിപാടികൾ മനോഹരമായി വീഡിയോയിൽ പകർത്താനാവുക?
3. നിങ്ങൾക്ക് നല്ലൊരു സൗഹൃദം സ്ഥാപിക്കാൻ കഴിയാത്ത ഒരു ഇടപാടുകാരനുമായി, നിങ്ങളുടെ ഏത് സഹപ്രവർത്തകനായിരിക്കും നന്നായി കച്ചവടം നടത്താൻ കഴിയുക?
4. ഒരു തർക്കത്തിനിടയിൽ, ഒരു വിഭാഗത്തെ നയിക്കാനുള്ള കഴിവ് നിങ്ങൾക്കില്ലായെന്ന് നിങ്ങളുടെ സഹപ്രവർത്തകൻ പറയുന്നു. നിങ്ങളുടെ പ്രതികരണമെങ്ങനെയായിരിക്കും, അവർ
   (a) മേലുദ്യോഗസ്ഥനാണെങ്കിൽ?
   (b) നിങ്ങൾക്കു താഴെ ജോലി ചെയ്യുന്നവരാണെങ്കിൽ?

- രണ്ട് സാഹചര്യങ്ങളിലും വ്യത്യസ്തമായ പ്രതികരണമാണെങ്കിൽ, അതെന്തുകൊണ്ട്?
- അന്നു മുതൽ ആ സഹപ്രവർത്തകന്റെ പ്രവർത്തികളെ നിങ്ങൾ വിലയിരുത്തുന്ന രീതിയിൽ എന്തെങ്കിലും മാറ്റമുണ്ടാകുമോ?

5. നിങ്ങളുടെ വിഭാഗത്തിന്റെ നേട്ടത്തിനായി, തീരെ പ്രയോജനമില്ലാത്ത എന്നു നിങ്ങൾ കരുതിയിരുന്ന ഒരു സഹപ്രവർത്തകന്റെ സഹായം എപ്പോഴാണ് ഉപകാരപ്പെടുക?
6. നിങ്ങളുടെ ഏതെങ്കിലും സഹപ്രവർത്തകൻ തങ്ങൾക്ക് പരമാവധി കഴിവു തെളിയിക്കാൻ കഴിയുന്ന മേഖലകളിൽ പ്രവർത്തിക്കാതിരിക്കുമോ?

എന്തുകൊണ്ട്?

7. ഒരു സ്ഥാപനത്തിൽ നിന്നും നിങ്ങൾ വാങ്ങിയ ഒരു വസ്തുവിൽ കേടുപാടുണ്ട്. അവർക്കെതിരെയുള്ള നിങ്ങളുടെ വാദം ന്യായമായതാണ്, അതവർ നിരസിക്കുന്നുമില്ല, പക്ഷേ നഷ്ടപരിഹാരമായി അവരൊന്നും തന്നെ ചെയ്യാൻ താല്പര്യപ്പെടുന്നുമില്ല. നിങ്ങൾ കോടതിയിലേക്ക് പോകാനൊരുങ്ങുന്നു. പക്ഷേ ആ സ്ഥാപനത്തിന്റെ അഭിഭാഷകർ വളരെ മികച്ചവരാണെന്ന് ഒരു സുഹൃത്ത് വഴി നിങ്ങളറിയുന്നു. കോടതിയോട് പരാതിപ്പെടാനുള്ള നിങ്ങളുടെ തീരുമാനത്തെ ഇത് സ്വാധീനിക്കുമോ? (കുറിപ്പ് : ഈ കാരണത്താൽ നിങ്ങൾ പരാതിപ്പെടാതിരിക്കുകയാണെങ്കിൽ, പോരാടാതെ തന്നെ ആ സ്ഥാപനം വിജയം കാണും.)
8. ഒന്നും ചെയ്യാതിരിക്കുന്നതുകൊണ്ട് മാത്രം നേട്ടമുണ്ടാക്കാൻ കഴിയുന്ന, ദൈനംദിന ഔദ്യോഗികവേളയിലെ അഞ്ച് സന്ദർഭങ്ങൾ കണ്ടെത്തുക!
9. സത്യാവസ്ഥ കാണാനാഗ്രഹിക്കാത്ത അഞ്ച് പ്രധാനപ്പെട്ട പ്രശ്നങ്ങൾ കണ്ടെത്തുക!
10. നിങ്ങളുടെ നോട്ടുപുസ്തകത്തിൽ ഒരു പേജെടുത്ത് രണ്ട് ഭാഗങ്ങളായി തിരിക്കുക. ഇടത്തേ ഭാഗത്ത്, നിങ്ങൾ സ്വപ്നം കാണുന്ന കൂട്ടായ്മയിൽ കാണാനാഗ്രഹിക്കുന്ന പത്ത് കഴിവുകൾ എഴുതുക (ഉദാ. : നല്ല കലാകാരൻ, നല്ല വാഗ്മി, നല്ല തന്ത്രജ്ഞൻ...) നിങ്ങൾ ആഗ്രഹിക്കുന്നവ മാത്രം ഓർത്തെടുക്കുക. ഇനി, വലത്തേ ഭാഗത്തായി, ഈ കഴിവുകൾ നിങ്ങളുടെ ഏത് സഹപ്രവർത്തകനിലാണുള്ളതെന്ന് കുറിച്ചിടുക.
11. നിങ്ങൾ ചെയ്യാനുദ്ദേശിക്കാത്തൊരു കാര്യത്തെ പ്രകോപനത്തിലൂടെ ചെയ്യിച്ചതിനാൽ, ഇളവുകൾ വരുത്താൻ നിർബന്ധിതനാക്കപ്പെട്ട സാഹചര്യമേതാണ്?

ഉപസംഹാരം

സമാനമായ നമ്മുടെ യാത്ര ഇവിടെ അവസാനിക്കുകയാണ്. നിങ്ങളെ അറിയാനും നിങ്ങളുടെ ജീവിതത്തിൽ പങ്കുകൊള്ളാനും സാധിച്ചതിൽ സന്തോഷം. മനുഷ്യരെക്കുറിച്ചും നിങ്ങളെക്കുറിച്ചും ഒരുപാട് കാര്യങ്ങൾ നിങ്ങളിപ്പോൾ പഠിച്ചു. നിലയുറപ്പിക്കാനും, പൊരുതാനും നിങ്ങളിപ്പോൾ പഠിച്ചിട്ടുണ്ടാകും, വിജയിക്കാനും പഠിക്കും.

ഓർക്കുക, ലക്ഷ്യമാവരുത് ഉദ്ദേശ്യം, യാത്രയായിരിക്കണം. അത്രയും കാലംവരെ, ഓരോ നിമിഷവും ആസ്വദിച്ച് പ്രസന്നമായി ജീവിതം ജീവിച്ചുതീർക്കുക. എതിരാളികളിൽ നിന്നും പഠിക്കുക. അധികാരം എന്നത് നമ്മൾക്ക് ലഭിക്കുന്ന ഒന്നല്ല, മറിച്ച് നമ്മൾ പിടിച്ചെടുക്കുന്നതാണെന്ന കാര്യം എന്നും ഓർമ്മയിൽ വെക്കുക. സ്വന്തം മൂല്യം അറിയുമ്പോഴുണ്ടാകുന്ന ആത്മവിശ്വാസം എത്രയധികമാണെന്ന് അനുഭവിച്ചറിയുക. നിങ്ങളിൽ എന്നും പുതുമ നിറയ്ക്കണമെങ്കിൽ, എന്നും അതിനായുള്ള ശ്രമം തുടരുക!

ആശംസകളോടെ,

ബെർണാർഡ് മോസ്റ്റൽ

പല സ്രോതസ്സുകളിൽ നിന്നുമുള്ള ഷാവോലിൻ അഭിപ്രായങ്ങൾ

ശ്രീ ബുദ്ധൻ

ബുദ്ധൻ എന്ന് പിന്നീട് സ്വയം വിശേഷിപ്പിച്ച സിദ്ധാർത്ഥ ഗൗതമൻ ജീവിച്ചിരുന്ന കാലഘട്ടത്തെക്കുറിച്ച് കൃത്യമായ വിവരമില്ല. ബി.സി. 450-ൽ ഇന്നത്തെ നേപ്പാളിലുള്ള ലുംബിനി എന്ന സ്ഥലത്താണ് അദ്ദേഹം ജനിച്ചതെന്ന് നിലവിലുള്ള ഗവേഷണങ്ങൾ അനുമാനിക്കുന്നു.

ഗൗതമന്റെ ചെറുപ്പകാലം, തന്റെ പിതാവിന്റെ കൂടെ ലൗകികമായ കഷ്ടപ്പാടുകളിൽ നിന്നും മാറി സുരക്ഷിതമായിട്ടായിരുന്നു. പുറംലോകം കാണുന്നതിനു മുൻപ് വാർദ്ധക്യം, രോഗം, മരണം എന്നിവയെക്കുറിച്ചൊന്നും അവനറിഞ്ഞിരുന്നില്ല. എന്നിട്ടും, അവന്റെ ജീവിതം എന്നെന്നേക്കുമായി മാറ്റിമറിച്ചത് ഒരു വൃദ്ധനും, ഒരു രോഗിയും, ജീർണ്ണിച്ചു തുടങ്ങിയ മൃതശരീരവും, അവസാനമായി ഒരു സന്ന്യാസിയുമായിരുന്നു. തന്റെ ഇരുപത്തിയൊന്നാം വയസ്സിൽ, സമ്പത്തും ആഢംബരവുമല്ല സന്തോഷം തരുന്നവയെന്ന് ഗൗതമൻ മനസ്സിലാക്കി. വാർദ്ധക്യം, രോഗങ്ങൾ, മരണം, വേദന തുടങ്ങിയ കഷ്ടതകളെല്ലാം ജീവിതവുമായി പിണഞ്ഞുകിടക്കുന്നവയാണെന്ന് മനസ്സിലാക്കി. കുടുംബത്തിൽ നിന്നും പിരിഞ്ഞ്, മനുഷ്യന്റെ ശരിയായ സന്തോഷം കണ്ടെത്താൻ അവൻ തീരുമാനിച്ചു. ഭാര്യയെയും ഒരേയൊരു മകനെയും വീടും ഉപേക്ഷിച്ച് സന്ന്യാസം സ്വീകരിച്ചു.

ഗംഗാ നദീതീരത്തുകൂടെ ആറ് വർഷം അലഞ്ഞു

തിരിഞ്ഞു. ആ ആറ് വർഷം, പ്രഗത്ഭരായ മത പണ്ഡിതരുടെ അതികഠിനമായ ആചാരാനുഷ്ഠാനങ്ങൾ പിന്തുടർന്നു. മരണത്തിന്റെ വക്കുവരെയെത്തിയെങ്കിലും, അവന്റെ അന്വേഷണം എങ്ങുമെത്തിയിട്ടില്ലായിരുന്നു. അവസാനം, മറ്റുള്ള എല്ലാ മതങ്ങളെയും വെടിഞ്ഞ് സ്വന്തം പാതയിലൂടെ സഞ്ചരിക്കാൻ തുടങ്ങി. ധ്യാനത്തിലൂടെയാണ് അവനതിൽ എത്തിച്ചേർന്നത്.

തന്റെ മുപ്പത്തിയഞ്ചാം വയസ്സിൽ, നിരഞ്ജനാ നദീതീരത്തെ *ബോധി* മരത്തിന്റെ അടിയിൽ ഇരിക്കുമ്പോഴാണ് ഗൗതമന് പരമമായ ജ്ഞാനോദയം ഉണ്ടായത്. പിന്നീട് 'ഉദ്ബോധിക്കപ്പെട്ടവൻ' എന്നർത്ഥം വരുന്ന ബുദ്ധൻ എന്ന നാമം സ്വീകരിച്ചു. വിശ്വസ്തരായ തന്റെ അനുയായികളിൽ അഞ്ച് പേർ, ബുദ്ധന്റെ ആദ്യ പ്രബോധനത്തിന് സാക്ഷ്യം വഹിച്ചു. അവിടെ വെച്ചാണ് ബുദ്ധൻ അവർക്കു മുന്നിൽ 'നാല് ഉത്തമസത്യങ്ങൾ' വെളിപ്പെടുത്തിയത്.

നാല് ഉത്തമസത്യങ്ങൾ (ചതുര സത്യങ്ങൾ)

സന്ന്യാസിമാർ പഠിക്കുന്ന ആദ്യത്തെ ഉത്തമസത്യമാണ്, ദുഃഖം. ജീവിതചക്രം കഷ്ടപ്പാടുകൾ ഉൾക്കൊള്ളുന്നതാണ്. രണ്ടാമത്തെ ഉത്തമസത്യമാണ് ദുഃഖകാരണം. അതിൻപ്രകാരം, ആഗ്രഹം, വെറുപ്പ്, അജ്ഞത എന്നിവയാണ് കഷ്ടപ്പാടുകളുടെ മൂല കാരണങ്ങൾ.

മൂന്നാമത്തെ ഉത്തമസത്യമായ ദുഃഖനിവാരണത്തിൽ വിവരിക്കുന്നത്, ദുഃഖകാരണം ഇല്ലാതായൽ ദുഃഖവും ഇല്ലാതാകുമെന്നാണ്.

ആഗ്രഹത്തെ ഹനിക്കുന്നതിലൂടെ ദുഃഖത്തെ ദൂരീകരിക്കാനുള്ള പ്രായോഗിക മാർഗ്ഗമാണ് നാലാമത്തെ ഉത്തമസത്യത്തിൽ വിശദീകരിക്കപ്പെടുന്നത്. അഷ്ടമാർഗ്ഗങ്ങൾ എന്നും അത് അറിയപ്പെടുന്നു. സദ് ദൃഷ്ടി/സദ് വീക്ഷണം, സദ് ചിന്ത, സദ് വചനം, സദ് കർമ്മം, സദ് ജീവനം, സദ് ശ്രമം, സദ് ശ്രദ്ധ, സദ് ധ്യാനം എന്നിവയിലൂടെ ദുഃഖനിവാരണം സാധ്യമാകും.

അന്ന് മുതൽ, ശ്രീ ബുദ്ധൻ നാല്പത്തിയഞ്ച് വർഷക്കാലം സ്ത്രീ-പുരുഷ ഭേദമന്യേ സകല സാമൂഹിക തലത്തിലുള്ള മനുഷ്യർക്കുമായി പ്രഭാഷണം നടത്തി; രാജാക്കന്മാരും കർഷകരും, പുരോഹിതരും നീചരും, ധനികരും ദരിദ്രരും, വിശുദ്ധരും കള്ളന്മാരും അക്കൂട്ടത്തിലുണ്ടായിരുന്നു. മനസ്സിലാക്കാനും പിന്തുടരാനും തയ്യാറായ

സകല മനുഷ്യർക്കും അദ്ദേഹം പഠിപ്പിച്ച വഴി തുറന്നുകൊടുക്കപ്പെട്ടിരുന്നു.

എൺപതാമത്തെ വയസ്സിൽ, പഴകിയ ഭക്ഷണം കഴിച്ചതിന്റെ ഫലമായുണ്ടായ അതിസാരം കാരണമാണ് ഗൗതമൻ മരണപ്പെട്ടതെന്നാണ് പറയപ്പെടുന്നത്. ജീവിതത്തെയും ദുഃഖത്തെയും പറ്റിയുള്ള അദ്ദേഹത്തിന്റെ ജ്ഞാനവും സത്യങ്ങളും, ആദ്യകാലങ്ങളിൽ പ്രചരിക്കപ്പെട്ടിരുന്നത് തന്റെ അനുയായികളുടെ വാക്കുകളിലൂടെയായിരുന്നു. അദ്ദേഹം മരണപ്പെട്ട് 300 വർഷങ്ങൾക്കു ശേഷമാണ് അവ എഴുത്തുകളാക്കി സൂക്ഷിക്കപ്പെട്ടത്. ഇന്ന്, ലോകമെമ്പാടുമായി നാല് കോടിയോളം ആശ്രിതരുള്ള മതമാണ് ബുദ്ധമതം.

ഷാവോലിൻ വിഹാരം

ബീജിംഗിനും ഹോങ് കോങിനും മദ്ധ്യേയുള്ള, ചൈനയിലെ ഹെനാൻ പ്രവിശ്യയിലാണ് 'പുതുവനത്തിലെ ക്ഷേത്രം' എന്നർത്ഥം വരുന്ന ഷാവോലിൻ വിഹാരം സ്ഥിതി ചെയ്യുന്നത്. ബട്ടുവോ (ബുദ്ധഭദ്രൻ) എന്ന ഭാരതീയ താപസനു വേണ്ടി, 495-ാം വർഷം ചക്രവർത്തി നിർമ്മിച്ചുകൊടുത്തത് മുതൽ ആരംഭിക്കുന്നു ഈ വിഹാരത്തിന്റെ ചരിത്രം.

ധ്യാനത്തിന്റെ രൂപമായി ആയോധനകലകൾ

527-ൽ, മറ്റൊരു ഭാരതീയ താപസനായ ബോധിധർമ്മൻ ഷാവോലിനിൽ എത്തി തുടർച്ചയായി ഒമ്പത് വർഷം ഒരു ഗുഹയിൽ തപസ്സനുഷ്ടിച്ചതിലൂടെ ജ്ഞാനോദയം നേടിയെടുത്തു. അദ്ദേഹം മറ്റു മുനിമാർക്ക് ധ്യാനം പരിശീലിപ്പിച്ചു.

ദ്രുതഗതിയിലുള്ള ഉദ്ബോധനത്തിന്റെ പാതയായ സെൻ ബുദ്ധമതം പിറന്നു. ആയോധനകലകളിൽ ബാലപാഠങ്ങൾ കൈക്കൊണ്ടിരുന്ന ബോധിധർമ്മൻ, നീണ്ട (ചിലപ്പോൾ ദിവസങ്ങളോളം) ധ്യാനം കാരണം മുനിമാരിൽ അമിതവണ്ണവും വൈരൂപ്യവും വർദ്ധിക്കുന്നത് കണ്ടു. അതിന് അറുതിവരുത്താനായി അദ്ദേഹം 'ചലനത്തിലൂടെ ധ്യാനം' എന്ന ആശയം വിപുലീകരിച്ചു. സഹിഷ്ണുതയ്ക്ക് പേരുകേട്ട ആ ആശ്രമം, ആ സാമ്രാജ്യത്തെ

ആയോധനകലകളിലെ പ്രഗത്ഭരുടെ കൂടിക്കാഴ്ചയ്ക്കുള്ള ഇടമായി മാറി. കാലക്രമേണ, ആയുധമില്ലാത്ത യുദ്ധ ശൈലിയായ ഷാവോലിൻ കെംപോ അതുല്യമായ പരിപൂർണ്ണത നേടി.

സന്ന്യാസി സൈന്യം

728-ൽ ടാംഗ് വംശരാജാവിന്റെ അഭ്യർത്ഥനപ്രകാരം, ഷാവോലിൻ വിഹാരത്തിൽ നിന്നും പതിമൂന്ന് സന്ന്യാസിമാർ ചെന്നു. ശത്രുസൈന്യത്തിൽ നിന്നും രക്ഷിച്ചുതരണമെന്നതായിരുന്നു രാജാവിന്റെ ആവശ്യം. യോദ്ധാക്കളായ സന്ന്യാസിമാർ ആ യുദ്ധം വിജയിച്ച്, സ്വന്തമായി ഒരു സൈന്യത്തെ നിലനിർത്താനുള്ള പദവി രാജാവിൽ നിന്നും നേടിയെടുക്കുകയും ചെയ്തു. 1368 മുതൽ 1644-നുള്ളിൽ ഷാവോലിൻ വിഹാരവും, അവരുടെ തനതായ ആയോധന കലാശൈലിയും ഔന്നത്യത്തിലേക്ക് എത്തി. ഭരണത്തിലുണ്ടായിരുന്ന മിംഗ് വംശം വിഹാരത്തെ പിന്തുണക്കുകയും, വിഹാരത്തിലെ സൈന്യത്തിന്റെ അംഗബലം 2500 ആയി ഉയരുകയും ചെയ്തു. വിഹാരത്തിന്റെ ശാഖകൾ ചൈന, കൊറിയ, ജപ്പാൻ, മറ്റു അയൽരാജ്യങ്ങൾ എന്നിവിടങ്ങളിലായി സ്ഥാപിക്കപ്പെട്ടു.

ഇക്കാലയളവിൽ, വിഹാരം പല തവണ കൊള്ളയടിക്കപ്പെടുകയും, നശിപ്പിക്കപ്പെടുകയും, വീണ്ടും നിർമ്മിക്കപ്പെടുകയും ചെയ്തു. 1928-ൽ ഉണ്ടായ വൻ തീപിടുത്തത്തിൽ, വിഹാരത്തിന്റെ വലിയൊരു ഭാഗവും ഐതിഹാസികമായ ഗ്രന്ഥശാലയും കത്തിയമർന്നു.

പതനവും പുനരുജ്ജീവനവും

1949-ൽ മാവോ സേതുങ് പീപ്പിൾസ് റിപബ്ലിക്ക് ഓഫ് ചൈന സ്ഥാപിച്ചതിനു ശേഷം വിഹാരത്തിലെ സന്ന്യാസിമാർക്കു പ്രശ്നമൊന്നുമുണ്ടായില്ലെങ്കിലും, 1966-ലെ സാംസ്കാരിക വിപ്ലവത്തിനു ശേഷം, വിഹാരം തകർക്കപ്പെടുകയും അവിടുത്തെ മുനിമാർ പീഡിപ്പിക്കപ്പെടുകയും ആട്ടിയോടിക്കപ്പെടുകയും ചെയ്തു. വളരെ കുറച്ചു സന്ന്യാസിമാർ മാത്രം തകർക്കപ്പെട്ട ആശ്രമത്തിന്റെ അവശേഷിപ്പുകളിൽ വർഷങ്ങളോളം താമസം തുടർന്നു. 1982-ലാണ് 'ഷാവോലിൻ ടെംപിൾ' എന്ന ചലചിത്രത്തിലൂടെ

വിഹാരം പാശ്ചാത്യ രാജ്യങ്ങളിൽ പ്രശസ്തി പിടിച്ചുപറ്റുന്നതും, ഒരു വിനോദസഞ്ചാര കേന്ദ്രമായി മാറുന്നതും.

ചൈനീസ് സർക്കാർ ആശ്രമം പുനർനിർമ്മിക്കുകയും, മതപരമായ ആചാരങ്ങളുടെ പൊതുവായ ഉദാരവത്കരണത്തിന്റെ പശ്ചാത്തലമായി ബുദ്ധ സന്ന്യാസികൾക്ക് അവരുടെ വിശ്വാസങ്ങൾ ഒരിക്കൽ കൂടി പിന്തുടരാൻ അനുവദിക്കുകയും ചെയ്തു.

തായ്ജികൃാൻ (തായ് ചി ചുവാൻ)

ചൈനീസ് ഷാഡോ ബോക്സിംഗ് എന്ന പേരിലും പ്രശസ്തമായ തായ്ജികൃാൻ എന്ന ആയോധന കലാരൂപം ചൈനീസ് സാമ്രാജ്യത്തിന്റെ കാലത്താണ് ആദ്യമായി വികസിക്കപ്പെട്ടത്.

ഇന്ന്, *തായ് ചി*—സാധാരണ ലളിതമായ ശൈലി—ഒരു ദേശീയ വിനോദമാണ്. പ്രഭാതങ്ങളിൽ, ആയിരക്കണക്കിനാളുകൾ ഉദ്യാനങ്ങളിൽ ഇത് പരിശീലിക്കുന്നതു കാണാനാകും.

ഒഴുക്കുള്ള ചുവടുകൾ

*തായ് ചി*യുടെ ആത്മാവ് അതിന്റെ ചലനങ്ങളിലും ചുവടുകളിലുമാണ്. ഒഴുക്കുള്ള ചലനങ്ങളുടെ കൃത്യമായി നിർവചിക്കപ്പെട്ട പരമ്പരയാണിത്. ഓരോ ശൈലിയിലും നിരവധി വ്യതിരിക്തമായ ചുവടുകളും അംഗവിന്യാസങ്ങളും അടങ്ങിയിട്ടുണ്ട്. ചിത്രങ്ങൾ എന്നും അവയെ വിളിക്കാറുണ്ട്. ചുവടുകൾ മറക്കാതിരിക്കാൻ ഇവ പഠിതാക്കൾക്ക് സഹായകമാകുന്നു. 'നിലാവിലേക്ക് നോക്കുന്ന കാണ്ടാമൃഗം', ചന്ദ്രനെ മാറോടണയ്ക്കുക', 'മലയോര അരുവികളുകളിലൂടെ കുതിക്കുന്ന കാട്ടുകുതിര' എന്നിങ്ങനെ പേരുകൾ ഉണ്ട് ഓരോ ചിത്രങ്ങൾക്കും.

അംഗ വിന്യാസങ്ങളുടെ എണ്ണമനുസരിച്ച് പേര് നൽകപ്പെട്ട ശൈലികളും പലതുണ്ട്. ഉദാഹരണത്തിന്, ശൈലി-24 തായ് ചി ചുവാൻ, ചെങ് മാ ചിങ് ശൈലി-37. ഏറ്റവും ദൈർഘ്യമേറിയ ശൈലികൾക്ക് നൂറിലധികം അംഗവിന്യാസങ്ങളുണ്ട്.

അംഗവിന്യാസങ്ങളുടെ എണ്ണവും അവതരണത്തിന്റെ വേഗതയും അനുസരിച്ച്, മിനുട്ടുകൾക്കകം അവതരിപ്പിച്ചു കാണിക്കാവുന്ന ശൈലി മുതൽ ഒന്നര മണിക്കൂറോളം നീളുന്ന ശൈലി

വരെയുണ്ട്. *തായ് ചി* ശൈലികൾ പൊതുവെ അവതരിപ്പിക്കാറുള്ളത് പതുക്കെയും അനായാസത്തോടെയുമാണ്. വിശേഷിച്ച്, സാവധാനവും മൃദുവുമായ ചുവടുകൾക്ക് പിറകെ ചടുലവും ദ്രുതവുമായ നീക്കങ്ങളോടുകൂടിയവ.

കൺഫ്യൂഷ്യസ്

ജെസ്യൂട്ടുകളാൽ പിന്നീട് കൺഫ്യൂഷ്യസ് എന്ന് വിളിക്കപ്പെട്ട മാസ്റ്റർ കോംഗ് ഫു-സി, ബി.സി 551-ൽ ലു എന്ന സ്ഥലത്തെ ആഭിജാത്യമുള്ള ഒരു കുടുംബത്തിലായിരുന്നു ജനിച്ചത്. തന്റെ മൂന്നാം വയസ്സിൽ അച്ഛൻ മരിച്ചു പോയെന്നും, പിന്നീട് അമ്മയാണ് അദ്ദേഹത്തെ വളർത്തിയതെന്നുമാണ് കേട്ടുകേൾവി.

തന്റെ ശിക്ഷണങ്ങൾ അനുയായികൾ ശേഖരിച്ചുവെച്ചു

ദരിദ്ര ചുറ്റുപാടിലാണ് വളർന്നതെങ്കിലും, ആറ് കലകളായ അസ്ത്രവിദ്യ, സാരഥ്യം, കാലിഗ്രാഫി, ഗണിതശാസ്ത്രം, നൃത്തം, സംഗീതം എന്നിവ പഠിച്ചു. പത്തൊമ്പതാം വയസ്സിൽ കല്യാണം കഴിക്കുകയും, വൈകാതെ തന്നെ അച്ഛനാവുകയും ചെയ്തു. പൊതു ധാന്യശാലയിൽ മേൽനോട്ടക്കാരനായിട്ടാണ് ഉദ്യോഗം ആരംഭിച്ചതെങ്കിലും, പിന്നീട് അദ്ധ്യാപനവും തുടങ്ങി. ബി.സി. 516-ൽ അദ്ദേഹത്തെ നാടുകടത്തി. ലുവിലേക്ക് തിരിച്ചു വന്ന കൺഫ്യൂഷ്യസ് കാര്യനിർവാഹകനായി നിയമിക്കപ്പെട്ടു, പിന്നീട് മന്ത്രിയായും. കർക്കശമായ നീതിബോധവും ധർമ്മബോധവും പിന്തുടരുക മാത്രമല്ല, അവ രാഷ്ട്രീയപരമായി പ്രാവർത്തികമാക്കാനും അദ്ദേഹം ശ്രമിച്ചു. അത് ഭരണവർഗ്ഗത്തെ ക്ഷോഭിപ്പിക്കുകയും, തത്ഫലമായി തന്റെ സ്ഥാനങ്ങൾ നഷ്ടപ്പെടുകയും ചെയ്തു.

ബി.സി. 479-ൽ മരണം പുൽകും വരെയും അദ്ദേഹം എഴുത്തിനു വേണ്ടി തന്റെ ജീവിതമർപ്പിച്ചു. സ്വന്തം അദ്ധ്യാപനങ്ങളെക്കുറിച്ച് ഒന്നും തന്നെ എഴുതാതിരുന്നതിനാൽ, തന്റെ ശിഷ്യർ സമാഹരിച്ച, സംഭാഷണങ്ങളുടെ ഒരു സമാഹാരമായ *'ദി അനലെക്റ്റ്സ്'* എന്ന പുസ്തകം മാത്രമാണ് ആകെയുള്ളത്.

ലാവോ ത്സു

'പ്രായം ചെന്ന ഗുരു' എന്നർത്ഥം വരുന്ന ലാവോ ത്സുവിനെ കുറിച്ച് അധികമൊന്നും ആർക്കുമറിയില്ല. താവോയിസത്തിന്റെ സ്ഥാപകനായ ഇദ്ദേഹം ജനിച്ചത് ബി.സി. 600 കാലഘട്ടത്തിലാണെന്ന് പറയുന്നു. ഷൌ രാജവംശത്തിന്റെ തലസ്ഥാനമായ ല്യവോയാങിലെ ഗ്രന്ഥശാലാ സൂക്ഷിപ്പുകാരനായി ജോലി ചെയ്തിരുന്നു. കലാപങ്ങളും രാജഭരണത്തിന്റെ പതനവും മുൻകൂട്ടി കണ്ട അദ്ദേഹം ആ നഗരം വിട്ടു. ആധുനിക ചൈനയിലൂടെയുള്ള യാത്രയ്ക്കിടയിൽ, തന്റെ അറിവുകൾ പങ്കുവെക്കാനായി യിൻ ക്സി എന്ന യുവാവ് അദ്ദേഹത്തോട് ആവശ്യപ്പെട്ടു. തന്റെ അറിവുകൾ ഒരു എഴുത്തുശേഖരമായി അദ്ദേഹം കുറിച്ചുവെച്ചു. അതാണ് ഇന്ന് *താവോ ടെ ചിംഗ്* എന്നറിയപ്പെടുന്നത്.

ഇതിഹാസങ്ങൾ പറയുന്നത്, *താവോ ടെ ചിംഗ്* എഴുതി പൂർത്തിയാക്കിയ ശേഷം, 200 വയസ്സ് പിന്നിട്ട ലാവോ ത്സു പാശ്ചാത്യ ദിക്കിലേക്ക് അപ്രത്യക്ഷനായി എന്നാണ്. എന്നാലും, കൃത്യമായ വിവരങ്ങളുടെ അപര്യാപ്തത മൂലം, ലാവോ ത്സു എന്നൊരാൾ ജീവിച്ചിരുന്നോ എന്ന് ചരിത്രകാരന്മാർ സംശയിക്കുന്നു.

സുൻ ത്സു

കി സാമ്രാജ്യത്ത് ബി.സി. 530-ൽ ജനിച്ച സുൻ ത്സുവിനെ കുറിച്ച് വളരെ കുറച്ചേ വിവരങ്ങളുള്ളൂ. ഒരു പ്രഭുവിന്റെ മകനായ സുൻ ത്സു പ്രശസ്തനായത്, വു ദേശത്തിന്റെ രാജാവായ ഹോ-ല്യവിന് വേണ്ടി എഴുതിയ *ദി ആർട് ഓഫ് വാർ* എന്ന പ്രബന്ധത്താലാണ്.

ഒരു ദിവസം, ത്സുവിന്റെ രചനയെക്കുറിച്ച് ചർച്ച ചെയ്യുവാനും ഒരു പരീക്ഷണത്തിനായും അദ്ദേഹത്തെ വിളിച്ചുവരുത്തി. തന്റെ അന്തഃപുരത്തിലെ 180 സ്ത്രീകളെ പരിശീലിപ്പിച്ച് യോദ്ധാക്കളാക്കാൻ കല്പിച്ചു. സുൻ ത്സു ആ സ്ത്രീകളെ രണ്ട് സംഘങ്ങളായി വിഭജിച്ചു. എന്നിട്ട് പ്രിയപ്പെട്ട രണ്ട് വെപ്പാട്ടിമാരെ ഓരോന്നിന്റെയും തലവിയായി നിയമിച്ചു. ആദ്യ പരിശീലനത്തിനായുള്ള ആജ്ഞ കൊടുത്തപ്പോൾ സ്ത്രീകൾ ഒന്നടങ്കം ചിരിക്കുകയാണ് ചെയ്തത്. രണ്ടാം തവണയും അവർ അതുതന്നെ തുടർന്നപ്പോൾ, രണ്ട് തലവികളെയും അദ്ദേഹം വധിച്ചു. അതിനുശേഷം ബാക്കിയുള്ളവരെല്ലാം അദ്ദേഹത്തെ അനുസരിച്ചു തുടങ്ങി.

സുൻ ത്സുവിന്റെ പ്രാപ്തി മനസ്സിലാക്കിയ രാജാവ്, അദ്ദേഹത്തെ തന്റെ പടത്തലവനായി നിയമിച്ചു. അദ്ദേഹത്തിന്റെ മരണം സംഭവിച്ചത് ബി.സി. 450-ൽ ആണെന്നല്ലാതെ, അവസാന ദിനങ്ങളെക്കുറിച്ച് കൂടുതലൊന്നും ആർക്കുമറിയില്ല.

മിയാമോട്ടോ മുസാഷി

1548-ൽ ജപ്പാനിലെ മിയാമോട്ടോ എന്ന ഗ്രാമത്തിൽ, നാട്ടിൻപുറത്തുകാരനായ ഒരു സാമുറായുടെ മകനായിട്ടായിരുന്നു മിയാമോട്ടോ മുസാഷിയുടെ ജനനം. തന്റെ പതിമൂന്നാം വയസ്സിലാണ് അദ്ദേഹം ആദ്യമായൊരാളെ വധിച്ചതെന്ന് പറയപ്പെടുന്നു, അതും വാൾപയറ്റിലും കുന്തം കൊണ്ടുള്ള അഭ്യാസത്തിലും പ്രാവീണ്യം നേടിയ ഒരാളെ. ചെറുപ്രായക്കാരനായ മുസാഷി എതിരാളിയെ ചുഴറ്റി നിലത്തേക്ക് വീശി, ഒരു കമ്പെടുത്ത് തല തല്ലിത്തകർത്തു.

പതിനാറാം വയസ്സിൽ, പുരാതന ജപ്പാനിനു കുറുകെ മുസാഷി തന്റെ യാത്രയാരംഭിച്ചു. ആറ് യുദ്ധങ്ങളിൽ പങ്കെടുത്തു. അറുപത് നേർക്കുനേർ പോരാട്ടങ്ങളിൽ വിജയം കണ്ടു. ഇരുപതാം വയസ്സിലെത്തുമ്പോഴേക്കും, മുസാഷി ഒരു അജയ്യനായി കരുതപ്പെട്ടിരുന്നു.

വാൾ താഴെ വെച്ച അദ്ദേഹം, പിന്നീട് വാൾ അഭ്യാസത്തിന്റെ അകങ്ങളിലേക്ക് സഞ്ചരിച്ചു തുടങ്ങി. അദ്ദേഹത്തിന്റെ ഗ്രാമത്തിലേക്ക് വന്ന *റോണിനിൽ* നിന്നും സാമുറായിൽ നിന്നും, ഒരുപാട് യുദ്ധതന്ത്രങ്ങൾ പഠിച്ചു. അവസാനം, *നിടെൻ ഇച്ചി-റ്യ* എന്ന പേരിൽ വാൾ അഭ്യാസത്തിനായി സ്വന്തമായി ഒരു വിദ്യാലയം തുടങ്ങി. പിന്നീട് അദ്ദേഹം കലാകാരനായും ശില്പിയായും അറിയപ്പെട്ടു. അദ്ദേഹം മടക്കിവെക്കാവുന്ന തിരശ്ശീലകളിൽ ചിത്രപ്പണികൾ ചെയ്തു, കാലിഗ്രാഫിയിൽ പ്രാവീണ്യം നേടി, ലോഹ ശില്പങ്ങൾ നിർമ്മിച്ചു.

തന്റെ ജീവിതത്തിന്റെ അവസാന നാളുകളിൽ, *ഗോറിൻ നോ ഷോ* അഥവാ *ദി ബുക്ക് ഓഫ് ഫൈവ് റിംഗ്സ്* എന്ന പുസ്തകം രചിക്കാനായി ഒരു ഗുഹയിൽ താമസമാക്കി. 1645 ജൂൺ പതിമൂന്നിന്, തന്റെ രചന ശിഷ്യനായ ടെരാവോ മഗോനോജോവിനെ ഏല്പിച്ച ശേഷം, മുസാഷി അന്തരിച്ചു.

നന്ദി

ഒരു പുസ്തകത്തിനു പിന്നിൽ ഒരുപാടു പേരുണ്ടാകും. അവരൊന്നു മില്ലാതെ ആ പുസ്തകം പുറംലോകം കാണുക അസാധ്യമെങ്കിലും, പല പുസ്തകങ്ങളുടെയും കവറുകളിൽ അത് രചിച്ചവരുടെ പേരുകൾ മാത്രമേ കാണുകയുള്ളൂ.

ഇവരോടെല്ലാം ഞാനെന്റെ ഹൃദയം നിറഞ്ഞ നന്ദി അറിയിക്കുന്നു : ഷാവോലിനിലെ സന്ന്യാസിമാരുമായി എന്റെ ആദ്യത്തെ കൂടിക്കാഴ്ച സഫലമാക്കിത്തന്ന ജിയാൻ വാങ്; ഷാവോലിൻ കുങ് ഫുവിന്റെ ആത്മാവ് മനസ്സിലാക്കാനും ആസ്വദിക്കാനും എന്നെ സഹായിക്കുന്നതിൽ അങ്ങേയറ്റം ക്ഷമ കാണിച്ച ഗ്രാൻഡ്മാസ്റ്റർ ഷി ഡെ ചെങ്; എന്റെ ആശയങ്ങളെ എണ്ണമറ്റ സംഭാഷണങ്ങളാക്കി ചർച്ച ചെയ്യാനും എന്റെ രചനയെ പല തവണ വായിക്കാനും മനസ്സു കാണിച്ച ഹെയ്ദി മിഷിംഗർ, മരിയാൻ മൊഹാട്ഷെക്ക്, ഐറീൻ നെമെത്ത്, ആൽബർട്ട് ക്ലെബെൽ, റയ്നാൾഡ് ഇഡൽ, മാർക്കസ് ഗോൾനെർ. ജീവിതത്തിലെ ഏറ്റവും പ്രധാനപ്പെട്ട പല കാര്യങ്ങളും എന്നെ പഠിപ്പിച്ച എന്റെ മുത്തശ്ശി എറീക്ക മോസ്റ്റലിനോട് എന്റെ അകമഴിഞ്ഞ കൃതജ്ഞത രേഖപ്പെടുത്തുന്നു. എന്റെ ആശയങ്ങൾ പ്രസാധകരായ ഡ്രോമർ ക്നൗർ വെർലാഗിലെ ശരിയായ വ്യക്തികളിലേക്കെത്തിച്ച ഗെറാർഡ് കോൻസെൽമാൻ, കാറൽ ഡൌല്ലറി എന്നിവർക്കും എന്റെ നന്ദി. അവസാനമായി, എന്റെ പുസ്തകത്തിന് മനോഹരമായ രൂപം നൽകുകയും എനിക്ക് സ്നേഹത്തോടെ സഹകരണം നൽകുകയും ചെയ്ത ബെറ്റിന ഹ്യൂബർ, മറിയോൻ ഒനോഡി, വെറോണിക പ്രീസ്ലർ എന്നിവർക്കും എന്റെ നന്ദി.

രഘുരാജ് പനങ്ങാട്ട്

പാലക്കാട് ജില്ലയിൽ ജനനം. ബിസിനസ്സ് അഡ്മിനിസ്ട്രേഷനിൽ ബിരുദാനന്തര ബിരുദം. Lettersbay Consultancy-യുടെ സീനിയർ എഡിറ്ററായി പ്രവർത്തിച്ചിട്ടുണ്ട്. ഇപ്പോൾ ഒരു സ്വകാര്യ ബാങ്കിൽ ജോലി ചെയ്യുന്നു.

വിവർത്തനം : സംയുക്ത പ്രഭാവം (The Compound Effect)

ഇ-മെയിൽ : raghuraj.owen@gmail.com

മൊബൈൽ : 8086555838